அழியாத கோலங்கள்

தமிழின் தலைசிறந்த 24 காதல் சிறுகதைகள்

தொகுப்பாசிரியர்: **கீரனூர் ஜாகிர்ராஜா**

டிஸ்கவரி புக் பேலஸ்

எண்: 9, பிளாட் எண்: 1080A, ரோஹிணி பிளாட்ஸ்
முனுசாமி சாலை, கே.கே.நகர் மேற்கு,
சென்னை – 600 078. பேச: 99404 46650

வெளியீட்டு எண்: 0112

அழியாத கோலங்கள் (சிறுகதைகள்)
தொகுப்பாசிரியர்: கீரனூர் ஜாகிர்ராஜா

Azhiyatha Kolangal (Short Stories)
Compiled by: Keeranur Jahir Raja

Short Edition 1st Dec-2016, 2nd Dec-2021, 3rd Nov 2024
Pages: 256
ISBN: 978-93-84302-18-4
Rs. 280

Publisher • *Sales Rights*

Discovery Publications
No. 9, Plot,1080A,
Rohini Flats,
Munusamy Salai,
K.K.Nagar West,
Chennai - 600 078.
Mobile: +91 99404 46650

Discovery Book Palace (P) Ltd
No. 1055B
Munusamy Salai,
K.K.Nagar West,
Chennai-600 078.
Mobile: +91 87545 07070

discoverybookpalace@gmail.com
WWW.DISCOVERYBOOKPALACE.COM

இந்த நூலில் பிரசுரமாகியுள்ள எந்த ஒரு பகுதியையும் பதிப்பாளரின் எழுத்துபூர்வமான முன்அனுமதி பெறாமல் எடுத்தாள்வதோ, மறுபிரசுரம் செய்வதோ, மொழியாக்கம் செய்வதோ, அச்சு மற்றும் மின்னணு ஊடகங்களில் மறுபதிப்புச் செய்வதோ, காப்புரிமைச் சட்டப்படி தடை செய்யப்பட்டுள்ளது. இந்த நூலிலிருந்து குறிப்பிட்ட பகுதிகளை மேற்கோள்காட்டி புத்தக விமர்சனம் செய்ய, ஊடகங்களுக்கு மட்டும் அனுமதி உண்டு.

உங்கள் மொபைல் போனிலிருந்து ஸ்கேன் செய்து 'டிஸ்கவரி புக் பேலஸ்' மொபைல் ஆப்பை டவுன்லோடு செய்து, புத்தகங்களை வாங்குங்கள்.

சமர்ப்பணம்

தவித்தும் தனித்துமலைந்த
நாட்களில் மனதை
மயிலிறகால் வருடிச் சென்ற
எல்லாப் பெண்களுக்கும்...

காதல் மெய்யானது

தமிழில் நிறைய வார்த்தைகள் தேய்ந்து தூர்ந்து போனவை ஆகிவிட்டன. காதல் என்ற வார்த்தையையுங்கூட அப்படி தூர்ந்துபோனவற்றின் பட்டியலில் சேர்த்துக் கொள்ளலாம். ஆனால் காதல் என்ற வார்த்தையைக் கேட்டவுடன் எழுந்து நின்று வணங்குகின்ற தாசர்கள் ஏராளம் பேரைக்கொண்ட நாடு இது. பண்பாட்டின் உதாரணமாக, மெய்ஞான மரபுகளின் தோற்றுவாயாக, புத்தனும் சித்தர்களும் ஜெனித்த இந்த பூமியில்தான் காவியக் காதலர்கள் பலர் வாழ்ந்து மறைந்திருக்கின்றனர். வணிக எழுத்துக்களும், தமிழ் சினிமாவும் காதலைக் கருப்பொருளாக்கி இன்றைக்கும் விற்று முதல் பார்க்கின்றன.

தீவிர இலக்கிய வாசகர்களுக்கு காதலின்மீது ஒரு வித ஒவ்வாமை தொடர்ந்தபடியே இருக்கிறது. இந்திய சுதந்திரத்துக்குப் பிறகு எழுதத் தொடங்கிய நவீன எழுத்தாளர்கள் பலரும் சமூகப் பிரச்சினைகளைக் கையாண்ட அவளுக்கு ஆண் பெண் சிநேகத்தை தங்கள் படைப்புகளில் முன் வைக்கத் தயங்கினார்கள். ஆணும் பெண்ணும் விரும்பிப் பழகுவது பாவம் என்று நமக்கு கற்பிக்கப்பட்டிருக்கிறது. ஆனால் யாரோ யாரையோ விரும்பிக்கொண்டுதானிருக்கிறார்கள். காதல் எல்லோருக்குள்ளும் மலர்ந்துகொண்டுதானிருக்கிறது.

சங்க காலத்தில் காதல் இருந்திருக்கிறது. புராணங்களில் காதல் இடம் பெற்றிருக்கிறது. காதலைக் காமம் என்றே அப்போது விளித்திருக்கின்றனர். ஆனால் காமம் என்றது நம் காலத்தில் பழிச்சொல்லாகிவிட்டது. மலையாள இலக்கியங்களில் காமுகனுக்கு காதலன் என்றே பொருள். நம்மவர்களுக்கு காமுகன் என்றால் கெட்ட வார்த்தை.

> காமம் காமம் என்ப காமம்.
> அணங்கும் பிணியும் அன்றே நுணங்கிக்.
> கடுத்தலும் தணிதலும் இன்றேயானை.
> குளகுமென்றால் மதம்போலப்.
> பாணியும் உடைத்து காணு நர்ப்பேறினே.

என்று குறுந்தொகையில் பாடல் இடம் பெற்றிருக்கிறது.

பாரதி துணிச்சலாகக் 'காதல் செய்வீர்...' என்றான். பாரதியைக்கொண்டாடும் பாரதிதாசர்கள் (நான் பாரதிதாசனைக்

குறிப்பிடவில்லை) சாமர்த்தியமாக அது போன்ற பாடல்களிலிருந்து தப்பித்துக் கொள்வர். திருக்குறளை வியந்தோதுகிறவர்கள் காமத்துப் பாலை இன்பத்துப் பால் என்று மொழியாக்கம் செய்து வைத்தனர்.

வெற்றிலை வாயும் ஊஞ்சலாட்டமும் டிகிரி காப்பியுமாய் வாழ்க்கையைப் பார்த்தவர்கள் என்று விமர்சிக்கப்பட்ட காவிரிக்கரை எழுத்தாளர்கள் பலரும் காதலைக் துணிச்சலாக எழுதி வைத்துச் சென்றிருக்கின்றனர் மௌனி, கு. ப. ரா, தி. ஜானகிராமன், சிறந்த உதாரணங்கள். தி. ஜா. வின் மோகமுள்ளைப் படிக்காதவர்கள் இருக்க முடியாது. மௌனி எழுதிய மொத்தக் கதைகளின் அடிநாதமும் இழந்த காதலின் அவலத்தைப் பேசுவனவே என்று சொல்பவர்கள் உண்டு. தம் படைப்புகளில் காதல் குறித்த தீவிர விவாதங்களை எழுப்பியிருக்கிறார்கள் இவர்கள். காதலை எழுதலாமா கூடாதா என்பதல்ல விஷயம். எழுதுவது பாவம் என்கிற கற்பிதத்தை உடைத்து வெகு சகஜமாக எழுதிச் செல்லும் காலம் ஒன்று வருமா என்கிற கேள்விதான் முக்கியம். இந்தத் தொகுப்பில் 21 காதலர்கள் இடம் பெற்றிருக்கின்றனர் என்று குறிப்பிடுவேனேயானால் சில எழுத்தாளர்கள் என்மேல் வருத்தம் கொள்வர். இந்தத் தொகுப்பிற்காக நாஞ்சில்நாடன் அவர்களைத் தொடர்புகொண்டு கேட்டபோது "அப்படி எதுவும் நான் எழுதவில்லை என் வாழ்க்கையில் காதலுக்கான இடம் இருந்ததில்லை" என்றார் அவர். இப்படிச் சொன்னது என்னை வெகுநேரம் சிந்திக்க வைத்தது. வண்ணதாசனின் 'தனுமை' இத்தொகுப்பில் இடம் பெற்றுள்ளது. "விடுதியறை நண்பனின் ட்ரங் பெட்டியை குடைந்தபோது படித்த ஒரு கடிதத்தின் நீட்சி தானே தனலட்சுமி தனு, தனுமை' என்று இக்கதையைப் பற்றி ஓரிடத்தில் வண்ணதாசன் குறிப்பிடுகிறார். 'சுப்பையா பிள்ளையின் காதல்கள்' புதுமைப்பித்தனின் சொந்த அனுபவம் என்று நம்மால் உறுதிப்படச் சொல்ல முடியாதல்லவா? காதலும் காமமும் ஒன்றுதான் இரண்டும் வெவேறல்ல என்பதற்கு சாட்சியாக பா. செயப்பிரகாசத்தின் 'ஆறு நரகங்கள்' கதை இருக்கிறது.

பிரபஞ்சன், ச. தமிழ்ச்செல்வனின் கதைகள் தூய அன்பின் உன்னதத்தை சொல்பவையாக அமைந்துள்ளன. ஜெயமோகன், எஸ். ராமகிருஷ்ணன் இருவரின் கதைகளும் வித்தியாசமானவை இருவருமே காதலித்து திருமணம் செய்துகொண்டவர்கள். ஆனால் இருவரும் பகிர்ந்து கொள்வது தங்களின் காதல் அனுபவங்களை அல்ல. கோணங்கியின் புதிர்மொழித் தடத்தில் காதல் வேறொரு ரூபங்கொள்கிறது. அழகிய பெரியவனின் கதை, சற்று அதிர்ச்சிகரமான நிஜத்தைப் பேசுகிறது. ஆனால் இப்படியெல்லாம்தான் வாழ்க்கை இருக்கிறது. இதை எழுதுவதிலும் நியாயம் உள்ளது.

கு. அழகிரிசாமியின் கதை ஒன்று இத்தொகுப்பில் இடம் பெற்றிருப்பது முக்கியமானது. இரா. நடராசன் காதல் இடம்

பெற்றுள்ள தனது சில கதைகளை எனக்குச் சொன்னார். நானாக அவருடைய தொகுப்பைக் குடைந்து பால்திரிபுவைத் தேர்ந்தெடுத்தேன். மௌனி, லா.ச.ரா.வைக் குறித்துப் பேச வேண்டியதில்லை. அமரகாதலர்கள், நயினாவின் கன்னிமை அவருக்குப் பெயர் வாங்கித் தந்த கதை. உதயசங்கரும் தன்னுடைய வேறொரு கதையைச் சொன்னார். 'ஆனால் எனக்கு அத்தையைத்தான் பிடித்திருக்கிறது. எஸ். செந்தில்குமார் இந்தத் தொகுப்பில் தன் கதை இடம் பெற வேண்டுமென மிகுந்த ஆவல்கொண்டு எந்தக் கதையை எழுதுவது அல்லது அனுப்புவது என்று கொஞ்சம் சிரமப்பட்டார். அப்புறம் "நானே ஒரு கதையைப் பார்த்து விட்டேன் செந்தில்" என்றதும் 'அப்பாடா' என நிம்மதிப் பெருமூச்சு விட்டார். கோபி கிருஷ்ணாவின் 'வயது' கதையைத் தேர்வு செய்து வைத்திருந்தேன். நண்பர் சஃபி கோபியின் மேலும் சில கதைகளை அனுப்பித்ததும் மாறினேன். தோழர் பவா. செல்லத்துரை எனக்குப் பரிசளித்த 'நிராயுதபாணியின் ஆயுதங்கள்' இல்லையென்றால் ஜெயந்தனின் கதையை எடுத்திருக்க முடியாது.

லஷ்மி மணிவண்ணனின் 36—A பள்ளம் தொகுப்பிலிருந்து 'ஜெயாவும் சௌந்திரபாண்டியனும்' எடுத்தேன். 'பழைய கதை' என்று அதை மணிவண்ணனன் சொன்னாலும் அவருடைய கதை இத்தொகுப்பில் இருக்க வேண்டும் எனக் கருதி வைத்தேன்.

சந்திரா புதிதாக எழுதத்தொடங்கிய பெண் படைப்பாளிகளில் முக்கியமானவர். காட்டின் பெருங்கனவா அழகேசனின் பாடலா என்று யோசித்த வேளையில் ராஜி இந்தக் கதையை தெரிவு செய்தாள். இத்தொகுப்பிற்காக ஒரு புதிய கதையை எழுதிவிடத் தீர்மானித்து என்னுடைய பழைய காதலை மனப்பரணிலிருந்து தூசி தட்டியபோது ராஜியின் கண்கள் சிவந்து விட்டன. அவளுடைய பொஸ்ஸஸிவ்னஸ் என்னைப் பலநேரங்களில் பயமுறுத்தியிருக்கிறது. எனவே புதுக்கதை எழுதமுடியாமல் போனது வருத்தம்தான். ஆனால் 14 வருடங்களுக்கு முன்னால் எளிமையான பேச்சு வழக்கில் என்னால் எழுதப்பட்ட செம்பருத்தி பூத்தவீடு கதை இடம் பெறுகிறது.

இந்தப் பணியில் பலரும் எனக்கு உதவியாக இருந்தனர். குட்டி ரேவதி, சஃபி, வேலூர் பி. லிங்கம் இவர்களை நன்றியுடன் நினைத்துக் கொள்கிறேன். எப்போதும்போல தோழி ராஜியின் ஒத்துழைப்பில்லாமல் இத்தொகுப்பை நான் சாத்தியமாக்கியிருக்க இயலாது. கதைகளைத் தொகுப்பில் சேர்த்துக் கொள்ள அனுமதி அளித்த எழுத்தாளர் பெருமக்கள் அனைவருக்கும் நன்றி. இத்தொகுப்பினை செம்பதிப்பாக வெளியிடும் நண்பர் மு. வேடியப்பன் மற்றும் டிஸ்கவரி புக்பேலஸ் நிறுவனத்திற்கும் நன்றி.

கீரனூர் ஜாகிர்ராஜா

உள்ளடக்கம்

1. சுப்பையா பிள்ளையின் காதல்	புதுமைப்பித்தன்	09
2. சிரிக்கவில்லை	கு. அழகிரிசாமி	18
3. அழியாச்சுடர்	மௌனி	31
4. அன்புள்ள	லா. ச. ராமாமிருதம்	39
5. வெயில்	நகுலன்	50
6. கன்னிமை	கி. ராஜநாராயணன்	55
7. மாமன் வரவு	பிரபஞ்சன்	66
8. வயது பதினாறு	ஜெயந்தன்	75
9. ஆறு நரகங்கள்	பா. செயப்பிரகாசம்	89
10. தனுமை	வண்ணதாசன்	98
11. வெயிலோடு போய்	ச. தமிழ்ச்செல்வன்	107
12. திருவாரூர் ஜட்காவும் இவர்களும்	கோணங்கி	114
13. கழுவேற்றம்	எஸ். ராமகிருஷ்ணன்	126
14. நிழலாட்டம்	ஜெயமோகன்	136
15. வார்த்தை உறவு	கோபி கிருஷ்ணன்	150
16. பால்திரிபு	இரா. நடராசன்	156
17. ஜெயாவும் சௌந்திரபாண்டியனும்	லஷ்மி மணிவண்ணன்	163
18. பால்ய சினேகிதி	உதயசங்கர்	177
19. நெரிக்கட்டு	அழகிய பெரியவன்	183
20. மழைக்கால கோட்டும் மஞ்சள்கைக்குட்டையும்	அஜயன் பாலா	197
21. டெய்ஸி டீச்சர்	வா. மு. கோமு	207
22. பெயரிடப்படாத சம்பவம்	எஸ். செந்தில்குமார்	220
23. நதியில் மிதக்கும் கானல்	சந்திரா	230
24. செம்பருத்தி பூத்த வீடு	கீரனூர் ஜாகிர்ராஜா	242
படைப்பாளிகளைக் குறித்து		253

சுப்பையா பிள்ளையின் காதல்கள்

புதுமைப்பித்தன்

1

வீரபாண்டியன் பட்டணத்து ஸ்ரீசுப்பையா பிள்ளை ஜீவனோபாயத்திற்காகச் சென்னையை முற்றுகையிட்ட பொழுது சென்னைக்கு மின்சார ரயிலோ அல்லது மீனம்பாக்கம் விமான நிலையமோ ஏற்படவில்லை. மாம்பலம் என்ற 'செமன்ட்' கட்டிட நாகரீகம் அந்தக் காலத்திலெல்லாம் சதுப்பு நிலமான ஏரியாக இருந்தது. தாம்பரம் ஒரு தூரப்பிரதேசம்.

திருநெல்வேலியில் ரெயில்வே ஸ்டேஷன் சோலைக்குள் தோன்றும் ஒற்றைச் சிகப்புக் கட்டிடமாக 'ஜங்க்ஷன்' என்ற கௌரவம் இல்லாமல், வெறும் இடைகழி ஸ்டேஷனாக இருந்தபோது திருவனந்தபுரம் 'எக்ஸ்பிரஸ்' மாலை நாலு அல்லது ஐந்து மணிக்குத் தஞ்சாவூர் மார்க்கமாகச் செய்த நீண்ட பிரயாணத்தின் சின்னங்களுடன் சோர்வு தட்டியதுபோல வந்து நிற்கும். அந்தக் காலத்தில் வீரபாண்டியன் பட்டணத்துக்குப் போக வேண்டும் என்றால், தபால் வண்டியானால் மலிவு. பிரம்மாண்டமான லக்ஷ்மி விலாஸ், கணபதி விலாஸ் சாரபங்க் ஏறினால் சீக்கிரம் செல்லலாம். அப்பொழுதெல்லாம் திருநெல்வேலி மைனர்கள் ஸ்ரீவைகுண்டம் வைப்பாட்டிமார் வீடுகளுக்கு ஜட்கா வண்டியில் போய்விட்டு இரவு பத்து மணிக்கெல்லாம் திரும்பி விடுவார்கள். அந்தக் காலத்தில் ஜட்கா என்றால் அவ்வளவு 'மௌஸ்'

அந்தக் காலத்திலெல்லாம் ஸ்ரீ சுப்பையா பிள்ளை ஒரு வாலிபன். ஊரையே வளைத்துக் கோட்டை கட்டிவிடும்படி பணம் சேர்த்துக்கொண்டு வந்துவிடலாம் என்ற நம்பிக்கையுடன் புறப்பட்டவர் இன்னும் ஒருமுறைகூட அதாவது தம் கல்யாணம், நம்முடைய தகப்பனார் மரணம் இவைகளுக்காக ஐந்தாறு நாட்கள் ரஜா எடுத்துக்கொண்டு அந்தப் பிரதேசத்திற்கு மின்வெட்டு யாத்திரை செய்தது தவிர மற்றப்படி ஒரு முறைக்கூடச் சென்றதே இல்லை.

'தனலட்சுமி புரொவிஷன் ஸ்டோர்ஸ்' பூர்வத்தில் பேட்டைப் பிள்ளை ஒருவரால் பவழக்காரத் தெருவில் அப்பகுதியில் வசிக்கும் திருநெல்வேலி வாசிகளின் சுயஜாதி அபிமானத்தை உபயோகித்துச் சிலகாலம் பலசரக்கு வியாபாரம் நடத்தியது. அந்த வியாபாரத்தில் ஸ்ரீ சுப்பையா பிள்ளையும் பண வசூல், கணக்கு வியாபாரம் என்ற நானாவித இலாகாகளையும் நிர்வகித்தார். அதாவது 'மான்ட் போர்ட்' சீர்திருத்தக் காலத்து மாகாண மந்திரிகள் மாதிரி. பிறகு 'தனலட்சுமி ஸ்டோர்ஸ்' ஜவுளிக் கடையாக மாறி, திருநெல்வேலி மேலரத வீதி ஜவுளி வர்த்தகர்களில் சில்லறைப் பேர்வழிகளுக்கு மொத்தச் சரக்குப் பிடித்துக் கொடுக்கும் இணைப்புச் சங்கிலியாகி பெரிய வர்த்தகம் நடத்துவதற்குக் காரணம் ஆரம்பத்தில் கிடைத்த ஆதரவினால் ஏற்பட்ட லாபம் என்பதுடன், எதிரில் திறக்கப்பட்ட மீனாட்சி புரொவிஷன் அன்ட் பயர்வுட் ஸ்டோர்ஸ்' என்பதை மறந்து விடலாகாது. இது தஞ்சாவூர் ஐயர் ஆரம்பித்த கடை. சர்க்கரையாகப் பேசுவார். பற்று வரவும் சௌகரியத்திற்கு ஏற்றபடி இருந்தது. அவர் கடையில் கணக்கு வைத்ததால், குடும்பத் தலைவர்கள் வீட்டுத் தேவைகளுக்கு என்று தனி சிரமம் எடுத்துக்கொண்டு வெளியில் காலடி எடுத்து வைக்க வேண்டிய அவசியமில்லாது போயிற்று. மேலும் 'தனலட்சுமி ஸ்டோர்ஸ்' முதலாளி நமக்கு அந்தப் பகுதி திருநெல்வேலிச் சைவர்களுடன்' ஏற்பட்ட நெருங்கிய தொடர்பால் கடையில் நேரடியாக வந்து வாங்குகிறவர்களுக்கு ஒரு மாதிரி. வீட்டில் இருந்துகொண்டு கணக்குச் சிட்டையை அனுப்பி மாசாமாசம் பாக்கி வைப்பவர்களுக்கு ஒரு மாதிரி என்று நடக்க ஆரம்பித்ததும் இதற்கு ஒரு துணைக் காரணம். விசேஷமாக மண்பானைச் சமையல் என்று விளம்பரங்களுடன் சைவச் சாப்பாட்டு ஹோட்ட்ல ஒன்றும் மூடப்பட்டது. அதாவது 'தனலட்சுமி ஸ்டோர்ஸில்' மொத்த வியாபாரம் நடத்திய ஹோட்டல் பிள்ளை, ஊர் போய்ச் சௌகரியமாக வாழ வேண்டும் என்ற நோக்கத்துடன் 'ரிட்டயராகி' விட்டார். சாத்தூர் 'டிவிஷனில் அவருடைய மகன் 'ரெவின்யூ இன்ஸ்பெக்டர்' உத்தியோகம் பார்த்ததால் அவருக்கு ஹோட்டல் நடத்துவது அகௌவரமாக இருந்தது. நிலபுலன்களைப் பார்க்கப் போவதாகச் சென்னைக்குச் செலவு பெற்றுக்கொண்டார். இப்படியாகத் 'தனலட்சுமி ஸ்டோர்ஸ்' ஜவுளிக்கடையாக மாறியது.

இந்த மாறுதலால் ஸ்ரீ சுப்பையா பிள்ளைக்கு அந்தஸ்தும் உயர்ந்தது. சம்பளமும் உயர்ந்தது. திருநெல்வேலிக் கடைப்பிள்ளைகள் வரும்போதும் போகும்போதும் காட்டும் சிரத்தையால் உபவருமானமும் ஏற்பட்டது. உடை நாட்டு வேஷ்டியிலிருந்து மல் வேஷ்டியாயிற்று. பாங்கியில் பணமும் கொஞ்சம் சேர்ந்தது.

அதனுடன் அவருடைய குடும்பமும் பெருகியது. குடும்ப பட்ஜெட்டில் வீட்டு வாடகை இனம் பெரும் பளுவாக இருந்தாலும் கொடுக்கும் பணத்திற்கு ஏற்ற வசதி அளிப்பதாக இல்லை.

தேச விழிப்பின் முதல் அலையான ஒத்துழையாமை இயக்கம், பின்னர் அதன் பேரலையான உப்பு சத்தியாக்கிரகம் இவருடைய வாழ்விலோ, மனப்போக்கிலோ மாறுதல் ஏற்படுத்தவில்லை. வீரபாண்டியன் பட்டணத்தின் ஒரு சிறு பகுதியாகவே அவர் சென்னையில் நடமாடினார் ஜீவனோபாயம், பிறகு சௌகரியப்பட்டால் பிறருக்கு உதவி. சமூகத் தொடர்புகளுக்குப் பயந்து பணிதல், எல்லாம் சேர்ந்த உருவம் ஸ்ரீசுப்பையா பிள்ளை. காலணாப் பத்திரிகைகள் காங்கிரஸின் சக்தியை அவரிடம்கொண்டு வந்து காட்டவில்லை என்றால், பவழக்காரத்தெரு, திருநெல்வேலி மேற்கு ரதவீதி, அப்புறம் நினைவிலிருக்கும் வீரபாண்டியபட்டணம் என்ற மூன்று சட்டங்களுக்குள்ளாகவே அவருடைய மனப் பிரதிமை அடங்கிக் கிடந்தது என்று வற்புறுத்துவது அவசியமில்லை.

மின்சார ரெயில் வண்டி அவருடைய வாழ்வில் ஒரு பெரிய மாறுதலை ஏற்படுத்தியது. அவர் வேலை பார்த்த கடையின் பூர்வாசிரமத்தில் அதில் பற்று வரவு நடத்திய பெங்களூர் நாயுடு ஒரு முழு வாழ்விலும் சம்பாதித்த ஏமாற்றத்தின் சின்னங்களுடன் பழையபடி சொந்த ஊருக்குப் போய்விட விரும்பினார். அவருக்குத் தாம்பரத்தில் ஒரு சின்ன வீடு இருந்தது. ஸ்ரீ சுப்பையா பிள்ளைக்கு அவருடைய வார்த்தைகள்மீது நம்பிக்கை இருந்தது. அதன் விளைவாகப் பிள்ளையவர்களுக்குத் தாம்பரம் பீச் யாத்திரை பிரதி தினமும் லபித்தது. ஊருக்கெல்லாம் மின்சாரம் வந்தாலும் அவருக்கு அந்தப் பழைய மண்ணெண்ணை (கிரோசின்) விளக்குத்தான். குழாய் வந்ததும் அவருக்குத் தாம்புக் கயிறும் தவலையுந்தாம்.

பிள்ளையவர்கள் இத்தனை காலம் வீட்டு வாடகைக்குச் செலவு செய்தது இப்பொழுது தனக்கும் தன் மூத்த பையனுக்கும் அவன் படிக்கிறான் ரெயில் பாஸுக்குச் செலவாயிற்று. விடியற்காலம் கிணற்றுத் தண்ணீர் ஸ்நானம் பழையது. கையில் பழையது, மூட்டை, பாஸ், வெள்ளி விபூதிச் சம்புடத்தில் உள்ள இரண்டணாச் சில்லறை, இந்த சம்பிரமங்களுடன் பவழக்காரத் தெருவை நோக்கிப் புறப்படுவார். இரவு கடைசி வண்டியில் காலித் தூக்குச் சட்டி, பாஸ், வெள்ளி விபூதிச் சம்புடத்தில் உள்ள இரண்டணாச் சில்லறை, பசி, கவலை இவற்றுடன் தாம்பரத்திற்குத் திரும்புவார். 'பெண்ணுக்குக் கல்யாணம் காலாகாலத்தில் செய்யவேணும் மூத்தவனுக்குப் பரீக்ஷைக்குப் பணம் கட்ட வேணும். தோற்றுப் போய் வீட்டோடு இருக்கும் சின்னவனை ஏதாவது ஒரு தொழிலில் இழுத்து விட

வேணும். நாளைக்குப் பால்காரனுக்குத் தவணை சொல்லாமல் பணம் ஏதோ கொஞ்சம்கூடக் குறையவாவது கொடுக்க வேணும்...'

பிள்ளையவர்கள் அநுட்டானாதிகள் முடித்துக்கொண்டு சாப்பிட்டு முடித்து 'முருகா' என்று கொட்டாவி விட்டபடி திண்ணையில் சரிவதற்கு முன் மணி பன்னிரண்டாகிவிடும். இப்படியே தினந்தோறும்.

2

காலை ஏழு மணி சுமாருக்குத் திருவனந்தபுரம் 'எக்ஸ்பிரஸ்' விசில் சப்தம் 'அவுட்டர் சிக்னல்' அருகில் கேட்கும் பொழுது ஸ்ரீ சுப்பையா பிள்ளை தாம்பரம் ஸ்டேஷன் மாடிப் படிகளில் கால் வைப்பார். எதிரில் நிற்கும் டிக்கெட் பரிசோதகன் புது ஆசாமியாக இருந்தால் பாஸை எடுத்துக் காண்பித்து விட்டு மேலேறுவார். இல்லாவிட்டால் சிந்தனைகளுடன் படிகளில் கால் உயர்ந்தேறிச் செல்லும் கண்கள் தெற்கு நோக்கி ரெயில் வண்டி வரும் திசையைத் துழாவும், திருநெல்வேலியிலிருந்து தமக்குத் தெரிந்த யாரும் வந்தால் பார்க்கலாமே என்ற ஆசைதான். 'எக்ஸ்பிரஸ்' புறப்பட்ட பிறகுதான் மின்சார ரெயிலும் புறப்படும். ஆகையால் அந்த நேரத்தில், 'எக்ஸ்பிரஸ் பிளாட்பாரத்திற்குச் சென்று இரவு முழுவதும் கொசுக்களுடன் மல்லாடிய சிரத்தைச் செங்கற்பட்டு அவசரக் காப்பியில் தீர்த்துக்கொண்ட பாவனையில் ஜன்னல் வழியாத் தலை நீட்டுபவர்களைப் பார்ப்பதில் ஒரு நாட்டம் பிள்ளை அவர்களுக்கு எப்பொழுதும் உண்டு.

இடுப்பில் நாலு முழம் மல், தோளில் ஒரு துவர்த்து, மடியில் சம்புடம் வகையறா, கையில் போசன பாத்திரம், இந்தச் சம்பிரமங்களுடன் பிள்ளையவர்களை எப்பொழுதும் ஒரு வாரமாக க்ஷவரம் செய்யாத முகம், நெற்றியில் பளிச்சென்ற விபூதி, நனைந்து வரும் தலை மயிரை சிக்கெடுக்கும் வலக்கை இவைகளை நினைத்துக்கொண்டால் சுப்பையா பிள்ளையின் உருவம் வந்து நின்றுவிடும். மழைக்காலமானால் கையில் குடை ஒன்று எப்பொழுதும் விரித்துப் பிடித்தபடி போசன பாத்திரத்துடன் அதிகமாகக் காணப்படும்.

தெற்கு ரதவீதி ஜவுளி வியாபாரிகள் இவரிடம் தப்பித்துக்கொண்டு நேரடியான வியாபாரம் நடத்திவிடுவது துர்லபம். அப்படி எப்பொழுதாவது நடத்த முயன்றிருந்தால் பிள்ளையவர்களுக்குத் தேக அசௌக்கியம், ரெயிலுக்கு வரத் தாமதமாயிற்று என்பதுதான்,

கணக்கு இதனால் பிள்ளையிடம் கடை முதலாளிக்கு வெளிக்காட்டிக் கொள்ளப்படாத தனி வாஞ்சை. சுப்பையா இல்லாட்டா நம்ம கையொடிஞ்ச மாதிரி' என்பார் முதலாளிப்பிள்ளை. இவ்வளவிருந்தும் பண விஷயத்தில் என்னவோ அவர் வெகு கறார்ப் பேர்வழி.

பிள்ளையவர்கள் ரெயிலில் ஏறுவதே ஒரு தினுசு. நடுமைய வண்டியில், வாசலுக்கு அருகில் உள்ள வலது பக்கத்து 'ஸீட்டில் எஞ்சினுக்கு எதிர்ப்புறமாகத்தான் உட்காருவார். அது அவருடைய 'ஸீட்' புறப்படுகிற இடத்தில ஏறிக் கடைசியாக நிற்கிற இடத்தில் வந்து இறங்குகிறதால் இந்த இடத்துக்கு அவரிடம் யாரும் போட்டிக்கு வந்ததே இல்லை. வந்திருந்தாலும் முயற்சியில் வெற்றி பெற்றிருக்க மாட்டார்கள். தாம்பரத்திலிருந்து 'பீச் வரையில் உள்ள பாக்கங்களிலும் பேட்டைகளிலும் இரண்டிரண்டு நிமிஷம் வண்டி நிற்கும் பொழுதுதான் அவருடைய நிஷ்டை கலையும். வண்டி 'பீச்' ஸ்டேஷனில் வந்து நின்று விட்டது என்றவுடனேயே இறங்குவதில்லை. வெளியில் இறங்கியதும் வேஷ்டியை உதறிக் கட்டிக்கொண்ட பின் துவர்த்து முண்டை உதறி மேலே போட்டு விட்டு பிறகு ஜன்னல் வழியே வண்டிக்குள் தலையையும் கையையும் விட்டு கையில் போசனப் பாத்திரத்தை எடுத்துக்கொண்டு காலொட்டி வைப்பார் ஸ்ரீ சுப்பையா பிள்ளை. ஆர அமர மெதுவாக, சாவகாசமாக இறங்கி ஸ்டேஷனை விட்டு வெளியே போகும் கடைசிப் பிரயாணி சுப்பையா பிள்ளை. தாம்பரத்திலும் பீச்சிலும், வண்டியில் ஏறும் முதல் பிரயாணியும் அவர்தான். அவரிடம் சொந்தமாகக் கடிகாரம் ஏதும் இல்லை. அவரே ஒரு கடிகாரம்.

பிள்ளையவர்கள் வண்டியில் ஏறி உட்கார்ந்தாரானால் தலையை வெளி நீட்டாமல் ஜன்னல் பக்கமாகத் திரும்பி விடுவார். 'பீச் ஸ்டேஷன்' கோட்டைச் சுவர்களில் கண்பார்வை மோதிக் கொள்ளும் வரையில் அந்தப் பாவனையில் கழுத்தே இறுகி விட்ட மாதிரி உட்கார்ந்திருப்பார். பார்வையில் ஒரு குறிப்பு இருக்காது. அத்திசையில் இருக்கும் பொருள்கள், ஜீவன்கள் அவர் பார்வையில் விழும் என்பதில்லை; விழுவதில்லை என்று சொல்ல வேண்டும்.

ஆனால் இவைகளுக்கெல்லாம் விதிவிலக்கு இந்த மீனம்பாக்கம் ஸ்டேஷன். இதை வண்டி நெருங்கும் பொழுது அவர் கண்கள் உயிர்பெறும். மிரண்டு சோலையுடன் கூடிய கப்பிக்கல் ரஸ்தாவையும் தாண்டி தூரத்தில் தெரியும் விமான நிலயத்தில் தங்கும்.

'எப்பவாவது ஒரு தரத்துக்கு அஞ்சு ரூபாயை வீசி எறிந்து விட்டு ஆகாசக் கப்பலில் ஏறிப் பார்த்து விட வேணும்' என்பது அவரது

தினசரி உத்தேசம். பிரார்த்தனை. எப்பவாவது... மீனம்பாக்கத்தில் சிவில் விமான ஏற்பாடு அமைக்கப்பட்டதிலிருந்து நாளது தேதி வரை அந்த 'எப்பவாவது' என்ற எல்லைக்கு முடிவு காணவில்லை. வண்டி இரண்டு நிமிஷம் நின்று, சென்னையை நோக்கிப் புறப்படும் வரையில் தில்லை நோக்கிய நந்தன்தான். வண்டி 'ஸ்டேஷன் பிளாட்பார'த்தை விட்டு நகர்ந்து வேகமெடுக்கும் முன், இவரையும் வண்டியையும் வழியனுப்பிப் பின்தங்கி, மறுபடியும் தென்படும் விமான நிலயக் கட்டிடங்கள் பிள்ளையவர்களின் இரத்தவோட்டத்தைச் சிறிது துரிதப்படுத்துவதுதான் மிச்சம், அடுத்த ஸ்டேஷன் வருவதற்கு முன் அவருடைய மனம் ஜப்பான் சீட்டிகளிலும் புடவைகளிலும் முழுகி மறைந்து விடும். முக்குளித்து வெளிவரும் போதெல்லாம் மனமானது 'பெண்ணுக்கு வரன் தேடுது' மேயன்னா விலாசத்துப் பாக்கிக்காக இன்னொரு தடவை கடுதாசி போடுது. இந்த வருசமாவது வைகாசிக்குக் காவடி எடுத்து விடவேணும் என்று நிச்சயிப்பது. இவ்விதமாக பீச் ஸ்டேஷனை' நெருங்கிக்கொண்டிருக்கும். ஒரு முறை திருநெல்வேலிப் பக்கமாகப் போனால் பெண்ணுக்கு வரன் நிச்சயிப்பதுடன் காவடியையும் எடுத்துவிட்டு, சின்னப் பயலுக்கு ஏதாவது ஒரு வழி செய்துவிட்டு வரலாம். ராதாபுரத்துப் பிள்ளை பொளும்புக்குப் போகையில் தாக்கல் எழுதுவதாகச் சொன்னார்கள். வந்து ஆறு மாசம் ஆச்சே போனதும் எதுக்கும் ஒரு கடுதாசி போட்டுவிட்டு மறுவேலை பார்க்கணும். இந்தச் சேட்டுப் பயலைப் பார்த்துக்கிட்டு நேரா கடைக்குப் போயிட்டா அப்புறம் வெளிலே போக வேண்டியிருக்காது. முதலாளியையும் பார்த்துப் பேச அப்பத்தான் சௌகரியம். அவுஹ என்னமோ ஊருக்கு ஒரு மாசம் போயிட்டு வரணுமாமே. விதிதான். எப்படியும் கேட்டுப் பாக்கது...'

வண்டி மாம்பலம் வந்து நின்றது. 'ப்ளாட்பாரத்தில் ஜனக்கூட்டம். ஏக இரைச்சல். கூடைக்காரிகளும் ஆபீஸ் குமாஸ்தாக்களும் அபேதமாக இடித்து நெருக்கிக்கொண்டு ஏறினார்கள். இந்த நெருக்கடியில், இவர் பார்வையில் விழும் வாசலில் பெரிய சாக்கு மூட்டையும் தடியுமாக ஏறிய கிழவனாருக்கு முன்னாக வந்து காலியாக கிடந்த பெஞ்சில் உட்கார்ந்துகொண்டாள். பொம்பிளையா மாதிரியாக் காங்கலியே. நெருக்கித் தள்ளிக்கொண்டு பின்னாலே ஓடியாந்து உட்கார்ந்துகொண்டாளே; பொம்பிளை வண்டியில்லே' என்று ஆச்சர்யப்பட்டார் பிள்ளை.

வந்து உட்கார்ந்தவள் ஒரு மாணவி. வைத்தியத்துக்குப் படிப்பவள். கழுத்தில் 'லாங் செயி'னுடன் ஒரு 'ஸ்டெதாஸ்கோப்'பும் அலங்காரத்துக்காக (?) தொங்கிக்கொண்டிருந்தது. இன்ன வர்ணம் என்ற நிச்சயமாக கூற முடியாத பகல் வேஷ வர்ணங்களுடன் கூடிய

ஒரு புடவை. அதற்கு அமைவான 'ஜாக்கெட்'. செயற்கைச் சுருளுடன் கூடிய தலை மயிரைக் காதை மறைத்துக்கொண்டையிட்டிருந்தாள். காதிலிருந்து ஒரு வெள்ளிச்சுருள் தொங்கட்டம். கையில் புஸ்தகமோ, நோட்டோ, அவர் நன்றாக கவனிக்கவில்லை. நெற்றி உச்சியை உள்ளங்கையால் தேய்த்துத் தினவு தீர்த்துக்கொண்டார் கண்களைக் கசக்கிக்கொண்டு. ஒரு வாரமாகத் கத்தி படாத முகவாய்க் கட்டையை தடவிக் கொடுத்துக்கொண்டு, ஜன்னல் வழியாக எதிர்ப்பக்கத்தில் தெரியும் வீடுகளைப் பார்த்தார். பார்வை மறுபடியும் அந்தப் பெஞ்சுக்குத் திரும்பியது.

சாக்கு மூட்டையுடன் திண்டாடிய கிழவனார் அதைத் தனது முழங்காலுக்கருகில் சரிய விட்டுவிட்டு இரண்டு கைகளாலும் தடியைப் பிடித்துக்கொண்டு கொட்டாவி விட்டு அசை போட்டபடி சாவகாசமாகச் சாய்ந்து, வண்டியில் நிற்கும் மற்றவர்கள்மீது ஒரு தடவை பார்வையைச் சுழற்றி விட்டு, தனது கைப்பையைத் திறந்து அதற்குள் எதையோ அக்கறையாகப் பார்த்துக்கொண்டிருந்தார். வண்டி புறப்பட்டது.

கோடம்பாக்கத்தின் 'செமன்ட்' சதுருக் கட்டிடங்களில் அவர் கண் விழுந்தது. 'பெத்துப் போட்டாபோதுமா' என்று அந்த நேரத்தில் வீட்டுக் கிணற்றடியில் தண்ணீர் சுமக்கும் வரன் நிச்சயிக்க வேண்டிய தமது மகளைப் பற்றி நினைத்தார். அவளைப்போல இவளையும் பெண் என்ற ரகத்தில் சேர்த்துக் கொள்ள அவர் மனம் மறுத்தது.

'ஷாக் அடித்தது போல் பிள்ளையவர்கள் கால்களைப் பின்னுக்கிழுத்தார். கூட்டத்தின் நெருக்கத்தால் அவளது செருப்புக் காலின் நுனி அவரது பெருவிரல் நுனியைத் தொட்டது. பரக்க விழித்த பார்வையுடன் பிள்ளையவர்கள் கால், உடல் சகலத்தையும் ஒடுக்கிச் சுருக்கி 'ஸீட்டு'க்குள் இழுத்துக்கொண்டார். அந்தப் பெண்ணும் ஒரு பார்வை பார்த்துவிட்டு கையிலிருந்த புஸ்தகத்தில் ஆழ்ந்து விட்டாள். சிந்தனை அதில் விழவில்லை. அந்தப் பார்வை பிள்ளையவர்கள் மனசுக்குள் எதையோ தூண்டில் போட்டு இழுத்தது. நெற்றியில் வியர்வை அரும்ப ஜன்னல் வழியாக வலப்புறத்து வயல் கட்டிடக் குவியல்களைப் பார்த்தார்.

மனம் எப்பவோ நடந்த கல்யாண விஷயத்தில் இறங்கியது. வீர பாண்டியன் பட்டணத்துக்குத் கருக்கு மாப்பிள்ளை மேளதாளக் குறவைகளுடன் வீட்டில் குடிபுகுந்த ஸ்ரீமதி பிள்ளையின் மஞ்சள் அப்படி சுத்துருவில் மருக்கொழுந்துடன் கூடிய நாணிக் கோணிய உருவம், பிறகு தேக உபாதையையும் குடும்பச் சுமையையும் தூக்கிச் சென்ற நாள், சங்கிலிகள் குத்துவிளக்கை அவித்து வைத்த குருட்டுக் காமம்..

சடபட என்ற பேரிரைச்சலுடன் எதிர் லயனில் ஒரு மின்சார ரெயில் விரைந்து நெருங்கியது. வண்டிகள் ஒன்றையொன்று தாண்டிச் செல்லும் சில விநாடிகள் காதையும் மனதையும் குழப்பும் கிடுகிடாய்த்த சப்தம், எதிரே ஓடிமறையும் ஜன்னல்களில் தோன்றி மறையும் தலைகள் அப்பாடா! வண்டி சென்று விட்டது. சப்தமும் தூரத்தில் ஒடுங்குகிறது.

பிள்ளையவர்களின் மனம் ஓசையின் பின்பலத்தால் வேறு ஒரு திசையில் சஞ்சரிக்கிறது. 'பிராட்வே' முனையில் டிராமும் மோட்டாரும் மோதிக் கொள்ள நெருங்கி விட்டது. இடையில் அந்தப் பெண் பிள்ளையவர்கள் அவளை எட்டி இழுத்து மீட்கிறார். 'தனியாக வந்தால் இப்படித்தான்' என்கிறார். மீண்டும் ஓரிடத்தில் ஒரு ரிக்ஷாவில் அதே பெண். சக்கரத்தின் கடையாணி கழன்று விழுகிறது. ஓடிப் போய் வண்டியைச் சரிந்து விடாமல் போராடி மல்யுத்தம் செய்து அவளை மீட்டுக்கொண்டு வருகிறார். பிள்ளையவர்களின் மனசு சென்று சென்று அவள் உருவத்தில் விழுகிறது. முகத்தை ஜன்னல் பக்கம் திருப்புகிறார். 'எழும்பூர் தாண்டி விட்டதா' என்று ஆச்சரியப்படுகிறார்.

பார்க் ஸ்டேஷன்!

கூட்டம் ஏகமாக இறங்குகிறது. பிள்ளையவர்கள் பார்த்த பொழுது எதிர் 'ஸீட்' காலியாக இருந்தது. கிழவனும் மூட்டை முடிச்சுக்களுடன் இறங்கி விட்டான். அந்தப் பெண் எப்போது இறங்கினாள்? வந்த அவசரம் மாதிரிதான் போன அவசரமும்... வண்டியில் பெரும்பான்மையான கூட்டமும் இறங்கி விட்டது. இவர் பெட்டியில் எல்லா இடங்களும் காலி.

மின்சார விசில்..

வண்டி புறப்பட்டு விட்டது. தலையை நீட்டி எட்டிப் பார்த்தார். அப்பாடா! ஒருத்தருமில்லை. காலை எதிர்ப்பெஞ் சில் நீட்டிக்கொண்டு பிடரியில் இரு கைகளையும் கோர்த்து அண்டைக்கொடுத்துக்கொண்டு கண்களை அரைவட்டமாகச் சொருகி யோசனையில் ஆழ்ந்தார் மறுபடியும். அந்தப் பெண்ணின் உருவம் மனசில் வந்து கூத்தாட ஆரம்பித்தது. விரல்களை வாயருகில் சொடக்கி விட்டு 'சிவா' என்றபடி கொட்டாவி விட்டார்.

கோட்டை தாண்டி ரெயில் 'தகதக'வென்ற கடலின் பார்வையில் ஓடிக்கொண்டிருந்தது. 'வரும்போது ஞாபகமா பால்காரனுக்கு வழி பண்ணனும்... அடுத்த சீட்டை எடுத்தால் திருநெல்வேலி போய்வரச் செலவுக்குக் கட்டுப்படியாகிவிடும். திருச்செந்தூரிலே

ஒரு கட்டளை ஏற்படுத்தி விட்டால், முருகன் திருநீறாவது மாசா மாசம் கிடைக்கும்... '.

வண்டி ஊதியது.

'அந்தச் சின்ன பையனுக்கு, வேட்டி எடுக்கவா? போன மாசந்தானே ஒரு சோடி வாங்கினேன்... பயலெக் கண்டிக்கணும்.'

வண்டி வந்து நின்றது.

கீழே இறங்கி வேட்டியை உதறிக் கட்டினார். மேல் துண்டை உதறிப் போட்டுக்கொண்டார். ஜன்னல் வழியாக எட்டிப் போசனப் பாத்திரத்தை எடுத்துக்கொண்டு கால் எட்டி வைத்தார்.

டிக்கெட் இன்ஸ்பெக்டர் சரிபார்த்த கடைசிப் பிரயாணி ஸ்ரீ சுப்பையா பிள்ளை.

❖ ❖ ❖

சிரிக்கவில்லை

கு. அழகிரிசாமி

மத்தியானம் இரண்டு மணி இருக்கும். ராஜாராமன் வீட்டுக்குள்ளே, தனியாகப் படுத்துக்கொண்டிருந்தான். பன்னிரண்டு மணிக்குப் படுத்தவனாதலால் இரண்டு மணிக்கெல்லாம் தூக்கம் கலைந்து விட்டது நன்றாகத் தூங்கிய பிறகும் பத்துப் பதினைந்து நிமிஷம் தூக்கமும் இல்லாமல் விழிப்பும் இல்லாமல், படுக்கையிலேயே எப்போதும்கூட இரண்டு மணிக்கெல்லாம் காப்பி போட்டு வைத்திருப்பாள். அன்று அவளைக் காணவில்லை. ஆகவே விழித்துப் பார்த்தும் சிறிது நேரத்தில் கண்களை லேசாக மூடிக்கொண்டு பழையபடியும் படுத்து இப்போது முக்கால்வாசித் தூக்கம் புது அத்தியாத்தை ஆரம்பித்தது என்றுகூடச் சொல்லிவிடலாம். படுதாவில் ஒரு நிழல் தெரிந்தது. அம்மாதான் வருகிறாள் என்று நினைத்துக்கொண்டு அக்கறையில்லாமல் திரும்பிப் படுத்துக்கொண்டான். ஒரு நிமிஷம் கழிந்தது. இரண்டு நிமிஷம் கழிந்தது. ஐந்து நிமிஷம்கூட ஆனது. அம்மா வரவில்லை.

'அப்படியானால் யார் அது?' என்று எட்டிப் பார்த்தான். ராஜாராமன். நிழலை இப்போது காணவில்லை. உடனே எழுந்தான். வாசலில் திரையை விலக்கிக்கொண்டு பார்த்தான். வெளியே யாரையும் காணவில்லை. வெயில்தான் தகித்துக்கொண்டிருந்தது. தூங்கி விழித்த அவன் கண்கள் கூசின. நெருப்பாக எரிந்தன. வெயில் கொடுமை, கண் எரிச்சல், தாயார் காப்பி போடாமல் எங்கே போய் விட்டது. வாசலில் வந்து எட்டிப் பார்த்து விட்டுப் போன ஆள் இன்னாரென்று தெரியாமல் போனது எல்லாம் சேர்ந்து அவனுக்கு எரிச்சலை உண்டாக்கி விட்டன. கண்ணைக் கசக்கிக்கொண்டே வந்து குப்புறப் படுத்து விட்டான். அந்தச் சந்தர்ப்பத்தில் தலையணையில் நெற்றியைத் தேய்த்துக் கொள்வது மிகவும் சுகமாக இருந்தது. சாணையிலே கத்தியைத் தீட்டுவது போல்,

தலையை இந்தப் பக்கமும் இழுத்து நெற்றியைத் தேய்த்துக்கொண்டே இருந்தான். கொஞ்ச நேரத்தில் பழையபடியும் படுதாவில் நிழல் தெரிந்தது. படுதாவில் உள்ள சிறு துவாரத்தின் வழியே அந்த நிழலின் கண் எட்டிப் பார்த்தது. கண் மட்டும் நிழலில்லை. உண்மையான கண்தான். பிறகு கொஞ்ச நேரத்தில் அந்த நிழல் பதினாறு வயதுப் பெண்ணாக மாறி வீட்டுக்குள்ளேயே வந்து விட்டது.

குப்புறப் படுத்துக்கொண்டிருந்த ராஜாராமனுடைய சட்டை போடாத முதுகையும் பிடரியின் மடிப்புகளையும் திரண்ட உருண்ட புஜங்களையும் பார்த்துக்கொண்டே நின்றது நிழல். அதாவது அந்தப் பெண். பிறகு அங்கே ஜன்னலிலிருந்த கண்ணாடியை எடுத்து நேராக நிமிர்த்தி வைத்துப் பக்கத்தில் கிடந்த ஒரு புதுச் சீப்பினால் தன் தலையைப் பட்டும் படாமலும் இலேசாக இழுத்துக்கொண்டாள். தலை ஏற்கனவே வாரப்பட்டிருந்து.

அந்தக் கண்ணாடி ஒரு பொய்க்கால் குதிரை. அதன் பின்னால் அதைத் தாங்கிக்கொண்டிருக்கும் இரும்பு வளையம் காற்றடித்தாலும் ‘டப்’ பென்று படுத்துக் கொள்ளும். அப்படியிருக்க சீப்பு பலமாகத் தட்டியதைப் பொறுக்குமா? கண்ணாடி திடீரென்று எதிர்பாராத விதமாகச் சாய்ந்து விட்டது. ‘டபார்’ என்று சப்தமும் கேட்டது.

இவ்வளவு நேரம் மட்டித் தூக்கம் தூங்கிய ராஜாராமன் சப்தத்தைக் கேட்டதும் ‘பளிச்‘ சென்று திரும்பிப் பார்த்தான்.

பாப்பம்மாள் பரக்க பரக்க விழித்துக்கொண்டு நின்றாள். ஒன்றுமே ஓடவில்லை. இலேசாகச் சிரிப்போமா என்றுகூட முயற்சி செய்தாள். சிரிப்பு வரவில்லை.

ராஜாராமனோ ''என்ன சப்தம்?” என்று கேட்கவில்லை.

“எப்போ வந்தே?” என்றுதான் இனிமையாகக் கேட்டான்.

தான் கண்ணாடியைத் தாராளமாக எடுத்து உபயோகப்படுத்திய குற்றத்தைக் கண்டு “என்ன சப்தம்!” என்று அவன் கேட்டால் சிரித்து மழுப்பிட நினைத்தாள். ராஜாராமன் இந்தக் குற்றத்தைப் பொருட்படுத்தாமல் வேறு கேள்வியைப் போட்டதனால் பாப்பம்மாள் சிரிப்பதற்கு அவசியம் நேரவில்லை. உடனே அப்பாவிப் பெண்போல முகத்தை வைத்துக்கொண்டு “இப்பத்தான் வந்தேன்” என்றாள்.

“என்ன விஷயம்?”

“சும்மா வந்தேன்” என்றாள் பாப்பம்மாள்.

“எப்ப கேட்டாலும் ‘சும்மா தானா?”

ராஜாராமன் சிரித்தான். பாப்பம்மாள் சிரிக்கவில்லை. அவசியம் இல்லாமலே, “நான் வீட்டுக்குப் போகிறேன்” என்று சொல்லிவிட்டுப் போய்விட்டாள்.

“பாப்பம்மா!” என்று உரத்த குரலில், ஆனால் ரகசியம்போலக் கூப்பிட்டான் ராஜாராமன்.

அவள் “நான் போகிறேன்”, என்று சொல்லி விட்டுப் போய்விட்டாள்.

பாப்பம்மாள் இப்படித் தினமும் நாலு தடவை ராஜாராமன் வீட்டுக்குச் சும்மா வருவாள். ராஜாராமன் வீட்டிலிருந்தாலும் இல்லாவிட்டாலும் அவனுடைய தாயார் சமையல் செய்யும்போது மிகவும் அக்கறையாக உட்கார்ந்து அவளுக்கு ஒத்தாசை செய்வாள். அவள் சொல்லாமலே பாப்பம்மாள் காய்கறிகளை எடுத்து நறுக்கத் தொடங்கி விடுவாள். வீட்டிலே இருப்பது ராஜாராமனும் அவனுடைய தாயாருமாக மொத்தம் இரண்டு உருப்படிகள்தான். பாப்பம்மாளோ ஒரு கல்யாணத்துக்குக் காய்கறி நறுக்குவதுபோல வீட்டில் வாங்கி வைத்த காய்கறிகளையெல்லாம் நறுக்கி அம்பாரமாகக் குவித்து வைத்து விடுவாள். இதைப் பார்த்ததும் ராஜாராமனுடைய தாயார் ஓடி வந்து “என்ன வேலை இது பாப்பம்மா! சும்மாயிருன்னாலும் இருக்கயா? இவ்வளவையும் ஒரேயடியாக நறுக்கச் சொன்னது யாரு? எந்திரி. நல்ல வேலை செய்தே. பொம்பிளை” என்று அங்கலாய்ப்பாள்.

மிகவும் மன வருத்தத்துடன் முகத்தைக் கோண வைத்துக்கொண்டு எழுந்திருப்பாள் பாப்பம்மாள். அப்படியே தன் வீட்டுக்குப் போய்விட மாட்டாள். எழுந்து இப்படியும் அப்படியும் உலாத்திவிட்டு புழக்கடையிலே கொடியில் காய்ந்துகொண்டிருக்கும் ராஜாராமனுடைய வேஷ்டி சட்டைகளை எடுத்துக்கொண்டு வந்து வீட்டுக்குள்ளே போடுவாள். இதைப் பார்த்தால் ராஜாராமனுடைய தாயாருக்குக் குலை நடுக்கம் எடுத்துவிடும்.

“இதென்னடா அநியாயமாயிருக்கு! பார்க்கிறவங்களுக்கு இது எப்படி இருக்கும்? வீட்டுக்கு வந்த மருமக மாதிரி இப்படி வேட்டி சட்டையைத் தூக்கிட்டு அலையறா. இந்தப் பொண்ணு!” என்று சத்தம் போட்டுச் சொல்லிவிட்டு “அம்மா! பாப்பம்மா! ஒன்னைத் தானே!” ஒங்க அம்மா கூப்பிடறாளாம். போய் என்னான்னு கேளு?” என்று ஒரு பொய்யைச் சொல்லி அனுப்புவாள்.

பாப்பம்மா போகும்போது வழக்கம்போலவே "நான் வீட்டுக்குப் போகிறேன்.!" என்று யாரையும் எதிர்பாராமல் தனக்குத் தானே சொல்லிக்கொண்டு போய்விடுவாள்.

1

ராஜாராமனுக்கு ரயிலில் புக்கிங் கிளார்க் வேலை இந்த ஊருக்கு மாற்றி வந்து ஒரு வருஷமாகிறது. இந்த ஊர் ஒரு குட்டி டவுன். அங்கே ஹோட்டல் சாப்பாடு பிடிக்காமல் தன் தாயாரை ஊரிலிருந்து அழைத்துக்கொண்டு வந்து விட்டான். ஸ்டேஷனுக்கு அருகாமையிலேயே சுமார் ஒரு பர்லாங்கு தூரத்தில் ரயில்வே உத்தியோகஸ்தர்களின் வீட்டு வரிசை இருக்கிறது. அந்த வரிசையில் இரண்டாவது வீடுதான் ராஜாராமன் வீடு. அந்த ரயில்வே கம்பெனி வீடுகளுக்கு ஒரு வீட்டைச் சேர்ந்தவள் பாப்பம்மாள். அவளுடைய அப்பாவுக்கு ஒரு பலசரக்குக் கடையில் கணக்கு வேலை. அந்தக் கிழவரை ஞாயிற்றுக் கிழமை தவிர மற்ற நாட்களில் வீட்டில் பார்க்க முடியாது சாப்பாட்டு நேரம் போக மீதி நேரமெல்லாம் கடையில்தான் பெட்டியடியில் கிடப்பார். ஆகவே வீட்டில் பாப்பம்மாளும் அவளுடைய தாயாரும்தான் இருப்பார்கள். நாளெல்லாம் வீட்டிலேயே இருப்பது பாப்பம்மாளுக்குச் சங்கடமாக இருக்கும். அதனால் பக்கத்து வீட்டுப் பெண் ஒருத்தியோடு போயப் பல்லாங்குழி விளையாடிக்கொண்டிருப்பாள். அந்தப் பக்கத்து வீட்டுப் பெண் போனமாதம் கல்யாணமாகிப் புருஷன் வீட்டுக்குப் போய் விட்டாள். அதனால், பாப்பம்மாள் இப்போது ராஜாராமன் வீட்டுக்கு முன்போல ஏகதேசமாக வராமல் ஓயாமல் வந்துகொண்டிருந்தாள். வரும் போதெல்லாம் 'சும்மா'தான் வருவது'

ராஜாராமனுக்கு இன்னும் கல்யாணம் ஆகவில்லை. நல்ல வாட்ட சாட்டமான உடம்பு. மா நிறமானாலும், பூசி மெழுகி விட்டது போன்ற பளபளப்பான மேனி. கண்களில் சரம் படிந்து குளுகளு என்றிருக்கும். ஒரு வார்த்தை பேசுவதென்றால் ஆயிரம் பெண் கேட்கும் அடக்கமான பேர்வழி. எடுத்ததற்கெல்லாம் சிரிப்பான். ஆனால் வாய்விட்டுச் சிரிக்க மாட்டான்.

சோம்பேறித்தனம் அவனுக்கு ஒரு சுகபோகம். அதிலும் இப்போது ரயில்வே வேலையான பிறகு ஒரு வாரம் ராத்திரி வேலையும் ஒரு வாரம் பகல் வேலையுமாகப் போய் விட்டதனால், ராத்திரி வேலை நாட்களில் பகலெல்லாம் உறங்குவான். பகல் வேலை நாட்களிலோ இரவில் உறங்குவதோடு நின்று விடுவது கிடையாது. பகலிலும் தூக்கம் வரும். எப்படிப்பட்ட காரியத்துக்குச் சந்தர்ப்பம் கிடைத்தாலும்

அந்தச் சந்தர்ப்பத்தை தூங்குவதற்குத்தான் பயன்படுத்துவான். பகலிலும் இரவிலும் கண்கள் செருகிப் போய் ஒரு மயக்க நிலையிலேயே இருப்பான் ராஜாராமன். அப்படி இருப்பதில் ஒரு கவர்ச்சி இருக்கும். சிலர் எப்படி இருந்த போதிலும்கூடக் கவர்ச்சி மட்டும் அவர்களை விட்டுப் போகாமலே இருந்து விடுகிறது அல்லவா?

2

பாப்பம்மாள் கண்ணாடியைக் கீழே தள்ளிய நாள் போய்ச் சுமார் பதினைந்து நாட்கள் ஆகியிருக்கும். நடுவிலே ஏதோ ஒரு நாள் ராஜாராமனுடைய தாயார் அந்தப் பெரியம்மாள் அரிக்கன் லாந்தரின் மூடியைக் கழற்ற முடியாமல் கஷ்டப்பட்டுக்கொண்டிருந்தாள். அப்போது ராஜாராமனும் வீட்டில் இல்லை. சந்தர்ப்பவசமாக வந்த பாப்பம்மாள்தான் கழற்றுவதாகச் சொன்னாள். பெரியம்மாளுக்கோ லாந்தரைக் கொடுக்க இஷ்டமில்லை. ஆனால் பிடிவாதம் பிடித்துக்கொண்டு பாப்பம்மாள் பெரியம்மாளின் கையிலிருந்து லாந்தரைப் பிடித்து இழுத்தாள். உடனே அவள் சிமினியைப் பத்திரமாக்க கழற்றிக்கொண்டு லாந்தரைப் பாப்பம்மாள் கையில் கொடுத்தாள். அதை வாங்கிப் பல்லைக் கடித்துக்கொண்டு மூடியைக் கழற்ற முயன்றாள். முடியவில்லை. உடனே தன் சேலை முந்தியை விரலில் சுற்றிக்கொண்டு திருகினாள். ஆனால் திறந்ததோடு விவகாரம் நின்றுவிடவில்லை. லாந்தரில் கொஞ்சம் நஞ்சம் இருந்த மண்ணெண்ணெய் இருவர் மேலும் தெறித்துப் பக்கத்தில் கிடந்த பாயிலும் கொட்டி விட்டது.

"அப்போதே சொன்னேன், கேட்டாயா? கொண்டா கொண்டான்னு லாந்தரைப் பிடுங்கிக்கிட்டே!" என்று எப்போதும் இல்லாதவாறு மிகவும் அதிகமாகக் கோபித்துக்கொண்டாள் பெரியம்மாள்.

பாப்பம்மாள் மிகவும் பயந்து போனாள். அன்று முதல் அவள் ராஜாராமன் வீட்டுக்குச் சரியாக வருவதே இல்லை. அந்தத் தெரு வழியாக மட்டும் பத்துத் தடவை போய் வருவாள். வாசலில் ஈஸிசேரில் படுத்துக்கொண்டு பேப்பர் படிக்கும் ராஜாராமனைப் போகும்போது ஒரு தடவையும் வரும்போது ஒரு தடவையுமாகக் கடைக் கண்ணால் பார்ப்பாள். ராஜாராமன் சிரித்தால் சிரிப்பாள். இல்லாவிட்டால் புருவத்தை இடுக்கிக்கொண்டு முகத்தையும் 'உம்'மென்று வைத்துக்கொண்டு போய் விடுவாள்.

ஒரு நாள் பாப்பம்மாளுக்கு ஒரே சந்தோஷம் வந்து விட்டது

அவள் வீட்டில் பசு கன்று போட்டு விட்டது. இந்த அதிசயமான செய்தியைச் சொல்லுவதற்கு ராஜாராமன் வீட்டுக்கு ஓடோடி வந்தாள். ராஜாராமன் வாசலில் உட்கார்ந்திருந்தான். அதை அவள் லட்சியம் பண்ணவே இல்லை. விறுவிறு என்று வீட்டுக்குள்ளே போய் வேர்த்து விறுவிறுக்க பசு கன்று போட்ட செய்தியைச் சொன்னாள். இது வெளியிலிருந்த ராஜாராமனுக்குத் தெளிவாகக் கேட்டது. உடனே ஜன்னல் வழியாக உள்ளே திரும்பி "கன்னுக் குட்டிக்கு கொம்பு ரெண்டா, நாலா?" என்று கேட்டான்.

"ஆமா, எட்டிருக்கும் ஒங்க காலத்திலே!"

"அப்படியானால் ரெண்டு கொம்பு தானா? அடேடே இதுக்குத்தானா இப்படி ஓடி வரணும்?"

பெரியம்மாள் சிரித்தாள். பாப்பம்மாள் வேகமாக வெளியில் வந்து ராஜாராமனுக்கு எதிரே நின்றுகொண்டாள். அவள் வந்ததும் ராஜாராமனுடைய ஹாஸ்யம் காற்றில் பறந்து விட்டது. பேசாமல் தலை குனிந்துகொண்டான்.

"ஒங்களுக்கு இனிமேல் பால்கொண்டு வரட்டுமா? இந்தா பாருங்கோ..." என்று ராஜாராமனின் குனிந்த தலையை வாய்ச் சொல்லாலேயே நிமிரத்த முயன்றாள் பாப்பம்மாள்.

ராஜாராமன் ஒன்றும் சொல்லவில்லை. ஆகவே, பழையபடியும் "பால் வேண்டாமா? உம்" என்று ரகசியம்போலச் சொன்னால், அதில் ஒரு கவர்ச்சி ஏற்பட்டு விடும். ராஜாராமனுக்குப் பாப்பம்மாள் பேசப் பேச மிகவும் சுகமாக இருந்தது.

"ம்... ம்... பால்கொண்டு வா"

"சரி நான் வீட்டுக்குப் போகிறேன்." என்று புறப்பட்டாள் பாப்பம்மாள்.

"இந்தா, இன்னிக்குகொண்டு வந்துடாதே! நாலு நாள் போகட்டும்!" என்று அவன் எச்சரித்தான். அவன் சொன்னதைப் பாப்பம்மாள் கேட்டாளோ இல்லையோ!

மறுவாரம் ராஜாராமனுக்குப் பகல் வேலை. காலையில் கொஞ்ச நேரமும் அப்புறம் சாப்பாட்டுக்காக வரும் நேரமும் தவிர, மீதி நேரமெல்லாம் அவனுக்கு ஆபீசில் வேலை இருந்தது. அதனால் அந்த வாரத்தில் பாப்பம்மாள் வந்து போனது ராஜாராமனுக்கு தெரியாது. பால் மட்டும் வீட்டுக்கு ஒழுங்காக வந்துகொண்டிருக்கிறது என்பதைத் தெரிந்துகொண்டான்.

அதற்கு அடுத்த வாரம் இரவு வேலை வந்தது. பகலில் பாயும் படுக்கையுமாகத்தான் வழக்கம் போல் வீட்டோடு கிடந்தான் ராஜாராமன். சாயங்காலக் காப்பிக்காகச் சுமார் நாலரை மணிக்கெல்லாம் பால்கொண்டு வந்துவிடுவாள் பாப்பம்மாள். ராஜாராமனுடைய தாயார், மத்தியானம் இரண்டு மணிக்கு வீட்டு வேலையை ஒதுங்க வைத்து விட்டு வெளியே போனால் அப்புறம் திரும்பி வர மணி ஐந்தாகி விடும். எங்காவது பக்கத்து வீட்டுப் பெண்களுடன் போய் பேசிக்கொண்டிருப்பாள். இந்த நித்திய நியதி ராஜாராமனுக்குத் தெரியும். பாப்பம்மாளுக்கும் தெரியும். அதனால்தான் அவள் நாலரைக்குப் பதிலாக நாலு மணிக்கே பால்கொண்டு வரத் தொடங்கினாள். பாலை ஜன்னலில் வைத்து விட்டு வந்து ராஜாராமன் தூங்கி விட்டானா என்று எட்டிப் பார்ப்பாள். அவன் முன்பெல்லாம் இந்த நேரத்துக்குத்தான் தூங்கச் செல்வான். இப்போதோ தூங்குவதெல்லாம் வெறும் பாசாங்கு!

ஒரு நாள் நாலு மணிக்குப் பாப்பம்மாள் வந்தாள். அன்று அவள் புதுப் புடவை கட்டிக்கொண்டு புது ரவிக்கையும் போட்டுக்கொண்டு வந்தாள். புடவை அலங்காரத்துக்குப் பொருத்தமாக முகத்தைக் கழுவிச் சாந்துப் பொட்டு வைத்துக்கொண்டு, தலையிலே பூவும் முடித்துக்கொண்டு வந்து விட்டாள். அன்று அவளுக்கு ஒரே குதூகலம்.

ராஜாராமன் பொய்த் தூக்கத்தில் குறட்டை விட்டுக்கொண்டிருந்தான். கொஞ்ச நேரத்தில் அவன் தானாகவே எழுந்து விடுவது வழக்கம். அன்று அவன் விழிக்கும் வரையிலும் பாப்பம்மாள் சும்மா இருக்கவில்லை. கண்ணாடியை எடுத்துப் பார்த்தாள். சீப்பு இருந்தால் இன்னும் கொஞ்சம் படிய வாரிக் கொள்ளலாம்போல இருந்தது சீப்பைக் காணவில்லை. சரி, காணோம், எங்கே இருக்கோ?" என்று மனதுக்குள்ளேயே சொல்லிக்கொண்டாள்.

ராஜாராமனை எழுப்ப வேண்டும் என்று அவளுக்குத் தோன்றியது. எப்படி எழுப்புவது? அவனுடைய தாயார் "ராசா" என்று அவனை அழைப்பது வழக்கம். பாப்பம்மாள் கொஞ்சம் யோசித்தாள். அப்புறம் தூங்குகிறவனுக்குக் கேட்கவா போகிறது என்று நினைத்து விளையாட்டாக, "ராசா!" என்றாள்.

ராஜாராமனுக்குச் சிரிப்பு வந்தது. அடக்கிக்கொண்டான்.

"ராசா!" என்று கொஞ்சம் உரக்கச் சொன்னாள். அதுவும் விளையாட்டாகவும் ரகசியம்போலவும் இருந்தது.

சிறிது நேரம் கழிந்தது.

நிமிர்ந்து நின்றுகொண்டு புத்தகத்தைப் பார்த்துப் படிப்பதுபோல, குரலில் ஏற்ற இறக்கமின்றி "ஏ, ராசா!" என்று மூன்று தடவை சொன்னாள்.

ராஜாராமனால் சிரிப்பை அடக்க முடியவில்லை. எழுந்து நின்று இலேசாகத் தலை குனிந்துகொண்டு கண்களை மேல் நோக்கித் திருப்பிப் பாப்பம்மாளைப் பார்த்தான். தன் கீழுதட்டைக் கடித்தான். கீழுதடு நனைந்து பளபளத்தது. சீப்பால் தலையைக் கோதுவதுபோலப் பல்லால் நாலு தடவை மாறி மாறிக் கீழுதட்டைக் கோதிக் கொடுத்தான்.

'பளிச் என்று பாப்பம்மாளின் கையைப் பிடித்து விட்டான். அவள் கையைப் பிடிப்போம் என்று அவன் எழுந்து நிற்கும் வரையிலும் நினைத்தது கிடையாது. பின்னால் செய்யப் போகிற காரியங்களையும் அவன் நினைத்தவனில்லை. இங்கே தலைகீழ் நியாயமாகச் செயலைப் பின்பற்றித்தான் யோசனையும் திட்டங்களும் உதயமாயின.

பாப்பம்மாள் ராஜாராமனின் புஜங்களிடையே சிக்கினாள். அவன் அவளுடைய முகத்தைத் தன் முகத்துக்கு நேராகத் திருப்பினான். அவளுடைய கண்களை ஒரு நிமிஷம் கூர்ந்து பார்த்தான். திடீரென்று அவளை முத்தமிட்டு விட்டான்.

ராஜாராமனுக்கு முத்தத்தில் சுகானுபவம் பொதிந்திருந்தது. பாப்பம்மாளுக்கோ முத்தம் குஷியாகத்தான் இருந்தது. அவளைப் பொறுத்த மட்டிலும் முத்தத்திற்காகத்தான் முத்தம் வேறு எதற்காகவும் அல்ல.

சந்தர்ப்பங்கள் மாறின. பாப்பம்மாள் வெளியே வந்தாள். வெளியே சொல்லக்கூடாது என்ற ஜாக்கிரதைதான் பாப்பம்மாளுக்கு இருந்ததே ஒழிய முத்தத்தில் தன்னை மறந்த உணர்ச்சியோ பெரிய பயமோ ஏற்படாது போய்விட்டன.

எதிர்பாராத விதமா வீட்டுக்குள்ளே வந்த ராஜாராமனின் தாயாரிடம் பாப்பம்மாள் கொஞ்சங்கூடக் கல்மிஷம் இல்லாமல் "பால்கொண்டு வந்து வச்சுட்டேன்!" என்று சொல்லிவிட்டு வாசல் படியில் காலெடுத்து வைத்தாள். அப்புறம் தெருவில் இறங்கிப் போகும்போது அவள் தனக்குத் தானே "நான் வீட்டுக்குப் போகிறேன்" என்று சொல்லிக்கொண்டாள்.

அது நிலாக் காலம். அன்றிரவு பாப்பம்மாள் ஜன்னலோரத்தில் கட்டிலைப் போட்டு படுத்துக்கொண்டாள். ஜன்னல் கம்பி

சந்திரனின் மத்திய பாகத்தில் விழும்படியாக முகத்தைத் தள்ளி வைத்துக்கொண்டாள். இரண்டு கண்களையும் குவித்து, ஜன்னல் கம்பியைப் பார்த்தாள். ஆகாயத்தில் இரண்டு சந்திரன்கள் இருப்பது போல் தோன்றியது. பளிச்சென்று வானத்தை ஏறிட்டுப் பார்த்தாலோ ஒரே சந்திரன்தான். சந்திரனை இரண்டாக்குவதும் பழையபடியும் ஒன்றாக்குவதுமாகப் படுத்துக்கொண்டிருந்தாள், பாப்பம்மாள். அப்போது அவளுக்கு எதிர்பாராத விதமாக உறக்கம் வந்து விட்டது சரி, தூங்கணும் என்று திரும்பிப் படுத்துக்கொண்டாள். மேலே பார்த்தவாக்கில் வெறும் வெளியை இரண்டு மூன்று தடவை முத்தமிட்டாள். மிகவும் குதூகலமாக இருந்தது அவளுக்கு. "ரொம்ப நேரமாய் விட்டதே! தூங்கணுமே! என்று ஜாக்கிரதைப் படுத்திக்கொண்டு கண்களை மூடினாள் கொஞ்ச நேரத்தில் தூக்கமும் வந்துவிட்டது.

வழக்கம்போலவே அவள் தினமும் பால்கொண்டு வந்து வைத்துக்கொண்டிருந்தாள். மறுவாரம் ராஜாராமனுக்குப் பகல் வேலை. அதனால் அவன் வீட்டில் இல்லை. பாப்பம்மாளுக்கு அது ஓர் ஏமாற்றமாகவும் இல்லை. 'அவர் இருந்தால் முத்தமிடுவார்' என்று மட்டும் எப்போதோ ஒரு தடவை சொல்லிக்கொண்டாள்.

3

பத்துப் பதினைந்து நாட்கள்தான் கழிந்திருக்கும். ஒரு நாள் திடீரென்று பாப்பம்மாளுக்குக் காய்ச்சல் வந்தது. சாதாரணக் காய்ச்சலைப்போலத்தான் ஆரம்பத்தில் இருந்தது. பிறகு அந்தக் காய்ச்சல் பலத்து விட்டது. படுத்த படுக்கையாகி விட்டாள் பாப்பம்மாள். அவளுடைய தாயார்தான் பால்கொண்டு வர வேண்டியதாய் விட்டது. பாப்பம்மாள் நாளுக்கு நாள் மெலிந்துகொண்டு வருகிறாள் என்றும், சரியாகச் சாப்பிடாமல் இருக்கிறாள் என்றும், அவளுடைய தாய் சொன்னாள். ஒரு நாள் பாப்பம்மாளைப் பார்க்கப் போனாள், ராஜாராமனுடைய தாயார். ராஜாராமனும் தாராளமாகப் போயிருப்பான். இப்போது அவன் மனதில் ஏதோ ஒரு திருட்டு உணர்ச்சி ஊசலாடிக்கொண்டிருந்தது. தான் முத்தமிட்டதன் காரணமாகப் பாப்பம்மாளைப் பார்க்கப் போனால் ஊரார் என்ன நினைப்பார்களோ என்று காரணமில்லாமல் பயம் தட்டுப்பட்டது அவனுக்கு. கடைசியில் அவன் போகவில்லை.

முத்தமிட்ட விஷயம் இன்னும் கொஞ்சம் அழுத்தம் பெறுவதற்கு வேறொரு காரணமும் இருந்தது. அந்த தினத்திற்குப் பின் நாலைந்து நாட்களில் ராஜாராமனுக்குக் கல்யாணம் செய்ய ஏற்பாடு

செய்து விட்டார்கள். ஊரிலிருந்து அவனுடைய சிற்றப்பா கடிதம் எழுதியிருந்தார். தகப்பனார் காலமாகி விட்டதால் சிற்றப்பாதான் தகப்பனார் ஸ்தானத்தில் இருந்து ஒரு பெண்ணை ஏற்பாடு செய்திருந்தார். அந்தப் பெண் ராஜாராமனுக்குத் தெரியும். நல்ல பெண்தான். கட்டிக் கொள்ளவும் இஷ்டம்தான். ஒரு மாதத்துக்குள்ளாகவே கல்யாணத்தை நடத்த ஏற்பாடாகி விட்டது.

கல்யாணம் ஏற்பாடானதும் பாப்பம்மாள் அந்நியப் பெண் என்றும், யாருக்கோ மனைவியாகப் போகிறவள் என்றும், ராஜாராமனுக்குத் தோன்றியது. ஆகவே பாப்பம்மாள் சம்பந்தப்பட்ட எந்தக் காரியத்தைச் செய்யவும் அவனுக்குக் கொஞ்சம் அச்சம்தான்.

ராஜாராமனுடைய கல்யாண சமாச்சாரம் தெரிந்தது பாப்பம்மாளுக்கு. உடனே அடுத்து சந்தோஷம் வந்து விட்டது. கல்யாண வீட்டின் கோலாகலம் அவள் கண்முன் வந்து நின்றது. கொஞ்ச நேரத்தில் அவளுக்கு வேறொரு அபிப்பிராயம் தோன்றியது. "அவரை நான் கல்யாணம் பண்ணிக் கொள்ளட்டுமா?" என்று நினைத்தாள். நினைத்தால் உடனே நடந்து விடக் கூடிய சர்வ சாதாரணமான காரியமாகத்தான் பாப்பம்மாளுக்குப் பட்டது. ஆனால், அந்த யோசனையும் திடீரென்று மாறிவிட்டது. 'அதெப்படி முடியும்?' அவர் வேற சாதி, நான் வேற சாதி. கல்யாணம் செய்து கொள்ள முடியாதே' என்று நினைத்துக்கொண்டாள். அப்புறம், கல்யாணத்துக்கு நான் புதுச்சீலைக் கட்டி, புது சீலையையும் ரவிக்கையையும் அழுக்காக்கிறக்கூடாது. என் உடம்பும் அதுக்குள்ளேயே தேவையாகிப் போகணும் கடவுளே! என்று கடவுளைக் கும்பிட்டாள்.

4

ராஜாராமனுடைய சொந்த ஊரிலேயே கல்யாணம் நடந்ததால் புதுப் புடவையும் புது ரவிக்கையும் இருந்தும் பாப்பம்மாள் கல்யாணத்துக்குப் போக முடியவில்லை. உடம்பெல்லாம் குணமாகிப் பழையபடியும் வீட்டிலே நில்லாமல் இங்கும் அங்கும் போய்க்கொண்டிருந்தாள்.

சில தினங்களில் ராஜாராமன் தன் மனைவியோடு உத்தியோக ஸ்தலத்துக்கு வந்து விட்டான். வந்த தினத்தன்று பாப்பம்மாள் வீட்டுக்குப் பலகாரம் பண்டங்களெல்லாம் கொடுத்தனுப்பினாள் பெரியம்மாள்.

பாப்பம்மாள், ராஜாராமன் வீட்டுக்கு வருவதற்கு இடையூறாக இப்போது இரண்டு தடங்கல்கள் இருந்தன. ஒன்று யாரோ ஒரு புதுப்

பெண் வந்து விட்டது. அவள் இருக்கும்போது பாப்பம்மாளுக்கு அந்த வீட்டில் நடமாடுவது அவ்வளவு உற்சாகமில்லை. தவிரவும் அந்த வீட்டில் தான் செய்த வேலைகளை எல்லாம் அந்தப் புதுப் பெண்ணே செய்து வந்தாள். அங்கே போய்ச் சும்மா உட்கார்ந்துகொண்டு இருப்பது எப்படி?

அடுத்தபடியாகப் பாப்பம்மாளின் தாயார், "இனிமேல் நீ அங்கே அடிக்கடி போகக்கூடாது? என்று பாப்பம்மாளிடம் சொன்னாள்.

பாப்பம்மாளுக்குக் கொஞ்சம் கஷ்டமாகவே இருந்தது. ஆனாலும்கூட ஏகதேசமாக நாலைந்து நாட்களுக்கு ஒரு தடவை வந்து ராஜாராமன் மனைவியிடம் பூவோ, ரிப்பனோகொண்டு போவாள். தான் பூ வாங்கினாலும் அவளுக்குக்கொண்டு வந்து கொடுப்பாள். சில நாட்களில் அவனுடைய மனைவியிடம் அவளுக்கு பிரியம் உண்டாகி விட்டது. தன் தாயாரிடம் எப்போதும் ராஜாராமன் மனைவியைப் பற்றி பேசாவிட்டால் பாப்பம்மாளுக்கு நெஞ்சு வெடித்து விடும்.

இப்போது பாப்பம்மாளோ அவளுடைய தாயாரோ யாராவது ஓர் ஆள் பால்கொண்டு வருவது வழக்கம். சில நாட்களில் பசுவின் பால் வற்றி விட்டது. கன்றுக் குட்டிக்கே அவ்வளவு பாலையும் விட்டு விட்டார்கள். பால் விவகாரம் நின்று விட்டது.

இப்போது ராஜாராமன் வீட்டுக்குப் பாப்பம்மாள் போவதென்றால், பழையபடியும் 'சும்மா'தான் போக வேண்டியதாய் விட்டது. ராஜாராமன் தன் மனைவியைப் பக்கத்தில் வைத்துக் கொண்டே பாப்பம்மாளைப் பார்த்துக் குறும்பாக ஏதாவது சொல்லுவான். புருஷனும் மனைவியும் சிரிப்பார்கள். இது பாப்பம்மாள் மனதுக்குச் சந்தோஷமாக இருக்கும். சில சமயங்களில் ராஜாராமனின் முன்னிலையிலேயே பாப்பம்மாள் அவன் மனைவியை அதட்டுவது உண்டு. 'அப்படிச் செய்யலாமா? இப்படிச் செய்யலாமா?' என்று ஏதாவது சொல்லுவாள். ஒரு நாள் ராஜாராமனின் வேஷ்டி, கொடியிலிருந்து விழுந்து தரையில் கிடந்ததைக் காட்டி 'இதை எடுத்து வைக்கவில்லையே?' என்று அவனுடைய மனைவியைக் குற்றம் சாட்டுவதுபோலச் சொன்னாள். பிறகு அவளே போய் எடுத்து வைத்தாள்.

ராஜாராமன் தனக்குள்ளாகவே நினைத்துக்கொண்டான்.

'அவளுக்கில்லாத அக்கறையா பாப்பம்மாளுக்கு? நான் கண்டிப்பதைப்போல அல்லவா பாப்பம்மாள் அவளைக் கண்டிக்கிறாள்? என் விஷயத்தில் எவ்வளவு அக்கறை?'

5

ஏழெட்டு மாதங்களுக்கு மேலாகி விட்டன. பாப்பம்மாள் தெருவோடு போகும்போது நாள்தோறும் ஒன்றுபோல ராஜாராமனைப் பார்த்துச் சிரிப்பதும், அவன் பதிலுக்குச் சிரிப்பதும், ஏகதேசமாக அவனுடைய வீட்டுக்க வந்து உரிமையுடன் நடந்து கொள்வதும் நிற்கவில்லை. வழக்கம் போல் நடந்துகொண்டுதான் இருந்தது. இந்தச் சமயத்தில் ராஜாராமனின் மனைவி கர்ப்பிணியாக இருந்தாள். அவள் ஊருக்குப் போய் ஒரு மாதத்திற்கு மேலாகி விட்டது. அடுத்த மாதம்தான் அவளுக்கு மாதம். பிறகு இரண்டு மாதங்களில் அவள் குழந்தையை எடுத்துக்கொண்டு வருவாள் என்று ஒரு நாளைக்கு நூறு தடவை மனதுக்குள்ளேயே மாறி மாறிச் சொல்லிக்கொண்டிருந்தான் ராஜாராமன். அவனுக்குக் கனவும் நனவும் அதுதான். பத்துப் பதினைந்து நாட்களுக்கு ஒரு தடவை போய் மனைவியைப் பார்த்து விட்டு வருவதும் வாரத்துக்கு ஒரு தடவை கடிதம் எழுதுவதுமாக இருந்தான்.

அடுத்த மாதத்திலேயே குழந்தை பிறந்தது. ஆண்குழந்தை. இந்தச் செய்தியைப் பாப்பம்மாள் கேள்விப் பட்டாள். அப்பொழுதுகூட அவளிடம் ஒரு மாறுதலும் ஏற்படவில்லை. ஆனால் குழந்தையை எடுத்துக்கொண்டு ராஜாராமனுடைய மனைவி வந்ததும் கதை எல்லாம் தலைகீழாக மாறி விட்டது. பாப்பம்மாளுக்கு உலகமே புரண்டது போலிருந்தது.

ஒரு நல்ல நாளன்று குழந்தையோடு வந்து சேர்ந்தாள் ராஜாராமனின் மனைவி. அவள் வந்த சிறிது நேரத்திற்குள் மிகவும் உற்சாகத்துடன் ஓடோடியும் வந்தாள் பாப்பம்மாள். வந்து ஆவலோடு குழந்தையைப் பார்த்தாள். ராஜாராமனுடைய சாயலிலேயே இருந்தது குழந்தை. அதிலும் குழந்தையின் புன்சிரிப்பு, ராஜாராமனின் புன்சிரிப்பேதான். தாமரை இதழ்களின் வெளிவரிசையும், உள் வரிசையும் உருவத்தில் பெரியதும் சிறியதுமாக இருந்தாலும், அமைப்பு ஒன்றுபோலவே இருப்பது மாதிரி இருந்தன, அந்த இரண்டு பேரின் புன்னகைகளும்!

இதைப் பார்க்கும்போது பாப்பம்மாளுக்கு என்னவோ போலிருந்தது. அவளுடைய ஏதோ ஒரு நம்பிக்கை அடிப்படையோடு சாய்ந்து விழுந்து விட்டது ராஜாராமன் அவன் மனைவிக்குத்தான் சொந்தம் என்பதைக் குழந்தை ஒவ்வொரு கனமும் சிரித்துச் சிரித்து நிரூபித்தது.

ராஜாராமனால்தான் அவள் குழந்தை பெற்றாள். குழந்தையோ அவன் குழந்தை. ஆனால், பிறந்தது அவள் வயிற்றில். கல்யாணமாகி இப்படிக் குழந்தை பிறக்கத்தான் செய்யும் என்பதைப் பாப்பம்மாள் முன்பு நினைத்ததாகத் தோன்றவில்லை. நினைக்காததுபோலவும் தோன்றவில்லை. எப்படியும் குழந்தை பிறந்து விட்டது. அப்படியானால் அவன் அவளுக்கு எப்போதோ சொந்தமாகி விட்டான். இப்போது பாப்பம்மாள் யார்? குழந்தை பெறாத பாப்பம்மாள் யார்?

எழுந்து வெளியே வந்தாள். ஒருவரோடும் ஒன்றும் பேசவில்லை. வழக்கம்போல 'நான் வீட்டுக்குப் போகிறேன்' என்றும் அவள் சொல்லவில்லை. மிகவும் வேகமாகத் தன் வீட்டை நோக்கி நடந்தாள். வீட்டுக்குப் போய் படுக்கையில் விழுந்ததும் அவளுக்கு அழுகை வந்து விட்டது. 'மூஸ்மூஸ்' என்ற நாலைந்து தடவை அழுதாள். விம்மினாள். ஒரு நிமிஷத்திற்குள் அழுகை நின்றுவிட்டது. ஆனால், பழையபடியும் மறு நிமிஷத்தில் அழுகை வந்து விட்டது. இப்படியே நிறுத்தி நிறுத்தி நாலைந்து தடவைகள் அழுது விட்டாள்.

அவளுடைய மானசீகப் பற்று வரவுக் கணக்கில் ஒரு பெரிய தப்பு விழுந்து விட்டது. பற்று வரவுக் காலங்களில் வரவு வைக்க வேண்டியதைப் பற்று என்றோ, பற்று என்று எழுத வேண்டியதை வரவு என்றோ, பதிவு செய்துவிட்டாள். கணக்குப் பார்த்தால் மாறி மாறித் தப்பு விழுந்துகொண்டிருந்தது.

மறுநாள் மறுநாள் என்ன, எல்லா நாட்களும் தான் ராஜாராமனை அவள் பார்க்கத்தான் செய்தாள். ஆனால் முன் போல் சிரிக்கவில்லை. ராஜாராமன் சிரித்தாலும் அவள் சிரிக்கவில்லை. அவனைப் பார்த்தால் அவளுக்கு ஐந்தாறு தடவை இமை கொட்டும். முகத்தையும் 'உம்'மென்று வைத்துக் கொள்வாள். 'டூ'விட்டுக்கொண்ட குழந்தைபோல வேண்டுமென்றே கோபித்துக்கொண்டு தன் வீட்டுக்கு வந்து விடுவாள் பாப்பம்மாள்.

◆ ◆ ◆

அழியாச்சுடர்

மௌனி

வழக்கமாக காலையில் அவனைப் பார்க்கப் போவதுபோல நான் அன்று செல்லவில்லை. உதயத்திலிருந்தே உக்கிரமான வெய்யில் அடித்தது. தெளிவுற விளங்காத ஒரு வகை அலுப்பு மேலீட்டதினால் நான் வீட்டை விட்டே வெளிக் கிளம்பவில்லை. மாலையில் சென்று அவனைப் பார்த்துக் கொள்ளலாம் என எண்ணி மிக உஷ்ணமான அன்று பகலை, என் வீட்டிலேயே கழித்தேன்.

நேற்றைய முன்தினம் இது நிகழ்ந்தது. மாலை நாலரை மணி சுமாருக்கு நான் அவன் வீட்டை அடைந்தேன். அவன் என் பாலிய சிநேகிதன். நான் சென்றபோது, தன் வீட்டின் முன் அறையில், அவன் வழக்கம்போல ஒரு நாற்காலியில் அமர்ந்திருப்பான். திறந்த ஜன்னலுக்கு எதிரே உட்கார்ந்திருந்த அவன், ஏதோ ஆழ்ந்த யோசனையில் இருப்பதாக எண்ணி, திடீரென உட்புகச் சிறிது தயங்கி, ரேழியில் நின்றேன். என்பக்கம் பாராமலே என்னை அவன் உள்ளே அழைத்தது திடுக்கிடத்தான். செய்தது. அவனுடைய அப்போதையத் தோற்றமும் கொஞ்சம் ஆச்சரியமளிப்பதாகவே இருந்தது. உள்ளே ஒரு நாற்காலியும் அதன் அருகில் ஒரு மேஜையும் இருந்தன. மற்றும் எதிரில் வீதிப்பக்கம் பார்த்த ஜன்னல் திறந்து இருந்தது.

“காப்பி சாப்பிட்டாகி விட்டதா?” என்று கேட்டுக்கொண்டே நான் உள்ளே நுழைந்தேன்.

“இல்லை” என்றான்.

“என்ன ?...”

“ஆமாம்... காலை முதல் இங்கு உட்கார்ந்தபடிதான் இருக்கிறேன்... யோசனைகள்...” எனக் கொஞ்சம் சிரித்தபடி கூறினான்.

என் நண்பன் சிரிப்பதை மறந்து விட்டான் என்பதும், எனக்குத் தெரிந்து சமீபகாலத்தில் சிரித்தது கிடையாது என்பதும் உண்மைதான். அப்போது அவன் சிரித்ததும், உணர்ச்சி இழந்த நகைப்பின் ஒலியாகத்தான் கேட்டது. அவன் பேசின தொனியும், என்னைப் பாராது வெளியே வெறித்துப் பார்க்கும் பார்வையும் எனக்கு என்னவோ போல் இருந்தது. மேலே நான் யோசிக்க ஆரம்பிக்கும் முன் அவன் பேச ஆரம்பித்தான். அவன் சமீபகாலமாக ஒருவித மனிதனாக மாறிவிட்டான்.

“இங்கே வாப்பா இங்கே இப்படி உட்காரு, எதிரிலே பார்” என்று சொல்லிக்கொண்டே எழுந்து மேஜையின்மீது அவன் உட்கார்ந்துகொண்டான். நான் நாற்காலியில் அமர்ந்தேன்.

“நான் உட்கார்ந்திருந்த இடத்திலிருந்து அதோ அங்கே என்ன தெரிகிறது பார்” என்றான்

இலையுதிர்ந்து நின்ற ஒரு பெரிய மரம் பட்ட மரம் போன்ற தோற்றத்தை அளித்துக்கொண்டு எனக்கு எதிரே இருந்தது. வேறு ஒன்றும் திடீரென என் பார்வையில் படவில்லை. தனிப்பட்டு தலைவிரி கோலத்தில் நின்று மௌனமாக புலம்புவது போன்று அம்மரம் எனக்குத்தோன்றியது. ஆகாயத்தில் பறந்து திடீரென அம்மரக்கிளைகளில் உட்காரும் பக்ஷிகள் உயிர் நீத்தனவையே போல், கிளைகளில் சமைந்து ஒன்றாகும். அவற்றின் கூவல்கள் மரண ஒலியாக விட்டுவிட்டுக் கேட்டுக்கொண்டிருந்தது. சிறிது சென்று, ஒன்றிரண்டாக புத்துயிர் பெற்று கிளைகளைவிட்டு சிவ்வெனப் பறந்து சென்றன. அதிக நேரம் அம்மரத்தின் தோற்றத்தைப் பற்றி யோசித்துக்கொண்டிருக்கவில்லை. காலையிலிருந்து உக்கிரமான வெய்யிலில் பாதி மூடிய கண்களுடன் வெற்று வெளிப் பார்வையுடனும் கண்ட தோற்றங்கள் என் நண்பனுக்கு எவ்வெவ்வகை மனக்கிளர்ச்சிகளுக்குக் காரணமாயிற்றோ என்பதை என்னால் அறிந்து கொள்ள முடியவில்லை.

“என்ன?” என்று அவன் கேட்டது. என்னைத் தூக்கி வாரிப் போடும்படி இருந்தது.

“அதோ அந்த மரம்தான்” என்றேன்.

“என்ன... மாமா சரி” என்று சொல்லிக்கொண்டே உட்கார்ந்தபடியே சிறிது குனிந்து அதைப் பார்த்துவிட்டு அவன் பேசலானான்.

“ஆமாம், அதுதான்... ஆகாயத்தில் இல்லாத பொருளைக் கண்மூடி, கைவிரித்து தேடத் துளாவுவதைப் பார்த்தாயா? ஆடி அசந்து நிற்கிறது அது, ஆட்டம் ஓய்ந்து நிற்கவில்லை. மெல்லெனக் காற்று மேற்கிலிருந்து அடிக்கும். காதல் முகந்த மேகங்கள், கனத்து

மிதந்து வந்து அதின் மேல் தங்கும்... தாங்காது தளர்ந்து ஆடும். விரிக்கப்பட்ட சாமரம் போன்று ஆகாய வீதியை மேகங்களினின்றும் சுத்தப்படுத்துவதா அது…! அல்லது துளிர்க்க அது மழைத் துளிகளுக்கு ஏங்கியா நிற்கிறது..? எதற்காக..?"

"என்ன நீ பெரிய கவியாகிவிட்டாயே! ஏன் உனக்கு இவ்வளவு வேகமும் வெறுப்பும்?" என்றேன். அவன் பேச்சும் வார்த்தைகளும் எனக்குப் பிடிக்கவில்லை.

"சொல்லுகிறேன் கேள், நேற்று, என்று காலத்தை பின் கடத்தி மனது, ஒன்பது வருஷத்திற்கு முன்பு நடந்த ஒரு நிகழ்ச்சியை நினைப்பூட்டிக்கொண்ட பிறகு என் நிலை தடுமாறிப் போய்விட்டது. என்னவெல்லாமோ என் மனது சொல்ல முடியாத வகையில் அடித்துக் கொள்ளுகிறது. அவ்வளவுதான்" எனச் சொல்லி நிறுத்தினான். அவன் கண்கள் காண முடியாத அசரீரியான ஏதோவொரு வஸ்துவைப் பார்க்கத் துடிப்பவைப்போல என்றுமில்லாதபடி ஜொலித்தன. அவன் மேலும் பேசலுற்றான். என்னிடம் சொல்லுவதற்கு அல்ல என்பதை அவன் பேசும் வகை உணர்த்தியது.

"ஆம். ஒன்பது வருஷத்திற்கு முன்பு நான் கல்லூரி மாணவன், எனக்கு அப்போது வயது பதினெட்டு. அக்கால நிகழ்ச்சி ஒன்றே இன்று காலை முதல் பல்லவியாக பலவித கற்பனையில் தோன்றுகிறது. அப்போது நான் பார்ப்பதற்கு எப்படி இருப்பேன் என்பது உனக்கு ஞாபகம் இருக்கலாம்"

"நன்றாக. நீ..."

"சரி, சரி... என் நீண்ட மூக்கு முகத்திற்கு வெகு முன்பாக நீண்டு வளைந்து முன் செல்லுபவர்களை திருப்பி இழுப்பதுபோல வளைந்து இருக்கும் அதன் கீழ் மெல்லிய உதடுகள் மிருதுவாகி பளீரென்ற பல் வரிசைகளை பிறர் கண் கூச, சிறிது காண்பிக்கும் அப்போதுதான் நான் கிறாப் புதிதாகச் செய்துகொண்டது. நீண்டு கருத்துத் தழைத்திருந்த என் கூந்தலைப் பறி கொடுத்ததாகவே பிறர் நினைக்கும் படி, படியாத என் குடுமியை என் கையால் நான் அடிக்கடி தடவிக் கொள்ளுவேன். குறுகுறுவென்ற கண்களோடு என் அழகிலேயே நான் ஈடுபட்டு, மதிப்பும்கொண்டிருந்தேன். அப்போது அடிக்கடி என்னை அநேகர் பார்த்து இருக்கலாம். என்னைப் பற்றி அவர்களுடைய எண்ணங்களை நான் கண்டு கொள்ளவில்லை. இப்போதோவெனின் நான் பார்ப்பது வரட்டுப்பார்வைதான். என்னுடைய கண்கள் வறண்டவை தானே என் அழகு இளமையிலேயே முடிவடைந்து விட்டது போலும். ஆனால் என் வாழ்க்கை இளமையில் முடியவில்லையே"

"அவளும் என்னைப் பார்த்தது உண்டு"

"அவள் யார் ?" என்றேன் நான்.

"ஆமாம்! அவளும், சொல்லுவதைக் கேள். நான் கோவிலுக்குப் போய் எத்தனை வருஷமாகிறது? அந்த தினத்திற்கு பின்பு நேற்று வரையில் நான் கோவிலுக்குப் போனது இல்லை. அதற்கு முன் அடிக்கடி போய்க்கொண்டு இருந்தேன். நீயும் என்னோடு வருவது உண்டு. நான் சொல்லும் அன்றிரவிலும் நீ என் பக்கத்தில் இருந்தாய்..."

"அது திருவிழா நாள் அல்ல. அவளும் வந்திருந்தாள். அவள் வருவது எனக்குத் தெரியாது. நாம் கோவிலை விட்டு வெளியே வந்தபோது, உள்ளே போய்க்கொண்டிருந்த அவளை இருவரும் கோவில் வாயிலில் சந்தித்தோம். அவளுக்கு அப்போது வயது பதின்மூன்று இருக்கலாம். அவள் சட்டென திரும்பி என்னைப் பார்த்தாள். அவள் பார்வையைத் திருப்பியது நானாக இருக்கலாம். ஆனால் திரும்பி, உன்னையும் கூட்டி அவள் பின்னோடு உள் செல்ல என்னை இழுத்தது எது? எனக்குத் தெரியவில்லை. அப்போதைய சிறுபிள்ளைத் தனமாக இருக்கலாம் காதல் அது இது என்று காரணம் காட்டாதே. காரணமற்றது என்றாலும் மனக் குறைவு உண்டாகிறது. வேண்டுமானால் கர்வம் என்ற காரணம் வைத்துக்கொள். காரணமற்றே நடந்த காரியமும், காரணம் கொள்வதற்கு வேண்டி, காரணம்தான் போலும்"

"அவள் பின்னோடு நான் சென்றேன். அநேகம் தரம், அவளைத் தொடக் கூடிய அளவு, அவ்வளவு சமீபம் நான் நெருங்கியதும் உண்டு. அடிக்கடி என் வாய் ஏதோ முணுமுணுத்ததும் உண்டு. அது, எதையும் சொல்வதற்கல்ல என்பது எனக்குத் தெரியும். ஏனெனில் சொல்லுவதற்கு ஒன்றுமில்லை"

"ஈசுவர சந்நதியில் நின்று, தலை குனிந்து அவள் மௌனமாகத் தியானத்தில் இருந்தாள். அவளுக்குப் பின், வெகு சமீபத்தில் நான் நின்று இருந்தேன். அவளுடைய கூப்பிய கரங்களின் இடைவழியாகக் கர்ப்பக் கிருக சரவிளக்குகள் மங்கி வெகு தூரத்திற்கு அப்பாலே பிரகாசிப்பதாகக் கண்டேன். அவள் கண்கள் விக்கிரகத்திற்குப் பின் சென்று வாழ்க்கையின் ஆரம்ப இறுதி எல்லைகளைத் தாண்டி இன்பமயத்தைக் கண்டு களித்தன போலும். எவ்வளவு நேரம் அப்படியோ தெரியாது. காலம் அவள் உருவில் அந்தச் சந்நிதியில் சமைந்து நின்றுவிட்டது.

தியானத்தினின்றும் விடுபட்டு என் பக்கம் அவள் திரும்பியபோது ஒரு பரவசம்கொண்டவனே போல் என்னையும் அறியாதே உனக்காக நான் எது செய்யவும் காத்திருக்கிறேன்; எதையும் செய்ய முடியும்

என்று சொல்லிவிட்டேன். நீயும் அவளுடன் வந்தவர்களும் சிறிது எட்டி நின்றிருந்தீர்கள். உங்கள் காதுகளில் அவ்வார்த்தைகள் விழவில்லை. ஆனால் அவள் காதில் விழுந்தன என்பது நிச்சயம். அவள் சிரித்தாள்.

அவளுக்கு மட்டும்தான் நான் சொன்னது கேட்டது என்பதில் எனக்கு அப்பொழுதே சந்தேகம் உள்ளிருந்த விக்கிரகம் எதிர்த் தூணில் ஒன்றி நின்ற யாளி அவையும் கேட்டு நின்றன என்று எண்ணினேன். எதிரே லிங்கத்தைப் பார்த்தபோது கீற்றுக்கு மேலே சந்தனப் பொட்டுடன் விபூதி அணிந்த அந்த விக்கிரகம் உருக்கொண்டு புருவஞ் சுழித்துச் சினங்கொண்டது. தூணில் ஒன்றி நின்ற யாளியும் மிக மருண்டு பயந்து கோபித்து முகம் சுளித்தது. பின் கால்களில் எழுந்து நின்று பயமூட்டியது. அவளைப் பார்த்தேன். அவள் மறுப்பக்கம் திரும்பியிருந்தாள். பின்னிய ஜடை பின் தொங்க, மெதுவாகத் தன்னுடன்கூட வந்தவர்களுடன் சென்றாள். நான் அவளைச் சிறிது தொடர்ந்து நோக்கி நின்றேன். ஆழ்ந்து அமுக்கிய உலக நிசப்தத்தைக் குலைக்க அவளுடைய சதங்கைகள் அணிந்த அடிச்சுவடு இன்றி முடியாது போலும். வந்தவர்களுடன் குதூகலமாகப் பேசி வார்த்தைகளாடிக்கொண்டே கால் சதங்கைகள் மௌனம் அவளால் உண்டான சப்தத்தின் எதிரொலியில் சிதையுற்றது. வௌவால்கள் கீரீச்சிட்டுக்கொண்டு குறுக்கும் நெடுக்குமாக பறந்தன...".

என் நண்பன் சொல்லிக்கொண்டிருக்கும் போதே என் மனம் ஓடியது. அது கட்டுக்கடங்காமல் சித்திரம் வரைய ஆரம்பித்தது. கோவில் சந்நிதானம் ஆம் பகலிலும் பறக்கும் வௌவால்கள், பகலென்பதையே அறியாதுதான் கோவிலில் உலாவுகின்றன. பகல் ஒளி பாதிக்கு மேல் உட்புகத் தயங்கும். உள்ளே, இரவின் மங்கிய வெளிச்சத்தில் சிலைகள் ஜீவன்களைகொண்டு நிற்கின்றன. ஆழ்ந்த அனுபவத்திலும் அந்தரங்கத்திலும் மௌனமாகக் கொள்ளும்கூடமான பேரின்ப உணர்ச்சியை வளர்க்கச் சிறப்பித்தது தானா கோவில்கள்? கொத்து விளக்குகள் எரிந்துகொண்டிருக்கும், அதன் பிரகாரத்தில் நடமாடும் பக்தர்கள் அவர்கள் நிழலுக்கும் வித்தியாசம் காணக்கூடாத திகைப்பைக் கொடுக்கும் அச்சந்நிதானம், எந்த உண்மையை உணர்த்த ஏற்பட்டது? நாம் சாயைகள்தானா..? எவற்றின் நடமாடும் நிழல்கள் நாம்? என்பன போன்ற பிரச்சனைகளை என் மனம் எழுப்பியபோது, ஒருதரம் என் தேகம் முழுவதும் மயிர்க்கூச்செரிந்தது.

என் நண்பனின் பார்வை மகத்தானதாக இருந்தது. ஏதோ ஒரு வகையில், ஒரு ரகசியத்தை உணர்த்த அவன் பேச்சுக்கள்

உன்னதமாக என் காதில் ஒலித்துக்கொண்டிருந்தன. பேச்சினால் தன் உணர்வுகளை வெளிச் சொல்ல முடியாது என நினைக்கும்போது, அவன் சிறிது தயங்கி நிற்பான். அப்போது அவன் கண்கள் பிரகாசத்தோடு ஜொலிக்கும்.

"அவள் சென்றாள். பிரகாரத்தைச் சுற்றி வர, பின்னப்பட்டிருந்த அவள் கூந்தல் மெதுவாக அசைந்து ஆடியது. அவள் நடை அமுத்தலாக அவளை முன் செலுத்தியது. 'பின் தொடர், பின்தொடர் என, என் மனதில் மறுக்க முடியாது தோன்றியது. வெளியில் நான் வாய்விட்டுச் சொல்லவில்லை. பிரகார ஆரம்பத்தில் ஒரு வில்வமரம் இருந்தது. அதன் இலைகளின் இடை வழியே நிலவு வெளிச்சம் தெளிக்கப்பட்டு வெண்மைத் திட்டுகளாகப் படிந்து தெரிந்தது. 'பிரியமானவளே என்னைப் பார், என்று மனதில் நான் சொல்லிக்கொண்டேன். அவள் என்னைத் திரும்பிப் பார்த்தாள். அவளும் 'பின்தொடர்' என்று சொல்லுவதைத்தான் அவள் பார்வையில் கண்டேன். ஏதோ ஒரு சப்தம் கேட்டது. அது தலைகீழாகத் தொங்கும் வௌவாலின் சப்தம். காதில் சிரித்து மனதில் மரண பயத்தைக் கொடுக்கும் சப்தம். வில்வ மரத்தடியிலிருந்து அவளைத் தொடர்ந்து நோக்கி நின்றேன். பிறகு அவள் பின் தொடர்ந்துச் சென்றுகொண்டு இருந்தேன்.

பகல்போன்று நிலவு காய்ந்தது. பின் நீண்டு தொடர்ந்தது. அவள் நிழல் போன்ற நானும் அவளைத் தொடர்ந்தேன். மூலைத் திருப்பத்திற்குச் சிறிது முன்பு அவள் என்னைப் பார்க்கத் திரும்பினாள். நான் சொன்ன வார்த்தைகளைத் திருப்பிக் கொள்ளும்படி கேட்டுக் கெஞ்சவதுபோல இருந்தது அவள் பார்வை. அவள் வருத்தத்திலும் வசீகரமாகத் தோன்றினாள். அருகில் நெருங்கிய நான், மறுபடியும் ஒருதரம் 'என்ன வேண்டுமானாலும் உனக்காக...' என்று ஆரம்பித்தவன், முழுவதும் சொல்லி என்னால் முடிக்க முடியவில்லை. நான் திரும்பி வேகமாக வந்துவிட்டேன். அவளும் கீழ்ப்பிரகாரத்திற்குச் சென்று விட்டாள். வில்வ மரத்தடியில் நின்றிருந்த உன்னை அடைந்தேன். இருவரும் பேசாது வீடு சேர்ந்தோம்."

அவன் பேச்சைக் கொஞ்சம் நிறுத்தியபோது "யார் அவள் எனக்கு ஞாபகமில்லையே?" என்று கேட்டேன். என்னுடைய கேள்வி அவன் மனதிலே படவில்லை. அவன் மேலே பேச ஆரம்பித்தான். எனக்கு ஆத்திரம் மூண்டது.

"அன்று முதல் நான் கோவிலுக்குப் போவதை நிறுத்தி விட்டேன். எதற்காக நின்றேன் என்பது எனக்கும் தெரியாது. சுபாவமாகத்தான் நின்று விட்டது. என்று நினைத்தேன்."

“நேற்று இரவு என் மனது நிம்மதிகொண்டிருக்கவில்லை. எங்கெங்கோ அலையத் தொடங்கியது. கோவிலுக்குச் சென்று ஈசுவர தரிசனம் செய்து வரலாமெனப் புறப்பட்டேன். இரவில் நாழிகை கழித்தே சென்றேன். அதிகக் கூட்டமில்லாமல் இருக்க வேண்டுமெனபதுதான் என்னுடைய எண்ணம். பெரிய கோபுரவாயிலைக் கடக்கும் போதே, எட்டிய சுவாமியின் கர்ப்பக்கிருகம் தெரியும்.”

“வெகுகாலமாக ஜோதிகொண்டு ஜொலிப்பது போன்று நிசப்தத்தில் தனிமையாக ஒரு பெரிய விளக்குச் சுடர் மட்டும் லிங்கத்தருகில் எரிந்துகொண்டிருக்கும். அது திடீரெனச் சிறிது மறைந்து பிறகு பழையபடியே அமைதியில் தெரிந்தது. யாரோ ஒரு பக்தன் கடவுளை வழிபட உள் சென்றான் போலும். நான் மெதுவாகப் போய்க்கொண்டிருந்தேன். உலகின் கடைசி மனிதன் வழிபாட்டை, முடித்துக்கொண்டு, அந்தரத்திலும் அவியாத ஒளியை உலகில் விட்டுச் சென்றதுபோலத் தோன்றியது. அந்த மறையும் தோற்றமும் தூண்டப்படாது அணையவிருந்த என்னுள் எரிந்த ஒளி நிமிர்ந்து ஜொலிக்கத்தான் நேற்று இது நிகழ்ந்தது. கோவிலில் நான் எண்ணியபடி ஒருவரும் இல்லாமல் இருக்கவில்லை.”

“அவளுக்கு இப்போது இருபத்திரண்டு வயது இருக்கலாம். நாகரீகப் பாங்கில் அவள் இருந்தாள். அவளை, இப்போது கோவிலில் கண்டதும், என் மனது வேதனைகொண்டது. எதிர்பாராது நேர்ந்த இந்தச் சந்திப்பினால் அவளிடம் நான் ஒருவகை வெறுப்புக் கொள்ளலானேன். அவள் என்னை அறிந்து கொள்ளவில்லை என நினைத்தேன். இப்போது என்னுடைய நாகரிகப் போக்கு எண்ணங்கள் தடுமாறி மனம் மாற்றம் கொள்ளும் நிலையில் இருப்பதனால் அவளுடைய அமுத்தலும் நாகரீக நாஸுக்கும் எனக்குச் சிறிது ஆறுதலைக் கொடுத்தன. நான், முன்பு அவள் காது கேட்கச் சொன்னவற்றை நினைத்துக்கொண்டபோது, என்னையே வெறுத்துக் கொள்ளாதபடி அவள் புதுத் தோற்றம் ஆறுதல் கொடுத்தது. முழு வேகத்தோடு அவளை வெறுத்தேன். ஆனால் அவள் கடவுளின் முன்பு தியானத்தில் நிற்கும்போது, தன்னுடைய மேற்பூச்சை அறவே அழித்துவிட்டாள். கடவுளின் முன்பு மனிதர்கள் எவ்வளவு எழில் கொள்ள முடிகிறது. எத்தகைய, மனக்கிளர்ச்சிக்கு உடன்படுதல் முடிகிறது என்பதை அவளைப் பார்த்ததும் நான் உணர்ந்தேன்.”

“அவள் தியானத்தின் மகிமை என்னைப் பைத்தியமாக்கி விட்டது வெறித்து வெறுமனே நிற்கச் செய்தது. ஒரு இன்பமயம், ஒரு பரவசம், திரும்பிய அவள் என்னைப் பார்த்ததும் கண்டுகொண்டு விட்டாள். எதிரில் நின்ற தூணை உன்னிப்பாய், அவள் சிறிது நேரம்

பார்த்தாள். என் வாக்கின் அழியாத சாஷியாக அமைந்த அந்த யாளி எழுந்து நின்று கூத்தாடியதைக்தான் நான் பார்த்தேன். மேலே உற்று நோக்கியபோது ஐயோ! மற்றொரு யாளி வெகுண்டு குனிந்து, என்னைப் பார்த்துக்கொண்டிருந்தது. அவள் பார்க்குமிடத்தைப் பார்த்து நின்ற என் மனம், பதைத்து விட்டது. என்னை நோக்கி அவள் ஏதோ ஆக்கினை இடுபவளாகத் தோன்றினாள். அவள் பார்வை என்னை ஊடுருவித் துளைத்துச் சென்றது. ஒருவன் தன் உள்ளூர உறைந்த ரகசியத்தை, பைத்தியத்தின் பகற்கனாவில் பாதி சொல்லிவிட்டு அகன்றது."

◆ ◆ ◆

அன்புள்ள...

லா. ச. ராமாமிருதம்

அமலி, ஐ லவ்யு. உனக்குத் தெரியாது ஐ ஹேவ் ஆல்வேஸ் லவ் டு யு.

ஸுனோ இதை என் தோளில் பின்னாலிருந்து படிக்கிறதென்றால் படிக்கட்டும். ஐ. டோன்ட் கேர். அவளும் ரகளை மாதிரி ஜுல் காட்டுவாளே ஒழிய ஷி ஆல்ஸோ டஸின்ட் கேர் எனக்குத் தெரியும். யு டோன்ட் கேர். ஏதோ சின்டாக்ஸ் படிப்பது போல் தமாஷா இல்லை?

அன்புள்ள ஸ்நேகிதிக்கு, நீ எனக்கு வெறும் ஸ்நேகிதி தானா? ஆனால் வேறு எப்படி ஆரம்பிப்பது? 'மை டியர் லவ்' என்றே தொடங்கலாம். ஆனால் நம்மிடையில் சவரங்களை முழுக தட்டியாகவில்லை, தவிர இந்தத் தலைப்பில் கதரில் ஒரு கதை பட்டித்தேன். ஆகவே ஆரம்பம் சம்பிரதாயமாகவே இருக்கட்டும்.

அன்று ஆஸ்பத்திரியில் கண் ஆப்பரேஷன் ஆகியிருந்த என் சிநேகிதியைப் பார்க்கச் சென்ற இடத்தில் நர்ஸ் யூனிபாரத்தில் உன்னைக் கண்டபோது அதிர்ச்சி அடைந்தேன் என்று சொல்லவும் வேண்டுமா? உன் கருவிழியுள் சிறுவிழி சட்டென கண்ட சுருக்கத்தில் உன் கன்னங்களில் ஏறிய முலாமில் நீயும் என்னை அடையாளம் கண்டுகொண்டாய் என்று கண்டேன். ஆனால் அதை நீ வெளியே காட்டிக் கொள்ள விருப்பப்படவில்லை.

'ஆ! ஸிஸ் ஹியர் ஈஸ் தி என்வலப் ஃபார் யு' என் சிநேகிதன் கப்போர்ட் மேல் கண்ணாடி தம்ளர் அடியில் சுட்டிக் காட்டினான்.

'ஓ தேங்க் யூ' அதை எடுத்து உன் யூனிஃபாரம் பையில் திணித்துக்கொண்டு விர்ரென்று போய்விட்டாய்.

'ஏய் இவள் க்ளீனா டிப்ஸ் கேக்கறாடா? கொடுத்தால் நானாக அல்லவா கொடுக்க வேண்டும்?'

“ஹவ் ஸோ?’

“நாளைக்கு மத்தியானம் 11 மணிக்கு உங்களை டிஸ்சார்ஜ் செய்துடுவாங்க. ஆனால் நைட் டியூட்டி முடிஞ்சு காலை 8 மணிக்கே நான் போயிடுவேன். ‘தேங்க்யு’. அப்படின்ன வரிகளுக்கிடையே நான் படித்துக் கொள்ள வேண்டிய அர்த்தம் என்ன நீயே சொலு.”

முட்டையை உடைப்பது போல் என் கையிலிருந்த டார்ச்சால் அவன் மண்டையில் ரெண்டு மொத்தலாம் போல் ஆத்திரம் வந்தது. நீ வாழ்ந்த வாழ்வு என்ன? நீ வாயில் தங்க ஸ்பூனுடன் பிறந்தவள் என்பதை அந்த சோமாரி கண்டானா? ஆனால் கேட்க எனக்கு உரிமை என்ன இருக்கிறது? அவன் கொடுக்கிறான். பேசுகிறான். நீ வாங்கிக் கொள்கிறாய். குறுக்கே நான் யார் குமுறுவதோடு சரி.

அமலி, மூத்திர பாட்டிலும், பெட்பேனும் தூக்கும் கதி உனக்கு ஏன்? சமூகசேவை செய்கிறாயா? ராட்! காதில் பூ சுத்தாதே. சமூக சேவை செய்பவளுக்கு டிப்ஸ் ஏன்? எல்லாம் வயிற்றுப் பிழைப்புக்கு என்பதுதான் உண்மை. ஆனால் ஏன்? ஏன்?

குந்தித் தின்னால் குன்றும் குந்துமணி ஆகும் என்கிற பழமொழியா?

தாயோடு அறுசுவைபோம்.

தந்தையோடு கல்விப்போம்.

மக்களோடு செல்வம்போம்.

எனக்கு வயசாயிடுத்தோன்னா? கொஞ்சம் பழமொழியில் பேசுவேன். உன் விஷயத்தில் மக்களுக்கு வழியில்லை. அன்லெஸ் அன்லெஸ்... நோ, மனம் ஒரு சாக்கடை. எது எப்படி இருந்தாலும் அதைக் கேட்கவும் எனக்கு என்ன உரிமை? நல்லதையே நான் காண வேண்டும். பிகாஸ் ஐ லவ்யு உன் விஷயத்தில் தந்தையோடு செல்வம்போம் என்று கொள்கிறேன்.

நாலைந்து வருடங்களுக்கு முன்.

உன் தகப்பனார் காலமான செய்தி பேப்பரில் வந்தது. மெப்புக்கு உனக்கா இத்தனை நாள் வளைய வந்திருக்கிறார். ஆனால் அவர் மரணத்துக்குக் காரணம் நமக்கல்லவா தெரியும்! இதய விரிசல்.

அம்மா முன்னாலேயே போனாளோ பிழைத்தாள் என்று நீயே பேச்சுவாக்கில் என்னிடம் சொல்லியிருக்கிறாய். அசைவம் கேஸ். பாவம் ஒரே பெண். யாருக்குத்தான் தாங்க சக்தியிருக்கும்? என்னென்ன ஆசையெல்லாம் வைத்திருப்பாள்?.

இருந்திருந்து ஒரே மகவு. அதுவும் பெண். அதை மீனாக்ஷி

கல்யாணம் பண்ணி பட்டணமே திரண்டது. பெண்ணையும் பிள்ளையையும் அமெரிக்காவிற்கு அனுப்பி வைத்த அடுத்த மாசமே பெண் பாக் அண்ட் பாகேஜ், பீரோ கட்டில், பர்னிச்சர் உள்பட திரும்பி விட்டால் எல்லோருக்குமே தாங்கற சக்தி இருக்குமா? காதோடு காது வைத்த மாதிரி திரும்பினாலும் 'புசுக்'கை எத்தனை நாள் அமுக்கி வைக்க முடியும்? அங்கு என்ன நடந்தது? தாய், தகப்பன் தவிர மற்றவரெல்லாம் அவருக்குத் தோன்றியபடி வரிகளிடையே படித்துக் கொள்ள வேண்டியதுதான். இஷ்டப்படிதான் படித்துக்கொண்டார்கள். படித்துக்கொண்டோம். முதலில் தாய்க்கும், தகப்பனுக்குமே எந்த அளவுக்கு தெரியப்படுத்தினாயோ? உனக்கு இங்கேயே கொஞ்சம் இஷ்ட ராஜாங்கி என்றுதான் பெயர். ஒரு மகவு. அதுவும் பெண். செல்லப் பெண் அல்லவா? உன் அப்பா பெரிய டாக்டர். லயன்ஸ் கிளப். ரோட்டரி சேர்மன் எல்லா விதங்களிலும் பிரமுகர். ஆனால் அவர் கதியே பிஸிஷயின் ஹீல்தைஸெஃப் என்று ஆகி விட்டதே!

உண்மை எப்பவுமே காயுள் விதை. மனிதனுள் வித்து போல் முழுத்தன்மை கண்டுபிடிக்கவே முடியாது. கண்டுபிடிப்பதற்கும் இல்லை அது.

ஃபர்னிச்சரை விற்பதாக பேப்பரில் விளம்பரம் கண்டு, நான் உங்கள் வீட்டுக்கு வந்த சமயத்தில்தான் நேருக்கு நேர் முகம் பார்த்துக்கொண்டோம். அதை நான் மறக்கவே மாட்டேன். இதோ பார் அமலி, நம்மிடையே நடந்த எதையுமே நான் மறக்கவில்லை. என் நினைப்பெல்லாம் ஒன்வே டிராபிக்தான். ஆனால் புதையல்போல அவைகளை நான் பூதம் காக்கிறேன். இது வெறும் கடிதம் அல்ல. இத்தனை வருடங்களில் என் நினைப்பின் முனைப்பு. நுனியில் பட்டாசுத் திரி பற்றிக்கொண்டு விட்டது. எப்போ 'டுமீல்' எனக்கே பயம். நான் காலிங்பெல்லை அழுத்தி கதவு திறந்ததும் நான் பார்த்த முகம் அரைத்தூக்கம கலைந்த முகமா? அழுத முகமா? அறியேன். நெற்றிப் பொட்டில் மயிர்பிரி பெரியதாக ஒன்று கலைந்து உள்ளே மின்விசிறிக் காற்றில் அலைந்தது 'யெஸ்'

'மிஸ்ஸ்...!'

"நான் மிஸ்ஸுக்குத் திரும்பியாச்சு:"

"மிஸ் அமிர்தவல்லி"

"கால் மி அமலி"

"மிஸ் அமில்! உங்களிடம் கட்டில் விற்பனைக்கு இருப்பதாக அறிகிறேன். அதை நான் பார்க்கலாமா?"

“ஓ. பார்க்கலாமே”

“விலை?” என்று இழுத்தேன்.

“ஓ டோன்ட் பாதர். ஏதேனும் குடுத்தால் போச்சு. விலை நாம் கேவாஸ் ஒரு பாட்டுக்கு உங்களுக்கு அது கிடைக்கும். உங்களுக்குப் பாட வராவிட்டால் ஒரு கழுதையின் கத்தலுக்கே அது கிடைக்கும்”.

இவள் என்ன பேசுகிறாள்?

“ஆனால், கட்டில் காத்திருக்கலாம்”

“காத்திருப்பதா? எனக்கு இன்னும் ஒரு வாரத்தில் கல்யாணம்” என் கன்னங்களில் வெட்க ரத்தம் குறுகுறுத்தது.

“ஓ! கங்கிராட்ஸ். காத்திருக்கலாமென்றால் காப்பி குடிக்கும் நேரம் வரையில்.”

நம் இருவரின் சிரிப்பு ஒன்றொடொன்று கலந்தது.

“நீங்கள் பெல்லை அழுத்துகையில் நான் காப்பி தயார் பண்ணிக்கொண்டிருந்தேன். ‘உள்ளே வாருங்கள்’ சொல்லிக்கொண்டே நீ மேலாக்கை சரிப்படுத்திக்கொண்டாய். தற்செயலா அல்லது நான் சைகை படிக்கவா? அதற்கெல்லாம் அப்போது நான் குருடு. ஏனெனில் நெஞ்சு வர்ணம் பூரா ஸுனோ ஸனிதா ஃபார்யு வியாபித்திருந்தாள்.

சோபாவில் நான் உட்கார்ந்தேன்.

கிச்சனிலிருந்து நீ வெளி வருகையில் உன் இரு கைகளிலும் நீ ஏந்திய இரண்டு பீங்கான் கோப்பையை சாசர்களில் கம்மென்று ஆவி பறந்தது. என் கோப்பையை நான் எடுத்துக் கொள்கையில் சூடோ, இசைகேடோ கோப்பை தவறி தரையில் கீழே விழுந்து உடைந்த சுக்கல்களை பித்துக் கொள்ளி மாதிரி நான் பொறுக்க முயன்றபோது எப்படியோ என் கட்டை விரல் ரேகையில் சிவப்பு புஷ்பித்து இதழ்கள் விரிந்தன. சட்டென உன் கைக் குட்டையைக் கிழித்து தரையில் மண்டியிட்டு நீ கட்டை விரலின் மேல் துணியைச் சுற்றிக்கொண்டிருந்தபோது.

அமலி காதல் பிறக்க நேரம் இடம் காரணம் என்றே கிடையாதா? என் பார்வைக்கு நேராக உன் முகம்கூட இல்லை. அது காயத்தின்மீது குனிந்திருந்தது. விர்ரென்று நடுவகிடு தன் பாதையை வகுத்துக்கொண்டு உச்சி மண்டையின் அடரில் மறைந்த அழகில் நான் என்னை, இழந்தேன். நீ என்ன தைலம் உபயோகிக்கிறாய் அமலி? காமினி ஹேர் ஆயிலா? அதன் மயக்கா? இல்லவே

இல்லை. உன் இளமையின் மணம். இல்லை அதுகூட இல்லை. உன் மணமே! அமலி முதலில் காதல் என்பதே என்ன? இந்த வார்த்தை இதிகாச காலத்தினின்று இன்று வரை காவியங்களிலும் கதைகளிலும் கவிதைகளிலும் வசனத்திலும் வாய் வார்த்தையிலும் வாங்கியிருக்கும். அடியும் பட்டிருக்கும் எச்சிலும் கொஞ்ச நஞ் சமல்ல. ஆயினும் அதற்கு இன்னும் ஏன் விவஸ்தை இல்லை!

“மிஸ்டர் இந்தக் கட்டிலை நான் உங்களுக்கு விற்கப் போவதில்லை”

“ஏன்?”

“எனக்கு இஷ்டமில்லை.”

“ஏனாம்?”

“சகுனம் சரியில்லை.”

“இதற்கெல்லாம் சகுனம் பார்க்க வேண்டியவன் நான் அல்லவா?”

“மிஸ்டர்... இன்றுகூட எனக்கு பார்க்க வேண்டியவள் நான் அல்லவா?” நாலு காசு மலிவுக்கு ஆசைப்படாதீர்கள். சனியன் பிடித்த கட்டில் நான் ஏதேனும் ஆஸ்பத்திரிக்கு...”

“ஓ... ப்ளீஸ்... ப்ளீ...”

“நோ... உங்களுக்குக் கட்டில் கிடையாது”

“ஓ... ப்ளீஸ்...”

“என் நேரத்தை வீணாக்காதீர்கள். குட்பை”

“வாசற்கதவை சாற்றக்கூட கவலைப்படாமல் விர்ரென்று மாடிப்படியேறி போய்விட்டாய்.

டீப்பாயில் இன்னொரு காபி ஏடு புடைக்க ஆரம்பித்து விட்டது.

காதல் என்பது சாம்பலா? அல்லது அதனுள் மறைந்துகொண்டிருக்கும் தணலா?

அறியாமல் சாம்பலை அள்ளிவிட்டு உள்ளங்கையில் சுறீர்!

அல்லது இரண்டுமேயா?

அல்லது பூமிக்குள் புதைத்து வைத்த ஸ்புடமா?

என் உள்ளேயே நீ புகுந்து விட்டாய் என்று எனக்கு அப்போது நிச்சயமாய்த் தெரியாது.

தகி... தகி... தகி...

அடுத்தபடியாக நாம் சந்தித்தபோது ஏழெட்டு மாதங்கள், ஏன் ஒரு வருடம் ஆகியிருக்குமோ?

தாஷப் பிரகாஷ் ஐஸ்கிரீம் பார் உள்ளே நுழைந்த நான், ஒரு மேஜையில் உட்கார்ந்துகொண்டேன். ஐஸ்ட் காஃபி என்கிறார்களே எப்படி இருக்கும்? அசடு வழியுமா? மரியாதையாக ஹாட் காஃபியே சாப்பிட்டு விடலாமா?

'ஓ கட்டில் வாங்கும் சிநேகிதரா?' என் யோசனை வெடுக்கென்று கலைந்து தலை நிமிர்ந்தால் நீ! என் அழைப்பிற்கு காத்திராமலே எதிரேயும் உட்கார்ந்து விட்டாய். உனக்கு முகத்தில் தனிச் சிவப்பு. 'கட்டில் வாங்கியாச்சா?'

'ஏன் உலகத்திலேயே உன் ஒரு கட்டில் தானா?'

'கொய்ட் ரைட், எத்தனையோ எத்தனையோ கட்டில்கள். ட்ரபிளும் அதுதான்.

"இல்லை. கீழே பாயில் படுத்தால் ஆகாதா?"

"உண்மை உண்மை. இதைக் கட்டில் வாங்குமுன்பே தெரிந்துகொண்டால் நீங்கள் அதிர்ஷ்டசாலி. வாங்கிய பின் உணர நேர்ந்தால் பரிதாபத்திற்குரியவர்?

"டாம் யு!"

உனக்கு எப்படித் தெரிந்தது? எனக்கு தொண்டையடியில் கசந்தது. ஏனெனில் அப்பொழுதுதான் எனக்கும் ஸுனோவுக்கும் இடையில் வேஷங்கள் ஒவ்வொன்றாய் படிப்படியாய்க் கலைந்துகொண்டிருந்தன.

எங்களுக்கு எத்தனை எத்தனை முகங்கள்? முகத்தினடியில் அதனடியில் இன்னொரு முகம்.

"என்ன சாப்பிடுகிறீர்கள்?"

"நீ வாங்கிக் கொடுத்து நான் சாப்பிடும் நிலை இன்னும் வரவில்லை. நீ என்ன சாப்பிடுகிறாய்?"

நான் எப்பொழுது நீக்கு நழுவினேன். நீ கண்டுகொண்டதாகவே தெரியவில்லை.

"அப்படியானால் வி வில் ஹேவ்" நீ ஒரு பேர் சொன்னாய் சர்வர் உனக்குத் தனி புன்னகை காட்டி ஸ்பெஷல் சலாம் போட்டு பரபரப்புடன் சென்றான்.

உன் குறுக்குறுப்பில், லேசாக உன் முகம் என் பக்கம் சாய்ந்த குனிவில் குப்!

ஓ! விஷயம் இந்த அளவிற்கு முற்றிவிட்டதா? ஆந்திராவில் ஸ்த்ரீகள் சுருட்டுப் பிடிக்கக் கண்டிருக்கிறேன். இங்கேயே சில நாகரீக மணிகள் சிகரெட்! ஆனால் அமலி நீ... நீ..

நீ வெறுமனே சாப்பிடவா வந்தாய்? எனக்கு ஏதோ எதிர் சவால் விடுகிறாய். நானும் மாட்டிக்கொண்டு விட்டேன். என் பர்ஸில் அன்றைய பில் பொசுங்கின. பொசுங்கலிலிருந்து தேற ஒரு மாதம் பிடித்தது.

"மிஸ்டர், கட்டில் துரோகம் என்று ஒன்று இருக்கிறது. முதலில் பிறவி எடுக்கிறோமே அம்மா வயிற்றிலிருந்து விழும் குழந்தை அது உயிருக்கு உலகம் இழைக்கும் துரோகம். அதிலிருந்து தேறிக்கொண்டே வந்தால் அடுத்து கட்டில் துரோகம். ஒவ்வொன்றாய் தெளியத்தெளிய ஞானம் என்கிறோம். ஆனால் ஞானம் ஐந்து பைசாவுக்குக்கூட பிரயோசனமில்லை"

நீதான் பேசினாயா? உனக்கு இவ்வளவு புத்திசாலித்தனம் உண்டா?

உன்னில் புகுந்துகொண்டிருக்கும் ஏதோ ஒன்றா? நீ போய் பார்த்து வந்த அமெரிக்காவா? அல்லது தீர்த்தமா? சங்கு தீர்த்தம், சர்வ தீர்த்தம், பாட்டில் தீர்த்தம்.

இதுபோல இன்னும் எதையுமே விட்டுக் கொடுக்காமல் சின்னதும் பெரிதும் சம்பந்தமும் அற்றதுமாய் தத்துவங்கள் அழகுகள், பேத்தல்கள்.

ஒன்று சந்தேகமில்லை நீ அசடு இல்லை, நாம் பாரில் இருந்து வெளிவந்தபோது இரவே வந்து விட்டது. முற்றிய இரவு.

பூந்தமல்லி ரோடில் கார்கள் பறந்தன.

வெளிச்சங்கள் பிறந்தன. சிரித்தன.

உன் வீடு அங்கே பக்கம்தான். வீட்டுக் கதவுப் பூட்டை சாவி போட்டுத் திறந்தாய். ஏன் வீட்டில் ஒருவருமில்லையா? நீ ஒண்டி தானா ராஜாங்கி! உள்ளே ஏற்கனவே விளக்கு எரிந்துகொண்டிருந்தது. நீ என் பக்கம் திரும்பினாய். உன் விழிகள் கருந் திராட்சைகளாய்ப் பளபளத்தன. என் தோள் மேல் கை வைத்தாய்.

தோள் குமிழியை உன் விரல்கள் பிசைந்தன.

"மாடிக்குப் போவோமா?" உன் குரல் மூச்சாய் அடங்கிய செவியில் மோதிற்று.

“கட்டிலைப் பார்க்கிறீர்களா?”

“நான்... நான்...”

மூச்சுத் திணறிற்று. “நான் இதுவரை ஸுனோவிற்கு துரோகம் செய்ததில்லை” சிரித்தாய். “ஆஹா! ஸோ நோ ரீஷும்ஃஉ உங்கள் ஸுனோவை நீங்களே வைத்துக் கொள்ளுங்கள்” என் மார்மேல் கை வைத்து என்னை வெளியே தள்ளினாய். கதவு படீரென்று என் மேல் மூடிற்று.

காதல் என்பது புற்றுநோயா புற்று மண்ணா? உள்ளே பாம்பு, பழதை ஆக ஆக குழல் விட்டுக்கொண்டு படரும் உயரும் புற்று அல்லது பாம்பு, அதை விட்டுப் போன பின்னர் அதன் மேலிட்ட மஞ்சளிலும் குங்குமத்திலும் ஆளை மிரட்டிக்கொண்டிருக்கும் ஐதீகமா?

ஸுனோவிற்கும் எனக்கும் இடையே எங்கள் உண்மை ஒவ்வொரு தோலாய் உரிய உரிய உன் இடம் என்னிடம் வலுவாகிக்கொண்டே வந்து விட்டது.

ஒரொரு சமயத்தில் நீ வீணை வாசிப்பதுபோலவும், ஒரு ரோஜாப் பூவினை முகர்ந்துகொண்டு என்னைப் பார்த்துச் சிரிப்பதுபோலவும் இதுபோல ஏதேதோ பாவனைகள். மனம் அதன் பேதமையில் ஜோடனை செய்து பார்த்து மகிழ்ந்து அல்லது வேதனையுறும் அலங்காரங்கள். ஆனால் உன்னை நான் பார்க்கும் ஃபேவரட் போஸ் இதுதான். எதுகுல கம்போதியில் முசிறி ரிக்கார்ட்.

கடைசியாக அதில் ஒரு அடி வருகிறது.

ராஜாஜ ராகவ பிரபோ.

தியாகராஜ அர்ச்சிதப் பிரபோ.

இரு கைகளையும் சிரம்மேல் குவித்து உன்னை மறந்து ஒரு காலில் நிற்கிறாய்.

அம்பாள் தபஸ் இருக்கிறாள்.

ஹே இதய கமலவாசா! கவுரவர் சபையில் துச்சாதனன் துகிலுரிய கண்ணை மூடிவிட்ட த்ரௌபதி!

சமுதாயத்தைச் சீறும் அபினகாளி!

அமலி ஸரிமபநிஸா.

மறுபடி எப்போ அமலி! ஆ இரண்டு மாதங்களுக்குப் பிறகு வுட்லாண்ட்ஸ் கார்டன் ரெஸ்டாரண்ட்.

நான் வெளியே வந்துகொண்டிருந்தேன். நீ உள்ளே நுழைந்துகொண்டிருந்தாய். இரண்டு வாலிபர்களிடையே அவர்கள் தோள் மேல் தொங்கிக்கொண்டு என்னவோ பேசிச் சிரித்துக்கொண்டு. நீ என்னைப் பார்க்கவில்லை. எனக்கு உன்மேல் நெஞ்சு குமுறவில்லை. துக்கம் தொண்டையை அடைத்தது. என்னென்ன விதமாய் அமெரிக்காவைப் பழி வாங்க முயன்றுகொண்டிருக்கிறாய் அமலி?

காதல் பாலூட்டி வளர்த்த பாம்பு சமீபத்தில் ‘காதல் எனும் துரோக நதி’ என்று ஒரு சிறுகதையைப் படித்தேன். ரெட்ஸீ, ப்ளாக்ஸீ, டெட்ஸீ, நச்சுப் பொய்கை, தி கோல்டன் ரிவர், என்கிறார் போல் துரோக நதி. அசரீரி வாக்க போன்ற தலைப்பு. அப்படியும் இருக்குமோ அமலி?

நாளைக்கு, நாளைக்கு... நாளை போகாமல் இருப்பேனோ நான் அந்தத் தில்லை நடராஜனைக் காணாமல் இருப்பேனோ? கிட்டப்பா குரல் கணீர்!

‘கட்டுக்குழி படர்ந்த கருமுகில் காட்டுக்குள்ளே உன்னை விட்டுப் பிரிந்தேனடி கிளியே வேதனைதான் பொறுக்குதில்லை மறுபடியும் கிட்டப்பா.

எலும்பெல்லாம் மெழுகாகத் தளர்கிறது. நாளை நாளை என்று 25, 30 வருடங்கள் இன்னும்கூடவோ என்னவோ?

வேலையில் எட்டு முறை இடம் மாற்றலாகிவிட்டது. இது தவிர கேம்ப்’ இடம் இடமாய் சுற்றல் இடையே.

ஸ்ரீகண்ட்.

ஸ்ரீதர்.

ஸ்ரீபால்.

வெறும் ஸ்ரீயில் ஒரு பாலா.

ஒன்றிரண்டு பிரசவங்களுக்கு நான் பக்கத்தில்கூட இல்லை. கேம்ப்.

விசுவாமித்திரர், மேனகை, ரவிவர்மா படமொன்று பார்த்திருக்கிறாயா? ரிஷி ஒரு கையால் முகத்தை மூடிக்கொண்டு மறுகையால் ஒதுக்குகிறார். மேனகை எதிரே குழந்தையை நீட்டியவண்ணம் கேலி சிரிக்கிறாள். வேலைப்பாட்டில் என் கதி அப்படியிருந்தால் ஸுனோவுக்குத்தான் எப்படியிருக்கும்? யாரையும் குற்றம் சொல்லிப் பயனில்லை. ஏற்கனவே எங்களுக்குள் இனம் இல்லை, எந்த மண வாழ்க்கையிலும் இதுதான் படிப்படியாகத் தெளியும் யதார்த்தம். இனம் இல்லை.

குழந்தைகளும் பெரிதாகி விட்டன. எல்லோரும் அம்மா ஜாடை. அம்மா கட்சி. தன் கட்சியில் சேர்த்துக்கொண்டு விட்டாள். ஸுனோவுக்குத் தெரியும் சப்பாத்தியில் எந்தப் பக்கம் நெய் தடவி இருக்கிறது என்று பெண்கள் எப்பவுமே ஆண்களை விட நாள் ஏற ஏற யதார்த்திகள்.

நான் நாயும் சீந்தாத காய்ந்தரொட்டித் துண்டு. ஆனால் யார் மேலும் தப்பில்லை. பிறகு அன்று ஆஸ்பத்திரியில் உன்னைப் பார்த்ததுதான். அடுத்தமுறை, ஆனால் இப்பொழுது குங்கிலியம் குபீரிட்டு விட்டது. எரிகிறேன். நெஞ்சு மணக்கிறது உடலெல்லாம் உள்ளே பரிமளம் புகைகிறது.

அமலி! எங்கிருந்து எனக்குள் திடீரென்று இத்தனை ஈரம்? எண்ணெய்! உண்மையில் நான் காயவில்லையா? ஆனால் ஒன்று. உடலுறவினால் நமக்கினிப் பயனில்லை. ரிஷிபஞ்சமி முழிக்காவிட்டாலும் நீ தாண்டியிருப்பாய். அன்று இழந்த சந்தர்ப்பத்தை இன்று மீட்க முடியும் என்று நம்பிக்கை என்னுள்ளே திரி வைத்து விட்டது இந்த நம்பிக்கையில் கட்டில் கிடையாது, பாயும் கிடையாது. தரையில் விரிக்கத் துண்டும் கிடையாது. வெறும் தரை, கட்டாந்தரை கீழே பூமி, மேலே ஆகாசம். வேறென்ன வேண்டும் இனி நமக்கு?

காதல் என்பது இதயத்தில் தானே ஏற்றிக்கொண்ட அகல் சுடரோ?

ஒரு முடிவுக்கு வந்துதான் இதை எழுதுகிறேன். இன்று என்ன கிழமை? இன்று எட்டாம் நாள் நான் வருகிற வியாழன் மாலை ஐந்திலிருந்து பழவந்தாங்கல் ஸ்டேஷனில் தாம்பரம் திக்கில் உனக்காகக் காத்துக்கொண்டு உட்கார்ந்திருப்பேன். நீ ஒரு பெட்டிகூட எடுத்து வரவேண்டாம். உன் நர்ஸ் யூனிபார்ம் போதும், சட்டென்று உன்னை அடையாளம் கண்டுபிடித்துக் கொள்ள.

'தோ பார் அமலி, உன்னோடு வாழ்க்கையில் உடனே சொர்க்கத்தில் கதவுள் திறந்து காத்திருக்கும் என்று நான் நினைக்கவில்லை. நினைக்க மாட்டேன். வேஷங்கள் இல்லாமல் உண்மையேனும் சற்று தலை தூக்குமல்லவா? தாம்பரம் போய் அங்கு ஏதேனும் ஒரு தூரப் பிரயாண வண்டியைப் பிடித்துவிடுவோம். எங்கேனும் ஒரு காட்டுப் பிரதேசத்தில் யாருக்கும் காணாமல் மறைந்து விடுவோம். நம் இருவருக்கும் தவிர.

ஆம், உனக்கு நான் எனக்கு நீ துணை என்று கடைசியாகத்

தெரியும் தோழமைதான் காதலின் உண்மை ஸ்வரூபமோ?

இந்தத் தப்பியோடும் பிஸினஸில் பைத்தியக்காரத்தனம் இருக்கிறது எனக்குத் தெரியும். ஆனால்கூடவே கொஞ்சம் ரொமான்சும் இருக்கிறது. இருந்தால் ஆகாதா?

நீ அப்படிப் பழவந்தாங்கல் ஸ்டேஷனில் இறங்காவிட்டால் வராவிட்டால் என் கடிதம் உன்னிடம் சேரவில்லை. மற்றொரு முறை நாளைக்கு இதே இடத்தில், என்றெல்லாம் என்னை ஏமாற்றிக் கொள்ள மாட்டேன். இதற்கெல்லாம் மறு சான்ஸ் கிடையாது. எனக்குத் தெரியும்.

காதல் மிக மிக ரோஷமுள்ளது. சிகரெட் துண்டை குதிகாலில் தேய்த்து நசுக்குவது போல் உன் நினைவே அறவே ஒழித்து விட வேண்டியதுதான். இருக்கவே இருக்கிறாள் மீண்டும் ஸுனோ.

ஆனால் அப்படி முடியுமோ அமல்!

நான் காத்திருப்பேன்.

ஐ லவ் யு அமலி, உனக்குத் தெரியும் ஐ ஹேவ் ஆல்வேஸ் லவ் யு.

'ஆனால்' ஆ! இது பாஷை தந்த அற்புதச் சொல். அதுவே மறுப்பு, அதுவே பதில். அதுவே அமைதி, அதுவே நம்பிக்கை நாளையெனும் வானவில்லைச் சுட்டிக் காட்டும் ஒளிக்கதிர்.

"ஆனால்" என்பதே தனி மந்திரம்! மாத்திரை! மாத்திரை நேரத்துக்குத் தனி உலகம்.

வாசுதேவனின் சிறைப் பூட்டைக் கழற்றிய சக்தி.

◆ ◆ ◆

வெயில்

நகுலன்

அவனுக்கு வயதாகி விட்டது. ஐம்பதிலிருந்து நகர்ந்து ஐம்பத்திரண்டு ஆகி விட்டது. தான்கூடாமலேயே பிரிந்து விட்ட சுசீலாவின் ஞாபகம் அடிக்கடி வராமல் இல்லை. இப்பொழுது அவள் இந்த ஊரில் இல்லை. நடுவில் அவள் இருக்கும் ஊருக்குச் சென்று அவளைப் பார்த்து விட்டு வரலாமென்று சென்றான். கூட வந்த நண்பர் அவள் வேலை செய்யும் இடத்தில் அவள் லீவில் போயிருக்கிறாள் என்றதும் "பிரசவத்திற்காக இருக்கலாம்" என்றதும் ஞாபகம் வந்தது. பின்னாடி அது அப்படியிருக்கலாம் என்று ஊர்ஜிதமாயிற்று. இப்பொழுது பிரசவம் கழிந்திருக்கும். அவள் அங்கு இருப்பாள். அவன் இங்கிருப்பதைப் போல் அவளுக்கு தான் அண்மையில் எழுதியிருந்த ஒரு நாவலை அனுப்பியிருந்தான். ஒரு கடிதமும் எழுதியிருந்தான். அவன் எதிர்பார்த்தபடி இரண்டிற்கும் பதில் இல்லை. இதில் அவனுக்கு ஏமாற்றமில்லை. ஆனால் அவள் இவன் கடிதத்திற்குப் பதில் போட்டிருந்தால் சந்தோஷப்பட்டிருப்பான். பதில் போடாததினால் வருத்தம் அடையாவிட்டாலும், இப்பொழுதெல்லாம் அவளைப் பற்றி ஒன்றும் எழுதக்கூட முடியவில்லை. அப்படிச் சொல்வதுகூடத் தவறு. அவன் இப்பொழுது எழுதிக்கொண்டிருக்கும் ஒரு நாவலில் ஒருத்தி வந்து புகுந்த பொழுது அதை எழுதி முடித்த பின் அவள் இவள்தான் என்று இவனுக்குத் தோன்றியது. இது மாத்திரமில்லை, அவள் இந்த ஊரிலிருந்த பொழுது இந்த இடத்தில் இந்தச் சமயத்தில் அவள் இருப்பாள் என்பது அவனுக்குத் தெரியும்.

ஒவ்வொரு முறையும் அவளைப் பார்க்கும் பொழுது இவனுக்கு ஒரு தனி மகிழ்ச்சி. அது மாத்திரமில்லை. இப்பொழுதெல்லாம் ஒல்லியான உயரமான பெண்கள் சிலரைப் பார்க்கும் பொழுதெல்லாம் அவனுக்கு அவள் ஞாபகம் வரும். இத்தகைய பெண்களில் ஒருத்தி இவனைப்

பார்த்ததும் பார்க்காதது போல் போக நேர்ந்தால் அவள் நின்று "சார் வணக்கம்" என்று சிரித்து விட்டுப் போனாள். தெரிந்ததுதான். இவன் மிகவும் நம்பின ஒரு நண்பன் ஒருமுறை இவனிடம் நாணயக் குறைவாக நடந்துகொண்டான். அவனைப் பார்க்கும் போதெல்லாம் இவனுக்கு இது ஞாபகம் வரும். அவனுக்கு இது ஞாபகம் வரவே வராது. ஒருநாள் இவன் அவன். அவன் இவனைப் பார்க்கிறான் என்று அவனுக்குத் தெரியாது. மவுண்ட் ரோட்டில் நல்ல வெய்யிலில் முகத்தைத் தொங்கப் போட்டுக்கொண்டு நடந்து செல்வதைப் பார்த்தான். அப்பொழுது இவனுக்கு அவன் வேறு யாரோ போல் இருந்தான். இவன் அவளைப் பார்க்கப் போன இடத்தில் தன் ஸ்தானத்திலிருந்து இவன் இருந்த இடத்திற்கு வேலை நிமித்தம் என்ற பாவனையில் சற்று நின்று விட்டுப் போனதை இவன் கவனிக்காமல் இல்லை.

அவள் அப்படி வந்து நின்றதற்கு தான் கற்பித்த காரணம் இல்லாமல் இருக்கலாம் என்பதும் இவனுக்குத் தெரியாதது இல்லை. இப்பொழுதெல்லாம் அவள் புதிதாக வைத்துக்கொண்டிருந்த பன்கொண்டைதான் ஞாபகம் வந்தது. அவர் ஆனால் அவரைப் பார்க்கும் பொழுதெல்லாம் இவனுக்கு அவர் தன்னிடம் ஏன் இப்படி நடந்துகொண்டார் என்ற ஆற்றாமைதான் வந்தது. இதிலிருந்து அவன் விடுபட முடியாமல் தத்தளித்துக்கொண்டிருந்தான் என்று சுசீலா இவனிடம் எனக்கு நாட்டம் என்று சொன்னால் பக்கத்தில் நடப்பவர்கள் எல்லாம் நண்பர்கள் இல்லை என்பது தெரிவதற்கு நாளாகிறது என்பது மாத்திரமில்லை, தன்னை முழுவதும் அழித்துக்கொண்டு விட்டதால் ஒருவிதப் பிரச்சனையும் கிடையாது என்று அவனுக்குத் தோன்றாமல் இல்லை. இவர் விரும்பிப் படிக்கும் ஆசிரியை இவனுக்கு ஏன் பெண்கள்மீது இவ்வளவு நாட்டம். ஸைமன் வீல் எழுதியது ஞாபகம்.

ஒரு அழகான பெண் தன் அழகில் நம்பிக்கை பெறுகிறாள். ஆனால் ஒரு குரூபியான பெண் கண்ணாடியில் தன் உருவத்தைக் கண்டால்தான் அது இல்லை என்பதை நிச்சயமாக உணர்கிறாள். ஆனால் சுசீலா தன்னிடம் வைத்துக்கொண்டிருக்கும் உறவுதான் என்ன. அவன் வீட்டில் அவர்கள் மூவர். அவன், அவன் தாயார், தகப்பன் 52, 73, 74 முறையே அண்ணன் தம்பி, தங்கைமார்கள் வெவ்வேறு இடங்களில் நடுவில் குடும்பத்தில் நடந்த பண விஷயம்தான். ஒரு சம்பவத்தில் 74க்கு சித்தங் கலங்கியது. ஒரு நாள் சாப்பிடக் கூப்பிட்ட பொழுது "நான் இருக்கிற இடத்தில் ஒரு நாய் உட்கார்ந்திருக்கிறது அதைத் துரத்து" என்றார். ஒரே

காம்பௌண்டில் இருந்த இவன் ஒரு தம்பி “பயப்படாதே வயது கோளாறுதான்” என்றான். அவர் அப்படிச் சாப்பிட மறுத்ததால் இவன் அவரையும் அழைத்துக்கொண்டு மென்டல் ஆஸ்பத்திரிக்குப் போக வேண்டி இருந்தது. ஒரு மாதம் சிகிச்சை சிகிச்சை என்ன? மாத்திரைகளின்மூலம் போதை இப்பொழுது தேவலை. அவர்கிடைக்கும் பொழுதெல்லாம் 73ஐ அதிகார தோரணையில் ஆட்டிக்கொண்டிருக்கிறார். நடுவில் நாலு வீடு தாண்டி இருந்த நல்லசிவன் பிள்ளை செத்து விட்டார். தகவல் – 73, 74 இடம் அவன் நமக்கு எல்லாம் சேர்த்துப் போய்விட்டு வருவான். “அலட்டிக் கொள்ளாதீர்கள்” என்றது. அவன் போனான் உள்ளே. பிரேதம் விபூதி பூசிய நெற்றி துணியால் அதை மூடியிருந்தார்கள். தலைப்பக்கம் ஒரு குத்துவிளக்கு எரிந்துகொண்டிருந்தது. இவன் வெளியே வந்தான். மகனிடம் “என்ன வயது” என்றான். ‘72’ என்றான். மாப்பிள்ளை வந்தான். “கார்ப்பரேஷன் ஆம்புலன்ஸ் புக் பண்ணியாகி விட்டது” என்றான். இவன் திரும்பினான் 74 இன் முகத்தைப் பார்க்க முடியவில்லை. அம்மா மாத்திரம் “நவீனா, ஆம்புலன்ஸ் நல்ல நீளமா” என்று கேட்டாள். அப்பொழுது அவனுக்கு ஞாபகம் வந்தது. தன்னால் ஏன் எழுத முடிகிறது என்று. இரண்டு மாதத்திற்கு முன் ரத்தபேதியாகி ஆரம்பித்த வியாதியால் இவன் உடல்நிலை மிகவும் மோசமாகிவிட்டது. இவன் தேகமே இவனுக்குச் சத்ருவாகி விட்டது. என்னவெல்லாமோ நினைத்துக்கொண்டு இன்னும் அவஸ்தைப் பட்டுக்கொண்டிருந்தான். வெளியில் எங்கும் போவதில்லை. அதுவும் அந்தப் பிரேதத்தைப் பார்த்த பிறகு இரண்டு நாட்களுக்கு முன் தன் வீட்டுக் கேட்டருகில் ஒரு பாம்பு நெளிந்து செல்வதைப் பார்த்துக்கொண்டிருந்தான். அதைத் தொடர்ந்து இரண்டு நாட்களாகக் கேட்டுக்கருகில் செல்லும் பொழுதெல்லாம் பயப்பட்டான்.

பிரத்யக்ஷத்திற்கு ஒரு சக்தி இருக்கிறது. அந்தப் பிரேதத்தின் முகம் அடிக்கடி ஞாபகம் வந்தது. அப்பொழுதெல்லாம் இவன் தேகம் உள்ளே குளிர்ந்தது. தனியாக அம்மாவுடன் இவன் சாதாரணமாக இருக்கும் அறையில் இருப்பவன் வாசலில் ஒரு சூரல் சாய்வு நாற்காலியில் உட்கார்ந்துகொண்டான். அம்மா அவனைத்தேடிக்கொண்டு வருவாள். இப்படி ஒரு வாரம் இரத்த பேதி ஆரம்பித்த புதிது. டாக்டர், இவனிடம் தேகத்தில் போஷணை இல்லை. அது முன் நிலைக்கு வரக் கொஞ்சம் நாளாகும். நோயாளிகள் தங்கள் தேகம் டாக்டருக்கு ஒரு திறந்த புத்தகம் மாதிரி என்று நினைக்கிறார்கள். அப்படி ஒன்றுமில்லை என்றதும் ஞாபகம் வந்தது. உடல்நிலை மிகமோசமானதும் உள்ளுக்குள் குளிர்ந்தது. தேகம் இருக்கும் பொழுது

அது போக எத்தனிக்கும்போதுதான் ஒரு கலவரம் ஒரு மாதம் இரண்டு மாதம் வீட்டுக்குள்ளேயே வளைய வந்துகொண்டிருந்தான். மணி நாலானால் முன்னாடியெல்லாம் என்னால் வீட்டில் இருப்புக் கொள்ளாது சைக்கிளை எடுத்துக்கொண்டு சிவன் ஆபீஸிற்குப் போய் விடுவான். பிறகு பேச்சு, பேச்சு. பேச்சு இல்லாவிட்டால் ஹரிஹர சுப்ரமண்ய ஐயரையும் அழைத்துக்கொண்டு ஸெக்ரட்டேரிட்டின் பின் புறமாக உள்ள புல் தரையில் சந்தித்துப் பேசிக்கொண்டிருப்பான். இல்லாவிட்டால் ஏதாவது புத்தகக்கடை ஏதாவது பாரில்... இப்படியாக இல்லாவிட்டால் கோட்டையில் நடப்பது சுதேச மன்னர்கள் ஆண்ட நாட்களில் அவர் கட்டிய கட்டிடங்கள் கோவில்களுக்குத்தான் என்ன அழகு இப்பொழுது தேகம் படுத்து விட்டது. தன் அறையில் சூரல் நாற்காலியில் உட்கார்ந்துகொண்டு மணிக்கணக்கான கண் எட்டியவரை கொல்லையைப் பார்த்துக்கொண்டிருந்தான். நான்கு மணிக்கு ஒரே வெயில். சாதாரண நாட்களாக இருந்தால், சிவன் ஆபீஸ், மெயின் ரோட், பிஸி நூல் நிலையம், அபூர்வமாக ஸேவியர் பார் என்று திரிந்துகொண்டிருப்பான். இப்பொழுது நாற்காலியில் இருப்பான். இவன் நடுவில் நடுவில் சுசீலாவைப் பற்றி சிவனிடம் பிதற்றிக்கொண்டிருப்பான். இவன் மனதிலிருந்து மெல்ல மெல்ல அந்தக் கேட்டின் அருகில் பார்த்த பாம்பும் அந்தப் பிரேதமும் விலகிக்கொண்டிருந்தன.

கொல்லையில் வெயில் திடீரென்று தெரியும். அங்கு தென்னை, கமுகு, புளியமரம், மாட்டுச்சாணி, அக்காக்குருவி இப்படியாக இப்படியாக, பிறகு வெயில் குறையும் பொழுது ஒரு இருட்டுப் பச்சை அதுகூடப் பயமாக இல்லை. மறுபடியும் வெயில். ஒரு இலை இருட்டில் கொல்லையில் நாலு எட்டுக்கப்பால் வளைந்து செல்லும் பாதை தெரியும். பஸ் ஸ்டாண்டில் சில சமயம் சுசீலா புடவையை இழுத்து மூடிக் கொள்வதைப் பார்த்திருக்கிறான். 6 மணி வரை பார்த்துக்கொண்டிருப்பான். பிறகு வாசல் திண்ணையில் வந்து உட்கார்ந்துகொண்டிருப்பான். தாயாருடன் 74 பூஜை அறையில், இப்பொழுது எல்லாம் தன் வயது காலத்தில் அவர் பூஜை செய்கிறார். அதுதான் கஷ்டமாக இருக்கிறது. அவன் உடல் நிலை சரியாகி விட்டது. அவன் வெற்றிலை போடுவதை நிறுத்தி விட்டான். – பயம்கொண்டு மாத்திரமில்லை அவசியமில்லை என்றதால் இப்படித்தான் பலவும் அது தனியாகவே நின்று விட்டது. இப்படித்தான் பலவும் மௌண்ட் ரோடில் அவன் தலையைத் தொங்கப் போட்டுக்கொண்டு நடந்ததுகூட மறைந்து விட்டது. தான் வந்த பிறகு ஒரு இரவு எதிர்பாராத சமயம் சாரதி "நவீனன்

இருக்கிறாரா ?" என்று கேட்டுக்கொண்டு வந்ததும் ஞாபகம் வந்தது. அவன் மனதில் வெயில் திசை மாறி அடித்துக்கொண்டிருந்தது. சுசீலாவின் புடவையை இழுத்துப் போத்திக்கொண்டு பஸ் ஸ்டாண்டில் நிற்கும் தோற்றமும் இல்லை இருட்டுக்கப்பால் ஒரு பாதை தென்படுவதையும்தான் அவன் பார்த்தான். அவன் மனதில் வெயில் மாத்திரம் அடித்துக்கொண்டிருந்தது. சில சமயம் அது நிழலாகவும் இருளாகவும் மாறினாலும் அதன் வசீகரத்தில் அவன் ஆட்பட்டான்

♦ ♦ ♦

கன்னிமை

கி. ராஜநாராயணன்

சொன்னால் நம்ப முடியாததுதான்! நாச்சியாரம்மாவும் இப்படி மாறுவாள் என்று நினைக்கவேயில்லை.

அவள் எனக்கு ஒன்று விட்ட சகோதரி. நாங்கள் எட்டுப் பேர் அண்ணன் தம்பிகள். "பெண்ணடி"யில்லை என்று என் தாய் அவளைத் தத்து எடுத்துத் தன் மகளாக்கிக்கொண்டாள்.

அம்மாவைவிட எங்களுக்குத்தான் சந்தோஷம். இப்படி ஒரு அருமைச் சகோதரி யாருக்குக் கிடைப்பாள்? அழகிலும் சரி, புத்திசாலித்தனத்திலும் சரி அவளுக்கு நிகர் அவளேதான்.

அவள் 'மனுஷி'யாகி எங்கள் வீட்டில் கன்னகாத்த அந்த நாட்கள், எங்கள் குடும்பத்துக்கே பொன் நாட்கள். வேலைக்காரர்களுக்குக்கூட அவளுடைய கையினால்கஞ்சி ஊற்றினால்தான் திருப்தி. நிறைய மோர் விட்டுக் கம்மஞ்சோற்றைப் பிசைந்து கரைத்து மோர் மிளகு வத்தலைப் பக்குவமாக எண்ணெயில் வறுத்துக்கொண்டு வந்து வைத்து விடுவாள். சருவச்சட்டியிலிருந்து வெங்கலச்செம்பில் கடகட வென்று ஊற்ற, அந்த மிளகு வத்தலை எடுத்து வாயில் போட்டு நொறு நொறுவென்று மென்றுகொண்டே அண்ணாந்து கஞ் சியை விட்டுக்கொண்டு அவர்கள் ஆனந்தமாய்க் குடிக்கும்போது பார்த்தால்போதும், நாமும் அப்படிக் குடித்தால் நன்றாக இருக்கும் போலிருக்கிறதே! என்று தோன்றும். ஒரு நாளைக்கு உரித்த பச்சை வெங்காயம்கொண்டு வந்து 'கடித்துக் கொள்ள கொடுப்பாள். ஒரு நாளைக்குப் பச்சை மிளகாயும் உப்பும். பச்சைமிளகாயின் காம்பைப் பறித்து விட்டு அந்த இடத்தில் சிறிது கம்மங்கஞ்சியைத் தொட்டு அதை உப்பில் தோய்ப்பார்கள். உப்பு அதில் தாராளமாய் ஒட்டிக்கொள்ளும். அப்படியே வாயில் போட்டுக்கொண்டு கசமுச என்று மெல்லுவார்கள். அது கஞ்சியக் 'கொண்டாகொண்டா' என்று சொல்லுமாம்! இரவில் அவர்களுக்கு வெதுவெதுப்பாகக்

குதிரைவாலிச் சோறு போட்டுத் தாராளமாக பருப்புக்கறி விட்டு நல்லெண்ணெயும் ஊற்றுவாள். இதுக்குப் புளி ஊற்றி அவித்த சீனியவரைக்காய் வெஞ்சனமாகக்கொண்டு வந்து வைப்பாள். இரண்டாந்தரம் சோற்றுக்குக் கும்பா நிறைய ரஸம், ரஸத்தில் ஊறிய உருண்டை உருண்டையான குதிரை வாலிப் பருக்கைகளை அவர்கள் கை நிறைய எடுத்து பிழிந்து உண்பார்கள்.

வேலைக்காரர்களுக்கு மட்டுமில்லை, பிச்சைக்காரர்களுக்குக்கூட நாச்சியாரம்மா என்றால் ‘குலதெய்வம்’தான் அவளுக்கு என்னவோ அப்படி அடுத்தவர்களுக்கு படைத்துப் படைத்து அவர்கள் உண்டு பசி ஆறுவதைப் பார்த்துக்கொண்டிருப்பதில் ஒரு தேவ திருப்தி.

அவள் வாழ்க்கைப் பட்டுப் புருஷன் வீட்டுக்குப் போன பிறகு எங்கள் நாக்குகள் எல்லாம் இப்போது சப்பிட்டுப் போய்விட்டது. உயர்ந்த ஜாதி நெத்திலியைத் தலைகளைக் கிள்ளி நீக்கி விட்டுக் காரம் இட்டு வறுத்துக் கொடுப்பார் இப்போது யாருமில்லை. எங்களுக்கு. அந்தப் பொன்வறுவல் பக்குவம் யாருக்கும் கைவராது. பருப்புச் சோற்றுக்கு உப்புகண்டம் வறுத்து வைப்பாள். ரஸ சாதத்துக்கு முட்டை அவித்துக் காரமிட்டு கொடுப்பாள். திரண்ட கட்டி வெண்ணெயை எடுத்துத் தின்னக் கொடுப்பாள். அம்மாவுக்குத் தெரியாமல்.

அவள் அப்பொழுது எங்கள் வீட்டிலிருந்தது வீடு நிறைந்திருந்தது. தீபம் போல் வீடு நிறைய ஒளி விட்டுப் பிரகாசித்துக்கொண்டிருந்தாள். மார்கழி மாசம் பிறந்து விட்டால் வீட்டினுள்ளும் தெருவாசல் முற்றத்திலும் தினமும் வகைவகையான கோலங்கள் போட்டு அழகுபடுத்துவாள். அதிகாலையில் எழுந்து நீராடி திவ்யப் பிரபந்தம் பாடுவாள். இப்பொழுதும் பல திருப்பாவைப் பாடல்களை என்னால் பாராமல் ஒப்புவிக்க முடியும். சிறுவயசில் அவளால் பிரபந்தப் பாடல்களைப் பாடக் கேட்டு கேட்டு எங்கள் எல்லோருக்கும் அது மனப்பாடம் ஆகி விட்டது.

அப்பொழுது எங்கள் வீட்டில், மரத் திருவிளக்கு என்று ஒன்று இருந்தது. அது அவ்வளவும் மரத்தினாலேயே ஆனது. தச்சன் அதில் பல இடங்களில் உளிகளைப் பதித்து நேர் கோடுகளால் ஆன கோலங்களைப் போட்டிருந்தான். மொங்காங்கட்டையின் வடிவத்தில் நிற்கும் அந்தத் திருவிளக்கின் தண்டில் ரம்பத்தின் பற்களைப் போல் பெரிது பெரிதான பற்கள் இருக்கும். அதில் உயரத்துக்குத் தகுந்தபடி ஏற்றவும் இறக்கவும் வசதியாக இருக்கும் படியாக ‘ட’ வடிவத்தின் ஒரு துளையிட்ட சக்கையில் ‘சல்லமுத்த’ என்று சொல்லப்படும் மாட்டுச்சாண உருண்டையின்மீது மண் அகல் விளக்கு வைக்கப்பட்டு எரியும். சாணி உருண்டை தினமும்

விளக்கு இடும் போதெல்லாம் மாற்றிவிடப் புதிதாக வைக்கப்படும் அப்புறம் ஒரு மாதிரி ஒரு கோர்வை பலகை ஒன்று அதில் கனமான கம்பராமாயண வசனப் புஸ்தகத்தை வைத்துக்கொண்டு இரவு வெகுநேரம் வரைக்கும் பெண்கள் புடைசூழ இவள் உரக்க ராகமிட்டு வாசிப்பாள். வாசித்துக்கொண்டே வரும்போது இவளும் மற்றப் பெண்களும் கண்ணீர் விடுவார்கள். கண்ணீரைத் துடைத்துக்கொண்டே தொண்டை கம்மத் திரும்பவும் ராகமிட்டு வசனத்தைப் பாடுவாள். அவர்கள் கண்ணீர் விடுவதையும் மூக்கைச் சிந்துவதையும் நான் படுக்கையில் படுத்துக்கொண்டு பேசாமல் காட்சிகளையெல்லாம் பார்த்துக்கொண்டேயிருப்பேன்.

அவள் வாசிக்க என் காதுகள் வாங்கிக் கொள்ளாது. என் கண்களே பார்க்கவும் செய்யும். கேட்கவும் செய்யும்.

விளக்கின் ஒளியில்தான் அவள் எவ்வளவு அழகாகப் பிரகாசிக்கிறாள். அழகுக்கும் விளக்கின் ஒளிக்கும் ஏதோ சம்பந்தம் இருக்கிறது. கறிக்கு உப்பைப் போல் அழகுக்கும் அதிருசி கூட்டுகிறது போலும் விளக்கு.

தானாகக் கண்கள் சோர்ந்து மூடிக்கொண்டு விடும்.

அதிகாலையில் ரங்கையா வந்து என்னை எழுப்பினான். ராமர், லக்ஷ்மணர், சீதை மூவரும் எங்கள் தெருவின் முடிவிலுள்ள கிழக்காமல் பார்த்த ஒரு வீட்டிலிருந்து இறங்கிக் காட்டுக்குப் போகிறார்கள். பார்வதி அம்மன் கோயிலைத் தாண்டி, பள்ளிக்கூடத்தையும் கடந்து கம்மாய்க்கரை வழியாக அந்த மூவரும் போகிறார்கள். எனக்குத் தொண்டையில் வலிக்கிறார்போல் இருக்கிறார்கள். முகத்தைச் சுளிக்க முடியவில்லை. ரங்கையா தோள்களைப் பிடித்துப் பலமாக உலுக்கியதால் விழித்து விட்டேன். சே! நன்றாக விடிந்து விட்டிருந்தது. ரங்கையா சிரித்துக்கொண்டு நின்றிருந்தான். கிளம்பு கிளம்பு என்று ஜரூர்ப் படுத்தினான்.

நாச்சியாரம்மா செம்பு நிறையத் தயிர்கொண்டு வந்து வைத்தாள். இருவரும் வயிறு முட்டக் குடித்து விட்டுக் கிளம்பினோம்.

ரங்கையா எங்கள் மச்சினன். வீட்டுக்கு மேல வரப் போகும் மாப்பிள்ளை. நாச்சியாரம்மாவை இவனுக்குத்தான் கொடுக்க இருக்கிறோம். இவனும் நாச்சியாரம்மா பேரில் உயிரையே வைத்திருக்கிறான். அவளும் அப்படித்தான்.

'புல்லை'யையும் 'மயிலை'யையும் 'பிடித்து' ரங்கையா வண்டி போட்டான். அவை இரண்டும் எங்கள் தொழுவில் பிறந்தவை. ஒன்று இரண்டு. இன்னொன்று நாலு பல். பாய்ச்சலில் புறப்பட்டது

வண்டி ஊனுக் கம்பைப் பிடித்துக் தொத்தி அவற்றில் இரண்டைக் கைக்கு ஒன்றாகப் பிடித்துக்கொண்டு குனிந்து நின்றுகொண்டேன். சட்டத்தில் இரும்பு வளையங்கள் அதிர்ந்து குலுங்கிச் சத்தம் எழுப்பியது. வண்டியின் வேகத்தினால் ஏற்பட்ட குலுக்கலில் உடம்பு அதிர்ந்தது. கல்லாஞ் சிரட்டைத் தாண்டி வண்டியின் அறைத்தடத்துக்குள் வந்த பிறகுதான் காளைகள் நிதானங்கொண்டு நடைபோட்டன.

நடுவோடைப் பாதையிலுள்ள வன்னிமரத்தருகில் வண்டியை அவிழ்த்து, காளைகளை மேய்ச்சலுக்காக ஓடைக்குகொண்டு போனோம்.

காட்டில் பருத்தி எடுக்கும் பெண்கள் காட்டுப்பாடல்களை பாடிக்கொண்டிருந்தார்கள். அவர்களிடையே நாச்சியாரம்மாவும் நிரை போட்டுப் பருத்தி எடுத்துக்கொண்டிருந்தாள். பருத்தி 'காடாய்' வெடித்துக் கிடந்தது. பச்சை வானத்திலே நட்சத்திரங்களைப்போலவே. ரங்கையா தன் மடியிலிருந்த கம்பரக் கத்தியால் கருவைக் குச்சியைச் சீவிப் பல் தேய்க்கத் தனக்கு ஒன்று வைத்துக்கொண்டு எனக்கு ஒன்று கொடுத்தான். போக இன்னொன்று தயார் செய்து வைத்துக்கொண்டான்!

நேரம், கிடை எழுப்புகிற நேரத்துக்கும் அதிகமாகி விட்டது. காளைகள் வயிறு முட்டப் புல் மேய்ந்து விட்டு வன்னி மர நிழலில் படுத்து அசை போட்டுக்கொண்டிருந்தன.

நாச்சியாரம்மா, பருத்தியைக் கருவமரத்து நிழலில் கூறு வைத்துக் கொடுத்துக்கொண்டிருந்தாள். மடிப்பருத்தி, பிள்ளைப்பருத்தி, போடுபருத்தி என்று பகிர்ந்து போட, பள்ளுப் பெண்கள் சந்தோஷமாக நாச்சியாரம்மாவை வாழ்த்திக்கொண்டே வாங்கிச்சென்றுகொண்டிருந்தார்கள். அவர்கள் எங்கள் வீட்டில் வேறு யார் வந்து கூறு வைத்துக் கொடுத்தாலும் ஒப்பமாட்டார்கள். நாச்சியாரம்மாத்தான் வேணும் அவர்களுக்கு.

கிஸ்தான் தாட்டுக்களில் பகிர்ந்த பருத்தி அம்பாரத்தைப் பொதியாகக் கட்டி வண்டியில் பாரம் ஏற்றிக்கொண்டு வீட்டுக்குப் புறப்பட்டோம். பள்ளுப் பெண்கள் முன்கூட்டிப் புறப்பட்டுப் போய்விட்டார்கள். நாச்சியாரம்மாவும் நானும் வண்டியில் ஏறிக்கொண்டு பருத்திப் பொட்டணங்களின் மேல் உட்கார்ந்துகொண்டு ஊனுக்கம்புகளைப் பிடித்துக்கொண்டோம். ரங்கையா வண்டியை விரட்டினான்.

வருகிற பாதையில் மடியில் பகிர்ந்த பருத்தியோடு நடந்து வருகிற பெண்டுகளின் கூட்டத்தைக் கடந்துகொண்டே வந்தது வண்டி. அவர்கள் வேண்டுமென்றே குடிகாரர்களைப் போல் தள்ளாடி நடந்துகொண்டே வேடிக்கைப் பாடல்களைப் பாடிக்கொண்டும் ஒருவருக்கொருவர் கேலி செய்து தள்ளிக்கொண்டும் வந்தார்கள். தொட்டெரம்மா கோயில் பக்கத்தில் வந்ததும் ரங்கையா கயிறுகளை முழங்கைகளில் சுற்றி இழுத்து வண்டியை நிறுத்தினான். தொட்டெம்மா கோயிலின் இலத்தை முன் கோட்டையின் மேல் நாச்சியாரம்மா ஒரு கூறு பருத்தியை எடுத்து இரு கைகளிலும் ஏந்திப் பயபக்தியோடு அந்த முள் கோட்டையின்மீது போட்டாள். பின்னால் வந்துக்கொண்டிருந்த பள்ளுப் பெண்கள் குலவையிட்டார்கள். ரங்கையா கயிற்றை நெகிழவிட்டதும் புல்லையும் மயிலையும் வால்களை விடைத்துக்கொண்டு பாய்ந்து புறப்பட்டது.

ஊரெல்லாம் ஒரே சலசலப்பு. என்ன ஆகுமோ என்ற பயம். தலையைத் தொங்கப் போட்டுக்கொண்டே வந்து சேர்ந்தான் ரங்கையா. 'என்ன ஆச்சி' என்று அவனைக் கேட்பது போல் பார்த்தோம் யாவரும். அவன் என்னை மட்டிலும் 'ராஜா' இங்கே வா' என்று தனியாகக் கூப்பிட்டு விஷயத்தைச் சொன்னான்.

எங்கள் ஊரில் சுந்தரத்தேவன் என்று ஒரு பெரிய போக்கிரி இருந்தான். மூன்று கொலைகள் செய்தவன். அதில் ஒன்று இரட்டை கொலை. அவனுடைய மகனை எங்கள் தகப்பனார் எங்கள் புஞ்சையில் 'வாங்கி திங்க' பருத்திக்களை எடுத்தான், என்றதுக்கு ஊணுக் கம்பால் அடி நொறுக்கி எடுத்து விட்டார். பையனைக் கட்டிலில் வைத்து எடுத்துக்கொண்டு வந்து அவனுடைய வீட்டில் கிடத்தியிருக்கிறார்கள். சுந்தரத்தேவன் வெட்டரிவாளை எடுத்துக்கொண்டு வந்து எங்கள் வீட்டை நோக்கிப் புறப்பட்டுக்கொண்டிருக்கிறான். விஷயம் இதுதான். ரங்கையா போய் எவ்வளவு சமாதானம் சொல்லியும் கேட்கவில்லை அவன்.

நாச்சியாரம்மா சுந்தரத்தேவன் வீட்டை நோக்கிப் போனாள். அவள் அங்கு போயிருப்பாள் என்று நாங்கள் முதலில் நினைக்கவில்லை. பிறகுதான் தெரிய வந்தது.

அங்கு அவள் போனபோது ஒரே கூட்டம். அழுகைச் சத்தம் நாச்சியாரம்மா நுழைந்ததும் பரபரப்பு உண்டானது. பெண்கள் பணிவாக வழிவிட்டு விலகி நின்றனர். அடிபட்ட சிறுவனை அந்தக் கட்டிலிலேயே கிடத்தியிருந்தது. இரத்த உறவுகொண்ட பெண்கள் ஓவென்று அழுதுகொண்டிருந்தார்கள். சிறுவனின் தாய்

கதறியது உள்ளத்தை உலுக்குவதாக இருந்தது. நாச்சியாரம்மா சிலையானாள். அவள் கண்களிலிருந்து தாரை தாரையாக நீர் வடிந்தது. அவள் சுந்தரத் தேவனை ஏறிட்டுப் பார்த்தாள். பின்பு கட்டிலின் சட்டத்தில் உட்கார்ந்தாள். தன் முந்தானையால் கண்ணீரை ஒத்திக் கொண்டு அச்சிறுவனின் இரத்தம் உறைந்த முகத்தைத் துடைத்தாள். சுந்தரத்தேவன் கட்டிலின் பின்பக்கத்தில் நெருங்கி அரிவாளைத் தரையில் ஊன்றி ஒற்றைக்கால் மண்டியிட்டு உட்கார்ந்துகொண்டு இடது முழங்கையைக் கட்டிலின் சட்டத்தில் ஊன்றி முகத்தை ஐந்து விரல்களால் விரித்து மூடிக்கொண்டு ஒரு குழந்தைப்போல குமுறி அழுதான்.

நாச்சியாரம்மா சிறுவனை மூர்ச்சை தெளிவித்தாள். வீட்டிலிருந்து புளித்த மோரை வருத்திச் சிறிது கொடுத்துத் தெம்பு உண்டாக்கினாள். மஞ்சணத்தி இலைகளைப் பறித்துக்கொண்டு வரச் சொன்னாள். அதை வதக்கித் தன் கையாலேயே ஒத்தடம் கொடுத்தாள். சுவரொட்டி இலைகளை வாட்டிப் பக்குவப்படுத்திக் காயங்களை கட்டினாள். பின்பு வீட்டுக்கு வந்து பத்துப் பக்கா நெல் அரிசியும், இரண்டு கோழிகளையும் கொடுத்தனுப்பினாள். நாங்கள் ஊமைகளைப் போல் ஒன்றுமே பேசாமல் அவைகளை எல்லாம் பார்த்துக்கொண்டே இருந்தோம்.

எங்கள் தகப்பனாரோ, இப்பொழுதுதான் ஒன்றுமே நடக்காததுபோல தலையில் கட்டிய லேஞ்சியோடு நிம்மதியாக உட்கார்ந்துகொண்டு சுவர் நிழலில் சூரித்தட்டை வீசிக்கொண்டிருந்தார். இடையிடையே வாயில் ஊறும் வெற்றிலை எச்சியை இரண்டு விரல்களை உதட்டில் அழுத்திப் பதித்துக்கொண்டு பீச்சித் துப்புவார். அது கம்மந் தட்டைகளையெல்லாம் தாண்டித் தூரப் போய் விழும்.

எல்லாப் பெண்களையும் போல் நாச்சியாரம்மாவுக்கும் ஒரு நாள் கல்யாணம் நிச்சயமானது. அந்தக் காலத்துப் பெண்கள் தங்களுக்குக் கல்யாணம் நிச்சயமானவுடன் அழுவார்கள். அவர்கள் ஏன் அப்படிச் செய்தார்கள் என்று இன்று வரைக்கும் நான் யாரிடமும் காரணம் கேட்டுத் தெரிந்து கொள்ளவில்லை. ஆனால் அதில் ஒரு 'தேவ ரகசியம்' ஏதோ இருக்கிறது என்று மட்டும் நிச்சயம். நாச்சியாரம்மாவும் ஒரு மூணு நாள் உட்கார்ந்து கண்ணீர் வடித்து 'விசனம்' காத்தாள்.

வழக்கம் போல் மூன்று நாள் கல்யாணம் அந்த மூன்று நாளும் அவள் பெண்ணுக்கு இருந்த' அழகைச் சொல்ல முடியாது. கல்யாணம் முடிந்து நாலாம் நாள் அவள் எங்களையெல்லாம் விட்டுப் பிரிந்து மறுவீடு போகிறாள். சுமங்கலிகள் அவளுக்கு ஆரத்தி எடுத்தார்கள்.

ஆரத்தி சுற்றிக்கொண்டே அவர்கள் பாடினார்கள். அந்தப் பாடலின் ஒவ்வொரு கடேசி அடியும் கீழ்கண்டவாறு முடியும்.

"மாயம்ம லக்ஷ்மியம்ம போயிராவே..."

(எங்கள் தாயே லக்ஷ்மி தேவியே போய் வருவாய்).

அந்தக் காட்சி இன்னும் என் மனதில் பசுமையாக இருக்கிறது. அவளை நாங்கள் உள்ளூரில்தான் கட்டிக் கொடுத்திருக்கிறோம். ஐந்து வீடுகள் தள்ளித்தான் அவளுடைய புக்ககம். அவளுக்கு நாங்கள் விடை கொடுத்து அனுப்புவது என்பதில் அர்த்தமில்லைதான். ஆனால் ஏதோ ஒன்றுக்கு நிச்சயமாக விடை கொடுத்தனுப்பி இருக்கிறோம்.

அந்த ஒன்று இப்போது எங்கள் நாச்சியாரம்மாவிடம் இல்லை, அது அவளிடமிருந்து போயே போய் விட்டது.

ஆம். அது ரொம்ப உண்மை.

ராஜா அடிக்கடி சொல்லுவாள். இப்பொழுதுதான் தெரிகிறது எனக்கு.

நான் நாச்சியாரம்மாவைக் கல்யாணம் செய்து அடைந்துகொண்டேன். 'ஆனால் அவளிடமிருந்து எதையோ பிரித்து விட்டேன்'

அவள் இப்பொழுது ரெட்டிப்புக் கலகலப்பாக உணமையாகவே இருக்கிறாள். என் குடும்பத்தைப் பிரகாசிக்கச் செய்கிறாள். எங்கள் கல்யாணத்துக்கு முன்பு எனக்கு இருந்த நாச்சியாரம்மாள்; இப்பொழுது இருக்கும் என் நாச்சியாரம்மாள்; நான் அந்த அவளைத்தான் மிகவும் நேசிக்கிறேன்.

இப்பொழுது மூணு குழந்தைகள் எங்களுக்கு, தொடர்ந்த பிரசவம். இது அவளைப் பாதித்திருப்பது உண்மைதான். குழந்தைகளையும், குடும்பத்தையுமே சதா கவனிக்கும் சுயநலமி ஆகிவிட்டாள்.

எங்கோ ஓர் இடத்தில் கோளாறாகி விட்டது. சந்தேகம் இல்லை. ஓய்வு ஒழிச்சலில்லாமல் முன்னை விடப் பலமடங்கு அவள் இப்பொழுது உழைக்கிறாள். உழைத்து ஓடாய்த் தேய்ந்து வருகிறாள் என்னவள். ஒரு நாளில் அவள் தூங்குகிற நேரம் மிகவும் அற்பம். என்ன பொறுமை, என்ன பொறுமை!

குழந்தைக்கு முலையூட்டி விட்டு விலகிய மாராப்பைக்கூடச் சரி செய்து கொள்ளாமல் தூளியில் இட்டு ஆட்டும் இந்த இவளா அவள்?

ஏகாலிக்கும், குடிமகளுக்கும் சோறுபோட எழுந்திருக்கும்போது முகம் சுளிக்கிறாள். குழந்தைக்குப் பாலூட்டும் போதோ அல்லதுதான் சாப்பிட உட்காரும் போதோ பார்த்துத்தான் அவர்கள் சோறு வாங்கிப் போக வருகிறார்கள் தினமும் என்று புகார் செய்கிறாள். பிச்சைக்காரர்களுக்கு 'வாய்தாப்' போடுகிறாள். வேலைக்காரர்களின் மேல் எரிந்து விழுகிறாள். அப்பப்பா என்ன தீனி தின்கின்றான்கள் ஒவ்வொருத்தரும் என்று வாய்விட்டே சொல்ல ஆரம்பித்து விட்டாள்.

குடுகுடுப்பைக்காரன் இப்பொழுதெல்லாம் அட்டகாசமாக வந்து எங்கள் தலைவாசலில் வெகு நேரம் புகழ்வதில்லை. பெருமாள் மாட்டுக்காரன் தன்மாட்டுக்குக் கம்மஞ்சோற்றையும் பருத்திக் கொட்டையையும் தவிட்டையும் கலந்து வைக்கும் அந்த 'நாச்சியா' எங்கே போனாள் என்று தேடிக்கொண்டிருக்கிறான்.

கல்யாணத்துக்கு முன் நாச்சியாரு நிறைய கண்ணிப் பிள்ளை சேகரித்து மெத்தைகள், தலையணைகள் தைப்பான் மெத்தை உறைகளிலும் தலையணை உறைகளிலும் பட்டு நூலால் வேலைப்பாடுகள் செய்வாள். அவள் தனியாக உட்கார்ந்துகொண்டு நிம்மதியாகவும் நிதானமாகவும் யோசித்துச் செய்யும் அந்தப் பின்னல் வேலைகளில், தன் கன்னிப் பருவத்தின் எண்ணங்களையும் கனவுகளையுமே அதில் பதித்துப் பின்னுவது போல் தோன்றும். இடையிடையே அவளுக்குள் அவளாகவேகுறுநகை செய்து கொள்வாள். சில சமயம் வேலையைப் பாதியில் நிறுத்திவிட்டுப் பார்வை எந்தப் பொருள் பேரிலும் படியாமல் பார்த்துக்கொண்டே இருப்பாள். அப்புறம் நீண்ட ஒரு பெருமூச்சு விட்டு மீண்டும் தையலில் மூழ்குவாள்.

ஒரு நாள் நாச்சியாருவின் வீட்டுக்குப் போயிருந்தேன். எனக்கு ஒரு புதிய ஏர்வடம் தேவையாக இருந்தது. அவர்களுடைய வீட்டில் அப்பொழுது களத்து ஜோலியாக எல்லாரும் வெளியே போயிருந்தார்கள். அடுப்பங்கூடத்தை ஒட்டி ஒரு நீளமான ஓடு வேய்ந்த கட்டிடம். அதில் 'குறுக்க மறுக்க' நிறையக் குலுக்கைகள் குதிரைவாலி, நாத்துச்சோளம், வரகு, காடைக்கண்ணி, முதலிய தானியங்கள் ரொம்பி இருக்கும். புதிய ஏர் வடங்கள் ஓட்டின் கைமரச் சட்டங்களில் கட்டித் தொங்கவிடப்பட்டிருந்தது தொங்கிய கயிறுகளுக்கு மத்தியில் மண் ஓட்டுக்கு வந்ததும் எலிகள் கீழே விழுந்துவிடும். ஆள் புழக்கம் அங்கு அதிகமிராததால் தேன்கள் நிறைய இருக்கும். பதனமாகப் பார்த்துக் குலுக்கை மேல் ஏறி நின்றேன். மத்தியான வெயிலால் ஓட்டின் வெக்கை தாள முடியாததாக இருந்தது. தற்செயலாக மறுபக்கம் திரும்பிப் பார்த்தேன். அங்கே தலையில் நாச்சியாரு ஒரு தலைப்பலகையை வைத்துக்கொண்டு

தூங்கிக்கொண்டிருந்தாள். மார்பின்மீது விரித்து கவிழ்க்கப்பட்ட அல்லி அரசாணி மாலை, புத்தகம், பக்கத்தில் வெங்கலப் பல்லாங்குழியின்மீது குவிக்கப்பட்ட சோலிகள், ஜன்னலில் ஒரு செம்பு, பக்கத்தில் ஒரு சினுக்கு வலி, இரண்டு பக்கமும் பற்கள் உள்ள ஒரு மரசீப்பு, ஒரு ஈருவாங்கி, ஒரு உடைந்த முகம் பார்க்கும் கண்ணாடி முதலியன இருந்தன. அவள் அயர்ந்து தூங்கிக்கொண்டிருந்தாள். பால் நிறைந்துகொண்டே வரும் பாத்திரத்தில் பால்நுரைமீது பால் பீச்சும்போது ஏற்படும் சப்தத்தைப் போல் மெல்லிய குறட்டை ஒலி. அவள் தூங்கும் வைபவத்தைப் பார்த்துக்கொண்டே இருந்தேன். அடர்ந்த நீண்டு வளைந்த ரெப்பை ரோமங்களைக்கொண்ட மூடிய அவள் கண்கள் அவ்வளவு அழகாய் இருந்தது. மெதுவாக இறங்கிப் போய் அந்த மூடிய கண்களில் புருவத்துக்கும் ரெப்பை ரோமங்களுக்கும் மத்தியில் முத்தமிட வேண்டும் போல் இருந்தது.

சொல்லி வைத்தது போல் நாச்சியாரு கண்களைத் திறந்தாள். தூக்கத்தினால் சிவந்த விழிகள் இன்னும் பார்க்க நன்றாக இருந்தது குலுக்கை மேல் இருந்த என்னை அதே கணம் பார்த்து விட்டாள். 'இது என்ன வேடிக்கை? என்பது போல் சிரித்துப் பார்த்தாள். அவள் எழுந்த வேகத்தில் புஸ்தகம் அவளுடைய காலடியில் விழுந்தது. விழுந்த புஸ்தகத்தைத் தொட்டு வேகமாக இரு கண்களிலும் ஒற்றிக்கொண்டு அதை எடுத்து ஜன்னலில் வைத்தாள். பின்பு லஜ்ஜையோடு சிரித்துத் தலைகவிழ்ந்துகொண்டே தழுவும் மார்புச் சேலையை வலது கையினால் மார்போடு ஒட்ட வைத்துக்கொண்டு மெதுவாக அந்த இடத்தை விட்டு நழுவினாள்.

கல்யாணத்துக்கு முன்பிருந்தே நாங்கள் பரஸ்பரம் ஒருவரையொருவர் அறிந்துகொண்டோம். யாரும் அறியாமல் தொலைவில் இருந்துக்கொண்டே ரகசியமாக ஒட்டிப் பழகினோம். இதயங்கள் அப்படி ஒன்றி ஊசலாடின. பேசாத ரகசியங்கள்தான் எங்களுக்குள் எத்தனை?

எனக்கு என்னென்ன சௌகரியங்கள் வேண்டுமென்று நான் உணர்த்தாமலே அவளுக்குத் தெரிந்திருந்தது. ஆச்சரியப்படும்படி அவைகள்செய்து முடிக்கப்பட்டிருக்கும் அப்போது.

ஒருநாள் கோவில்பட்டியிலிருந்து ராத்திரி வந்தேன். அன்று வீட்டிற்கு நிறையச் சாமான்கள் வாங்க வேண்டியிருந்தது. காலம் முன்ன மாதிரி இல்லை. ஒருப்பாகி விட்டது. முன்னெல்லாம் கொஞ்சம் ரூபாயில் நிறையச் சாமான்கள் வாங்கிக்கொண்டு வரலாம். இப்போதோ நிறைய ரூபாய்கள்கொண்டு போய் கொஞ்ச சாமான்கள் வாங்க முடிகிறது.

வந்ததும் வராததுமாய்ச் சாமான்களையெல்லாம் வண்டியிலிருந்து இறக்கி வைத்துவிட்டுப் பணப்பையையும் கச்சாத்துக்களையும் நாச்சியாருவிடம் கொடுத்துவிட்டு அப்படியே வந்து கட்டிலில் விழுந்தேன். உடம்பெல்லாம் அடித்துப் போட்டது மாதிரி வலி. கண்கள் ஜிவ்வென்று உஷ்ணத்தைக் கக்கிக்கொண்டிருந்தது. மண்டைப் பொருந்தோடுகளில் ஆக்ரா இறக்கியது போல் தெறி கம்பளியை இழுத்துப் போர்த்திக்கொண்டேன். குழந்தைகள் அயர்ந்து தூங்கிக்கொண்டிருந்தன. அரிக்கன் லாம்பை சரியாக துடைத்துத் திரியைக் கத்தரித்து விடாததாலோ என்னவோ சுடர் பிறைவடிவில் எரிந்துகொண்டிருந்து. சிம்னியில் புகைபிடிக்க ஆரம்பித்திருந்தது.

அந்த வெளிச்சத்தில் அவள் கச்சாந்துகளிலிருந்து தொகைகளைக் கூட்டிக்கொண்டும், மீதிப் பணத்தை எண்ணிக் கணக்குப் பார்த்துக்கொண்டுமிருந்தாள்.

கணக்கில் ஒரு ஐந்து ரூபாய் சொச்சம் உதைத்தது. அந்த ரூபாய்க்கான கணக்கு என்ன என்று என்னிடம் கேட்டாள்.

'எல்லாத்தையும் எடுத்துவை.

கணக்கு எங்கேயும் போய்விடாது.

காலையில் பாத்துக்கலாம் எல்லாம்'

அவள் பிடிவாதமாகக் கணக்கு பார்த்துக்கொண்டிருந்தாள்.

எனக்குக் கண்களைத் திறக்க முடியவில்லை. மூடிக்கொண்டே இருக்க வேண்டும் போல் இருந்தது. என்னுடைய நெற்றி ஒரு இதமான விரல்களின் ஒத்தடத்துக்கு ஏங்கியது. மூக்கு மயிர் கருகும்படியான உஷ்ணக்காற்றை நான் வெளியிட்டுக்கொண்டிருந்தேன். நல்ல உயர்ந்த காய்ச்சல்.

சூழ்நிலையின் பிரக்ஞை வட்டம் சுருங்கிக்கொண்டே வந்தது. சின்ன, மெல்லிய சப்தங்கள்கூடக் கோரமாகக் கேட்டன. கண்களைத் திறந்து நாச்சியாரு என்ன செய்கிறாள்என்று திரும்பிப் பார்த்தேன். அவள் ரூபாய் அணா பைசாவில் மூழ்கியிருந்தாள். குளிர்ந்த காற்றுப் பட்டதால் கண்கள் நீரை நிறைத்தன. துடைத்துக் கொள்ள கையை எடுக்க இஷ்டமில்லை. அதை இமைகளாலேயே மூடி வெளியேற்றினேன். மீண்டும் நாச்சியாருவையே பார்த்தேன். அவளுடைய ரவிக்கையின் அவிழ்க்கப்பட்ட முடிச்சு முடியப்படாமலே தொங்கின. கூந்தல் வாரிச் சேர்க்கப்படாததால் கற்றைகள் முன் முகத்தில் வந்து விழுந்து கிடந்தன.

என்ன ஆனந்தமான 'சொகம்' இந்தக் கண்களை மூடிக்கொண்டே

இருப்பதினால்! கானல் அலைகளைப் போல் என் உடம்பிலிருந்து மேல் நோக்கிச் செல்லும் உஷ்ண அலைகள் கண்ணால் பார்க்க முடியாமலிருந்தாலும் தெரிந்தது. நான் எரிந்துகொண்டிருக்கும் ஒரு சிதைக்குள் படுத்திருப்பதுபோல குளிருக்கு அடக்கமாக இருந்தது. உயர்ந்த காய்ச்சலின் போதை இடைவிடாது மீட்டப்படும் சுருதி போல் லயிப்பு மயமாக இருந்தது. இந்த ஆனந்தத்தில் பங்கு கொள்ள எனக்கு ஒரு துணை வேண்டும் போல் இருந்தது அவள் எங்கே? அவள்தான் என் அருமை நாச்சியாரு.

"நாச்சியாரு என் பிரியே! நீ எங்கிருக்கிறாய்?"

◆ ◆ ◆

மாமன் வரவு

பிரபஞ்சன்

கிருஷ்ணமூர்த்தி மாமா வரப்போகிறது என்று அம்மா சொன்னாள்.

எனக்கு ஐஸ் கட்டிகளை வாரி வயிற்றில் கொட்டியது மாதிரி இருந்தது.

"எப்போம்மா?" என்றேன் துள்ளிக்கொண்டு. மாமா வருது என்கிற செய்தியைத் துள்ளாமல் நின்றுகொண்டு கேட்டு வாங்கிக் கொள்ள முடியாது என்னால் அக்காவைப் பார்த்தேன். புத்தகங்களை மேசைமேல் அடுக்கி வைத்துக்கொண்டிருந்தாள். ஏதோ தனக்குச் சம்பந்தம் இல்லாதது போல் மாமாவின் வருகை அவளுக்குப் பிடிக்காமல் இருக்குமோ? அப்படியெல்லாம் இருக்காது. ஏன் இவள் அந்தச் சேதியைக் கேட்டு 'உம்'மென்று இருக்கிறாள். ஆனால், அவள் முகமும் கண்ணும் மட்டும் சிரித்துக்கொண்டிருந்தன். அக்கா ஏன் இப்படி ஆகிப் போனாள்!

கிருஷ்ணமூர்த்தி மாமா சும்மா வருவதில்லை. வருஷத்துக்கு ஒருமுறை கோடை விடுமுறை நாள்களின்போது வரும். ஒரு மாசம் தங்கும். என்னையும் ராஜேஸ்வரி அக்காவையும் இழுத்துக்கொண்டு சுற்றும்/ எங்களுக்கு லீவு போவதே தெரியாது.

மாமாவை எனக்கு ரொம்பப் பிடிக்கும். ஏன் அக்காவுக்கும்தான் பிடிக்கும். சிரித்துச் சிரித்துக்கொண்டு எங்களைச் சிரிக்க வைத்துக்கொண்டு பேசும். எத்தனை ஐஸ்கிரீம் கேட்டாலும் வாங்கித்தரும். சினிமாவுக்கு அழைத்துப் போகும். சினிமா பார்த்தால் கண் கெட்டுவிடும். அப்புறம் நாங்களே கெட்டுப் போய்விடுவோம் என்று அப்பா என்னையும் அக்காவையும் சினிமாவுக்கே அனுப்ப மாட்டார். சினிமா பார்த்து நாங்கள் எப்படிக் கெட்டுப் போவோம் என்று எங்களுக்கு புரிந்ததேயில்லை. ஆனால் மாமாவுடன் போனால் மட்டும் அப்பா ஒன்றும் சொல்வதில்லை.

போன முறை மாமா வந்தது இப்போதும் ஞாபகம் இருக்கிறது. போன வருஷம் என்ன காரணத்தாலோ அது வரவில்லை. அதுக்கு முந்தின வருஷம் வந்தது. நான் ஆறாவதும் அக்கா ஒன்பதாவது படித்துக்கொண்டிருந்தோம். சட்டென்று ஒரு பெரிய மனுஷன் வருகிறார்போல இருந்தது. அது வரும்போது நான் அதன் இடுப்புக்குதான் உயரம் இருந்தேன். பாண்ட்டும் உள்ளே சட்டையை விட்டுக்கொண்டு 'கே' என்று பொறித்த பெல்ட் கட்டிக்கொண்டு மரவட்டையை எடுத்து வைத்துக்கொண்டார்போல மீசையும் பெருச்சாளி மாதிரி ஷூக்களும். மாமா அடையாளமே தெரியாமல் இருந்தது. 'ஏய் நட்ராஜா' என்று என்னைக் கட்டிக்கொண்டது. அக்காவைப் பார்த்து 'அடே...! தம்மாத்தூண்டு இருந்தே போன முறை வந்தபோது! இப்போ என்னை விட உசரமாயிட்டியே...! என்றது சிரித்துக்கொண்டு. அக்கா, ரொம்ப வாயாடி என்று பெயரெடுத்தவள். ஒன்றும் பேசாமல், மறைப்புக்காக வைத்திருந்த தட்டிக்குப் பின்னால் போய் நின்றுகொண்டு ஒற்றைக் கண் தெரிய அவனைப் பார்த்துச் சிரித்தாள். அக்காவுக்குச் சமீபகாலங்களில் ரொம்பத்தான் வெட்கம் வந்து விடுகிறது. ஆண் பிள்ளைகள் யார் வீட்டுக்கு வந்தாலும் அவள் தட்டி மறைப்புக்குள் போய் விடுவாள்.

அக்கா, மாமாவைப் பார்த்து ஓடிப் போகும்போது அம்மா சொல்வாள். "பெண் வளர்த்தி பீர்க்கு வளர்த்தி மாதிரிடா... நேத்துப் பார்த்து இன்னிக்குப் பார்த்தாகூட வளர்த்தி தெரியுமே...!" என்பாள். அப்புறம் மாமா கேட்கும். "எதுக்கு என்னைப் பார்த்ததும் ஓடி ஒளிஞ்சுக்கிறா..." அம்மா சொல்வாள், "கட்டிக்கப் போறவனைப் பார்த்தா பொம்மனாட்டிகளுக்கு வெக்கம் வரத்தான் செய்யும்" மாமா ஆச்சரியப்பட்டுக்கொண்டு கேட்கும் "அட...! அப்போ ராஜேஸ்வரி பொம்மனாட்டியா ஆயிட்டான்னு சொல்றியாக்கா...!"

சாயங்காலம் நாலு அடித்தவுடனேயே நாங்கள் வெளியே புறப்படத் தயாராகிவிடுவோம். பள்ளிக்கூடத்தைத் தவிர வேறு இடங்களுக்கு அக்கா போவதே குறைவு. அப்பாவின் கெடுபிடி அப்படி பள்ளிக்கூடத்துக்குப் போகும்போது யூனிஃபார்ம் டிரஸ்தான். மரத்தூள் மாதிரி ஒரு நிறம். இதை விட மோசமான நிறத்தை யாராலும் கண்டு பிடிக்கவே முடியாது. பாவம், அக்கா ஸ்கூல் பெண்கள் அத்தனை பேருமே அழுதிருப்பார்கள். ஆகையால் அக்கா அபூர்வமாக இந்த மாதிரி வெளியே கிளம்புகிற நேரத்தில் திருவிழாவுக்குப போகிற மாதிரி உடுத்திக் கொள்வாள்.

"பத்திரம் பத்திரம்" என்ற அம்மாவின் வார்த்தைகளையும் "ஜாக்கிரதை ராத்திரி எட்டு மணிக்குள்ளே வந்துடணும்" என்ற அப்பாவின் வார்த்தைகளையும் வாங்கிப் பாக்கெட்டுக்குள்

போட்டுக்கொண்டு கிளம்புவோம். என்ன அர்த்தம் இல்லாத வார்த்தைகள்.

முதலில் கடைத்தெருவில் இருக்கிற அந்தப் பழங்காலத்து ஐயர் ஓட்டல். மாமாவுக்கு அந்த ஓட்டல்தான் பிடிக்கும். முதலில் ஓர் இனிப்பு. அது எதுவாக இருந்தாலும் எனக்கு ஆட்சேபணை இல்லை. அக்கா மட்டும் வேணாம், வேணாம் என்று மறுக்கும். பெண்கள் என்றாலே அப்படியெல்லாம் சொல்ல வேண்டும் போலும். ஆனால் சாப்பிடும். அப்புறம் ஒரு காரம். மாமாவுக்கு அதுவேபோதுமானதாக இருக்கும். அக்கா 'போதும்போதும்' என்று மன்றாடும் நான் காரத்துக்கு அடுத்துத் தோசையில் அல்லது பூரிக்கிழங்கில் குறியாய் நிற்பேன்.

எனக்குப் பூரிக்கிழங்கு ரொம்பப் பிடிக்கும் பொம்மென்று பாப்பாக் கன்னம் மாதிரி உப்பிக்கொண்டு இருக்கும் பூரிகள் சுட்டு விரலை நடுவில் விட்டு உடைத்தால் 'பொக்'கென்று ஆவி பறக்கும் பூரிகள், சூடாகக் கோதுமை வாசனையோடு உருளைக் கிழங்கு மசியலைத் தொட்டு வழித்துக்கொண்டு உள்ளே தள்ளினால் ஸ்... ஸ்... ஆ..

"எது வேணும்னாலும் சாப்பிடு" என்று மாமா சொல்லும். அக்கா மட்டும் கண்களை உருட்டி என்னைப் பார்த்து முழிக்கும்.

"பரவாதி! வீட்டுல சாப்பிடறதே இல்லையா நீ! சுத்த அலைஞ்சானா இருக்கியே" என்று அடிக்குரலில் என்னைத் திட்டும்.

"உஸ்... அவனுக்குச் சாப்பிடணும்னு தோணுது. சாப்பிடட்டுமே. நீ எதுக்குத் தடுக்கறே...!" என்று மாமா அக்காவைப் பார்த்து சொல்லும். அக்காவுக்கு நான் என்னவோ அவமானகரமான காரியம் செய்கிறது போல் எண்ணம். நாசூக்கு இல்லாமல் நான் திங்கறேனாம். பெண்கள் என்றால் இந்தத் தளுக்கெல்லாம் வேணும் போலும்.

வயிற்றை நிரப்பிக்கொண்டு கடைத்தெருவை வேடிக்கைப் பார்க்க வேண்டும். மாமா ஒவ்வொரு முறை வரும்போதும் ஏதாவது பரிசுப் பொருள் எங்களுக்கு வாங்கிக் கொடுக்கும். போன முறை எனக்கு கைக்குட்டையும் பர்ஸும் அக்காவுக்கு ஏதோ அழகழகான மணிகள் கோத்த மாலையும் வாங்கிக் கொடுத்தது. அக்கா 'வேணாம் வேணாம் மாமா' என்றது. ஆனால் ஆசையாக அந்த மாலையையே பார்த்துக்கொண்டிருந்தது. வேணாம் என்றால் வேணும் என்று அர்த்தம் போலும் அக்காவுக்கு.

மாமாவை எனக்கு ஏன் பிடித்தது? இப்போது யோசித்துப் பார்க்கிறேன். காரணம் புரிகிறாற் போல் இருக்கிறது 'கிளாஸ்லே

என்ன ராங்கடா? என்று கேட்டு உதட்டைப் பிதுக்கியதில்லை. என் அசட்டுத்தனங்களை இரத்தம் வரக் குத்திக் காட்டியதில்லை. என்னைச் சிறுபையனாக நடத்தியதில்லை. சினிமாவில் முனை சீட்டில் தான் எனக்கு உட்கார விருப்பம். மாமா எத்தனை பெரியவர். அது இஷ்டப்பட்டால் நான் மறுக்க முடியுமா என்ன? இருந்தும் மாமா முனைச்சீட்டை எனக்குக் கொடுப்பார். அந்த மாமாதான் வரப் போகிறார்.

மாமா வந்தே விட்டது... பன்னிரண்டு மணி சுமாருக்கு சூட்கேஸோடு வந்தது.

அடேயப்பா! என்ன உசரம்! "குனிஞ்சு வாடா, குனிஞ்சு வாடா!" என்றாள் அம்மா. வாசல் நிலையில் இடித்துக்கொண்டு விடுமோ என்று தம்பி மேல்தான் என்ன கரிசனை. எங்களையெல்லாம் பார்த்துச் சிரித்தது. மாமாவுக்குத்தான் என்ன அழகான பல் வரிசை. மீசை, கோடு போட்டதுபோல, ஸ்லாக், சர்ட், வானநீலம் வெள்ளை பாண்ட் தொள தொள இல்லாமல் சிக்கெனப் பிடிக்கும் உடை. தூண் நிற்கிற மாதிரி நின்றது அது.

"வா மாமா...!" என்றேன்.

இந்த நேரத்தில் அக்கா என்ன செய்ய வேண்டும்? டக்கென்று பாய்ந்து ஓடிகூடத்துத் தட்டி மறைப்பில் நின்றுகொண்டு ஒற்றைக் கண்ணால் பார்க்க வேண்டுமே. என்ன ஆச்சரியம் அக்கா, அந்தப் பச்சைப் பாவாடையும் பச்சைத் தாவணியும் போட்டிருந்தது. அது ஓடவில்லை. மெல்ல மாமாவின் அருகில் வந்து "வாங்க மாமா"! என்றது. பல் தெரியாமல் கண்ணால் சிரித்தது. பிறகு சூட்கேஸை எடுத்துப் போய், மாமா தங்கப் போகும் அறையில் வைத்தது. பிறகு அடுப்பங்கரைப் பக்கம் போய் விட்டது.

"அம்மா சௌக்கியமா...!" என்றாள் அம்மா, அம்மா பாட்டியை விசாரித்தாள்.

"இருக்காங்க... உன்னைத்தான் பார்க்கணும்னு... சொல்லிக் கிட்டிருக்காங்க.

அம்மா தலையை நட்டுக்கொண்டிருந்தது. அம்மா, அவள் அம்மாவை நினைத்துக்கொண்டாள் போலும்.

"சரஸ்வதியை யாரோ வந்து பார்த்துவிட்டுப் போனாங்களாமே...!"

"ஆமாம் அக்கா... இருபத்தஞ்சு பவுன் போட்டு கல்யாணமும் பண்ணி வைக்கச் சொல்றாங்க..." என்றது மாமா. மாமாவிடம் என்னவோ குறைந்து விட்டது போலிருந்தது. என்ன அது? ஆமாம்,

வார்த்தைக்கு வார்த்தை சிரித்துக் கொள்ளுமே... அது இல்லை. மாமா எங்கே போட்டு விட்டது சிரிப்பை!

"மாப்பிள்ளை வாத்தியாரா இருக்கார்கா... நல்லா இருக்கார்..?"

"ம்... பணத்துக்கு என்ன பண்ணப் போறே..?"

"வீட்டை அடமானம் வைக்க வேண்டியதுதான்."

அம்மா தலையைக் கவிழ்த்துக்கொண்டு உட்கார்ந்தாள். அக்கா கையில் காபியோடு வந்து மாமாவிடம் கொடுத்தது. மாமா, காப்பியை வாங்கிக் குடித்தது.

"அக்கா... ராஜேஸ்வரி காப்பி போட்டா மட்டும் ஒரு அலாதியான மணம் வருதே... அது எப்படி..?" என்றது மாமா. அப்பப்பா? ஒருவழியாக மாமா திரும்பி வந்து விட்டது.

"அது சரி... கட்டிக்கப் போறவ குடுக்கறா இல்லியா... அது அப்படித்தான் இருக்கும்" என்றாள் அம்மா. குதூகலமாய்ச் சிரித்துக்கொண்டு.

"போம்மா..." என்றது அக்கா. இது மாதிரி நேரத்தில் பார்க்க வேண்டுமே என் அக்காகூட அழகாத்தான் இருக்கிறது அக்கா அம்மா பக்கத்தில் கொஞ்சம் உள்ளடங்கின மாதிரி உட்கார்ந்துகொண்டது.

"உன் வேலை விஷயம் என்னாச்சு..?"

"கெடச்சுடும்னு நினைக்கிறேங்க்கா... அநேகமா? ஜுலை மாசத்துல ஆர்டர் வந்துடும்..."

"நல்லபடியா ஆகட்டும்..." என்றவாறு அக்காவைத் திரும்பிப் பார்த்தாள் அம்மா. அக்கா, தாவணியின் ஓரங்களை நீவி விட்டுக்கொண்டிருந்தாள். மணிமாலையைப் பல்லால் கடித்துக்கொண்டிருந்தாள். மாமா வாங்கிக் கொடுத்த மாலைதான் அது. அக்காவின் முகம் சிவந்து போய் இருந்தது. அடிக்கடி இது மாதிரி ஆகிவிடுகிறது அக்காவுக்கு.

நான் என்னை வெளிப்படுத்திக் கொள்கிற நேரம் அதுதானே. மாமா ரத்னா பாலஸில் 'சிட்டி லைட்ஸ் ஓடுது மாமா, இன்னிக்கு சாயங்காலம்போகலாமா..." என்றேன்.

"அவன் கவலை அவனுக்கு..." என்றாள் அம்மா. மாமாவைப் பார்த்துக்கொண்டு.

மாமா சிரித்துக்கொண்டு "ஓ.! போலாமே..." என்றது.

சொன்னபடியே கிளம்பவும் செய்தது. நான் சட்டையையும்

அரைக்கால் சட்டையையும் மனக்கஷ்டத்தோடு அணிந்துகொண்டேன. அரைக்கால் சட்டை என்றால் இடுப்பில் இருந்து முட்டி வரைக்கும் தொங்குகிற கால் சட்டை கொஞ்சம் தூக்கலாக இருந்தால் என்ன? 'வளர்ற பிள்ளை தாராளமா தைப்பா' என்று அப்பாகூட இருந்து சொன்னதால் தைக்கப்பட்ட கால்சட்டை.

மாமா கேட்கும் 'ஏண்டா அரைக்கால் சட்டைன்னா நெஜமாவே அரைக்கால் வரைக்கும் இருக்கணுமாடா?

இந்த அப்பா இப்படித்தானே என்னை வதைப்பது வழக்கம் இருந்தாலும் கால் சட்டை இல்லாமல் எப்படி வெளிக்கிளம்புவது? போட்டுக்கொண்ட பிறகுதான் கவனித்தேன். அக்கா கிளம்பாததை.

'என்னக்கா நீ சினிமாவுக்கு வரலியா..." என்றேன்.

அக்கா என்னை ஒரு மாதிரியாகப் பார்த்தது. 'சீ' என்றது 'அவ வரமாட்டா நீ போ..." என்றாள் அம்மா.

"ஏன்..?"

"அப்படித்தான்... நீ போயேன் ஏன் எப்படின்னு கேட்டுக்கிட்டு இருந்தா அறை விழும்."

நான் மாமாவின் அறைக்குப் போனேன். அது பவுடர் போட்டுக்கொண்டிருந்தது. பவுடர் தூசு.

"மாமா... அக்கா வரலியாமே...!" என்றேன்.

"சரி..."

"நீ கூப்பிடேன்..."

"வேணாம்..."

"ஏன்..?"

"வரலேன்னா சரி. எதுக்குக் கட்டாயப்படுத்தணும்...!"

"நீ கூப்புட்டா வரும்..."

"அம்மா என்ன சொல்லிச்சு..?"

"அக்கா வராதுன்னு சொன்னாங்க"

"கரெக்ட்... அக்கா வராதுதான் நாம போவோம்...!"

"இந்தப் பெரியவர்கள் இப்படித்தான். மூடி மூடித்தான் பேசுவார்கள். ஏன் என்றால் அறைவேன் என்கிறார்கள் வராவிட்டால் மிச்சம்.

ஐயர் ஓட்டலில் வயிறு ஊதத் தின்றோம். சினிமாவுக்குப் போனோம். ராத்திரி வந்து சாப்பிட்டோம். அக்கா, ஏற்கனவே

சாப்பிட்டிருந்தது போலும். நானும் மாமாவும் சாப்பிட்டோம். அம்மாதான் பரிமாறினாள். மாமாவுக்கென்று எப்பவுமே அம்மா ஸ்பெஷலாக சமைப்பாள். வஞ்சரை மீன் வறுவலும் வெங்காய சாம்பாரும் வைத்திருந்தாள். மாமா மோருக்கு வந்த விட்ட பிறகும் நான் சாம்பாரைத் தாண்டவில்லையே... அப்பா வந்திருந்தார். அப்பா சாப்பிடப் பதினொன்று ஆகும்.

அப்பா மொட்டை மாடியில் காற்றாட உலாத்திக் கொண்டிருந்தபோது நானும் மாமாவும் மேலே போனோம். அம்மாவும் வந்து சேர்ந்தாள்.

"வீட்டை அடமானம் வைக்கப் போறேன்னு சொன்னியாமே..?" என்றார் அப்பா.

"ஆமா மாமா. பணத்துக்கு வேற வழி?"

"எவ்வளவுக்கு?"

"இருபத்தையாயிரம் இருந்தாபோதும் மாமா... சமாளிக்கலாம்..."

"பண்ணித்தான் ஆகணும்... வீட்டுல பொண்ணை வச்சிட்டிருக்கிறது ஒரு சுமைதான். ஆனா வட்டியும் அடுத்து முதலும் கொடுத்து வீட்டை மீட்க முடியுமா உன்னால..? உனக்குன்னு ஒரு வீடு வாணாமா..? உனக்கும் கல்யாணம் ஆகணும்பா..? என்றார் அப்பா மாமாவைப் பார்த்துக்கொண்டு.

மாமா சும்மா இருந்தது.

"சரி... பார்ப்போம்... நான் ஒரு பதினைஞ்சு ரூபாய்க்கு ஏற்பாடு பண்றேன். நீ வீட்டு மேல பத்து வாங்கு. சீக்கிரம் ஒரு தேதியை வச்சு முடிச்சுடுவோம்." என்றார் அப்பா.

"உங்களுக்கு மேல மேல சிரமம் கொடுத்துக்கிட்டு இருக்கேன் மாமா. என் படிப்புச் செலவையெல்லாம் நீங்கதான் பண்ணீங்க. உங்களுக்கு இந்தத் கடனையும் ஏற்படுத்திட்டு நான் எப்படி அடைக்கப் போறேன் மாமா..?"

"சர்த்தான் விடு. நான் உனக்குக் குடுத்ததும் குடுக்கறதும் கடனா... நீயும் எனக்கு ஒரு பிள்ளைதாம்பா. உன் தங்கை கல்யாணத்தை முடி. வேலை கிடைச்சா பாரு. இல்லேன்னா அம்மாவையும் அழைச்சுக்கிட்டு இங்கியே வந்துரு... ஒரு பிசினஸ் ஏற்பாடு பண்றேன். அடுத்த வருஷம் உன் கல்யாணத்தை முடுச்சுடுவோம். ராஜேஸ்வரிக்கும் வயசாயிட்டிருக்கில்லே..." என்றார் அப்பா.

நிலவு இருந்தது வானத்தில். மாமா கண்கள் கலங்கியிருந்தது போலத் தோன்றியது.

“என்னடா இவன்... எதையோ கொடுக்கிற மாதிரி கொடுத்து பொண்ணைத் தலையி கட்டறான்னு நினைக்கிறியாப்பா..? என்றார் அப்பா.

“சேச்சே...! என்ன மாமா... நான் ராஜேஸ்வரியை ரொம்ப விரும்பறேன். அதுக்கும் இஷ்டமிருந்து உங்களுக்கும் விருப்பமிருந்தா..?

அந்த நேரம் பார்த்து அக்கா பால் டம்ளர்களை எடுத்துக்கொண்டு மேலே வந்தது நான் ஒரு டம்ளரையும் மாமா ஒரு டம்ளரையும் வாங்கிக்கொண்டோம்.

அப்பா அக்காவிடம் “என்னம்மா ராஜி, உன் மாமன் உன்னைக் கல்யாணம் பண்ணிக்கிறேங்கிறான். உனக்கு இஷ்டம் தானே..? அவன் கேக்கிறான் சொல்லு?” என்றார்.

“போப்பா...!” என்றது அக்கா. அப்பப்பா! அது முகம்தான் என்ன அழகு! இந்தப் பெண்களுக்கே அழகு, அவ்வப்போது வந்து போகிற சமாசாரம் என்று இப்போது தோன்றுகிறது.

அப்பா வழக்கத்துக்கு மாறாகச் சிரித்தார். ரொம்ப கடகடத்த சிரிப்பு. அப்பா அப்படிச் சிரித்து நான் பார்க்க நேர்ந்ததில்லை. திடீரென்று என் முன்னால்,தான் ரொம்ப வித்தியாசமாகி விட்டாற் போல் உணர்ந்த அப்பா, திரும்பவும் பழைய அப்பாவாக ஆகி “என்னடா, உனக்கு இங்க என்ன வேலை..? போய்ப்படு” என்றார்.

சே! இந்தப் பெரியவங்களே மோசம் என்று நான் இறங்கி வந்து விட்டேன்.

மாமா அப்புறம் மூன்று நாள்தான் இருந்தது. கல்யாண வேலை இருக்கிறதென்று புறப்பட்டு விட்டது.

மத்தியானம் சாப்பாடு ஆனவுடன் மாமா கிளம்பியது. அக்கா என்னை கூப்பிட்டுக்கொண்டு கிணற்றடிக்குப் போயிற்று. “எதுக்காக?” என்றபடி நானும் போனேன். சுற்று முற்றும் பார்த்தபடி ஒரு கைக்குட்டையை என்னிடம் கொடுத்து “இத மாமாவிடம்கொண்டு போய்க்குடு” என்றது. ஒரு சின்னக் கைக்குட்டை. பெண்கள் உபயோகிப்பது, வழவழவென்று ‘கமகம’என்று வாசனையுடன் இருந்தது. பிரித்துப் பார்த்தேன். ‘கே. ஆர்’ என்று இங்கிலீஷ் எழுத்தில் தையல் வேலைப்பாடு செய்திருந்தது. இரண்டு பச்சை இலைகள், ஒரு ரோஜாவுக்குள் அந்த இரண்டு எழுத்துக்கள்.

“இத நீயே மாமாகிட்டே ஏன் கொடுக்கக்கூடாது..?” என்றேன்.

“ஐயோ... போடா!” என்றது அக்கா. போனாப் போகிறது

என்று நான் அந்தக் கைக்குட்டையை எடுத்துப் போய் மாமாவிடம் கொடுத்தேன்.

மாமா கிளம்பி ரெடியாய் நின்றது.

"என்ன..?" என்றது.

"அக்கா குடுத்துச்சு..." என்றேன்.

வாங்கிப் பிரித்துப் பார்த்தது. ஓர் இளஞ்சிவப்பு அதன் முகத்தில்.

"ரொம்ப தாங்க்ஸ்னு சொல்லு...!" என்றது.

சூட்கேஸை எடுத்துக்கொண்டு தெருவுக்கு வந்தது மாமா. "பத்திரம் பத்திரம்" என்றாள் அம்மா. "போய்க் கடிதம் போடு" என்றார் அப்பா.

மாமா தெருவில் இருந்து ஜன்னலைப் பார்த்தது.

அக்கா கம்பிகளைப் பிடித்துக்கொண்டு நின்றிருந்தது.

பஸ் ஸ்டாண்டுக்கு நான் போனேன். மாமா எனக்கு ஐந்து ரூபாய் கொடுத்தது. நாலு முறை பூரி கிழங்கு சாப்பிடுவேன்" திரும்பி வந்து அக்காவைத் தேடிப் போனேன். அக்காக் கிணற்றடியில் துணி தோய்க்கும் கல்லில் உட்கார்ந்திருந்தது.

"மாமா போயிட்டுதுக்கா" என்றேன்.

கைகளால் முகத்தை மூடிக்கொண்டு அழுதது அக்கா. எனக்கும் அழவேண்டும் போலிருந்தது.

❖ ❖ ❖

வயது பதினாறு

ஜெயந்தன்

ரேகா..

ரேகா..

ரேகா..

ரேகா..

கடிகார மணி தன் காதிற்கு இப்படி "ரேகா... ரேகா...' என்று கேட்டது சீதாபதி பேய்க்குச் சற்று ஆச்சரியமாக இருந்தது.

எல்லாவற்றையும்தான் தொலைத்துத் தலை முழுகியாகி விட்டதே. அப்புறம் என்ன ரேகா? அவளைப் பொறுத்துத் தன்னிடம் மிச்சமிருக்கிற ஒரே காரியம் அவளை எங்காவது கண்டால் ஒரே 'அடி' அடித்து ரத்தம் கக்கச் செய்து விடுவது ஒன்றுதான். அப்படியிருக்க ஒரு இனிமையாக் கடிகார ஒலியோடு அவள் பெயர்இணைந்து வருவதெப்படி? சே... சலித்துக் கொள்ளவும் செய்தது அது.

அந்த மனுஷ ஜென்மத்தில்தான் அவள் தன்னை முட்டாளும் பைத்தியமும் ஆக்கி உயிரை விட வைத்தாள் என்றால் இப்போதும் அடிக்கடி வந்து தன்னை மற்ற பேய்களின் கேலிக்கு இலக்காக்கி விடுகிறாளே. அவளை இன்னும் நினைத்துக்கொண்டிருப்பதன் காரணமாக அல்லவா சக பேய்கள் எல்லாம் தனக்கு 'பூர்வ ஜென்மம்' என்ற கேலிப் பட்டம கொடுத்திருக்கின்றன.

அவளை எப்படித்தான் மறந்து தொலைப்பது?

மறக்க நினைத்ததன் காரணமாகவே பேய் மனம் பின்னும் அவளையே கெட்டியாகப் பிடித்தது.

அப்போது இந்தப் பேய் மிகவும் மனுஷனாக இருந்தது. அந்த மனுஷனுக்கு வயது இருபத்திரண்டு.

சாணைக்கல்லும் உப்புக் காகிதமும் தயாரிக்கிற ஒரு தனியார் நிறுவனத்தில் வேலை பயிற்சியாளன் என்று போட்டுக்கொண்டு ஆனால் முழுக்க முழுக்க வேலை வாங்கிக்கொண்டு சம்பளம் என்று எதையோ கொடுத்தார்கள். ஏதோ அதாவது கிடைக்கிறதே என்று அவனும் மூன்று வருஷமாகப் 'பயிற்சியாளனாகவே' இருந்துகொண்டிருந்தான்.

நிறுவனத்திற்கும் இவனது ஊருக்கும் முப்பது கிலோமீட்டர். தினமும் பஸ்ஸில் வந்து போய்க்கொண்டிருந்தான் இந்தப் பஸ் பயணம் நித்தம் ஒரு நரக வேதனை. இருமுனைகளிலும சுமார் ஒரு மணி நேரமாவது காத்திருக்க வேண்டும். புளிமூட்டைகளை கிட்டித்ததுபோலப் பயணிகளோடு வரும் பஸ்ஸில் எப்படியும் நானும் ஒட்டிக் கொள்ள வேண்டும். இடி மிதி, சக பயணிகளோடு பிணக்கம், சமயங்களில் கால் வைக்க இடத்திற்கும், மூச்சு விட காற்றிற்கும் சிரமப்பட வேண்டியிருக்கும். இப்படி காலை ஒரு மணி நேரம் மாலை ஒரு மணி நேரம் கசங்கிப் புழுங்கி... நாளாக நாளாக அவனுக்குத் தனது வேலைகூடக் கொஞ்சம் சுலபமாகத் தெரிந்தது. ஆனால் இந்தப் பஸ் பயணத்தைத்தான் பொறுத்துக் கொள்ள முடியவில்லை. இதைத் தொலைப்பதற்காக அந்த வேலையைக்கூட விட்டுவிடலாமா என்று அவன் ஒன்றிரண்டு முறை யோசித்தது உண்டு.

இந்த நேரத்தில்தான் இந்த நரகத்திற்கான பயணத்தை ஒரு சுவர்க்கத்திற்கான பயணமாக மாற்றும் மந்திரக்காரியமாக அவளொரு நாள் இவனது வழித்தடத்தில் பாதியில் பஸ் ஏறினாள். அவளுக்குச் சற்றே பெரிய கண்கள்.

அவளிடமிருந்த மிகப் பெரிய ஒரே சிறப்பம்சம், அது மட்டும்தானென்பது இவனுக்கு தான் பேயான பின்புதான் தெரிந்தது.

அந்த விழிகளைச் சுற்றி இவனது முகம் பார்த்து ஒரு நாள் புன்னகையோடு "ப்ளீஸ் வழி" என்று கேட்டபோது, இவனுக்கு என்னதான் நேர்ந்ததோ, ஏதோ குண்டு விழுந்த சத்தம் கேட்ட மாதிரி உள்ளே குலுங்கிப் போனான்.

இவன் சட்டென்றும் மிகுந்த மரியாதையோடும் விலகி வழிவிட, அவள் கடந்து போய் நின்றுகொண்டு மீண்டும் ஒருமுறை இவன் முகம் பார்த்தாள்.

இவனது சொர்க்கத்தின் கதவு தெறிப்பட்டது இந்த இடம்தான்.

அவள் பஸ் ஏறிய இடத்திற்கும் இவன் இறங்க வேண்டிய இடத்திற்கும் இடைப்பட்ட தூரம் சுமார் இருபது கிலோ மீட்டர் இந்தத்தூரத்திற்குள் அவள் இவனை மூன்று முறையோ நான்கு

முறையோ பார்த்தாள். இவன் குறைந்தது ஒரு நூறு முறை பார்த்திருப்பான். இவன் தனது 'நிற்பில்' இறங்கிக்கொண்ட பிறகும் அவள் தன்னைப் பார்க்கிறாளா என்று பார்த்தான். அவள் குனிந்து சிரமப்பட்டுக்கொண்டு கூட்டத்தின் இடுக்குகள் வழியே இவனே தேடிப் பார்த்தாள்.

இவன் மிதந்தான்.

தான் மிதந்தது என்ன திரவத்தில் என்பது மட்டும்தான் இன்றளவும் புலப்படவில்லை.

ஒரு ஆறு மாத காலத்தில் அந்த இருபது கிலோ மீட்டர் தூரம் நெடுக அவர்கள் ஒரு சாம்ராஜ்த்தையே கட்டிக்கொண்டார்கள்.

பார்வையும் புன்னகையும் சில நாட்களிலேயே பேச்சாக மாறியது. அப்புறம் அது பெரும் பேச்சாகியது. இடைவிடாத இருபது கிலோமீட்டர் நீளப் பேச்சு. நிறைய நிறையப் பொங்கும் (ஆனால் அடங்கிய) சிரிப்பு கலந்த பேச்சு.

அப்படி என்னதான் பேசினார்கள்? சீதாபதி பேய்க்கு இன்று ஞாபகமில்லை.

இவ்வளவிற்கும் ஒரு வரம்பிற்கு உட்பட்ட பேச்சு அது. சுற்றிலும் சதுர அடிக்கு மூன்று பேர் என்றல்லவா நின்றுகொண்டு வருகிறார்கள்!

கல்லூரியில் கால் வைக்காத இவன், கல்லூரிக் கல்வி பற்றி ஆசிரியர்கள் பற்றி, மாணவர்கள் பற்றி ஜோக் அடிப்பான். அவள் தனது தம்பி தங்கைகள் சண்டை பற்றிச் சொல்வாள். அவனது அசட்டு நண்பர்கள் பற்றி, தொலைக்காட்சி நாடகம் பற்றி, பொதுவாக ஆண் பெண் பற்றி, அல்லது அரசியல் அல்லது கண்டக்டர் முன்னால் போயிருக்கிறபோது அவரைப் பற்றி.

இன்று வலிந்து நினைத்துப் பார்க்கிறபோதும் பேசியவை இப்படி விஷயவாரியாக வருகிறதே தவிர விலாவாரியாக இல்லை. அதுசரி, விஷயங்கள் காரணமாக எழுந்த பேச்சல்லவே அது, பேச வேண்டிய அவசியத்தின் காரணமாக வந்த விஷயங்கள் அல்லவா அவை. எப்படி ஞாபகமிருக்கும்?

தினமும் காலையும் மாலையும் நாற்பத்தைந்து நாற்பத்தைந்து நிமிஷமாக மாதம் சராசரி இருபத்தைந்து நாள்கொண்டு ஆறு மாதத்தில் சட்டென ஒரு ஞாபகத்தில் வந்துவிடும் ஒன்றிரண்டு பேச்சுக்களும் இல்லாமல் இல்லை.

இவன்: நான் ஒரு கதை எழுதிப் பத்திரிகைக்கு அனுப்பியிருக்கேன்.

அவள்: (வியப்பும் வரவேற்பும் கலந்த குரலில்) அப்படியா சார்!

இவன்: ஆமா!

அவள்: எந்தப் பத்திரிகைக்கு?

இவன்: கல்கிக்கு.

அவள்: (முன்பு வரவேற்ற குரலுக்கு முற்றிலும் மாறுபாடாகவும் போலி வருத்தமுமாக) பாவம் அது நல்ல பத்திரிகை சார்.

இதைக் கேட்டு பக்கத்தில் இருப்பவர்கள் சிரிக்கிறார்கள்.

இவனுக்கு அசடு வழிகிறது.

அவள்: (சட்டென்று அவன் முகம் பார்த்து) சாரி சார் டிஸ்கரேஜ் ஆயிட்டீங்களா? சும்மா ஜோக். நீங்க பெரிய எழுத்தாளரா வரக் கூடியவர்தான்.

இவன்: எத வச்சுச் சொல்றீங்க?

அவள்: ஒங்க மொகமே சொல்லுதே சார்.

கடைசி வாக்கியம் ஒரு தாலாட்டு.

இவன் அப்படியே குளிர்ந்து போனான்.

அப்புறம் இவன் ஒரு தாலாட்டு சொல்வான்.

இது முன்கை நீண்டதால் தானும் நீண்ட பின்கை என்பது தெரிந்ததும் அவளிடத்திலும் ஒரு குளிர்ச்சி முகம் காட்டும். இவர்களது நெருக்கம் சிலருக்கு குறிப்பாக அந்தப் பஸ்ஸில் தினமும் வருகிறவர்களுக்குப் பிடிப்பதில்லை. அவர்கள் முகம் சுளிப்பார்கள். முணுமுணுப்பார்கள். கண்டக்டர் பாலகிருஷ்ணன் அடிக்கடி குத்தல் விடுவான். "சினிமாவுக்கும் காதல்லயும் பரீட்சை வச்சா நம்ம பிள்ளைங்க பஸ்ட் கிளாஸ்ல பாஸ் பண்ணிடுவாங்க. ஆனா அவனுக எது எதுலயோ இல்ல பரீட்சை வைக்கிறானுங்க. நம்ம பிள்ளைங்க தேர்ட் கிளாஸுக்கே தாளம் போடுது' என்பான்.

இவர்கள் எதையுமே கண்டு கொள்வதில்லை. அதுசரி, இவர்களது உறவு எம் நான் மாடமே இந்தப் பயணம் என்ற செங்கற்களால்தான் எழுப்பப்பட்டிருக்கிறது. அப்புறம் அதில் போய் எதிர்ப்பிற்குப் பயந்து வாயையும் கண்ணையும் மூடிக்கொண்டிருந்தால்..?

இந்த எதிர்ப்பு அம்சத்தின் முன் முனையாக இருந்தவர்கள் அவள் அப்போது குடியிருந்த ஊர் இளைஞர்கள். அதாவது அவள் ஏறுகிற பஸ் ஸ்டாப்பைச் சுற்றிக்கொண்டிருந்த இளைஞர்கள் இவர்களது 'காதல்' கண்டு அவர்களது அரும்பு மீசைகளும் அரும்பாத மீசைகளும்கூடத் துடித்துப் போய்விட்டன.

இவள் தங்களைத் காதலிக்காவிட்டால் போகிறது. ஆனால் வெளியூர்க்காரனைக் காதலித்தால் என்ன அர்த்தம்? தங்களுக்கு என்ன குறை? அவனைவிடத் தங்களில் அழகானவன் இல்லையா, படித்தவன் இல்லையா, டிரஸ் செய்துக் கொள்கிறவன் இல்லையா?

அவன் முதல் பஸ்ஸிலேயே வந்து இறங்கி கொள்வதும் அப்புறம் இவள் வீட்டிலிருந்து வந்ததும் கண்ணாலும், புன்னகையாலும் பேசிக் கொள்வதும் அடுத்த பஸ்ஸில் இருவரும் ஒன்றாக ஏறுவதும் பெண்களுக்கான பக்கவாட்டு சீட்டுகளில் இடம் இருந்தால் இவள் பெண்களுக்கான கடைசி சீட்டுகளில் போய் நின்று வம்படியாக இடம் வாங்குவதும் சட்டம காரணமாக அங்கு இரண்டு ஆண்களாவது எழுந்திருக்க வேண்டி வருவதும், அதில் இவள் உட்கார்ந்துகொண்டு பரவாயில்லை உக்காருங்க' என்று அவனையும் உட்காரச் சொல்வதும், அவர்களுக்குச் சகிக்க முடியாது இருந்தது.

எல்லாவற்றையும் விட இவளது தைரியம்தான் அவர்களை ரொம்பக் கொடுமையாக வதைத்தது. இவர்களைப் பற்றி ஒரு மொட்டைக் கடிதம் எழுதி ஒரு சின்னக் கல்லில் கட்டி இவள் வீட்டு ஜன்னல் வழியாக எறிந்தாலும் என்னவாகும்? காதல் பஞ்சு பஞ்சாய்ப் போய்விடாதா? இதைக்கூடச் செய்ய முடியாத செய்யத் தெரியாத பேமானிகள் என்று நினைக்கிறாளா இவள்?

ஒருநாள் அவர்கள் இவனை பஸ் ஸ்டாப்பில் வைத்தே மிரட்டினார்கள். 'அதெல்லாம் பஸ்லேயே வச்சுக்க. இங்கு எறங்கி கண்ணைக் காட்றது காலைக் காட்றது எல்லாம் வச்சுக்கிட்டே தோலை உரிச்சுடுவோம்' என்று பத்துப் பேராகவே கூடிச் சொல்லிவிட்டார்கள். இவனும் பயந்து போய் மறுநாளிலிருந்து அங்கு இறங்குவதில்லை.

சீதாபதி பேய்க்கு இப்போதுதான் அப்போது பயந்திருக்கக்கூடாது என்று தோன்றியது. அது மனசுக்குள் மெல்லச் சிரித்துக்கொண்டது. சீதாபதியிடம் வெற்றி கண்ட ஊர்க்காரர்கள் அப்புறம் இவளை மிரட்ட ஆரம்பித்தார்கள். ஆனால் இவளை நேரடியாக மிரட்ட முடியாது என்பதால் அணுகுமுறை வேறு மாதிரியாக இருந்தது. அசிங்கமா இருந்தது. அவள் வரும் போதே இவர்கள் ஊளையிடுவார்கள். அங்கங்கே நின்றுகொண்டு வெகு சத்தமாக ஜாடை பேசுவார்கள்.

எப்படியோ அது ஒரு அசிங்கமான காட்சி. இவள் பஸ் ஸ்டாப்பில் நிற்க, அவர்களில் ஒரு ஏழெட்டுப்பேர் எதிர்சாரி கடை ஓரத்திலும் அங்குமிங்குமாகவும் நின்றுகொண்டு சதா இவளையே

பார்ப்பதும், பல் இளித்துக் கொள்வதும், சத்தம் போடுவதும், கூண்டில் அடைக்கப்பட்ட நாய்கள், எதிரில் உள்ள பெண் நாய்க்காக கம்பிகளைச் சுரண்டுவதையும் ஊளையிடுவதையும் ஞாபகப்படுத்தும். நாய்களுக்கு அது நியாயமாக இருக்கலாம். மனிதருக்கு ஆகுமோ?

ஆனால் இவள் அதற்கெல்லாம் மசிந்து கொடுத்ததே இல்லை.

இதன் காரணமாக அவர்கள் சரியாக ஆறுமாதம் பொறுத்துப் பார்த்துவிட்டுத் தங்கள் கடைசி அஸ்திரத்தை உபயோகித்தார்கள்.

ஒரே நாளில் வந்து விழுந்த மூன்று மொட்டைக் கடிதங்களையும் கண்டு மிரண்டு போனார் தகப்பனார்.

மகளைக் கூப்பிட்டு நான்கு அறை விட்டார். மகனைக் கூப்பிட்டு நாலே நாளில் வேறு பகுதியில் வீடு பார்த்தாக வேண்டுமென்று சொல்லிவிட்டார். வாடகை நூறு ரூபாய்கூடப் போனாலும் சரி. வேறு பகுதியில் என்றால் இந்த பஸ் தடத்தில் இல்லாத ரொம்ப தூரமாக உள்ள இடம்.

சீதாபதி தவித்துப் போய்விட்டான். ஒரு நான்கைந்து நாட்களுக்கு ஒரு விவரமும் இல்லை. யாரைக் கேட்பது என்பதும் தெரியவில்லை. அவளது வார விடுமுறை நாள்களையே பொறுக்க முடியாது அவனால். இப்போதோ என்ன ஆனாள் என்பதே தெரியாத நான்கைந்து நாட்கள்..

அவனது முகவாட்டம் கண்டு வீட்டில் உள்ளவர்களும் நண்பர்களும் அவனை 'என்னடா, என்னடா' என்று விசாரிக்க ஆரம்பித்து விட்டார்கள்.

கடைசியில் அந்த 'எதிரிகள்தான்' அவனுக்குக் கை கொடுத்தார்கள். அவர்களின் இரண்டு பேர் ஒருநாள் தற்செயலாக இவனை பஸ்ஸில் பார்த்தவர்கள் இவனை நக்கல் செய்வதற்காக இவன் காதுபடப் பேசினார்கள்.

"என்ன மச்சான், நம்ம கதாநாயகன் என்ன ஆனாரு"

"என்ன ஆனாரு? சட்டையை கிழிச்சிட்டு ரோட்ல மஜ்னுவா சுத்துவாரு. ரெண்டே மொட்டப் பெட்டிஷன்லயே கதாநாயகி அப்பா ஊரைக் காலி பண்ணிக்கிட்டு ஓடிட்டாரு. கதாநாயகியும் டெண்டைத் தூக்கிட்டா. என்னா திசையில் போனாங்கன்னுகூடத் தெரியல?"

மறுநாள் இவன் கல்லூரி வாசலில் போய் நின்றான். அப்போது ஆண்டுத் தேர்வு. சரி வந்து தானே ஆகவேண்டுமென்ற தைரியம் இவனுக்கு.

ஆனால் வந்தவள் அண்ணனது ஸ்கூட்டரின் பின்னால் வந்தாள். வந்து இறங்கியவள் நேராக கல்லூரி காம்பவுண்டிற்குள் சென்றாள். சும்மா சொல்லக்கூடாது. அக்கம் பக்கம் ஒரு பார்வை ஒரு பார்வை கிடையாது. அண்ணன்காரன்கூட இந்தப் பெண் மேலயா பழி சொன்னார்கள் என்று ஆச்சரியப்பட்டுப் போயிருக்க வேண்டும்.

மாலையும் அப்படித்தான்.

அண்ணன் ஸ்கூட்டர் சத்தம் கேட்ட பின்புதான் வெளியிலேயே வந்தாள் அவள்.

மறுநாளும் அப்படித்தான்.

பாவம், அடித்து நொறுக்கியிருப்பார்கள் என்று ரத்தக் கண்ணீர் வடித்துக்கொண்டான் இவன்.

கல்லூரி முகவரிக்கு ஒரு கடிதம் போட்டான் ஏதாக இருந்தாலும் விளக்கமாக எழுது என்று. ஊஹூம், பதில் இல்லை. அப்புறம் விடுமுறை வந்தது.

அது கழிந்து, கழிந்து மீண்டும் கல்லூரி தொடங்கியபோது அவள் அந்த ஸ்கூட்டரிலும் வரவில்லை.

கல்லூரியையே மாற்றியிருக்க வேண்டும் அல்லது ஊரையே மாற்றியிருக்க வேண்டும் அல்லது கட்டாயக் கல்யாணம் நடந்திருக்க வேண்டும்.

இவன் தேவதாஸின் வாரிசு ஆனான்.

மாதமும் ஆறு போனது.

அப்புறம்தான் நண்பன் ஒருவன் வந்து 'கண்டேன் ரேகாவே' என்று சொன்னான். அவள் இந்த நகரத்திலேயே இன்னொரு கல்லூரியில் படிப்பதையும் அவள் வீட்டிற்குச் செல்லும் பஸ்ஸின் எண்ணையும் சொன்னான்.

இவன் மறுநாள் மாலையே அங்கு ஓடினான்.

ஓடிப்போய் மூச்சிரைக்க ஏறிப் பார்த்தால் அங்கே அதே பின் சீட்டில் அவள் அருகில் இவனது ஸ்தானத்தில் இன்னொரு வாலிபன். அவளிடம் அதே சிரிப்பு, நாணம், புன்னகை, கண்வீச்சு, நெளிப்பு, சுளிப்பு எல்லாம் அப்படி அப்படியே.

இவன் உடம்பே அப்படியே பெட்ரோல் வைத்துக் கொளுத்தியது மாதிரி எரிந்தது.

த்தூ... என்று மானசீகமாகத் துப்பி விட்டு பஸ்ஸிலிருந்து இறங்கினான்.

ஆனால் அங்கே இன்னொரு முரண்பாடான நிகழ்ச்சி. பஸ் அங்கே நின்றிருக்கவில்லை. அது அந்த இடத்தில் செல்ல வேண்டிய முழுவேகத்தில் போய்க்கொண்டுதான் இருந்தது இவன் தனது உணர்ச்சிக் கொந்தளிப்பில் அதை உணரத் தவறி ஏதோ வீட்டிலிருந்து படியிறங்குவது போல் இறங்கிவிட்டான்.

அந்த இடத்திலேயே செத்துப் போனான்.

சீதாபதி பேய்க்குக் கொட்டாவி வந்தது.

உடம்பை முறித்துக்கொண்டது.

பேய் வாழ்க்கையில் இது ஒன்றுதான் சங்கடம்... போர்... ஙிஷ்க்ஷீமீ 'பெரும் போர்' மற்றபடி இது ஆசாபாசங்களும் தேவைகளும் அற்றுப் போன ஒரு முனிபுங்கவ வாழ்க்கைதான். இன்னும் சொல்லப் போனால் அந்த முனிவனுக்கு உள்ள வயிற்றுப் பசிகூட இங்கே கிடையாது. ஆனால் இந்தச் சலிப்பு இருக்கிறதே...! அதுதான்போதும்போதும் என்றாகி விடுகிறது.

மீண்டும் கடிகாரம் ஒலிக்கிறது. ஆனால் அது இம்முறை 'ரேகா' என்று கேட்கவில்லை. சீதாபதி பேய்க்கு இது சந்தோஷமாக இருந்தது. அது புறப்பட்டது.

முதலில் ஒரு சினிமா அரங்கு வாசலில் நின்று ஏதோ தங்கள் உயிருக்காக அடித்துக் கொள்கிற மாதிரி சினிமா டிக்கெட்டிற்கு அடித்துக் கொள்கிற ரசிகர் கூட்டத்தை வேடிக்கை பார்த்தது அப்புறம் பாம்புகளை ஒரு சாக்காக வைத்துக்கொண்டு தனது வாய்த் திறமையால் பெருங்கூட்டத்தைக் கூட்டிக் கட்டி வைத்திருக்கும் பாம்பாட்டி.

'அரே மன்ஸா. சாயங்காலம் இருட்டுன நேரம் கொளத்து ஓரம் குட்ட ஓரம், செடிக்குப் பின்னால ஒதுங்குறே. கால் பாக்கம் இந்த மாதிரி ஏதோ ஒண்ணு நெளுனு வெளியே வந்தது வெளிய உள்ள இருந்தது உள்ளேனு கண்ண மூடிக்கிட்டு எடுக்குறே ஓட்டம்.

அப்புறம் அதற்கு என்றுமே பார்த்துச் சலிக்காத வாகனப் போக்குவரத்து சாலையில் இரு திசைகளிலும் சர்சர்ரென்று இடைவிடாது "என்ன வேகம்? என்ன போட்டி! இன்று இரவு பத்து மணிக்கு மேல் நிச்சயமாக பார்த்துத் தூங்கிவிடக் கூடிய இந்த மனிதன் அதற்குள் எதைப் பிடித்து விடுவதற்காக அல்லது எதைப் பறிகொடுத்து விடாதிருப்பதற்காக இப்படிப் பறக்கிறான்'

அப்போதுதான் திடீரென்று ரேகாவின் உருவம் இதனுடைய கண்ணில் பட்டது. அவள் அங்கே பஸ் நிற்குமிடத்தில் நிழற்குடையின் தூணில் சாய்ந்தாவறு நின்றுகொண்டிருந்தாள்.

அவளைக் கண்டதும் சீதாபதி பேய்க்குத் திடுக்கிட்ட ஆவேசம் அதனுடைய அரூர ரூபமே பற்றி எரிந்தது. அன்று பஸ்ஸில் அதனுடைய மானுட உடம்பு தகித்ததே அந்த மாதிரி.

அது தன்னை மறந்து ஒரு நொடியில் பாய்ந்து அவளது மென்னியைப் பிடித்து நெரித்தது.

ரேகாவின் முகத்தில் அதிர்ச்சியும் இது ஏன் என்ற வியப்பும் ஆனால் கழுத்து நெறிபடுகிறவர்களுக்கு உண்டாகக் கூடிய மூச்சுத் திணறலும் வாய்க் கோணலும் விழி பிதுங்கலும் இல்லை. அப்புறம் முகத்தில் விஷயத்தை யூகித்து உணர்ந்து கொள்கிற பாவம். பிறகு அவள் கலகலவென்று சிரித்தாள்.

அப்புறம்தான் சீதாபதி பேய் நெரிப்பதை நிறுத்தி விட்டு யோசித்தது. என்ன இவளும் பேயாகவா இருக்கிறாள்?

நிறழ்குடையின் பின்னால் கட்டைச்சுவரில் உட்கார்ந்திருந்த யாரோ இரண்டு பேய்கள் அட்டகாசமாகச் சிரித்தன.

சீதாபதி பேய்க்கு நாணமாகப் போய்விட்டது. அது கையை விரித்துக்கொண்டு தரையைப் பார்த்து நின்றது.

ரேகா பேய் மீண்டும் சிரித்து விட்டுக் கேட்டது :"நான் கேள்விப்பட்டேன். இந்தப் பக்கத்தில் பூர்வ ஜென்மம் என்ற ஒரு பேய் இருப்பதாக. அது நீதானா?"

பிறகு சீதாபதி பேய் முணுமுணுப்பதுபோலக் கேட்டது... "நீ எப்போது இறந்தாய்?"

"ஒரு மூன்று மாதம் முன்புதான், ஒரு பஸ் விபத்தில்"

சீதாபதிக்குள்ளே மீண்டும் மானுடக் குரோதம் தலை தூக்கியது. அது "அதாவது சந்தோஷமாக இருக்கும் போதே சாவும் வந்ததாக்கும்" என்று குத்திக் காட்டப் பார்த்தது.

இதைக் கேட்டு ரேகா பேய்க்கு முதலில் கொஞ்சம் முகம் சுருங்கினாலும் பின்பு ஒரு அறியாச் சிறுவனை ரசிக்கிற புன்னகையோடு சீதாபதி பேயின் முகம் பார்த்து "ஆமாம்" என்றது.

மீண்டும் மௌனம்.

"அப்படி அங்கே போய் உட்கார்ந்து பேசலாமா?" என்று கொஞ்சம் தூரமாயிருந்த ஒரு கட்டடத்தைக் காட்டியது ரேகா பேய்.

இந்தப் பேய் தலையாட்டியது.

இரண்டும் நடந்தன.

"எனது மனுஷ ஜென்மத்தின் தாக்கங்கள் இன்னும் என்னிடம் கொஞ்சம் இருப்பது உண்மைதான். ஆனால் அந்த நியாயங்கள் உனக்குப் புரியுமென்று நினைக்கிறேன்"

"என்ன நியாயங்கள்?"

"பேயாகியும் நீ ஏன் வேஷம் போடுகிறாய்?"

"பேயாகியும் என்றால் மனுஷ ஜென்மத்திலும் நான் வேஷம் போட்டேன் என்று அர்த்தமா?"

"உனக்கும் மனுஷ ஜென்மத்தின் தாக்கங்கள் இருக்கின்றன. தயவு செய்து அந்தப் பிறவிக்காக இப்போது சப்பைக் கட்டு கட்ட வேண்டாம். அப்போது நீ ருசி பேதம் கண்டு அலையத்தான் செய்தாய்"

"ஆதாரம்?"

"என்னைக் காதலித்து விட்டு, ஒரு இடைவெளி ஏற்பட்டபோது உனக்காக நான் கண்ணீர் சிந்திக்கொண்டிருக்க, நீ அதே பஸ்ஸில் இன்னொருவனுடன் கும்மாளம் அடித்தாய்" ரேகா பேய். சிறிது நேரம் எடுத்துக்கொண்டது. இரண்டும் அந்தக் கட்டடத்தை அடைந்து வசதியாக சோபா செட்டுகளில் உட்கார்ந்துகொண்டன.

"என்னைக் காதலித்து என்று நீங்கள் சொன்னீர்கள். தவறு இங்கேயே ஆரம்பித்து விட்டது என்று நினைக்கிறேன்"

"அப்படியானால் நீ என்னைக் காதலிக்கவில்லையா?"

"இல்லை. ஆனால் அந்தச் சாயலில் நானும் கொஞ்சம் நினைத்துக்கொண்டு இருந்ததும் உண்மைதான் ஆனால் இப்போது அந்த நிலையை விட்டு வெகுதூரம் தள்ளி வந்து தூர நின்று பார்க்கிறபோது தெளிவாகத் தெரிகிறது. நான் உங்களைக் காதலிக்கவில்லை"

சீதாபதி பேய் குத்தலாக கேட்டது, "பின் என்ன காமமா?"

"இல்லை"

"கவர்ச்சியா?"

"அதுவும் இல்லை"

"பின் என்ன கழுதை அது"

மீண்டும் சிறிது நேரம் மௌனமாக இருந்து விட்டு ரேகா பேய் சொன்னது. "அது ஒரு கிக் இளம் போதை அவ்வளவுதான்"

"என்ன போதை? என்ன சாப்பிட்ட போதை?"

“சாப்பிட்டால் தான் போதையா? போகட்டும் நடந்தவைகளைத்தான் வரிசையாகப் பார்ப்போமே” என்று ஆரம்பித்தது ரேகா பேய்.

“முதன் முதலாக எப்போது நீங்கள் என் கவனத்தில் பட்டீர்கள்? ‘ப்ளீஸ் வழி என்று நான் கேட்டதற்காக ஒரு அசட்டுத்தனமான பதட்டத்தோடு ஏதோ தேவதையிடமிருந்து வந்த வேண்டுகோள் மாதிரி அளவுக்கு அதிகமான மரியாதை காட்டி சாய்ந்து விலகி வழி விட்டபோது. பொதுவாக பையன்களைப் பற்றி எல்லா இளம் பெண்களுக்குமே தெரிந்திருக்கிறது. பாய்ஸ் எல்லாமே அசடுகள். பாவாடை தாவணி என்கிற நினைப்பே அவர்களை நிலை குலையச் செய்து விடுகிறது. கேல்ஸ்கள் முன்னால் அவர்கள் அரைப் பைத்தியங்களாக நடந்து கொள்கிறார்கள். இதை கேல்ஸ் கூடியிருக்கும்போது சொல்லிச் சொல்லியும் நினைத்து நினைத்தும் சிரிக்கிறார்கள். நானும் அப்படித்தான். ஆகையால் அந்த அசடை இன்னொரு தடவை ரசிப்போமே என்று தாண்டிப் போய் திரும்பிப் பார்த்தேன். ஆனால் நீங்கள் ஏதோ அம்பாளின் கடாட்சம் கிடைத்து விட்ட மாதிரியான ஒளி கண்ணில் தெரிய என்னைப் பார்த்தீர்கள். அதில் எனக்கு சந்தோஷம்தான். ரசிகர்களை யார்தான் விரும்ப மாட்டார்கள்.”

சீதாபதி பேய் இடைமறித்து, “இதெல்லாம் என்ன கதை, ஓர் அசடைப் பார்ப்பது என்றால் அப்புறம் ஏன் ஆயிரம் முறை பார்த்தாய்? ஆறு மாத காலம் அந்த பஸ்ஸின் பின்சீடில் ஒதுங்கிக்கொண்டு பேசினாய்? எந்த எதிர்பார்ப்புக்கும் பயப்படாமல் தொடர்ந்து பேசினாய்? என்றது.

“சொல்கிறேன் கேளுங்கள். அன்றைய நமது பஸ் சந்திப்பு வெறும் ‘ரயில் சந்திப்பாக’ அன்றோடு போயிருந்தால் ஒரு வெறும், அசடைக் கண்டுகொண்ட காரியமாக மட்டும் அன்றோடு போயிருக்கும. ஆனால் நமது பயணம் நித்தமுமாக தொடர நேர்ந்தது. ஆகவே நமது தொடர் விளைவுகளும் நிகழ்ந்தன.

மறுநாளும், அதன் பின்னரும் நீங்கள் எனது கவனத்தைக் கவர எடுத்துக்கொண்ட முயற்சிகள் எனக்குச் சிரிப்பாக இருந்தன சந்தோஷமாக இருந்தன”

“சந்தோஷம் என்றால் அசடைக் கண்டு சிரிக்கிற சந்தோஷமா?”

“இல்லை அது மட்டுமில்லை தேர்வு ஷிமீறீமீநீமீவீஷீஸீ... அந்த சந்தோஷம்”

“அதென்ன தேர்வு சந்தோஷம்?”

“அந்த பஸ்ஸில் எத்தனையோ பெண்கள் குறிப்பாக இளம்

பெண்கள் இருந்தார்கள். என்னை விட அழகிகளும் இருந்தார்கள். ஆனால் உங்கள் பார்வை என்னையே சுற்றிச் சுற்றி வந்தது. இது தேர்வு அல்லவா? அத்தனை பெண்களிலும் மேம்பட்ட ஏதோ சிறப்பம்சம் என்னிடமிருக்கிறது என்று தானே அர்த்தம்? இது ஒரு பெண்ணுக்கு புளகாங்கிதம் தரும் விஷயமல்லவா? இது மற்ற பெண்களிடம் பொறாமையை ஏற்படுத்துகிற விஷயம். ஒரு பெண்ணுக்கு மற்ற பெண்கள் பொறாமைப்படும்படி இருக்க நேர்ந்ததைக் காட்டிலும் வேறென்ன சந்தோஷம் வேண்டிக் கிடக்கிறது! அதனால்தான் எந்த விதமான சிறப்பம்சத்தையும் உங்களிடம் காணாவிட்டாலும் உங்களை அங்கீகரித்தேன். ஒரு பஸ்ஸின் வரம்பிற்குள் பெரிய ஆபத்து எதுவும் வந்து விட முடியாது என்பதையும் கணக்கில் எடுத்துக்கொண்டு"

சீதாபதி பேய் தன் உணர்ச்சிக் கொந்தளிப்பு பாதிக்கு மேல் வடிந்துவிட்ட நிதானமான குரலில் சொன்னது. "அதென்னமோ உண்மைதான். எனக்கு இந்த மாதிரி தேர்வு என்றெல்லாம் பெயர் வைத்து அழைக்கத் தெரியாவிட்டாலும் அந்த உணர்வு எனக்கும்தான் இருந்தது. நான் ரொம்ப நாள் இவள் நம்மை காதலிக்கிறாளே, அப்படி நமக்கு மட்டுமென்ன கூடுதல் தகுதி என்று யோசித்திருக்கிறேன். அது பிடிபடாதபோது ஏதோ இருந்தாக வேண்டுமென்று தீர்மானித்துக்கொண்டேன்"

ரேகா பேய் கலகலவென்று சிரித்தது.

"எது எப்படியோ ஜோக்ஸ் நன்றாக அடித்தீர்கள்!"

"பின் என்ன நாம சாக்ரடீஸும் பிளேட்டோவமா படித்திருந்தோம். தத்துவம் பேசிக்கொண்டு வர?"

"அப்புறம் இன்னொரு சந்தோஷம் இருந்தது சீதாபதி பேய்".

"என்ன?"

"சில நாட்களில் அதிகக் கூட்டம் காரணமாக நீங்கள் ஒரு முனையிலும் நான் ஒரு முனையிலும் அகப்பட்டுக் கொள்வோம். அப்போது அவ்வளவு கூட்டத்தின் இடையிலும், இண்டு இடுக்குகளிலும் முகம் தேடிக் கண்டுபிடித்துக்கொண்டு கண்ணாலும் புன் சிரிப்பாலும் அரைச் சிரிப்பாலும் பேசிக் கொள்வோம். ஒன்றிரண்டு தடவை நாக்கை நீட்டி பழிப்புக் காட்டிக்கூட இருக்கிறோம். சக பிரயாணி ஒருவருக்கும் தெரியாமல், இதில் ஒரு பெரிய சாகச சந்தோஷம். அவ்வளவு பெரிய கூட்டத்தின் கண்ணைக் கட்டி விடுகிறோம் இல்லையா?"

"மெய்தான்"

“அப்புறம் இந்த எதிர்ப்பிலும்கூட ஒரு சந்தோஷம் இருந்தது. நம் பொருட்டு மூலைக்கு மூலை நின்று என்னமாய்க் குரைக்கிறார்கள் !”

“பயமாயிருக்கவில்லையா ?”

“லேசாக இருக்கத்தான் செய்தது. ஆனால் இவ்வளவு சந்தோஷங்களுக்கு முன்னால் அது எடுபடவில்லை”

மீண்டும் சிறிது நேரம் இரண்டு பேய்களும் மௌனம்.

“இவ்வளவுதான் மிஸ்டர் சீதாபதி பேய். இதில் காதல் எங்கே வந்தது?” சீதாபதி பேய் கேட்டது. “இவ்வளவையும் சேர்த்து காதல் என்று ஏன் சொல்லக்கூடாது?”

“சீச்சீ... இதெல்லாம் எப்படிக் காதலாகும். காதல் என்றால் ஒருத்தி, தன்னையே அவளிடத்தில் கண்டு கொள்ள வேண்டும். அல்லது தான் மகத்தானதா நினைக்கிற ஒரு விஷயத்தை அவனிடத்தில் கண்டு நிலை குத்திப் போக வேண்டும். அதன் காரணமாக தன்னை இழந்தாலும் சரி என்ற நிலைக்குத் தயாராகி விட வேண்டும். அதுதான் காதல். எனக்கு அப்போது மகத்தான என்ற சொல்லுக்குரிய சரியான அர்த்தம்கூடத் தெரியாது”

“காதலிக்கிறவர்கள் எல்லாம் நீ சொல்கிற அடிப்படையில்தான் காதலிக்கிறார்களா ?”

“அந்த அடிப்படையில் காதலிக்காததால்தான் அநேகர் கல்யாணமாகி மூன்றே மாதத்தில் தாங்களும் ஒரு காலத்தில் காதலித்தவர்கள் தானா என்ற கேள்விக் குறியைச் சுமந்துக்கொண்டு தங்களுக்கு இடையில் உள்ள முரண்பாடுகளின் வெம்மையில் புழுங்கிச் சாகிறார்கள்”

“நமது பிரிவுக்காக நீ வருத்தப்படவே இல்லையா ?”

“இல்லை. வகுப்பறையில் பக்கத்தில் உட்கார்ந்து அரட்டையடித்த தோழி ஒருத்தி திடீரென்று ஒரு நாளையிலிருந்து பள்ளிக்கூடமே வராது போய் விட்டால் என்ன வருத்தம் பட்டிருப்பேனோ அவ்வளவு வருத்தம் மட்டும்தான் பட்டேன். ஆனால் என் அப்பாவையும் அண்ணனையும் இதனால் சரியாகப் புரிந்துகொண்டேன் என் அப்பா நான் அதற்கு முன் நினைத்த மாதிரி அப்பாவி சாது அல்ல. விஷயம் தெரிந்ததும் அவர் ருத்ர தாண்டவமே ஆடி விட்டார். கூப்பிட்டு இனிமேல் உன் திசை நேர் திசை. உன் கழுத்து அந்தப் பக்கம் இந்தப் பக்கம் திரும்பியதோ வெட்டிப்புதைத்து விடுவேன் என்று சொல்லி விட்டார். இந்தப் பூனையா பாலைக் குடித்தது என்று வியக்குமாறு நேராக நடந்துகொண்டேன். அப்புறம்...”

“அப்புறம்...?”

@பழையபடி ஆரம்பித்து விட்டேன். அந்த சந்தோஷங்கள் எனக்கு கிபீவீநீமீ ஆகிவிட்டன. அது இல்லாமல் சுவாரஸ்யமே இல்லை. சீதாபதியின் இடத்திற்கு சுந்தர ராமனோ ஜோசப் பெர்னாண்டாவோ வர ஆரம்பித்தார்கள்.”

“ஏன் அது இல்லாமல் இருக்க முடியவில்லை?”

“அதுதான் என் வயது... 16 வயது... அந்த ரத்தம் அந்த ரத்தம் கொதித்துக் கொப்பளிக்கக் கூடியது. பாய்ந்து ஓட வடிகால் தேடக் கூடியது. எனக்குக் கிடைத்த வடிகால் இதுவாக அமைந்தது”

சீதாபதி பேய் ரொம்ப ஆழமாக சிந்திப்பது தெரிந்தது.

வெகு நேரத்திற்கு பிறகு அது கேட்டது, “ஏன் ரேகா, இந்தப் பேய் உலகத்தில் ஏன் காதல் இல்லை”?

ரேகா பேய் குறும்பு முறுவலுடன் “ஒருவேளை இங்கு அடிபட்டுச் சாவதற்கு பஸ்கள் இல்லாத காரணமாக இருக்கலாம்”என்றது.

சீதாபதி பேய் கடைசியாகக் கேட்டது, “ஏன் ரேகா, காதலை நாம் இங்கே தொடங்கி வைத்தால் என்ன?”

ரேகா பேய் வாய்விட்டு உரக்கச் சிரித்தது.

“ஏன் சிரிக்கிறாய்?”

“இந்த அரூப ரூபத்தை வைத்துக்கொண்டு காதலித்தும் கல்யாணம் கட்டியும் என்ன செய்யப் போகிறீர்கள்?”

“அரூப ரூபமென்றால்?”

“உடல் இல்லாத உருவம்”

கொஞ்ச நேரம் யோசித்த பின்புதான் சீதாபதி பேய்க்கு அதன் அர்த்தம் தெரிந்தது. அதுவும் வாய் விட்டுச் சிரித்தது.

“என்ன அப்படிச் சிரிப்பு, அங்கே மெயின் ரோட்டிற்கே கேட்கிறதே” என்று இரண்டு, மூன்று சக பேய்கள் அங்கே நுழைந்தன

◆ ◆ ◆

ஆறு நரகங்கள்

பா. செயப்பிரகாசம்

உலகில் நடுநிசி 3. 30 மணி மிகக் கொடுமையானதாக இருக்கும். அந்த நேரத்தில் உணர்வுகளைப் பொங்கச் செய்யும் மல்லிகைப் பூவின் கதகதப்பை, உஷ்ணமேனியின் பரபரப்பைப் பிரிய வேண்டியதிருக்கும்.

நட்சத்திரங்கள் களைத்திருக்கிற 3. 30 மணிக்கு அவன் தனக்குத்தானே தண்டனையை நிறைவேற்றிக் கொள்வான். ஒவ்வொரு ஞாயிறும் அந்தப் பொழுதில் தனக்குத் தானே தூக்குக் கயிற்றை இரவில் சூடிக் கொள்வது. மறு சனி எடுத்து விடுவது அவனுக்கு விதிக்கப்பட்டிருந்தது.

நிலாக் காலங்கள்கூட அவனுக்குச் சபிக்கப்பட்டிருந்தன. முன்னிலா இரவாக இருந்தால் அதன் பிரவாகத்தில் உள் ஆத்மாவும் ஈரமாக நனைந்துகொண்டே வீட்டில் நுழைவான். வெளியேறிச் செல்கையில் நிலா சாட்சியாக இராது.

நிலா ஈரத்தில் இரவு முழுவதும் நாணம்மாவின் முகத்தை அர்ச்சிக்கத் தோன்றும். ஆனால் அவனுக்காக ஒதுக்கப்பட்டவை ஒரு பகலும் இரு பாதி இரவுகளுமே. அந்தக் கால எல்லைக்குள் அவன் தனது சந்தோஷப் படகைச் செலுத்திக் கொள்ளக் கடமைப் பட்டிருக்கிறான். நிமிஷங்கள்கூடச் சிந்தி விடாமல். அதனால் அவன் மூழ்கிக் களிப்பதுண்டு.

ஒரு நடுத்தர வர்க்கத்து அரசு ஊழியனுக்கு அவனுடைய பிறந்த நாள் நினைவிலிருப்பதிலைல. மேலதிகாரியின் பிறந்தநாள் நினைவிலிருக்க வேண்டும். எந்தச் சட்டப் புத்தகத்திலும் எழுதப்படாமலே, இந்த விதி நடைமுறைப்படுத்தப்பட்டிருக்கிறது.

மேலதிகாரியின் பிறந்தநாள் கடந்து போன ஒரு வாரத்திற்குப் பின்தான் அவனுக்கு நினைவுக்கு வந்தது. அவருடைய பிறந்த

நாளில் வீட்டுக்கு வந்த ஆப்பிள்களில் அவனுடைய ஆப்பிள் மட்டும் குறைந்தது. அதைப் பற்றி யோசிக்கவும் அவனுக்கு நேரமில்லை. அவன் தனது திருமண வேலைகளில் மூழ்கியிருந்தான்.

தோள்களைத் தழுவிய மணமாலையின் வாசனை உடலிலும் உடையிலும் இருந்து பிரிவதற்கு முன்பே அவனை மாற்றுவதற்கு ஏற்பாடுகள் செய்யப்பட்டன. விழி மூடித் திறப்பதற்குள் எல்லாம் நடந்து முடிந்திருந்தது. சென்னைக்கு மாறுதல் செய்யப்பட்டதாய் உத்தரவு வந்தது.

அவனுடைய சந்தோஷங்களும் புதுப் பெண்ணின் நாணங்களும் அழிபடாமல் இருந்த போதே பிரிவு வந்தது. கல்யாணமாகி ஒரு மாதம் என்பது ஆபீசிலும் மற்ற எல்லோருக்கும் தெரிந்த செய்தியாக இருந்தது. இருந்தும் இல்லறத்திலிருந்து பிரதிஷ்டம் செய்வது போல், அந்த மாறுதல் ஆணை வந்தது.

"நாணம்மா"

ஞானஸ்தானம் செய்கையில் யாரோ அந்தப் பெயரை அவனுடைய காதுகளில் உச்சரித்தது போல் இருந்தது. அவன் மனசு உச்சரிக்கும்போது அது இனிமையாக இசைத்தது. சென்னைக்கு வந்த பின்னும் அவளின் ஸ்பரிசம் மணம் வீசியது. அறையில் லுங்கியை எடுத்து உடுத்தும்போது முந்திய இரவு மயக்கத்தில் கசங்கிய மல்லிகைப் புஷ்பங்களின் நெடி மேலெழுந்து நாசிக் குழாய்களை நிறைத்தது. போதை நிறைந்த நினைவுகள் சூழ அவளும் அப்படியே நிற்பாள்.

முதலிரவுக்கூட அவனுக்குச் சபிக்கப்பட்டது. மண நாள் இரவில் காத்திருந்து காத்திருந்து, கதவில் பார்வை மோதி அலுப்பாகியது. மனசு சலிப்பாகி, கண்ணிமைகள் தளர்ந்தன. கதவுகள் திறந்தே இருந்தன. கதவுகளோட மலர் வாசனையும் அதன் பின்புலத்தில் புதுப்புடவை சரசரக்கும் ஒலியுள்ள கால்களும் வரவேயில்லை. மனம் சலித்துக் களைத்த வேளையில் பெண்ணுடைய தமக்கை, நிலைப்படிக்கு அப்பால் நின்றபடி கழுத்தை மட்டும் நீட்டி வெட்கத்துடன் சொன்னாள்.

"இப்போ நாணம்மாவுக்கு நாள்"

அதன்பின் சில நாளில் மாறுதல் ஆர்டர் வந்தது. இருபத்தைந்து ஆண்டுகளின் வயதில், அவனிடம் புஷ்பித்த தாகங்களும் ஏக்கங்களும் அருந்திக் கொள்ள ஏதுமில்லாமல் போயின. ஒரு பாடலை நாக்கில் தேக்கியிருந்தபோது வசந்தம் வராமலே, அது பாடப்படாமலே போயிற்று.

சென்னையிலிருந்து ஊருக்கு வர ஐந்து மணி நேரம். ஏழரை மணி டிரெயினைப் பிடிக்க வேண்டும். அது நள்ளிரவில் ஊர் வந்து சேர்கிறது. சனிக்கிழமை ஆபீஸ் முடிந்ததும் ஊருக்குப் புறப்படுவது, நள்ளிரவில் பனியில் நனைந்தபடி கதவுகளைத் தட்டுவது, மீண்டும் ஞாயிறு விடியலில் முன்னர் அனுபவித்த சுகங்களையெல்லாம் இறக்கி வைத்து விட்டுத் துக்கங்களை சுமந்துகொண்டு புறப்படுவது.

ஒவ்வொரு நாளும் 'டிரெயின்' போகிறது ஆனால் சனிக்கிழமை மட்டும் அது அவனுக்காகக் காத்திருந்து நாணம்மாவிடம் அழைத்துச் செல்வது போலிருந்தது. தனது வழித்துக்கங்களைப் பகிர்ந்து கொள்கிற தோழனாக அந்த 'டிரெயின்' தோன்றியது.

சில வேளைகளில் அந்த டிரெயினைப் பிடிக்க முடியாமல் போகிறபோது, உலகம், அவனது கைகளிலிருந்து நழுவி ஓடியது. வாசலில் தனக்காக ஒரு புன்னகை காத்திருப்பதை ஏந்திக் கொள்ள முடியாத தவிப்பு முகத்தில் படர்ந்திருக்கும். தனக்கு முன்னால் குவிந்து கிடக்கும் பைல்களை வெறித்துப் பார்த்தபடி நிலைகுலைந்து உட்கார்ந்திருப்பான். நிலைகொள்ளாத தவிப்பு உடலெங்கும் வெடிக்கும்.

மேலதிகாரியிடம் போய் தனியாய், ஒரு நாள் வெட்கத்தை விட்டுக் கேட்க முடிந்தது.

"எனக்கு சனிக்கிழமை மட்டும் நாலரை மணிக்கு மேல் வேலை வேண்டாம்"

"ஏன்?"

"நான் ஊருக்குப் போக வேண்டியிருக்கிறது. டிரெயினைப்பிடிக்க முடியாமல் போகிறது. அதற்கு முன் வந்தால் முடித்துக் கொடுத்துவிட்டுப் போய்விடுவேன்"

"பார்க்கிறேன்"

அவன் தலைகுனிந்து சங்கோஜப் பார்வையுடன் சொன்னான். "எனக்குக் கல்யாணமாகி ஒரு மாதம்தான் ஆகிறது"

"அதுக்கு?"

"நான் ஊருக்குப் போகணும். குடும்பம் ஒரு பக்கமும் நான் ஒரு பக்கமும் கஷ்டமாக இருக்கிறது"

ஆனால் சனிக்கிழமை மாலை அவன் டேபிள்மீது பைல்கள் விழுந்தன. ஏழரை மணி டிரெயினைப் பிடிக்க முடியாமல் ஐந்து

மணிக்குச் சரியாக வந்து விழுந்தன. வேண்டுமென்றே அவை போடப்பட்டன.

ஞாயிற்றுக் கிழமைகூட வேலை தரப்பட்டது. 'சட்டசபை' நேரம். சட்டசபை கூட்டத்தொடர் ஆரம்பமாகியதுமே வேலை நெருக்கியது. துறையில் உள்ள எல்லோருமே அதிக வேலை பார்க்க வேண்டுமென்று கட்டளை வந்தது. பட்ஜெட் பிரசங்கங்களைத் தயாரிப்பதில் அவனது துறையினர் மிகத் தீவிரமாக ஈடுபட்டிருந்தார்கள். சனிக்கிழமை இரவும் ஞாயிறு பகல் முழுவதும் அவனுக்கு வேலை வந்தது. படிப்படியாய் வந்து விழும் பைல்களைப் பார்க்கிறபோது அவன் கனவுகள் பொசுங்கி விழுந்தன.

ஆறு நரகங்களைத் தாண்டி வரும் ஒரு சொர்க்கத்திற்காய் அந்த ஞாயிற்றுக கிழமைக்காய் அவன் காத்திருப்பான் சனிக்கிழமையின் மாலைப் பொழுது வருகைக்காக மனது கைகள் விரித்துக் காத்திருக்கும் தவசு நிலையில் ஆறு நாட்கள் கடத்தி ஆறாவது நாளிரவில் அவன் தனது இல்லறத்தைத் தொடங்க அனுமதிக்கப்பட்டிருந்தான்.

அவன் கேட்கும் சுகங்களில் தாராளமாய் பங்கு கொள்வது, சுகக்களைப்பில் அவன் நித்திரை போகையில் தான் மட்டும் தூங்காமல் விழித்திருப்பது, விழித்திருந்து விடியல் 4 மணி வண்டிக்கு எழுப்பி விடுவது, இவையெல்லாம் அந்தச் சிறு பெண்ணுக்கு வார்க்கப்பட்டிருந்தன.

புறப்படும் வேளையில் தலை மேல் நோக்கி இருக்க, நாணம்மா படுத்திருப்பாள். பார்வை முகட்டில் பதிந்து தெறித்துப் போயிருக்கும். "நாணம்மா, நாணம்மா" என்ற அவனுடைய குரல்கள் அவளுக்கு எட்டாது. துயர சூரியனில் உருகுகிற சந்திரகாந்த கற்களாய் கன்னங்களில் நீர்த்துளிகள் உருளும். பேச்செல்லாம் கண்ணீராகவே பேசப் படைக்கப்பட்டவள் போல் படுத்திருப்பாள்.

மனைவியின் கண்ணீரைத் துடைக்க ஒரு நடுத்தர வர்க்க ஊழியனுக்குக் கையும் வார்த்தையும் கொடுக்கப்படவில்லைதான்.

சில நாட்களில் தன்னை மறந்த லயத்தில் அவள் தூங்குகையில் இதழ்களின் திறந்த பல்லக்குகள்மீது புன்னகை சிருங்காரமாய் அசைகிறபோது, அவளுடைய கனவுகளைக் கலைக்கத் தோன்றாது. கலைக்க வேண்டாம் என்று சொல்லாமலே வெளியேறியிருக்கின்றான்.

அதுமாதிரி சொல்லாமற் போய், மறுமுறை அவன் திரும்பி வந்தபோது நாணம்மாவின் நடத்தைகளில் முழுமாறுதல் தென்பட்டது. அவளுடைய முழு ஒத்துழையாமை வெளிப்படையாகவே தெரிந்தது.

குளிக்கத் தண்ணீர் எடுத்து வைப்பது, டவல் எடுத்து கொடுப்பது, டிபன் எடுத்து வைப்பது எல்லாமே ஒழுங்காகவே நடந்தன. ஆனால் வாய்திறந்து ஒரு வார்த்தை மட்டும் பேசவில்லை. இதழ்களை மனசால் பூட்டிக்கொண்டாள்.

இந்த மௌனத்தின் கொடூரத்தைத் தாங்க மாட்டாமல் அவன் சொன்னான், "இப்படி நீயொரு பக்கமும் நான் ஒரு பக்கமும் இருக்கிறதா இருந்தா, அங்கேயே இருந்திருப்பேன், வந்திருக்க மாட்டேன். இனிமே வரப் போவதில்லை"

ஒரு கண்ணீர் வெடிப்புடன் அவளுடைய ஊடல் தளர்ந்தது. அவன் மார்பை நனைத்தபடி விம்மினாள்.

அவன் வந்த ஞாயிற்றுக் கிழமைகளில் பகலில் நாணம்மா சந்தோஷ வெறியில் அலைந்துகொண்டிருப்பதைப் பார்க்கலாம். கன்னங்களில் நாணச் சிவப்பும், சந்தோஷக் குழியும் விழுந்துகொண்டே இருக்கும். இரவு நெருங்க நெருங்க முகம் சோர்வில் சுருங்கும். ரத்தக்களை இல்லாமல் ஜீவனிழந்து வெளுத்துப் போய் விடும். இரவைக் காண்கையில் அவள் முகமும் மனசும் கருப்புத் திரையால் மூடப்பட்டது.

நட்சத்திரங்களைப் பார்க்கிற போதே அவளுக்குப் பயமாகிறது. அவை அவளுடைய பிரிவைக்கொண்டு வருவதாய்த் தோன்றும். நிமிர்ந்து வானத்தைப் பார்த்து நடக்காமலிருக்க அவள் கற்றுக்கொண்டாள். ஜன்னல் வழியே நட்சத்திர மேகத்தைப் பார்க்கையில் நடுக்கத்துடன் அவனை அணைத்துக் கொள்வாள். பயமும் துயரமும் கலந்த அணைப்பை உணர்ந்தபடி... தலையில் கைபுரள அவன் கேட்பான்.

"என்ன?"

"இனி எப்போ லீவு வரும்?"

"ஞாயிற்றுக் கிழமை"

"வேற லீவு இல்லையா?"

"இல்லை!"

இருள் செறிந்த இரவுக்கிடையில் அவன் மார்புக்கிடையே அவள் கேட்கும் இன்னொரு கேள்வி, "வீடு எப்போ கிடைக்கும்?"

சென்னையில் வீடு கிடைப்பது சாதாரணமாய் இல்லை. எந்த வசதியும் இல்லாத வீட்டுக்கே தவங் கிடக்க வேண்டியிருந்தது. நூறு ரூபாய்க்கு ஒரு சமையலறையும் இன்னொரு அறையும் கிடைக்கும்.

மீதிப் பணத்தில் மற்ற செலவுகள் காத்திருந்தன. 'கவர்மென்ட் குவார்ட்டர்ஸ்'இப்போது கிடைப்பதாயில்லை. அதற்கு மந்திரி வரை போக வேண்டும். பதிந்து வைத்து விட்டு, இரண்டு வருஷமாய்க் காத்திருக்கிறார்கள். அவர்களுக்கு வீடு கிடைப்பதற்குள் வேறு இடத்திற்கு மாறுதல் ஆகிவிடுகிறது.

உதடுகளின் நடுக்கம் அவனுடைய கழுத்தருகில் உணரப்படும். நனைந்த விழிகள் கெஞ்சலுடன் அவனைப் பார்க்கும். அவனிடம் பதில் இல்லாதது கண்டு நடுங்கும்.

உதடுகள் பரிதாபத்துடன் விரிய நாணம்மா மீண்டும் கேட்பாள் "வீடு எப்போ கிடைக்கும்?"

பதில் இல்லாமல் தனது இதழ்களால் அவளுடைய இதழ்களைப் பொத்திக் கொள்வது சோகமாய் நடந்தது.

*

இரண்டாம் சனிக்கிழமை. சனி ஞாயிறு இரண்டு நாளும் விடுமுறை.

அந்த நாளில் அரசாங்க ஊழியன் தன் கனவுகளை அதிகமாகவே நிறைவேற்றிக் கொள்ள முடியும். இதற்கு முன்னே ஒரு இரண்டாம் சனி, ஞாயிறு வந்து அவனுடைய கைகளில் கிடைக்காமல் போனது. இதுபோல மூன்று மாதங்களின் சனி, ஞாயிறும் மறைந்து போயின. பட்ஜெட் சட்டசபையில் வந்தபோது வேலை அதிகம் என்று கூறி விடுமுறை மறுக்கப்பட்டது. பட்ஜெட் முடிகிறவரை அவனும் சமநிலையிலிருந்த நண்பர்களும் இரவு வரை வேலை செய்ய வேண்டி வந்தது. பைல்கள் முடித்து வீட்டில் தூங்கிக்கொண்டிருந்த ஆபீசரை எழுப்பி, கையெழுத்து வாங்கிக்கொண்டு வந்து கொடுத்தார்கள்.

இப்போது எதிரே வருகிற இரண்டாம் சனிக்கிழமையைக் கைவசப்படுத்த அவன் காத்திருந்தான். சட்டசபைக் கூட்டம் முடிந்து விட்டது. அதனால் விடுமுறைக்குப் பாதகம் எதுவும் நேராது. அந்த இரு பூரண தினங்களையும் ஆள அவன் காத்திருக்கையில் வெள்ளிக்கிழமை மாலை மேஜைமீது பைல்கள் விழுந்தன. எல்லாவற்றையும் எரித்து விடும் பார்வையில் கேட்டான்.

"யார் அனுப்பியது?"

“அதிகாரி”

“யார் அனுப்பினாங்களோ அவர்களிடமே திருப்பிக் கொடு”

ஒரு அரசாங்க ஊழியன் இதைச் சொல்லியிருக்கக்கூடாது. அவர்கள் மேலிருப்பவர்களின் ஆணைகளை நிறைவேற்றவும் அவர்களுடைய சௌகரியங்களுக்குத் துணை போகவுமே இருக்கிறார்கள்.

தன் ஆசைகளைக்கூட அல்ல, தேவைகளையும் ஊழியர்கள் மறந்து போக வேண்டும். மேலிடத்திலிருக்கிற பாத்திரம் பொங்கி வழியும்போது இவர்களுக்கும் கொஞ்சம் அருளிச் செய்யப்படும் என்பதை அவன் மறந்து விட்டான்.

“இதனுடைய முடிவு என்ன ஆகும் தெரியுமா?”

எல்லா முடிவுகளையும் எதிர்பார்த்தே அதிகாரி முன் நின்றான். உணர்வுகள் மதிக்கப்பட வேண்டும் என்பதற்கே அவன் இப்போது எல்லாவற்றையும் சந்திக்கத் தயாராக இருந்தான்.

“எனக்குத் தெரிந்தவரை உனக்கு எந்தப் பின்பலமும் இருப்பதாகத் தெரியவில்லை. மந்திரிக்கு வேண்டியவர் என்ன ஆனார் தெரியுமா? தலைமைச் செயலகம் முழுவதும் அவரைத் தெரிந்திருந்தது. மந்திரிக்கு வேண்டியவர், என்பதைக்கொண்டு எல்லோரையும் எதிர்த்தார். இப்போது எந்த நிலையில் அந்த அதிகாரி இருக்கிறார்?”

அவருடைய விளக்கங்கள் தேவையில்லை. அவன் மீண்டும் திருப்பிச் சொன்னான். “எனக்கு அதிகமா வேலை கொடுக்கிறீங்க”

“சட்டசபை நேரம்”

“சட்ட சபை முடிந்து விட்டதே; இப்போது லீவு கொடுப்பதற்கென்ன?”

“இது அரசாங்க அலுவலகம். சொந்த வீடில்லை”

அதிகாரியின் இதழ்களில் சிறு புன்னகை கனிந்தது. எல்லாவற்றையும் எரித்து ஜீரணிக்கப் போகிற நெருப்புத் துளியின் புன்னகையைப்போல.

“நீங்க அதிகமா வேலை கொடுக்கிறீங்க. வேணுமின்னே செய்றீங்க”

அவனுடைய கோபம் கனிந்த சொற்களுக்கிடையே அவனைப் பார்க்க முடிந்தது. நிஜமான உருவம் எல்லா ஆடையும் களைந்து விட்டு நிற்பது தெரிந்தது.

ஒரு புன்னகையுடன் மீண்டும் அவர் சொன்னார் "இது கவர்மெண்ட் ஆபீஸ். வீடில்லை"

ஒரு போராட்டக் காட்சி வெடித்தது. மனசும் ரத்தமும்கொண்ட ஒரு மனிதன் விழிப்புக்கொண்டு எழுந்த கோலமாக அது இருந்தது.

வெறிகொண்ட கத்தலும், கோபமிக்க அதட்டலும் அந்த அறையில் அதிகமாகியது. ஒரு கணம் அந்தக் கட்டிடம் ஸ்தம்பித்து நின்றது. ஊழியர்கள் எல்லோரும் வியப்புடன் எழுதுவதை மறந்தபடி பார்த்தார்கள். அவர்களுடைய முகங்களில் கலவரம் தெரிந்தது.

கடைசியில் அவனைப் பியூன்கள்தான் வெளியே இழுத்துக்கொண்டு போனது. கையையும் காலையும் உதைத்துக் கொண்டு திமிறியவனை அடக்கி வெளியில்கொண்டு போனார்கள். கண்கள் செந்நீராய்க் கனிந்து போர்க்களக் கைதியைப் போல் இழுத்துக்கொண்டு போகப்பட்டான்.

பூவுலகின் ஒலியில் நாணம்மா மிதந்தாள். மிக ரகசியமாய் விரிந்தாள். மேகங்கள் விரிவது போல் விரிந்து மேலெல்லாம் நனைய உள் ஆத்மாவும் நனைய அவள் அசைந்தாள்.

அந்த நடுநிசியில் அவளுடைய உலகம் விழிந்திருதந்து. கனவும் மயக்கமும்கொண்ட உலகம் இயங்கிக்கொண்டிருந்தது. மூச்சுகளால் அவன் மார்பை நிறைத்தபடி நாணம்மாவின் சுகமான முனகல்கள் வெளிப்பட்டன.

வழக்கமான நடுநிசியில்லாமல் மாலையில் அவன் வந்தபோது நாணம்மாவுக்கு அதிசயத்தில் மூச்சுத் திணறியது. அன்றும் புதன்கிழமை, சனிக்கிழமையல்ல. புதன், வியாழன் வெள்ளி, திங்கள் வரை அவள் தினங்களை எண்ண முடிந்தது. ஐந்து தினங்கள். திங்கட்கிழமை விடிய 4 மணிக்கு அவனை அழைத்துச் செல்கிற அந்த டிரெயின் வரும்வரை, ஐந்து தினங்களாக இருக்கும் ஐந்து சொர்க்கங்கள் அவள் கையில் கிடைத்தன.

ஓர் பூப் பொட்டலத்துடன் அவன் வாசல் ஏறிய போதே நாணம்மா சிலிர்த்துப் போனாள். நாணம்மாவின் கையில் பணத்தைக் கொடுத்தபோது வழக்கத்திற்கு அதிகமாய் கத்தை கத்தையாய் இருந்தது. அன்று முதல் தேதியில்லை என்பது நாணம்மாவுக்கு தெரிந்திருந்தது.

ஜன்னல் வழியே நாணம்மா நட்சத்திரங்களைத் தைரியத்துடன் பார்த்தாள். இப்போது அவைகளின் சிறகுகள் ஒடிந்து விட்டன. எல்லாவற்றையும் ஜெயித்த சந்தோஷத்தில் மார்பில் புதைந்திருந்த

முகம் எடுத்து அவனைப் பார்த்தாள். பூத்த உதடுகள் அவன் கழுத்தில் பதிந்தபடி மெதுவாய் கேட்டாள். "இனி எப்போ போகணும்"

"எப்போதும் இல்லை"

இருளை விட மங்கிய குரலில் வந்த அந்தக் குரலின் பொருள் நாணம்மாவுக்குப் புரியவில்லை

◆ ◆ ◆

தனுமை

வண்ணதாசன்

இதில்தான் தனு போகிறாள்.

பஸ் பழையதுதான் ஆனாலும் காலனி வரைக்கும் போக ஆரம்பித்து மூன்று நாட்கள் ஆகிவிட்டன. தகரம் படபடவென அதிர ஞாயிற்றுக்கிழமை காலை, முதல் முறையாக வெள்ளோட்டம் சென்றது. இந்த புதிய மில் காலனியின் அதிகாரிகள் உள்ளே சிரித்துக்கொண்டிருந்தனர். ஞானப்பனுக்கு ஒரு மாதிரி ஆகிவிட்டது பஸ் கக்கி விட்டு போன புகை கலைந்து பாதையை விழுங்கும்போது உடை மரங்களுக்கும் தேரி மணலுக்கும் மத்தியில் மடமடவென உருவாகிவிட்ட இந்தக் காலனியிடம் தன் சம்பந்தத்தை அவன் இழந்து போனதாகவே தோன்றியது. தனு அங்கேயே வீட்டு பக்கம் ஏறிக் கொள்வாள். இறங்கி கொள்வாள்.

ஒரு வகையில் மகிழ்ச்சி. தன்னுடைய பலவீனமான காலை இழுத்து இழுத்து ஒரு அழகான சோகமாக அவள் இத்தனை தூரம் நடந்து வர வேண்டும். முன்பு போல் இவளுடைய காலேஜ் வாசலோட நின்று போகிற டவுன் பஸ்ஸுக்காக, அவளுடைய குறையின் தாழ்வுடன் எல்லாருடனும் காத்திருக்க வேண்டாம். இனிமேல் நேருக்கு நேர் பார்க்க முடியாது.

இந்த ஆர்பனேஜ் மர நிழல்களுக்குக் கையில் புஸ்தகத்துடன் ஞானப்பன் இனி வரவேண்டிய அவசியமில்லை. பழையபடி தெற்கே தள்ளி, உடை மரக் காடுகளுக்குள்ளே போய்விடலாம் எங்கே பார்த்தாலும் மணல். எங்கே பார்த்தாலும் முள். விசுக்விசுக்கென்று 'சில்லாட்டான்' ஓடும். அல்லது பருத்து வளர்ந்து ஓணான் ஆகத் தலையாட்டும். ஆளற்ற தனிமையில் அஸ்தமன வானம் கீழிறங்கிச் சிவக்கும். லட்சக்கணக்கான மனிதர்கள் புதையுண்டது போல் கை வைத்த இடமெல்லாம் எலும்பும் முள்ளும் வெட்டி இழுத்துக்கொண்டு போகிறவளின் உடம்பும், பாடத்தை இட்டு

விலக்கும். பல தடவை பேச்சுக் கொடுத்த பிறகு சிரிக்கிறதற்று மட்டும் தழைந்திருந்த ஒருத்தியின் கறுத்துக் கொலுசுக் கால்கள் மண்ணை அரக்கி நடக்கும்.

நடக்க முடியாமல் நடக்கிற தனுவுக்கு ஆர்பனேஜின் வழியாகக் குறுக்காகச் சென்றால் பஸ் நிற்கிற காலேஜ் வாசலுக்குப் போய் விடலாம் என்பது தாமதமாகத்தான் தெரிந்திருக்கும். அவள் பெயர் தெரிந்ததுகூட அன்றுதான். 'தனு! இந்த வழியாகப் போயிரலாமாடி?' என்று எப்போதும்கூடச் செல்கிற பையன் காட்டினான். அவள் தம்பி. யூனிபாரம் அணிந்த அவளின் சின்ன வழித்துணை.

ஞானப்பன் யதேச்சையாக அன்று ஆர்பனேஜிறகுப் படிக்க வந்திருந்தான். படித்து முடித்து விட்டு ஆஸ்டலுக்குத் திரும்புகிற வேளையில் பீடி தேவையாக இருந்தது. கொஞ்ச நேரம்நின்றுகொண்டிருந்தான். சின்ன வேப்பங்கன்றுக்குக் கீழே டயர் போட்ட மொட்டை வண்டியின் நோக்கலில் உட்கார்ந்து பள்ளிக்கூடக் கட்டிடத்துக்கு முன்னால் உள்ள கொடிக்கம்பத்தைப் பார்ப்பது போல் பார்வை.

வட்டமாகக் குறுக்குச் செங்கல் பதித்து உள்ளே பீநாறிப் பூச்செடி நட்டிருந்தார்கள். அந்தப் பூவும் செடியும் அவனுடைய ஊருக்கு இறங்க வேண்டிய ரெயில்வே ஸ்டேஷனிலும் சிறு வயதிலிருந்து உண்டு. கல் வாழைகள் அப்போது வந்திருக்கவில்லை. ஊர் ஞாபகம், இரவில் இறங்குகையில் நிலா வெளிச்சத்தில் கோடாக, மினுக்கட்டாம்பூச்சிகள் எல்லாம் ஒவ்வொரு பூவிலும் தெரிந்துகொண்டிருந்தபோதுதான் 'தனு' இந்த வழியாப் போயிரலாமாடி?' என்ற சத்தம்.

கைலியை இறக்கிவிட்டுக்கொண்டு. நோக்காலில் இருந்து இறங்கினான். இறுக்கிக் கட்டின போச்சுக்கயிறு கீச்சென்று முனகியது. தொழுவங்களில் மூங்கில் தடியினால் தண்டயம் போட்டிருப்பதுபோல வண்டி போக வர மட்டுமே புழங்குகிற அந்தத் தடுப்புக்கு அப்புறம் தனுவும் அவள் தம்பியும் நின்றுகொண்டிருக்கிறார்கள். தம்பி சடக்கென்று காலைத் தவ்வலாகப் போட்டு குனிந்து உட்பக்கம் வந்து விட, ஒரே ஒரு விநாடி அவள் விசாலமான தனிமையில் நின்றாள். பின்னால் பொருத்தமற்ற பின்னணியாய்ப் பாலையான மணல் விரிப்பும் உடை மரங்களும், உடைமரம் பூத்ததுபோல மெலிசான மணமாக இவள், தனு.

ஞானப்பன் ஒரு ராஜ வாயிலைத் திறப்பதுபோல மென்மையாக மூங்கிலை உருவி அவளை வரவிட்டு ஒதுங்கினான். உள் ஒடுங்கின பரபரப்பில் மூங்கில் தவறி மண்ணில் இறங்கிக் கறையான்கள்

உதிர்ந்தன. தனுவின் தம்பி 'தாங்க்ஸ்' என்று சொன்னான். தனு "உஸ்" என்று அவனை அடக்கி இழுத்துப் போனாள். ஒரு சிறுமியைப்போல மெலிந்திருந்த தனு தூரப் போகப்போக நேர் கோடாக ஆரம்பிக்கும் ஆர்பனேஜின் முன்பக்கத்து இரண்டு ஓரச் செடிகளின் கினியா மலர்களின் சோகைச் சிவப்பும் கேத்தியின் மஞ்சளுக்கும் முதல் முதலாக உயிர் வந்தன அழகாகப்பட்டன.

எதிரே டெய்ஸி வாத்திச்சி வந்துகொண்டிருந்தாள். கன்னங்களில் பரு இல்லாமல் இருந்தால் அவளுக்கு இந்த மதமதப்பு இருக்காது. கல்யாணம் ஆகாததால் மீறி நிற்கிற உடம்பு ஒரு கறுப்புக் குதிரை மாதிரி, நுணுக்கமான வீச்சுடன் அவள் பார்த்து விட்டுச் செல்லும்போது ஞானப்பனுக்கு உடம்பு அதிரும். இன்று குறைவாக, இவளைப்போல இங்கே படிக்க வருகிற வேறுசிலருக்கும் அவளுடைய திரேகத்தின் முறுக்கம் ரசித்தது.

ஞானப்பனுக்குத் தனுவின் நினைவு மாத்திரம் ஒரு நீர்ப்பூவைப்போல அலம்பி அலம்பி அவள் முகம் நிற்க மற்றவையெல்லாம் நீரோட்டத்தோடு விரைந்து ஒதுங்கின. டெய்ஸி வாத்திச்சி நதியில் மிதந்த செம்பருத்திப் பூவாய், அள்ளுகிற குடத்தில் புகுந்துவிட விரவ, முட்டி முட்டி விலகிக்கொண்டிருக்கிறாள். அவளைப் போன வருஷத்தில் இருந்தே அவனுக்குத் தெரியும்.

ஒரு டிசம்பர் மாதம் ஹார்மோனியம் நடைவண்டி நடையாகக் கேட்டது. பத்துப் பதினைந்து பையன்களின் கூச்சலுக்கு மத்தியில் ஒரு பையன் கொஞ்சம் துணிச்சலாக ஒவ்வொரு பல்லாக அழுத்திக்கொண்டிருந்தான். இடம் ஆரம்பித்து வலம் கண்ட மத்தியில் ஆரம்பித்து இடம். இதற்குள் துருத்தியை அமுக்குகிற விரல் மறைந்திருக்கும். 'ங்ர்ர்' என்று பெட்டி கம்மும்போது ஒரு சிரிப்பு ஞானப்பன் போய் நின்றான். பையன்கள் விலகினார்கள்.

ஞானப்பன் சிரித்தான். அவன் கைப்பழக்கமாக வாசிப்பான். சினிமாப் பாட்டு வரை "படிங்க சார் படிங்க சார்" என்று குரல்கள். "என்ன பாட்டுடே படிக்க?" என்று கேட்டுக்கொண்டே அவன் "தட்டுங்கள் திறக்கப்படும்" என்று தொய்வாக வாசித்து நிறுத்தி விட்டுக் கேட்டான். "என்ன பாட்டு சொல்லுங்க பாக்கலாம்"

"எனக்குத் தெரியும்"

"நாஞ் சொல்லுதேன் ஸார்"

"இந்த நல் உணவை ஸார்"

ஞானப்பனுக்கு கடைசிப் பையன் சொன்னதைக் கேட்டதும் திக்கென்றது. "இந்த நல்உணவைத் தந்த நம் இறைவனை வணங்குவோம்" என்று காலையில் அலுமினியத் தட்டும் தம்ளருமாக உட்கார்ந்துகொண்டு கோதுமை உப்புமாவுக்கும் மக்காச் சோளக் கஞ்சிக்கும் எதிர்பார்த்துப் பாடுகிற ஒரு தாங்க முடியாத காட்சி தெரிந்தது. அநாதைகளை மேலும் மேலும் அநாதைப் படுத்துகிற அந்தப் பாடலை இவன் வாசிப்பில் உணர்ந்த பையனின் உயிரையும் ஜீவனுமற்ற முகத்தையும் பார்த்துக்கொண்டே இருந்தான்.

ஞானப்பனுக்கு வேறு எந்த கிறிஸ்துவ கீதங்களும் நினைவுக்கு வரவில்லை. எல்லாக் கிறிஸ்துவ கீதங்களும் ஒரே ராக வடிவுதான் என்ற நினைப்பை அவனுக்கு உண்டாக்கின. "எல்லாம் ஏசுவே, எனக்கெல்லாம் ஏசுவே!" பாடலின் முதலிரு வரிகளின் தடத்தையே மீண்டும் மீண்டும் வாசித்தான். பையன்கள் அடுத்த வரிகளைப் பாடினபோது அவனுக்குச் சிலிர்த்தது.

அந்த ஆர்பனேஜின் அத்தனை வேப்பம் பூக்களும் பாடுவதுபோல. வரிசையாக டவுனுக்குள்ளிருக்கிற சர்ச்சுக்குப் போய் வருகிறவர்களின் புழுதிக் கால்களின் பின்னணிபோல.

பால் மாவு டப்பாக்களில் தண்ணீர் மொண்டு மொண்டு வரிசையாகத் தோட்ட வேலை செய்கிறவர்கள் பாடுவதுபோல.

வாரத்துக்குள் ஒரு நாள் வருகிற கிழட்டு நாவிதனுக்குத் தன் பிடரியைக் குனிந்து முகம் தெரியாத அம்மாவின் முகத்தை நினைத்து அழுதுகொண்டிருக்கிற பையனின் சோகம்போல.

எந்த சத்து குறைவோ 'ஒட்டுவாரொட்டி'யாக எல்லாப் பையன்கள் கைகளிலும் வருகிற அழுகுணிச் சிரங்கிற்கான பிரார்த்தனைபோல.

கிணற்றடியில் உப்பு நீரை இறைத்து இறைத்து ட்ரவுசரைக் கழற்றி வைத்துவிட்டு அம்மணமாகக் குளிக்கிற முகங்களில் எழுதப்பட்டிருக்கிற அழுத்தமான நிராதரவின் குரல்போல.

இரண்டு பைசா ஒன்று பள்ளிக்கூடத்துக் கிணற்றில் விழுந்து விட அசுரத்தனமாகத் தண்ணீரை இறைத்து இறைத்து ஏமாந்துகொண்டிருந்த சிறுவர்களின் பம்பரக் கனவுகள்போல.

ஞானப்பன் மேலே வாசிக்க ஓடாமல் நிமிர்ந்தபோது டெய்ஸி வாத்திச்சி வாசலில் நின்றுகொண்டிருந்தாள். பையன்கள் கலைந்து நகர்ந்தார்கள். இவனின் வாசிப்பைப் பாராட்டினாள். வாசலில் கையூன்றிச் சிரித்தாள்.

ஞானப்பனுக்கு ஒரேயடியாக அந்த இடத்தில் அவளை அடித்து தள்ள வேண்டும் என்று தோன்றியது.

டெய்ஸி வாத்திச்சியின் பார்வையைப்போலவே சைக்கிளில் போகிற ஒரு இங்கிலீஷ்காரப் பெண்ணையும் ஞானப்பன் சகித்துக் கொள்ள வேண்டியிருந்தது. அவளை அநேகமாக லீவு நாட்களில் காலையிலேயே இரண்டு தடவை பார்த்து விடலாம்.

முதல் ஷிப்டு வேலைக்காகக் கையில் தூக்குச் சட்டியைக் கோத்துக்கொண்டு ஓட்டமும் நடையுமாய்ப் போகிற ஜனங்கள் பதநீர் குடிக்கிறவர்கள் முதல் சங்கு ஊதின பிறகு அவசரம் அவசரமாக வடையை, ஊறுகாய்த் தடையை வாங்கிக்கொண்டு போகிறவர்கள், இராத்திரி ஷிப்ட் முடிந்து பஞ்சும் தலையுமாக டீக்கடையில் பேப்பர் படிப்பவர்கள், அவர்களில் சைக்கிளில் தொங்குகிற தூக்குச் சட்டிகள், இவர்களுக்கு மத்தியில் இந்தப் பெண்ணின் அமைப்புகளை மீறின அவளுடைய பாரமான உடம்பும் பெருந்தொடையும் பிதுங்க அவள் செல்லும் போதெல்லாம் அவன் அநாவசியமான ஒரு அருவருப்பை அடைய நேர்ந்திருக்கிறது.

கொஞ்ச நேரத்தில் இதையெல்லாம் கழுவிவிடுவது போல் தனு வருவாள். அந்தத் தனுவை இனிமேல் ஜாஸ்தி பார்க்க முடியாது. மறுபடியும் சிகரெட்டிலிருந்து பீடிக்கு மாறி கைலியை மடித்துக் கட்டிக்கொண்டு அலைய வேண்டியதுதான். ஆர்பனேஜ், தனுவின் ஒரு காலத்துப் பாதையாக இருந்தது என்பதால் இங்கு வராமலும் இனி முடியாது. இதற்கு மத்தியில் எதைப் படிக்க?

ஒரு தகர டின்னில் வரிசையாக நிற்கிற வேப்ப மரங்களின் பழம், உதிர பொறுக்கிற பையன்களைக் கூப்பிட்டால் பேசப் போவதில்லை. அவர்களுக்கு ஃபுட்பால் கோல் போஸ்டின் அடையாளமாக நிறுத்தியிருக்கிற பனங்கட்டையில் இருந்துகொண்டு காகங்கள், இரண்டு மூன்றான கொத்தாக இட்ட வேப்பங்கொட்டை எச்சத்தைச் சேகரிக்கிற சந்தோஷம் இவனுடன் பேசுவதில் இருக்காது.

பக்கத்தில் ஊடு சுவருக்கு அந்தப்புரம் கொட்டகைகளில் எரிகிற பிணங்களுக்கும் மண்டுகிற புகைக்கும் சலனமடையாமல் உப்புப் பெயர்த்து சிதலமாகிக் கிடக்கிற மையவாடிக்கு மத்தியில் காடாக வளர்ந்த எருக்கஞ் செடிகளில் போய் வண்ணத்துப் பூச்சியின் முட்டையும் புழுவும் எடுத்துக்கொண்டிருக்கிற இவர்களிடையில் தனுவும் விலகின பின் எந்த அமைதியில் படிக்க!

மற்றப் பையன்களுடன் சேர்ந்து உட்கார்வதுகூட முடியவில்லை. குப்பைக் குழிகளுக்கும் 'ஐயா'க்களுக்குமான கக்கூஸ்களை

ஒட்டிய பகுதிகளிலேயே க்ரா, க்ரா என்று தொண்டையைக் காட்டித் திரிகிற தாராக் கோழிகளை “போவ் போவ்” என்று முன்னைப்போலக் கூப்பிடவும் தோன்றவில்லை. ‘ஐயா’க்களைப்போல எல்லாவற்றிலிருந்தும் ஒதுங்கி விட்டால்போதும் என ஞானப்பனுக்கு தோன்றியது. அவன் வகுப்பில் கல்லூரியில் இதேபோல வெள்ளை முழுக்கைச் சட்டை வேஷ்டியுடன் இங்கேயிருந்து படிக்கிறவர்கள் இருக்கிறார்கள். அவர்களும்அநாதைகள் தாமா? தனுக்கள் எதிர்ப்படாமல் இருந்த பொழுதை விட தான் இப்போது அநாதையாக? ஞானப்பனுக்கு மனத்துள் குமைந்து வந்தது.

ஊருக்குப் போக வேண்டும்போலத் தோன்றியது. வயலும் வரப்புமாக விழுந்து கிடக்கிற அப்பாவின் வம்ச வாடையை உடம்பில் ஏந்தியிருக்கிற தன்னிடம் நெற்றியில் எலுமிச்சங்காய் அளவு புடைத்திருக்கிற ‘கழலை’ அசையச் சில சமயம் சந்தோஷமாகப் படிப்புப் பற்றி விசாரிப்பதும் “படிச்சு பாட்டத் தொலைச்ச” என்று அலுத்துக் கொள்வதும் முகம் முகமாகத் தெரிந்தது எல்லா முகத்திலும் மிஞ்சித் தனி முகமாகி தனு முகமாகி..

உருண்டு வந்து கால் பக்கம் விழுந்த பந்தை எடுப்பதற்கு வந்த பையனைத் தடுத்து, பந்தோடு மைதான விளிம்புக்கு வந்து உதைத்தபோது அது தூரமில்லாமல் உயரமாக எவ்வி, நீளத்தை அண்ணாந்து பார்க்க வைத்துக் கீழிறங்கியது. கீழிறங்கின பின்னும் ஞானப்பனுக்குப் பார்வை நீலமாக நின்றது.

நீலப் பூ. புத்தங்களுக்கிடையில் வைத்துப் பாடம் பண்ணின நீலமான பூ சிவப்பாக இருந்தது. ஒருவேளை நீலமாகிப் போன பூ. அல்லது வெளிறல் மழுங்கி நீலம் கறுத்த பூவொன்று வழியில் கிடக்க, ஞானப்பன் எந்தவித்த் தடயமும் இன்றி அது அவள் உதிர்ந்த பூ என மனத்தில் உறுதி செய்து வைத்திருக்கிறான். அவனுக்கே தெரியும். அந்தப் பூ, ஆர்பனேஜ் எல்லைக்குள் ஒதுக்கமாய் முன்பு இருந்தது. இப்போது இடிந்து நகர்ந்து போன சர்ச்சின் பின்னால் வளர்ந்திருக்கிற கொடியின் பூ. ஆனாலும் தனு உதிர்த்த பூ.

இடிந்த சர்ச்சின் சுவர்கள் ஞானப்பனுக்கு ஞாபகம் வந்தது. இந்த ஆர்பனேஜ் ஆண்களுக்கு மட்டுமானது என்பதன் அடிப்படையில் எழுதப்பட்ட கொச்சைகள், பெயர், கெட்ட வார்த்தைகள் எல்லாம் கறுப்பாகச் சுவரில் சிந்தியிருக்கும். இவன் பார்வையில் இவனுடன் படிக்கிறவர்கள்கூட அதில் புதிதாக எழுதிய கரிப்படங்களும் வரிகளும் உண்டு. டெய்ஸி வாத்திச்சிகூட அப்படியொரு வரிகளில்

ஒன்றாக வேண்டுமென்றே செய்யப்பட்ட எழுத்துப் பிழைகளுடன் சுவரில் அறையப்பட்டிருக்கிறாள்.

புத்தகத்துக்கிடையில் நீலப்பூவைத் தகடாக மலர்த்திப் பார்த்தபடி மூடினான். படிக்க வேண்டும். வேகமாக நிழல் பம்மிக்கொண்டிருந்தது. கிணற்றடியில் முகத்தை அலம்பி பள்ளிக்கூடத்துப் பின்பக்க வராந்தாச் சுவரில் சாய்ந்துகொண்டு வாய்விட்டுப் படிக்க ஆரம்பித்தான். மற்ற அமைதியிலிருந்து மீள அவனுக்குச் சத்தம் தேவையாக இருந்தது.

பெரிய ஐயாவுடைய தாராக் கோழிகளின் கேறல் விட்டு விட்டு மங்கியது. மைதானத்துப் பிள்ளைகளின் இரைச்சல் தூரத்துக்குப் போனது. ஓட்டுச் சார்பில் எந்தப் பக்கத்தில் இருந்தோ ஒரு புறா குதுகுதுத்துக்கொண்டிருந்தது. காலனியில் புதிதாக வந்திருந்த பிள்ளையார் கோவில் மணி அமுங்கிக் கேட்டது. பக்கத்து ஸ்பின்னிங் மில் ஓடுகிற மூச்சு ரொம்பத் தள்ளி இரைந்தது.

மழை வருமா என்ன?

சென்ற மழைக்காலம் அடர்த்தியாக இருந்தது. வானம் நினைத்துக்கொண்ட போதெல்லாம் மழை. அநேகமாக மாலை தோறும் கருக்கலுக்கு முன்னாலேயே ஹாஸ்டலில் விளக்கு எரியும். அடைந்துகொண்டிருக்க முடியாமல் ஞானப்பன் வெளியே அப்போதுதான் வந்திருப்பான். மழை விழுந்தது. திரும்ப முடியாமல் வலுத்து அறைந்தது. மண்ணும் சூடுமாக ஒரு நிமிஷம் வாசனை நெஞ்சையடைத்தது. பனை மரங்கள் ஒரு பக்கமாக நனைந்து கன்னங்கறுப்பாயின. பன்றிகள் மசமசவென்று அலைந்தன. அவுரிச்செடி சந்தனத் தெளிப்பாகப் பூத்து மினுங்கியது.

ஞானப்பன் ஆர்பனேஜ் வாசலுக்குள் ஓடி வாசல் பக்கத்து மரத்தடியில் நின்றான். பின்னும் நனைந்தது. முன் கட்டிடத்துக்கு ஓடினான். ஆறு முதல் எட்டு. உள்ளே ஏறின பிறகு தெரிந்தது டெய்ஸி வாத்திச்சியும் நின்றுகொண்டிருந்தாள். புடவைத் தலைப்பை முக்காடாக இழுத்து ஓரத்தைப் பல்லிடுக்கில் கவ்வினபடி நனைவதற்கு முன்பு வந்திருக்க வேண்டும்.

ஒரு வெள்ளாட்டுக்குட்டி கதவோரமாக ஒண்டி, ரஸ்தாப் பக்கமாய்த் தலை திருப்பி நின்றது. கீழே புழுக்கை காவல்கார வயசாளி குப்பை வாளியைப பக்கத்தில் வைத்துக்கொண்டு துவண்டது போல் மடங்கிப் புகைத்துக்கொண்டிருந்தான். டெய்ஸி வாத்திச்சி கொஞ்சமும் அசையாமல் நின்றாள். சுபாவங்களிலிருந்து விலக்கிக் கட்டிப்போட்டிருந்தது. டெய்சி வாத்திச்சி, மெல்லிய

திரைக்கு அப்புறம் தெரிகிறது போல் துல்லியமான ஒரு புதியவடிவில் தெரிந்தாள்.

ரஸ்தாவில் ஓடத்தைப் போல் தண்ணீரைச் சுருட்டி எறிந்தபடி பஸ் வந்து நின்றது. சார்ப்புகள் போட்டு மூடின பஸ் ஸ்டாப்பின் பக்கவாட்டு ஓடைகளிலிருந்து குலுங்கித் தண்ணீர் கொட்டியது. பஸ் திரும்பி நின்றதும் டெய்ஸி வாத்திச்சி அவசரமாக ஓடினாள். 'தனுவைப் போல் இல்லாமல் முதிர்ந்து முற்றலாக இருக்கிற டெய்ஸி வாத்திச்சி இவ்வளவு புறக்கணிப்பாகக்கூட நின்ற செல்ல முடியுமா? ஞானப்பனுக்கு யோசனை. சிறு குரலில் ஆட்டுக்குட்டி கத்தியபடி சுவரில் ஏறி நின்றது.

தனுவின் கல்லூரியிலிருந்து புறப்படுகிற காலேஜ் பஸ் வர நேரம் உண்டு. மழையினால் பிந்தி வரலாம். காலனியில் இருந்து இரண்டு மூன்று அம்மாக்கள் அலுமினியப் பெட்டி சுமந்து இறங்குகிற குழந்தைகளைக் கூட்டிப் போகக் குடையுடன் நின்றுகொண்டிருந்தார்கள். காலேஜ் வாசல் பக்கம் காலையில் பதநீர் விற்ற பனையோலைப் பட்டைகள், மேலும் நனைந்து பச்சையான குவியலாகக் கிடந்தன.

மஞ்சள் ஆட்டோக்கள் ஈரமான ரோட்டைச் சிலுப்பிக்கொண்டு காலனிப் பக்கம் சீறின. உள்ளே இருக்கிற குழந்தைகள் கையை அசைக்க ஞானப்பன் சிரித்துப் பதிலுக்கு அசைத்து காலேஜின் இரண்டாவது வாசலுக்குப் பக்கம் உள்ள ஒற்றையடித் தடத்தில் வேகமாக நடந்தான். ஹாஸ்டலின் வாசலில் தையல்காரன் மெஷினோடு நிற்பது தெரிந்தது.

மில் ஓடுகிற மந்திரம் நன்றாகக் கேட்டது.

புஸ்தகத்துக்குள் அமிழ்ந்து மௌனமாக வாசிக்கும்போது மௌனம் இளகி ஓடி அலையலையாகி மத்தியில் தனு அலும்பி அலம்பி நின்றாள்.

ஒரே வரியில் வழுக்கு மரம் ஏறின வெறும் வாசிப்பை மறுபடியும் ஆரம்பித்தபொழுது வராந்தாவில் ஏறி டெய்ஸி வாத்திச்சி உள்ளே வந்தாள். 'படிப்பு நடக்கிறதா?' என்பதாகச் சிரித்தாள். 'குடையை வச்சுட்டுப் போய்டேன்' செருப்பைக் கழற்றி போட்டபடி சொன்னாள். செருப்பில் விரல்கள் வழுவழுவென ஆழமாகப் பதிந்திருந்தன. பூட்டைத் திறந்து வாசலுக்கு இடப்புறம் இருக்கிற ஜன்னலில் கைக்குட்டை பாரம் வைத்தது போல் பூட்டும் சாவியும் இருக்க உட்சென்றாள். கையில் குடையோடு ஞானப்பனைப் பார்த்துக் கேட்டாள்.

தொகுப்பாசிரியர்: கீரனூர் ஜாகிர்ராஜா ♥ 105

"நாற்காலி வேணாமா?"

"இல்லை, வேண்டாம் நேரமாச்சு. போக வேண்டியதுதான்"

கவனமாகப் பூட்டை இழுத்துப் பார்த்தாள். கைக்குட்டை கீழே விழுந்திருந்தது.

"நேரமாயிட்டுதுன்னா லைட்டைப் போட்டுக்கிறது" கைக்குட்டையை எடுத்து மூக்கை ஸ்விச்சைக் காட்டிச் சுளித்தாள். கால் செருப்பைத் தேடி நுழைத்துக்கொண்டிருந்தது.

"இல்லை வேண்டாம்" ஞானப்பன் புஸ்தகத்தை நீவினபடி அவளைப் பார்த்தான்.

"தனலெட்சுமிதான் வேணுமாக்கும்!" ஒரு அடி முன்னால் வந்து சடக்கென்று இழுத்துச் சாத்தியது போல் ஞானப்பனை அணைத்து இறுக்கிவிட்டு இறங்கி நடந்தாள்.

இ, ருட்டும் வெளிச்சமுமாகக் கிடந்த ஆர்பனேஜ் வெளியே ஞானப்பன் எட்டிப் பார்க்கையில் தடதடவென்று அந்த பஸ் இரைந்துக்கொண்டே போயிற்று.

ஸ்டாப் இல்லாவிட்டால்கூட, டெய்ஸி வாத்திச்சி வழியிலேயே கையைக் காட்டி நிறுத்தி நிச்சயம் ஏறிக்கொள்வாள்.

◆◆◆

வெயிலோடு போய்...

தமிழ்ச்செல்வன்

மாரியம்மாளின் ஆத்தாளுக்கு முதலில் திகைப்பாயிருந்தது. இந்த வேகாத வெயில்ல, இந்தத் கழுத ஏன் இப்படி தவிச்சுப்போயி ஓடியாந்திருக்கு என்று புரியவேயில்லை "ஓம் மாப்பிள்ளை வல்லியாடி" என்று கேட்டதுக்கு, "பொறு பொறு'ங்கிற மாதிரி கையை காமிச்சுட்டு விறுவிறுன்னு உள்ள போயி ரெண்டு சொம்பு தண்ணியை கடக்குக் கடக்குன்னு குடிச்சுட்டு 'ஸ்... ஆத்தாடி'ன்னு உட்கார்ந்தாள்.

"ஓம் மாப்பிள்ளை வல்லியாடி"

"அவரு ராத்திரி பொங்க வைக்கிற நேரத்துக்கு வருவாராம். இந்நியேரமே வந்தா அவுகயேவாரம் கெட்டுப் போயிருமாம்"

"சரி... அப்பன்னா நீ சித்த வெயில் தாழக் கிளம்பி வாறது. தீயாப் பொசுக்குற இந்த வெயில்ல ஓடியாராட்டா என்ன..."

"ஆமா... அது சரி... பொங்கலுக்கு மச்சான் அவுக வந்திருக்காகாளமில்ல..."

ஆத்தாளுக்கு இப்ப விளங்கியது. அவளுடைய மச்சான் ஆத்தாளின் ஒரே தம்பியின் மகன் தங்கராசு இன்னிக்கு நடக்கிற காளியம்மன் கோயில் பொங்கலுக்காக டவுனிலிருந்து வந்திருக்கான். அது தெரிஞ்சுதான் கழுத இப்படி ஓடியாந்திருக்கு.

"மதியம் கஞ்சி குடிச்சிட்டு கிளம்பினியாடி" என்று கேட்டதுக்கு கழுத 'இல்லை' யென்கவும் வைதுகொண்டே ஆத்தா கஞ்சி ஊத்தி முன்னால் வைத்துக் குடிக்கச் சொன்னாள். உதடெல்லாம் காய்ஞ்சு போயி காதுல கழுத்திலே ஒண்ணுமேயில்லாம கருத்துப் போன அவளைப் பார்க்கப் பார்க்க ஆத்தாளுக்குக் கண்ணீர்தான் மாலை மாலையாக வந்தது. தங்கராசு மச்சானுக்குத்தான் மாரியம்மா என்று சின்னப் பிள்ளையிலேயே எல்லாருக்கும் தெரிஞ்சதுதான். கள்ளன்

போலீஸ் விளையாட்டிலிருந்து காட்டிலே கள்ளிப்பழம் பிடுங்கப் போகிற வரைக்கும் ரெண்டு பேரும் எந்நேரமும் ஒண்ணாவேதான் அலைவார்கள். கடைசிக்கி இப்படி ஆகிப்போச்சே என்று ஆத்தாளுக்கு ரொம்ப வருத்தம். எப்படியெல்லாமோ மகளை வச்சிப் பாக்கணுமின்னு ஆசைப்பட்டிருந்தாள். பேச்சை மாற்றுவதற்காக "அண்ணன் எங்கத்தா" என்று கேட்டாள்.

"நீங்க ரெண்டு பேரும் வருவீக. அரிசிச் சோறும் காச்சணும்னிட்டு அரிசி பருப்பு வாங்கியாறம்னு டவுனுக்கு போனான்..."

கஞ்சியைக் குடித்து விட்டு சீனியம்மாளைப் பார்க்க விரைந்தாள் மாரி. சீனியம்மாள்தான் மச்சான் வந்திருக்கிற சேதியை டவுனுக்குப் தீப்பெட்டி ஒட்டப் போன பிள்ளைகள்மூலம் மாரியம்மாளுக்குச் சொல்லி விட்டது. சேதி கேள்விப்பட்டதிலிருந்தே அவள் ஒரு நிலையில் இல்லை. உடனே ஊருக்குப் போகணுமென்று ஒத்தக்காலில் நின்றாள். ஆனால் அவள் புருஷன் உடனே அனுப்பிவிடவில்லை. நாளைக் கழிச்சுப் பொங்கலுக்கு இன்னைக்கே என்ன ஊரு என்று சொல்லிவிட்டான். அவ அடிக்கடி ஊருக்கு ஊருக்குன்னு கிளம்பறது அவனுக்கு வள்ளுசாப் பிடிக்கவில்லை. அவ ஊரு இந்தா மூணு மைலுக்குள்ளே இருக்குங்கிறதுக்காக ஒன்ரவாட்டம் ஊருக்குப் போனா எப்பிடி. அவ போறதப் பத்திகூட ஒண்ணுமில்லை. போறவட்டமெல்லாம் கடையிலிருந்து பருப்பு, வெல்லம் அது இது தூக்கிட்டு வேற போயிர்றா. இந்தச் சின்ன ஊர்லேயே வாரம் ஓடுறதே பெரிய பாடா இருக்கு. இப்ப கோவில் கொடைக்குப் போணுமின்னு நிக்கா என்று வயிறு எரிந்தான். ஆனாலும் ஒரேயடியாக அவளிடம் முகத்தை முறிச்சுப் பேச அவனுக்கு முடியாது. அப்படி இப்பிடியென்று ரெண்டு புலப்பம் புலம்பி புலம்பி அனுப்பி வைப்பான்.

இதைப் பத்தியெல்லாம் மாரிக்கு கவலை கிடையாது. அவளுக்கு நினைத்தால் ஊருக்குப் போயிறனும். அதுவும் மச்சான் அவுக வந்திருக்கும்போது எப்பிடி இங்க நிக்க முடியும்.

அவ பிறந்து வளர்ந்ததே தங்கராசுக்காகத்தான் என்கிற மாதிரியல்லவோ வளர்ந்தாள். அவள் நாலாப்புப் படிக்கிறபோது தங்கராசின் அப்பாவுக்கு புதுக்கோட்டைக்கு மாற்றலாகி குடும்பத்தோடு கிளம்பியபோது அவள் போட்ட கூப்பாட்டை இன்னைக்கும்கூட கிழவிகள் சொல்லிச் சிரிப்பார்கள். நானும்கூட வருவேன் என்று தெருவில் புரண்டு கையைக் காலை உதறி ஒரே கூப்பாடு. அதைச் சொல்லிச் சொல்லி பொம்பிளைகள் அவளிடம் "என்னட்டி ஓம் புருசங்காரன் என்னைக்கு வாரானாம்" என்று கேலி பேசுவார்கள். ஆனால் அவள் அதையெல்லாம் கேலியாக

நினைக்கவில்லை. நிசத்துக்குத்தான் கேட்கிறார்கள் என்று நம்புவாள். ஊர்ப் பிள்ளைகளெல்லாம் கம்மாய்த் தண்ணியில் குதியாளம் போடும்போது இவள் மட்டும் கம்மாய்ப் பக்கமே போக மாட்டாள். கம்மாத் தண்ணியிலே குளிச்சா சொறி பிடித்து மேலெல்லாம் வங்கு வந்தும் டவுன்ல படிக்கிற மச்சானுக்குப் பிடிக்காது. அதேபோல கஞ்சியைக் குடிச்சி வகுறு வச்சிப் போயி மச்சான் ஒன்னைக் கட்டமாட்டேன்னு சொல்லிட்டா என்னாகுறது?

சும்மா மச்சான் மச்சான் என்று சொல்லிக்கொண்டிருந்தவள் பெரிய மனுஷியானதும் மச்சானைப் பத்தி நினைக்கவே வெட்கமும் கூச்சமாயிருந்தது. கொஞ்ச நாளைக்கி வெறும் மச்சானைப் பத்தின நினைப்போடு அப்புறம் கனாக்களும் வந்து மனசைப் பட படக்க வைத்தன. டவுனுக்கு தீப்பெட்டி ஒட்டப் போகையிலும் வரையிலும் ஒட்டும்போதும் மச்சானின் நினைப்பு இருந்துக்கொண்டே இருக்கும். பஞ்சத்திலே வேலை தேடிப் பிழைக்கப் போயி தஞ் சாவூர் காட்டிலே பேதி வந்து அவ அய்யா மட்டும் சாகாம இருந்திருந்தா மச்சானுக்குப் பொருத்தமா அவளும் படிச்சிருப்பா. அது ஒரு குறை மட்டும் அவ மனசிலே இருந்துகொண்டிருந்தது.

அதுவும் மச்சான் ஒரு தடவை அவுக தங்கச்சி கோமதி கலியாணத்துக்கு பத்திரிக்கை வைக்க வந்துபோது போயிருச்சு. எந்த வித்தியாசமும் பாராம ஆத்தாளோடவும் அண்ணனோடவும் ரொம்பப் பிரியமா பேசிக்கிட்டிருந்த மச்சானை கதவு இடுக்கு வழியா பாத்துப் பாத்து பூரிச்சு போனா மாரியம்மா.

மச்சானைப் பத்தின ஒவ்வொரு சேதியையும் சேர்த்துச் சேர்த்து மனசுக்குள்ளே பூட்டி வச்சிக்கிட்டா வருசம் ஓடினாலும் பஞ்சம் வந்தாலும் அய்யா செத்துப் போயி வயித்துப்பாட்டுக்கே கஷ்டம் வந்தாலும் அவனைப் பத்தின நினைப்பு மட்டும் மாறவே இல்லை. அதனாலே தங்கராசு அவளுக்கில்லை என்று ஆன பிறகும்கூட அவளால் அண்ணனையும் ஆத்தாளையும்போல துப்புரவாக வெறுத்து விட முடியவில்லை.

அவளுக்கு நல்லா ஞாபகம் இருக்கு. மாமனும் அத்தையும் வந்து தங்கராசு மச்சான் கலியாணத்துக்கு பத்திரிக்கை வச்சுட்டுப் போன பிறகு அண்ணன் வந்தவரத்து. இவளுக்கு பரிசம் போடத்தான் மாமனும் அத்தையும் வருவாகன்னு இருந்தபோது வேற இடத்திலே பொண்ணையும் பாத்து பத்திரிக்கையும் வச்சிட்டு சும்மாவும் போகாம மாமா அண்ணங்கிட்ட "கலியாணத்துக்கு ஒரு வாரத்துக்கு முன்னக்கூட்டியே வந்திரணும்பா, கோமதி கலியாணத்தை முடிச்சு வச்ச மாதிரி எல்லா வேலைகளையும் பொறுப்பா இருந்து நீதான் பாக்கணும்பா" என்று வேறு சொல்லிவிட்டு போனார்

அவுக அங்கிட்டுப் போகவும் ஆத்தாளிடம் வந்து அண்ணன் 'தங்கு தங்'கென்று என்னய என்ன சுத்தக் கேணப்பயன்னு நெனச்சுட்டாகளா? என்று கோமதி கலியாணத்துக்கு எல்லா வேலைகளையும் இழுத்துப் போட்டுக்கொண்டு அண்ணன் செய்தான்னு சொன்னா அது நாளக்கி நம்ம தங்கச்சி வந்து வாழப் போற வீடு. நாம வந்து ஒத்தாசை செய்யாட்டா யாரு செய்வா என்று நினைத்து செய்தது. ஆனா இப்படி நகை நட்டுக்கு ஆசைப்பட்டு மாமா அந்நியத்தில் போவாகன்னு யாரு கண்டது. என்ன மாமனும் மச்சானும் மயிராண்டி என்று வெறுத்து விட்டது அவனுக்கு.

ஆனால் ஆத்தா முதலில் அண்ணன் ஏறிக்கொண்டு பேசியபோது பதிலுக்கு கூப்பாடுதான் போட்டாள். "என்னடா குதிக்கே. படிச்சு உத்தியோகம் பாக்குற மாப்பிள்ளை தீப்பெட்டியாபீசுக்கு போயிட்டு வந்து வீச்சமெடுத்தப் போயிக் கெடக்குற கழுதயக் கட்டுவான்னு நீ நெனைச்சுக்கிட்டா அவுக என்னடா செய்வாக" என்று ஆத்திரமாக பேசினாள். அப்படி அப்போதைக்குப் பேசினாலும் அன்னைக்கு ராத்திரி செத்துப் போன அய்யாவிடம் முறையீடு செய்து சத்தம் போட்டு ஒப்பாரி வைத்தாள். "ஏ என் ராசாவே... என்ன ஆண்டாரே இப்படி விட்டுப் போனீரே. மணவடையில வந்து முறை மாப்பிள்ளை நானிருக்க எவன் இவ கழுத்தில தாலி கட்டுவான்னு சொல்லி என்னச் சிறையெடுத்து வந்தீரே. இப்படி நிர்க்கதியா நிக்க விடவா. சிறையெடுத்தீர் ஐயாவே... தம்பி... தம்பீன்னு பேகொண்டு போயி அலைஞ்சேனே. அவனைத் தூக்கி வளத்தேனே... என் ராசாவே... எனக்குப் பூமியிலே ஆருமில்லாம்ப் போயிட்டாகளே..."

பக்கத்துப் பொம்பிளைகளெல்லாம் வைதார்கள். "என்ன இவளும் பொம்பளதான். அப்பயும் இப்படியா ஒப்பாரி வச்சு அழுவாக" என்று. அண்ணன் வந்த பிறகு "இப்பம் நீ சும்மாருக்கியா என்ன வேணுங்கு" என்று அரட்டவும்தான் ஒப்பாரியை நிப்பாட்டினாள்.

மறுநாள் அண்ணன் "தங்கராசு கலியாணத்துக்கு ஒருத்தரும் போகப்புடாது'ன்னு சொன்ன போதே மறுபேச்சுப் பேசாமல் ஆத்தாளும் சரியென்று சொல்லிவிட்டாள்.

ஆனால் மாரியம்மா அப்படியெல்லாம் ஆகவிடவில்லை. பலவாறு அண்ணனிடமும் ஆத்தாளிடமும் சொல்லிப் பார்த்தாள். ஒன்றும் மசியாமல் போக கடைசியில் "நீங்க யாரும் மச்சான் கலியாணத்துக்கு போகலைன்னா நான் நாண்டுக்கிட்டுச் செத்துருவேன்" என்று ஒரு போடு போட்டதும் சரியென்று அண்ணன் மட்டும் கலியாணத்துக்குப் போய் வந்தான். எம்புட்டோ கேட்டுப்

பாத்தும் கலியாணச் சேதி எதையும் அவன் மாரியம்மாளுக்கோ ஆத்தாளுக்கோ சொல்லவில்லை. எல்லாம் முடிஞ்சது என்பதோடு நிறுத்திக்கொண்டான். தன் பிரியமான மச்சானின் கலியாணம் எப்பிடியெல்லாம் நடந்திருக்கும் என்று மாரியம்மாள் தினமும் பலவாறாக தீப்பெட்டி ஒட்டியபடிக்கே நினைத்துப் நினைத்துப் பார்ப்பாள். எங்கிட்டு இருந்தாலும் நல்லாருக்கட்டும் என்று கண் நிறைய மனசு துடிக்க வேண்டிக் கொள்வாள்.

தங்கராசு கலியாணத்துக்குப் போய்விட்டு வந்த அண்ணன் சும்மா இருக்கவில்லை. அலைஞ்சு பெறக்கி இவளுக்கு மாவில்பட்டியிலேயே அய்யா வழியில் சொந்தமான பையனை மாப்பிள்ளை பார்த்து விட்டான். சின்ன வயசில நாகலாபுரத்து நாடார் ஒருத்தர் கடையில் சம்பளத்துக்கு இருக்க மெட்ராசுக்குப்போய் வந்த பையன். மாரியம்மாளோட நாலு பவுன் நகையை வித்து மாவில் பட்டியிலேயே ஒரு கடையையும் வைத்துக் கொடுத்து விட்டான்.

இத்தனைக்குப் பிறகும் கோவில் கொடைக்கு மச்சான் வந்திருக்கான்னு தெரிஞ்சதும் உடனே பாக்கணுமின்னு ஒடியாந்துட்டா. அவுக எப்படி இருக்காக. அந்த அக்கா எப்படி இருக்காக. மச்சானும், அந்த அக்காளும் நல்லா பிரியமா இருக்காகளான்னு பாக்கணும் அவளுக்கு.

ஆனா வந்த உடனேயே மச்சானையும் அந்த அக்காளையும் பார்க்க கிளம்பிவிடவில்லை. மத்தியான நேரம் சாப்பிட்டு சித்த கண்ணசந்திருப்பாக என்று இருந்து விட்டு சாயந்திரமாகப் போனாள்.

கட்டிலில் படுத்தவாக்கில் பாட்டையாவுடன் ‘பேசிக் கொண்டிருந்தாக மச்சான். ‘கும்புடுறேன் மச்சான்’ என்று மனசு படபடக்க சொல்லிவிட்டு உள்ளே போனாள். தங்கராசின் அப்பத்தாளும் அந்த அக்காளும் அடுப்படியில் வேலையாக இருந்தார்கள். பொன்னாத்தா இவளை பிரியத்துடன் வரவேற்றாள். அந்த அக்கா ரொம்ப லட்சணமாக இருந்தார்கள். நகை நட்டு ரொம்ப போட்டிருப்பாகன்னு பாத்தா அப்படி ஒண்ணும் காணம். கழட்டி வச்சிருப்பாக என்று நினைத்துக்கொண்டாள். ரொம்ப பிரியம் நிறைந்த பார்வையுடன் அந்த அக்காளுடன் வாஞ்சையோடு பேசினாள் மாரியம்மாள். ‘பேசிக்கிட்டிருங்க இந்தாவாரேன்’னு பொன்னாத்தா கடைக்கு ஏதோ வாங்கப் போகவும் மாரியம்மா அந்த அக்காளிடம் இன்னும் நெருங்கி கிட்ட உட்கார்ந்துகொண்டு கைகளை பாசத்துடன் பற்றிக்கொண்டாள். ரகசியமாக, அதே சமயம் ரொம்ப பிரியம் பொங்கிய குரலில் ‘‘யக்கா... மாசமாயிருக்கிளா” என்று ஆர்வத்துடன் கேட்டாள்.

பட்டென்று அந்த அக்கா ஒரு நொடிப்புடன் "ஆமா அது ஒண்ணுக்குத்தான் கேடு இப்பம்" என்று சொல்லி விட்டாள். மாரியம்மாளுக்குத் தாங்க முடியவில்லை. அதச் சொல்லும்போது லேசான சிரிப்புடன்தான் அந்த அக்கா சொன்னாலும் அந்த வார்த்தைகளில் ஏறியிருந்த வெறுப்பும் சூடும் அவளால் தாங்க முடியாததாக, இதுநாள் வரையிலும் அவள் கண்டிராததாக இருந்தது. ஒரு ஏனத்தைக் கழுவுகிற சாக்கில் வீட்டின் பின்புறம் போய் உடைந்து வருகிற மனசை அடக்கிக்கொண்டாள். உள்ளே மச்சான் அவுக பேச்சுக்குரல் கேட்டது. "மாரியம்மா போயிட்டாளா?" என்று உள்ளே வந்த மச்சான், அந்த அக்காவிடம் "காப்பி குடிச்சிட்டியா ஜானு" என்று பிரியமாகக் கேட்டதும் படக்குனு அந்த அக்கா "ஆஹக்கா... ரொம்பவும் அக்கறைப்பட்டுக் குப்புற விழுந்துறாதிக" என்று சொல்லிவிட்டது. ரொம்ப மெதுவான தொண்டையில பேசினாலும் அந்தக் குரல் இறுகிப் போய் வெறுப்பில் வெந்து கொதிக்கிறதாய் இருந்தது.

வெளியே நின்றிருந்த மாரியம்மாளுக்கு தலையை வலிக்கிற மாதிரியும் காய்ச்சல் வர்ற மாதிரியும் படபடன்னு வந்தது கழுவின ஏனத்தைப் அப்படியே வைத்து விட்டு பின்புறமாகவே விறுவிறுவென்று வீட்டுக்கு வந்து படுத்துக்கொண்டாள்.

ஆத்தாளும் அண்ணனும் கேட்டதுக்கு மண்டையடிக்கி என்று சொல்லிவிட்டாள். சிறு வயதில் கள்ளிப்பழம் பிடுங்கிப் போய் நேரங் கழித்து வரும்போது வழியில் தேடி வந்த மாமாவிடம் மாட்டிக்கொண்டு முழித்த தங்கராசின் பாவமான முகம் நினைப்பில் வந்து உறுத்தினது. தண்ணியத் தண்ணியக் குடித்தும் அடங்காமல் நெஞ்சு எரிகிற மாதிரியிருந்தது. அந்த அக்காளின் நகை நட்டு குறையாகப் போட்டதுக்காக தங்கராசின் அம்மா ரொம்ப கொடுமைப்படுத்துகிறாளாம் என்று சீனியம்மா சொன்னதும் அந்த அக்காள் கொடும் வெறுப்பாக பேசினதும் நினைப்பில் வந்து இம்சைப்படுத்தியது.

எல்லாத்துக்கும் மேலே அந்த வார்த்தைகளின் வெறுப்பின் ஆழம், தாங்க முடியாத வேதனையைத் தந்தது. ராத்திரி ஊரோடு கோயில் வாசலில் பொங்கல் வைக்கப் போயிருந்தபோது இவ மட்டும் படுத்தே கிடந்தாள். ஒவ்வொன்றாக சிறுவயதில் அவனோடு பழகினது, அய்யாவைப் பத்தி ஆத்தாளைப் பத்தி, அண்ணனைப்பத்தி, எல்லோரும் படுகிற பாட்டைப் பத்தி, அந்த அக்காளைப் பத்தி, நினைக்கக்கூட பெருந்துன்பமாயிருந்தது. குமுறிக்கொண்டு வந்தது மனசு.

ராத்திரி நேரங்கழித்து அவ புருஷன் வந்தான். ரெண்டு நாளாய்

நல்லயேவாரம் என்றும் தேங்காய் மட்டும் முப்பத்திரெண்டு காய் வித்திருக்கு என்றும் பொரிகடலைதான் கடைசியில் கேட்டவுகளுக்கு இல்லையென்று சொல்ல வேண்டியதாய் போச்சு என்றும் உற்சாகமாக ரொம்ப நேரம் பேசிக்கொண்டிருந்தான். திடீரென்று இவள் ஏதுமே பேசாமல் ஊமையாக இருப்பதைக் கண்டு எரிச்சலடைந்து “ஏ நாயி நாம் பாட்டுக்கு கத்திக்கிட்டிருக்கேன் நீ என்ன கல்லுக்கணக்கா இருக்கே” என்று முடியைப் பிடித்து ஒரு உலுக்கு உலுக்கினான்.

உடனே அவள் உடைத்துக்கொண்டு ஏங்கி ஏங்கி அழ ஆரம்பித்தாள். அவன் உடனே பதறிப் போய் தெரியாமல் தலையைப் பிடித்து விட்டேன் என்று சொல்லி தப்புத்தான் தப்புத்தான் என்று திரும்ப திரும்பச் சொல்லி பார்த்தான்.

அவள் அழுகை நிற்கவில்லை. மேலும் மேலும் ஏக்கமும் பெருமூச்சும் வெடிப்பும் நடுக்கமுமாய் அழுகை பெருகிக்கொண்டு வந்தது.

ஏதோ தான் பேசிவிட்டதற்காகத்தான் அவள் இப்படி அழுகிறாள் என்று நினைத்துக்கொண்டு ரொம்ப நேரத்துக்கு அவளை வீணே தேற்றிக்கொண்டிருந்தான் அவன்

◆ ◆ ◆

திருவாரூர் ஜட்காவும் இவர்களும்

கோணங்கி

ஆறு சுழல் கம்பிகளில் பார் விளையாடிக்கொண்டே இருக்கிறாள் அமிர்தா. சின்னஞ்சிறிய கைகள் அனாயாசமாகச் சுழன்று ஒன்றிலிருந்து ஒன்றுக்கு தாவியபடி கவராயத்தின் துல்லியமான வட்டமடித்து கம்பிகளைத் தாண்டுகிறான். சாவின் கேலிச் சித்திரத்தை வரைந்தபடி ஒவ்வொரு நாளின் சுழற்சியாக எனக்குள் வட்டமாகக் கிளம்பி வெளியேறி என்னைச் சுற்றி நடந்துகொண்டிருக்கும் எல்லா உருமாற்றத்தின்மீதும் பரவிய அவள் உலகம் வட்டம் பிசகாமல் கவராயத்தால் குனிந்து காகிதங்களில் பென்சில் கோடு வரைந்துகொண்டே இருக்கிறாள். அந்த வட்டப் பாதையின் குறுக்கே பாய்ந்து வட்டத்தின் எதிர் விளிம்புக்கு நேர் கோட்டுப் பாதை அமைத்துக்கொண்டிருந்தேன். குறுக்கும் நெடுக்குமான விட்டங்கள் சென்று ஒரு மையத்தைச் சந்திக்கின்றன. கிஙிசி, ஙிசிகி, சிஙிகி எப்படி வேண்டுமானாலும் மையத்தைக் குறித்துக் கொள்ளலாம். கவராயத்தின் ஊசிமுனை எல்லாக் காகிதத்திலும் பதிந்து எல்லாமே அவளுக்குச் சொந்தமான காகிதங்களாகின்றன. எதுவும் எழுதப்படாத வெள்ளைக் காகிதத்தின் மையப்புள்ளியிலிருந்து என் வாழ்வு சுழன்றுகொண்டிருந்தது. கவராயத்தின் துருப்பிடித்த அச்சில் சுழலும் வருஷங்கள் அதிகரிக்க அதிகரிக்க முதுமையடைந்த சுழற்சியின் துருபிடித்த ஓசை என்னைப் பயமுறுத்தியது. என் அமிர்தா தன் கவராயத்தை என்மீது பதித்து என்னைச் சுற்றுகிறாள். அவளின் விளையாட்டு பொம்மையாக அவளுக்காகக் காத்துக்கொண்டிருக்கிறேன். என்னைச் சுழற்றுவதை அவள் நிறுத்தவே இல்லை. அவள் கவராயம் இல்லாமல் என் மையம் வேறு இடத்திற்கு மாறப் போவதில்லை. ஒன்றைச் சுற்றிய ஆழமான உணர்வு எல்லா வாழ்வின் விந்தையாகிறது. விந்தையின் இருப்பே வாழ்வின் மையமாகிறது. அது அமிர்தா என் வாழ்வின் குறியீடாக மாறிப் போனாள்.

வெயில் பரவிக்கிடந்த சாலையில் மடிப்பு மடிப்பாக வரும் காற்று உணர்வில் தொற்றிக்கொண்டு நீள்கிறது. தாகம் மிகுதியான உப்பு வெயிலில் அதிக நாவறட்சியால் தவித்துக்கொண்டிருந்தேன். எங்கெங்கோ திருப்பி விடப்பட்ட சாலைகள் திசை தடுமாறுகின்றன. தாறுமாறாய் திரும்பிப் போகிறேன். பஸ் கண்ணாடியில் பட்டுப் பிரதிபலிக்கும் வெயில் கண்ணாடிகள் இளகி என் தலை நெளிகிறது. சாலையில் கொதிக்கும் தார்க்குமிழில் மூச்சு விடும் சூரியன்கூடவே தொற்றிக்கொண்டு எல்லா உணர்வுப்பரப்பிலும் நகர்ந்து சென்றது. உள்ளே மடிக்கப்பட்ட அதிக உஷ்ணமான நாட்கள் அமிர்தாவின் அடையாளத்துடன் வெளியே விரிவடைந்து சாலைகளாக மாறும். ஒவ்வொரு நாளின் மடிப்பிலும் அமிர்தா இறங்கி வருகிறாள். அவள் பயணத்துடன் தொடங்கிவிட்ட என் நாட்கள் ஒவ்வொன்றாய் சுருண்டு அவளிடம் மறையும். என் உணர்வுகள் உருகி இழையும் கம்பிச் சுருளில் அமிர்தா சுழல் வட்டமாகத் திரும்பித் திரும்பி பிளாஸ்டிக் குரங்காய் கம்பியில் அதிர்ந்த படி கீழிறங்குவாள். அதிரும் பஸ் கம்பியைப் பிடித்துப் பார்க்கிறேன். பிளாஸ்டிக் குரங்கு ஓடிக்கொண்டிருந்தது. வானமும் பூமியும் இணைந்த தொடுவானின் நீலப்புகை மூட்டமாக சாவு என்னை நோக்கிக் காத்திருக்கிறது. நான் அதற்கு அப்பால் செல்ல விரும்பவில்லை. அங்கு நீலத்தில் மூழ்கிய மலைத் தொடரில் தெரியும் சாவு அமானுஷ்யமான ஈர்ப்புடன் என்னைக் கவருகிறது. தொட்டு விடும் தூரத்தில் கம்பிகளிடையே தெரியும் நீலம் உடனே திரும்பும் சாலையில் மரங்கள் அசைந்து உருண்டு பின்வாங்கும். இலையுதிர் கால மரங்களில் பற்றியிருந்த வெகு சில இலைகளும் ஆடுகின்றன. அவற்றின் காம்புகள் அடியில் துளிர்த்த இளம்பச்சையான இலையில் அமிர்தா ஒளிர்கிறாள். வாழ்வின் நம்பிக்கைபோல மாறி மாறித் திரும்பும் மரக்கிளைகள் சாலையோரங்களில் விதவிதமாக அண்ணாந்து ஏங்கும். மரங்களில் எழுதப்பட்ட எண்கள் மாறி மாறிச் சுற்றிக் கிறுகிறுக்கிறது தலை இப்போது மறுபடியும் எண்கள் கண்ணில்பட்டு தன்னிச்சையாய் எண்ணத் தொடங்கி விட்டிருந்தேன். மரங்களே இல்லாத வேறு பக்கம் வெட்ட வெளிக்குள் புகுந்து சென்றது சாலை. தொடுவானை நோக்கிப் போய்க்கொண்டிருக்கிறேன். அதன் வசீகரமான புன்னகையை நெருங்க நெருங்க வாழ்வின் ஈரமான அலைகள் அமிர்தாவை நோக்கி இழுத்துக்கொண்டு போகின்றன என்னை.

பஸ்ஸில் இருந்தவர்களின் மௌனம் அதிக வெற்றிடத்தை ஏற்படுத்தக் கூடியது ஈயத்தைக் காய்ச்சும் வெயிலில் உருகி ஓடும் குண்டுகள் எங்கும் பரந்துகிடக்கின்றன. உடலும் வெளியும் உருகிய நிலையில் வெளியுடன் சேர்ந்து விட்ட என் உருவத்தைத்

தனியே அறுத்தெடுக்க முடியாமல் வெற்றிடத்தின் கண்ணாடித் தகடாய் நானும் நெளிந்து வளைந்து சாலைக்குள் மடிந்து மடிந்து ஊடுருவிப் போய்க்கொண்டிருந்தேன். என்பக்கத்தில் மஞ்சள் ஆரஞ்சைப் போன்ற சூரியன் என் தலையில் தட்டித் தட்டி உருண்டு குதித்துக்கொண்டிருக்கிறது. எரிவதில் ஏற்பட்ட அளவு மீறிய அழிவை நான் பார்த்துக்கொண்டிருக்கிறேன். திரும்பத் திரும்ப என் அருகாமையில் சுழலும் மாயப்பந்து முட்டி எழுந்து துள்ளுகிறது. அதில் ஏற்பட்ட எரிந்த வடுக்களில் என் முகம் கட்டங்கட்டமாய் வரிக்குதிரையின் முகமூடியானது என் முகத்தை மூடிக்கொண்டு விரல் இடுக்கில் மஞ்சள் ஆரஞ்சைப் பார்த்தேன். அது அமிர்தா. அவள் எனக்காக தன் அருகில் வந்து தோளில் அமர்ந்து ஆழப் பதிகிறாள். அழிந்துகொண்டிருப்பதிலிருந்து விடுபட முடியவில்லை. அவளும் விடுவதாக இல்லை. வெற்றிடத்தில் தகிக்கும் உஷ்ணத்தில் அமிர்தா புகுந்து போய்க்கொண்டிருந்தாள். அழிவதும் இப்படியாகத்தான் இருக்குமா? அதிலிருந்து தப்ப முடியவில்லை. என் முகத்தில் பதித்து சரியாகப் பொருத்தி விட்ட நிலை. தகடாக மாறிய இருமுகங்கள் அவளை விட்டு விலக முடியவில்லை. இவ்வுணர்வின் முழுப்பரப்பையும் தகிப்புடன் அணைத்துக்கொண்டிருக்கிறாள். அவளுக்கு என்ன வந்ததென்று தெரியவில்லை. முன்கோபத்தில் விலகி விலகி ஓடுகிறாள். மீண்டும் திரும்புகிறாள். எதிர்ப்பக்கம் செங்குத்தான தரைக்கும் கீழாக மலைகளுக்கு அப்பால் புகுந்துக்கொண்டு மாயாஜாலம் புரிகிறாள். எல்லாப் பக்கமும் பரவிய மஞ்சள் வெயில் அவள் உடல் கரைந்து என்னை மூழ்கடிக்கிறது சாலை முழுவதையும் செவ்வொளியில் ஆழ்த்தும் அடிவானில் தகதகவென்று சங்கு எரிந்து பழுத்து ஒளிவெள்ளமாய்ப் பாய்கிறது. அவளை ஊடுருவிச் செல்லும் பயணம். உலகின் எல்லாப் பொருட்களும் அவள் நிறமடைந்து மனிதர்களும் மரங்களும் வீடுகளும் தெருக்களும் அவள் நிறமாக மாறுகின்றார்கள். என் உள்ளிருந்து பாய்ந்து வெளிப்பட்ட அமிர்தா ஒளிவெள்ளமாக என் பாதை எங்கும் நிரம்புகிறாள்.

பஸ் முழுவதும் இவ்வொளி பாய நான் அவள் மாயசக்திக்குள் மறைந்துக்கொண்டிருக்கிறேன். அவள் என்மீது எரிந்த ஒவ்வொரு பொம்மையும் ஊர் ஆலமரத்தடியில் புதைந்து வைத்திருந்தவை. எழுந்து வருகின்றன. அவற்றுக்கு என்னைத் தெரியும். வெட்டுத் துணியில் நான் செய்து கொடுத்த பொம்மைகள் எட்டிப் பார்க்கின்றன. அடிவானில் இருந்து சிரிக்கின்றன. கால் கைகளை ஆட்டி கூவி அழைக்கின்றன. தலைகள் அசையும் அடிவானின் விந்தைப் பரப்பிலிருந்து அமிர்தா பொம்மைகளுடன்

விளையாடிக்கொண்டிருக்கிறாள். அவள் என்னைப் பற்றி பொம்மைகளின் காதில் ரகசியங்களை முணுமுணுக்கிறாள். பொம்மைகள் தலையாட்டித் தலையாட்டிக் குதிக்கின்றன. சாலையில் இருந்த எல்லா மரங்களுக்கும் அந்த ரகசியம் தெரிந்திருக்க வேண்டும். மரங்கள் கூட்டமாய் சேர்ந்து முணுமுணுக்கின்றன. இம்மரங்களுக்குள் எரியும் தீயில் ஒருசில வெப்பப் பறவைகள் கிளைக்கு கிளை தாவித் தாவி என் தாபத்தைகொண்டு தீப்பற்ற வைத்து மரத்துக்குமரம் தாவி ஓடுகின்றன. இலைகளில் எரியும் ஜுவாலையில் அணுவணுவாக இருள் பரவத் தொடங்கிய மாலை. மெல்ல மெல்ல அடிவானம் கருத்து மங்கலாகும். எல்லாவற்றையும் பற்றிக்கொண்ட அமிர்தா மயக்கமூட்டப்பட்ட தடங்களில் அடிவானத்தை நோக்கிப் போய்க்கொண்டிருந்தாள். அவள் தோளில் கைபோட்டு ஒருவரை ஒருவர் அணைவாகத் தாங்கி சூரிய அஸ்த்தமனத்தின் நித்தியத்துவத்தின்மீது நடந்து போய்க்கொண்டிருந்தோம். மறையும் சூரிய வட்டத்திலிருந்து வெளிப்பட்ட பறவைக் கூட்டம் சுழிக்காற்றாய் சுழன்று சப்தத்தின் சுழற்சியாக மறையும். எல்லாம் மங்கலாகிப் போய் விட்டிருந்தது. மயக்கத்தில் அவள் அருகில் தோளில் முகம் புதைத்து சாய்ந்திருக்கிறேன். என் கைத்தாங்கலில் சரிந்த அவள் தோள்கள் வசீகர உணர்வால் பிணைக்கப்பட்டிருந்தது. என் மறதியின் எல்லாப் பக்கமும் ஒளி வெள்ளமாய் ஓடி மறைகிறாள். அடிவானைத் துளைத்துக்கொண்டு இருட்டுப் பூனை என்னைத் தொடுவதற்கு ஊர்ந்து வந்துகொண்டிருந்தது. மயக்கமடைந்த சூழலைத் திரும்பிப் பார்க்கிறேன். அருகில் இருந்த அமிர்தா காணாமல் போய்விட்டாள். என் உதடுகள் தவிப்புடன் அமிர்தா... அமிர்தா... என்று அசைந்துகொண்டிருக்கின்றன சத்தமில்லாமல்.

அங்கு வந்து திரும்பியது வரை அவளிடம் எதையும் வெளிப்படுத்த முடியவில்லை. நேரில் சந்தித்துக்கொண்ட விநாடியில் உயிர்படைந்த ஒன்று கூடவே வந்துகொண்டிருந்தது. உருகிக் கரையும் உயிரை திருவாரூர் தெப்பத்தில் விட்டு விட்டு அப்படியே திரும்பி விட்டேன். எதற்கும் அவள் மௌனமான பார்வைதான் அடிப்படையாகிறது. அமிர்தா எப்போதும் மௌனத்தைப் பரப்பியபடி இருந்தாள். அவள்கூட தோளில் சாய்ந்து திருவாரூர் ஆற்று மணலில் போய்க்கொண்டிருந்தது. தூரங்களில் ஆற்றின் மறுகரையில் அரளிப்பான மரங்கள் அசைந்துகொண்டிருந்தன. ஆற்றுப் பாலத்தில் வாகனங்கள் அங்குமிங்குமாகப் போய் வந்துகொண்டிருந்தது. பாலத்தில் சிலர் அமர்ந்திருக்கிறார்கள். சலங்கை கட்டிய காளைகள் வண்டியில் பாரம் ஏற்றிச் செல்லும் கூண்டு வண்டிகள் மணலில் இறங்கி நகரும் மணலின் சரசரத்த ஓசை, வண்டிக்கடியில் எரியும்

ஹரிக்கேன் லாந்தரில் மாட்டில் நிழல் பெரிதாகி சக்கரங்களின் நிழல்களும் எதிர்பக்கம். விழுந்து கிடந்தன. வண்டியோடு செல்லும் தலைப்பாகை கட்டிய கிராமவாசிகளின் பேச்சு தூரத்தில் தெளிவில்லாமல் கேட்டுக்கொண்டிருந்தது. அவர்கள் கிராமத்தை நோக்கித் திரும்பிப் போகிறார்கள். மணல் கூட்டி கோபுரம் அமைத்து அதைச் சுற்றி மணல் கோட்டை கட்டி பாதைகள் அமைந்துகொண்டிருந்தாள் அமிர்தா. நானும் அவளும் நில ஒளியின் லேசான கசிவில் எங்கள் மணல் கோபுரத்துக்குள்ளிருந்து ஒவ்வொரு மணலாக எடுத்து அடுக்கிக்கொண்டிருந்தோம். விரல்கள் மட்டுமே பேசிக் கொள்ளும். மணலைத் தொட்டதும் எல்லா மணலும் விந்தைப் பொருளாக மாறி விட்டிருந்தது. அவள் விரல்களால் வரைந்த யானை, சிங்கம், மான், பூனை, நாயின் சித்திரங்களை நான் பார்த்துச் சிரிக்கிறேன். எல்லாவற்றையும் அப்படி அப்படியே விட்டு விட்டு தண்ணீர் ஓடும் சிறு ஓடையில் கையலம்பி நீருடன் நடந்து போகிறோம். சரிந்து சரிந்து ஒருவர்மீது ஒருவர் சாய்ந்து நடந்து வருகிறோம். பாலத்தில் இருந்த உருவங்கள் போய் விட்டிருந்தன. அகல வாய் திறந்த பாலத்தின் அடியில் யாரோ போகிறார்கள். குறுத்து மணலில் நடப்பதற்கு சுகமாக இருந்தது. அதில் பதிந்த எங்கள் நடத்தை நாங்கள் திரும்பிப் பார்க்கவில்லை.

அவள் வீடு இருந்த புஸ்பவனத் தெருவில் எல்லா விளக்குகளும் மங்கி எரிகின்றன. திண்ணைகளில் சமைந்த பெரியவர்கள் எங்கோ ஆழத்தில் பேசிக்கொண்டிருக்கிறார்கள். முன் வராண்டாவில் இருந்து அவளைக் கூப்பிட்டேன். 'அமிர்தா' அவள் புகைக்காரை படிந்த வீட்டுக்குள்ளிருந்து கரைந்து பாழ்விழுந்த முகத்துடன் திரும்பிப் பார்த்தாள். கன்ன எலும்புகள் துருத்த கைகால்கள் மெலிந்து தீனமான குரலில் 'நீயா' ஏன் வந்தாய் என்ற பார்வையை வீசி வெளியே விரட்டினாள். உள்கூடத்தில் வானொளியில் பூஜை அறையில் யாருமே இல்லை. ஆனால் எல்லோரும் இருப்பதுபோல அவ்வீட்டின் அக இருளில் அவர்கள் முணுமுணுத்துக்கொண்டிருந்தார்கள். அமிர்தாவைப் பார்த்து எத்தனையோ காலமாகி விட்டது. அதே தெருவில் அதிக வெளிச்சமில்லாத விளக்குகள் திரும்பி என் முகத்தைப் பார்த்து விட்டு வழக்கமான உறக்கத்தில் ஆழ்ந்து விட்டிருந்தன.

திருவாரூரில் வேறு வேறு தெருக்களில் குடியிருந்தோம். ஆனால் அமிர்தாவின் வீடு எவ்வளவோ காலப் பழக்கத்திற்குப் பின்னும் பூந்தோட்டத்திற்குப் போகும் பாதையில் இருந்தது அவள் வீட்டுச் சுவர்கள் க்ஷீணதசையடைந்துவிட்டன. காரை

பெயர்ந்து விட்டது. ஏனோ பழகிய இடத்தில் திரிந்த ஆன்மா அதை விட்டு வெளியேறாது போலும். ஆற்றுக்குப் போகும் பாதை அவள் வீட்டருகில் இருந்தது. அவள் தெருவே மணல் நிரம்பியது. ஒவ்வொரு காலமும் விளையாட்டுகள் தோன்றி மறையும் அங்கு எங்கள் முன் கிடந்த ஒவ்வொரு சிறு துகளையும் வைத்து விளையாடிக்கொண்டிருந்தோம். அதே ஊரில் மடவர் வளாக தெருவில் குடியிருந்தபோது வெகுதூரம் நடந்து வந்து அமிர்தாவுடன் விளையாடிக்கொண்டிருந்தேன். அந்தத் தெருவின் விநோதங்களே எங்கள் ஒவ்வொருவரையும் தொற்றிக்கொண்டது. நடமாடித் திரியும் மனிதர்களும், குழந்தைகளும் பூனைகள், நாய்கள், காகங்கள் இவற்றின் சந்தடிகள் கேட்டுக்கொண்டிருக்கும். வீடுகளுக்கு மேல், விரிந்த வானத்திலிருந்து நட்சத்திரத் தூசு கொட்டிக்கொண்டிருக்கும். அவள் தன் சாம்பல் நிற கவுனைப் பிழியும் போதெல்லாம் நட்சத்திர தூசுகள் உதிர்ந்தன. ஒரு விட்டிலாக முடிவதிலிருந்து திருவாரூரின் எந்த உருவாகவும் அவளால் மாறி விட முடிந்தது. பாயும் விட்டிலின் பின்னால் ஓடினோம். அவளோடு கூட விளையாட வந்த சிறுவர்களும் சிறுமிகளும் வேறு வேறு தெருக்களில் தோன்றி வந்தார்கள். அவர்கள் தெருக்களில் இருந்துகொண்டு வந்த அதிசயங்களையே பகிர்ந்துகொண்டோம். இருட்டு வேக வேகமாக வந்து விளையாட்டிடையே புகுந்துகொண்டு கூச்சலிட்டது. அந்தத் தெருக்காரர்கள் பிள்ளைகளைத் தேடிக்கொண்டு வந்து விட்டார்கள். பிள்ளையைக் கண்ட மாத்திரத்தில் குதூகலமடைந்தார்கள். எல்லாரும் விளையாட்டை மறந்து வீடு திரும்பிப் போனபின் நாங்கள் இருவர் மட்டுமே அந்த இருட்டு பேசிக்கொண்டிருந்த அதிசயமான விளையாட்டைத் தொடர்ந்தோம். இருட்டின் பின்னே மறைந்து மறைந்து ஓடினோம். உச்சி வானில் கை நீட்டித் தொடும் தூரத்தில் முளைத்த எங்களுக்கான சிறிய சிறிய வெளிச்சப் புள்ளிகளை விரல்களால் தொட்டபடி அதிசயமானோம். ஒருவரை ஒருவர் கரம்பற்றி குறுமணலில் சரிந்து சரிந்து நடந்து போகிறோம். இரவு கடந்துகொண்டிருந்தது. அவள் வீட்டு வாசலில் அசையும் உருவத்தைக் கண்டு பயந்து ஓடுகிறாள். என்வீடு இருக்கும் தொலைவை நோக்கித் திரும்பிப் போகிறேன். பல மாலைகளுக்குப் பின் வந்த ஒருமாலையில் ஊரை விட்டு மாற்றிப் போய்க்கொண்டிருக்கிறோம். நாங்கள் குடியிருந்த வேறு வேறு ஊர்களின் தெருக்களில் இன்னும் இருப்பதாகவே தோன்றிய பெட்டிக்கடைகளில் நான் வாங்கிய கலர்படங்கள், பொம்மைகள், பூதக்கண்ணாடிகள், எல்லாவற்றிலும் அமிர்தா என்னைப் பிரிந்த சங்கடம் ஒட்டப்பட்டிருக்க வேண்டும்.

ஊர் ஊராக மாறிப் போன இடத்தில் அந்த வீடுகள் சொன்ன

சேதியிலிருந்து அவளுக்காக நான் எழுதிய கடிதம் முதல் வரியோடு நின்று விட்டது. முதல் எழுத்தில் இறங்கிய இருட்டுத் தண்ணீருக்குள் போய்க்கொண்டே இருக்கிறேன். அதற்குள் இருப்பது அவள்தான் என்று படுகிறது. தண்ணீரான அவள் உருவம் இறங்க இறங்க இழுத்துக்கொண்டிருக்கிறது. மூழ்கிக்கொண்டிருக்கிறபோது அவள் எதையும் தரவில்லை. நானும் கேட்கவில்லை. அடிமட்டத்தில் தீக்குமிழாக மாறி சுழன்றுகொண்டிருக்கிறாள்.

ஒவ்வொரு தாள் மடிப்பிலும் ஒவ்வொரு முதல் வரி தனித்தனி இடங்களிலிருந்து எதிரும்புதிருமாகத் துவங்கி அறுபடுகின்றன. ஒன்றையொன்று சந்தித்துக் கொள்வதில்லை. விலகி விலகி விழும் முதல் வரிகள் அடங்கிய கடிதங்கள் தாறுமாறாய் சிதறிக் கிடக்கும். என் வீடு, எந்த கடிதத்தையும் அப்புறப்படுத்த முடியவில்லை. ஒவ்வொரு கடிதத்தின் முதல் வார்த்தையில் இறங்கும் இருட்டுத் தண்ணீர் சலனமடையும். எந்த எழுத்தைத் தொட்டாலும் தண்ணீராக மாறிவிடக் கூடிய உருமாற்றம் நான் எழுதிய எழுதாதவார்த்தைகள் குவிந்த அச்சுப் பிரதிகளும் கைப்பிரதிகளும் தொட்டதும் தண்ணீராக உருமாறுகின்றன. அவற்றைத் திரும்பவும் வார்த்தைகளாக மாற்ற தண்ணீரால் வார்த்தைகளுக்குள் அடங்க முடியவில்லை. சதாவும் சலனமடைந்தபடியே சேர்ந்து சேர்ந்து ஒன்றாகும். வார்த்தைகளை என் விரல்கள் வேக வேகமாகத் தொட்டுக்கொண்டே நகர்கின்றன. உணர்வில் மட்டுமே கரையும் அவளும் அவள் பெயரும் திருவாரூரும் வார்த்தையென்றால் நான் அவளுக்குத் தெரியாமல் அவள் நினைவின் உடலைத் தொட்டுவிட்டிருந்தேன். அவளும் அவள் ஊரும் தெருவும் கோவிலும் தெப்பத்தின் ஆழத்தில் இருட்டுத் தண்ணீராய் அசைந்துகொண்டிருக்கின்றன. தெப்பத்தில் மறைவது அவள்தான் என்றுபடுகிறது. அவள் நீர் உருவம் இறங்க இறங்க இழுத்துக்கொண்டிருக்கிறது. அவளுக்குத் தெரியாமல் தொடரும் இந்த உருமாற்றத்தில் அடுத்த எட்டை வெறுமையில்தான் எடுத்து வைக்கிறேன். தெப்பத்தில் நான் மூழ்க மூழ்க அவள் இழுத்துக்கொண்டே போகிறாள். ஆழமான தெப்பத்தின் அடிக்குள் தரையே இல்லை. ஆழத்துக்குள் ஆழமாகப் புதைந்துகொண்டே இருக்கிறேன். தெப்பத்தின் அடியில் வரும் மறுபக்கத்தில் தெப்பமொன்று இருந்தது. நான் தலைகீழாகவே நடந்து போகிறேன். அங்கு தெப்பத்தைச் சுற்றிய தெருக்களில் எங்களோடு விளையாடிக்கொண்டிருந்த சிறுவர்களும் சிறுமிகளும் திருவாரூர் ஜட்காவுக்குப் பின்னால் ஓடிக்கொண்டிருக்கிறோம். தலைகீழாக ஓடும் ஜட்காவில் குதிரையும் தலைகீழான சாலையில் தலைகீழான கால்களை மாற்றி மாற்றி ஓடுகிறது. எட்டிப் பார்க்க

இருந்த ஆழமான வானத்தில் அப்போதுதான் தோன்றிய ஒற்றை நட்சத்திரத்தின் ஓரங்களில் அலைகள் கிளம்பின. எட்டிப் பார்க்கவும் வானம் அலையலையாக மேகங்கள்கூட மடிந்து மடிந்து சிதைந்தன. ஒவ்வொரு நட்சத்திரமாக அசைந்து நீர்த்திவலையானது. உடனே நாங்கள் நட்சத்திரத்திவலைகளை கையில் ஏந்தி விளையாடினோம். அதற்குள் பார்த்துச் சிரிக்கிறாள் அமிர்தா. கொட்டி நீர்த்துளிகள் அந்தரத்தில் தொங்குகின்றன. அலை தனித்தனியே அங்கங்கே தங்கி நிற்கின்றன. வாவென்றால் வர மறுக்கும் நட்சத்திரத் துளிகள் சின்ன சின்ன விரல் விளிம்பில் பட்டு ஒளிர்கிறது.

அவளுக்கிருந்த சினேகிதிகள் எல்லாம் காணாமல் போன தெருவில் திரும்பித் திரும்பி நடந்து போகிறேன். தெருவைக் கடந்து விட்டால் மரங்கள் வெட்டப்பட்ட பார்க் வரும். துருப்பிடித்த அதன் கம்பிக் கதவுகள் அகலத் திறந்து வெறிச்சோடியிருந்தது. மரங்கள் இருந்த கூட்டத்தில் அவள் மறைந்து போயிருந்தாள். திரும்பவும் பார்க்கில் தேடிய அவள் சுவடு ஒவ்வொரு செடிகளின் அழிந்த உயிரோட்டத்தில் சுருண்ட இலைகளில் தென்பட்டது பூச்செடிகள் அரிக்கப்பட்டு விட்டிருந்தன. காய்ந்த கோரைகளின் அடித்தண்டில் உயிரின் கருமுனைகள் அதிர்ந்தபடி இருக்கும். தண்ணீரின்றிக் காய்ந்து போன வட்டத் தொட்டிகள் நடுவில் பேசாதிருந்தன. குடம் ஏந்திய பெண் சிலைகள் குடத்திலிருந்து சாய்ந்த நீர் கொட்டிக்கொண்டிருந்தது. நீரின் குளிர்ச்சி அதிக வெப்பமடைந்து குமிழ்விட்டு வெகு ஆழத்தில் சலனமடையும். இப்போது சாய்ந்த குடங்கள் வெறுமையைக் கொட்டிக்கொண்டிருந்தன. என்னால் இவ்வுணர்விலிருந்து தப்ப முடியவில்லை. பார்க்கின் வெறிச்சோட்டம் என்னைப் பற்றிக்கொண்டு உடல் முழுவதும் பரவி வெயிலோடு உருகி அழிகிறேன். ஒரு குமிழாக இருட்டு நீரில் மூழ்கிக்கொண்டிருந்தபோது ஏற்கெனவே அவளும் அதில் எத்தனையோ காலத்திற்கு முன் அங்கு காத்துக்கொண்டிருக்கிறாள். நானும் அவளும் திருவாரூருக்குள் திரிந்த அந்த நாளை ஒவ்வொரு மாலை நேரத்தில் நடந்த எதேச்சையான சம்பவங்கள் வெற்று வெளிக்கு எடுத்துச் செல்கிறேன். இப்போது திருவாரூர் வீதிகள் என்னுடன் இல்லை. அவள் அந்த கோவில் கல்தூண்கள் ஓரம் நடந்து போகிறாள். நாங்கள் சந்தித்துக்கொண்ட முதல் காதலின் தடம் அங்கிருப்பதை நான் மறந்து விட்டேன். ஆயிரங்கால் மண்டபம் பூர்த்தியாகாமல மூளித் தூண்கள் பழுப்படைந்து அண்ணாந்து நிற்கின்றன. தூணில் ஒளிந்து ஒளிந்து பின்பக்கமாக வந்து திடீரென்று கூவும் அந்தச் சுட்டியின் வேகம் கால்களில் தடம் தடமாக கோவில் வெளிப்பிரகாரக் கற்களுக்கிடையில் பதிந்து

கிடந்தது. தாறுமாறாய் களைந்து கிடந்த பழங்காலக் கற்களில் அந்த நாட்கள் இருந்துகொண்டிருக்க வேண்டும் ஒவ்வொரு சிலைகளுக்கும் அவளைத் தெரியும். சிரித்து மகிழ்ந்த கிளிகள் இன்னும் அழைத்தபடி இருக்கின்றன. பெரிய பெரிய மதில்சுவர்கள் சப்தங்களை உள்வாங்கி மௌனமாக இருக்கிறது. தூண்களைக் கடந்து நடந்து போகிறேன். நான் அவளைத் தேடி வந்தபோது அவள் வீட்டிலுள்ள ஒவ்வொருவரும் என்னை தெரிந்து என் அடையாளம் கண்களில் படர சிரித்தபடி அழைத்துஅருகில் அமரச் செய்தார்கள். வயோதிகத் தாயாரும் தகப்பனாரும் நரம்பு துருத்திய கைகளில் என்னைத் தடவிப் பார்த்து விக்கினார்கள். அவள் உள்கூடத்தில் இருந்து வெளிப்பட்டாள். அவளைப் பார்த்ததும் எங்கில்லாத மெலிவு தோன்றி திரும்பிப் பார்த்தேன். என்னைக் கூட்டிக்கொண்டு மரங்கள் வெட்டப்பட்ட பார்க்கில் இருந்த தீபம் ஏந்திய வெண்சிலைகளைக் காட்டினாள். ஒரு அமெச்சூர் சிற்பியின் கைவண்ணத்தில் உருவான ஆங்கிலேயர் காலசிலைகள் அவை. தூண்களில் இருந்த கண்ணாடியும் மிக மெல்லிய வெளிச்சத்தில் கசிந்தது. தூண்களிலிருந்த சிங்கங்களுக்கு ஈயபெயிண்ட் அடித்திருந்தது பார்க்கை விளையாட்டு மைதானமாக்கியிருந்த சிறுவர்கள் தொடர்ந்து கிரிக்கெட் விளையாடிக்கொண்டிருக்கிறார்கள். துருப்பிடித்த இரும்பு கேட்டுக்கு அந்தப் பக்கம் திருவாரூர் ஜட்கா, மோட்டார்கள், சைக்கிள் ஒளிகள் அங்கிங்கும் ஓடிக்கொண்டிருந்தன. நேரத்தை அறிவித்து வந்த பார்க் சங்கு பழைய பில்லரின் வெகு காலத்திற்கு முன்பிருந்து செயல்படவில்லை. அதன் தொண்டைக்குள் சிக்கிய விழுங்க முடியாத காலம் அப்படியே நின்று விட்டிருந்தது. வெறிச்சோடிய பார்க்கின் நடுமையத்தில் வட்டமான திறந்தவெளிக்கூடாரம். அதில் சிலர் பல காலமாகத் தூங்கிக்கொண்டிருக்கிறார்கள். ஒரு சில காகங்கள் எப்போதும் தூங்குகிறவர்கள்மீது எச்சமிட்டுப் பறந்து குடையில் அமர்ந்து தனித்த பார்வையுடன் கத்தியது. காகம் தலையைச் சாய்த்து எங்களைப் பார்த்து சிறகைத் தட்டிக்கொண்டது. செயற்கையாக உருவாக்கப்பட்ட சிமெண்ட் பொம்மைகளில் குத்துக் குத்தாய் கம்பிகள் எட்டிப் பார்த்தன. அவற்றிற்கும் ஈயபெயிண்ட் அடித்திருந்தது. மரங்கள் வெட்டப்பட்ட நாளிலிருந்து பார்க் ரேடியோவில் ஒலிபெருக்கி குழாய் துக்கத்தில் கரகரத்துப் பாடிக்கொண்டிருந்தது.

வெட்டிக் கிடந்த மரக்கடையில் பார்க் வெறுமையானதைப் பார்த்துக்கொண்டிருந்தோம். வழக்கமான முதியவர்கள் வட்டக் குடைக்குள் இருந்த சிமெண்ட் சாயமானங்களில் அமர்ந்து முதுமையடைந்த பார்க்குடன் சேர்ந்து போயினர். சிறுவர்களின்

கூச்சல் பந்து வீச்சுடன் அதிர்ந்துகொண்டிருந்தது. அவளுக்கும் எனக்குமான பேச்சு வெகுதூரத்தில் இருந்ததால் தனிமை அதிகரித்தது. சிறுவர்களின் கூச்சல் எங்களுக்கிடையான வெற்றிடத்தை நிரப்பியது. நாவறட்சியாக இருந்தது. வார்த்தைகள் உலர்ந்து விட்டிருந்தன.

"எப்போ திருப்பி வருவீர்கள்? உங்கள் பேச்சை நம்ப முடியவில்லையே"

"இல்லை அமிர். எப்படியும் திரும்பி வருவேன். போய் வரத்தான் வேண்டும். சுற்றிக்கொண்டிருப்பது ஒரு பக்கம் குற்ற உணர்வாக இருக்கிறது"

"பிறகேன் வந்தீர்கள்"

"…."

"நேரமாயிருச்சி நான் வீட்டுக்குப் போகணும். வேலை கிடக்கு?"

"இரு. போகலாம்"

"பார்க்கை மூடி விடுவார்கள். இதற்கு மேல் இருக்க வேண்டாம்"

"அவசரப்படாதே அமிர்"

"எனக்கு கஷ்டமாக இருக்கு"

"என்ன செய்ய முடியும். சொல்லு அமிர்"

"ஒண்ணும் செய்ய வேண்டாம். பேசாமல் ஊருக்குப் போங்கள். நீங்கள் திரும்பி வர வேண்டாம்"

பேசும்போது பார்க் பெஞ்சுகளையே உற்றுப் பார்த்துக் கொண்டிருந்தாள். இருள் ஆரம்பித்த பின்னும் சிறுவர்கள் பந்தைக் குறி பார்த்து பேட் செய்துகொண்டிருக்கிறார்கள். வெகுநேரம் பேசாமல் அமர்ந்திருந்தோம். வார்த்தைகளுக்கு எந்த அர்த்தமும் இருப்பதில்லை. பேசப்பேச மோதல்தான் வளர்ந்தது. இடைவெளியில் மௌனம் அதிக தீவிரமடைந்து விட்டிருந்தது. சிறுவர்களின் கூப்பாடு உயிர்ப்படைந்து மெல்ல மெல்ல வெற்றிடங்களை நிரப்பிக்கொண்டிருந்தது. வார்த்தைகள் அற்றுப் போன மௌனத்துடன் என்னை ஆழ்ந்து பார்த்துக்கொண்டிருந்தாள் அமிர்தா. அதற்கு என்ன அர்த்தமென்று விளங்கிவில்லை. ஒரே குழப்பமாக இருக்கிறது.

நாங்கள் இருவரும் அமர்ந்திருந்த மரக்கட்டைக்குள்ளிருந்து மரவண்டு தன் கூட்டை விட்டு வெளியேறி எங்களை எதிரியாக நினைத்து மோதத் தொடங்கியது. தன் புராதன வீட்டை அழிக்க வந்தவர்கள் என்று இரைச்சலுடன் சுற்றிச் சுற்றி அவள் மௌனத்தை வெட்டிக்கொண்டிருந்தது. நாங்கள் எழுந்து அந்தப் பக்கம் இருந்த பழைய நடைபாதையில் சாய்ந்து சாய்ந்து நடந்துகொண்டிருந்தோம். பார்க் விளக்குகள் கசிந்த ஒளியில் நிரந்தரமான பார்க் மனிதர்கள் நிழலுருவங்களாக அங்கிங்கும் நிம்மதியின்றி அலைந்துகொண்டு இருக்கிறார்கள். விளக்கேற்றபட்ட திருவாரூர் ஜட்கா சத்தத்துடன் ஓடிக்கொண்டிருந்தது. தெரு விளக்குகளில் பூச்சிகள் சுற்றி விளையாடத் தொடங்கியிருந்தன. பாதசாரிகள் அதிக அலுப்புடன் வீடு திரும்பிக்கொண்டிருந்தார்கள். தெப்பத்து பிள்ளையார் கோயிலில் விளக்கேற்றும் நேரம். அவள் மட்டும் தனியாக அங்கு போய்க்கொண்டிருந்தாள். இருட்டுத் தண்ணீருக்குள் அசைந்துகொண்டே இருக்கும் சிலையை வெகுநேரம் கண்ணிமைக்காமல் பார்த்துக்கொண்டிருந்தபோது அவளை திருவாரூர் தெப்பத்திலிருந்து மீட்க முடியவில்லை. அங்கிருந்து மடங்கிச் செல்லும் தெருக்களில் திருவாரூர் ஜட்காவுக்குப் பின்னால் அடுத்த காலத்திற்கான குழந்தைகள் கூச்சலிட்டபடி ஓடிக்கொண்டிருந்தார்கள். எனக்கு தாகமாக இருந்தது. கடையில் வாங்கிக் குடித்த தண்ணீரில் தாகம் அடங்கவில்லை. தொண்டைக்கடியில் வறட்சியாக இருந்தது. பஸ்ஸில் ஏறவும் லேசான காற்றும் இருளும் சில காட்சிகளும் கனவு கலந்த மயக்கத்தில் தென்பட்டன. பக்கத்தில் அமர்ந்திருப்பவர்மீது புரண்டு விழுந்தேன். அவர் என்னைக் கண்டு எரிச்சலடைந்தபடி விலகி அமர்ந்தார். அவளுக்கு எழுதிய காகிதங்கள் தாறுமாறாய் சிதறிக் கிடக்கும் என் அறை. என்னோடுகொண்டு செல்லும் எத்தனையோ காகிதக் கற்றைகளை புரட்டி புரட்டி அதில் படிந்த பழுப்பு நிறத்தையும் எழுத்தின்மீது ஒட்டிய சாம்பலையும் துடைத்துக்கொண்டிருந்தேன்.

என் அறை மூலையில் மரஸ்டேண்டில் வைக்கப்பட்ட மெழுகு திரியில் தனியே மிதக்கும் சுடரில் புகுந்து அசைவது அவள் தானா. என் காகிதங்களை தலைகீழாகப் பிடித்து எனது எல்லா வரிகளையும் எரித்துக்கொண்டிருக்கிறேன். விரல் மடிப்பில் வந்த எழுத்துக்கள் விதவிதமான நிறக்கோடுகளாக எரிந்து சுடரில் ஒடுங்கி மறைகிறாள். என் கைப்பிரதியில் படியவிட்ட மெழுகு திரியின் சுடர் படபடத்துப் பற்றிக்கொண்டு காகிதம் முழுவதும் பரவிய தீயில் எழுத்துக்கள் உருகி தண்ணீராக உருமாற்றமடைந்தன. எரியும் தீயிடமிருந்து தண்ணீரை எடுக்க முடியவில்லை. கொஞ்சம் கொஞ்சமாக தீயின்

வெம்மையால் காகிதம் கருகாமல் உலர்ந்துகொண்டிருக்கிறது. ஒவ்வொரு வார்த்தையும் காகிதத்தை விட்டு மறைகின்றன. வெறும் வெள்ளைக் காகிதங்கள் என்று விட்டு விட முடிகிறதா. அவற்றில் அனுபவத்தின் சாயல்கள் படிந்த வார்த்தைகளே மறைந்து விட்டு வெண்மை, வெறுமையான ஓர் மௌனம். என் அடுத்த எட்டை வெறுமையில்தான் எடுத்து வைக்கிறேன்

◆ ◆ ◆

கழுவேற்றம்

எஸ். ராமகிருஷ்ணன்

பனகல் சாலையில் பஸ் வளைந்து திரும்பும்போது சட்டென இறங்கி விட்டான். காலை நேரமாக இருந்ததால் அலுவலகங்களுக்குச் செல்லும் பயணிகளும் பள்ளி மாணவர்களும் திட்டுத் திட்டாகப் புழுதியேறி, இலையசைவற்றிருந்த மரத்தடியில் நின்றிருந்தார்கள்.

பஸ்ஸிலிருந்து இறங்கி கேட்டினுள் குறுக்குச் சந்துகள் வழியாக நடந்தான்.

மூடப்பட்டிருந்த இரும்பு கேட்டினுள் தலைகுனிந்தபடி நுழைந்து ஓரமாகவே நடந்து பாலத்தருகே இறங்கும் படிகள் வழியாகக் கீழிறங்கியபோது குப்பைமேடு விரிந்திருந்தது.

அவன் சுற்றிலும் யாராவது இருக்கிறார்களா எனத் திரும்பிப் பார்த்தபடி தனது அடிவயிற்றுக்குள்ளிருந்து பர்ஸை வெளியே எடுத்துத் திறந்துப் பார்த்தான். சில்லறைகளும் நான்காக மடிக்கப்பட்டிருந்த காகிதம் ஒன்றும் இருந்தன. பர்ஸைத் தடவிப் பார்த்தான். உள்ளே ஏதோ ஒளிந்திருப்பதுபோலவே இருந்தது.

வாயில், சொருகியிருந்த பிளேடை வெளியே எடுத்து, பர்ஸைக் கிழித்துப் பார்த்தான். பச்சை நிறத்தில் பஞ்சு உலர்ந்து போயிருந்தது. மிகுந்த ஆத்திரமாக வந்தது. சில்லறைகளை எண்ணிப் பார்த்தான். இரண்டு ரூபாய்க்கும் குறைவாக இருந்தது. காகிதத்தைப் பிரித்துப் பார்த்தான்.

'பிரியத்துக்குரிய காதலன் ராஜுவுக்கு' எனப் பெரிய எழுத்தில் மூன்று பக்கங்கள் எழுதப்பட்டிருந்த காதல் கடிதம் அது. கிழித்துப் போட்டு விடலாமா?' என மடித்துபோது, கடிதத்தின் கடைசிப் பக்கத்தில் மஞ்சள் பூ ஒன்று ஒட்டப்பட்டுக் காய்ந்து போயிருந்தது. அதன் அடியில் முத்தங்களுடன் கிளாரா தேவகிருபை ராஜு என வளைந்து அழகாக எழுதப்பட்டிருந்தது?

பர்ஸைத் தூர எறிந்தபடி காகிதத்தை மடித்துத் தனது பாண்ட் பாக்கெட்டுக்குள் வைத்துக்கொண்டு படிகளின் வழியாக மேலேறி நடந்தான்.

விடியற்காலையிலே அவன் அயோத்தியா மண்டபத்தருகே வந்து சேர்ந்திருந்தான். முந்திய இரவில் குடித்திருந்த மதுவின் கனம் குறையவே இல்லை. சரியான உறக்கமில்லாததால் பருத்து வீங்கியிருந்த கண்களுடன் அவன் பயணிகளுக்கான நிழற்குடையில் நின்றுகொண்டிருந்தான்.

தூக்கமில்லாததால் தலை கிறுகிறுப்பாக வந்தது. ஏதாவது குடிக்க வேண்டும் போல் இருந்தது. சட்டைப் பையைத் தடவிப் பார்த்துக்கொண்டான். காலியாக இருந்தது.

அருகாமையில் இருந்த புங்கை மரத்தடியில் மண்பானையில் குடிதண்ணீர் ஊற்றிவிட்டு ஒரு பெண் கடந்து போவதைக் கவனித்தவனாக நடந்து சென்று நாலைந்து டம்ளர் தண்ணீரைக் குடித்தான். வெயில் காலையிலேயே உக்கிரம் கொள்ளத் தொடங்கியிருந்தது. மரத்தடியின் நிழலில் படுத்து உறங்கி விடலாம் போல் இருந்தது.

அவன் வழக்கமாக ஏறும் பஸ்ஸில் தாவி ஏறிக்கொண்டபோது கண்டக்டர் அவனை முறைத்துப் பார்த்தபடி இருந்தார். அவன் பற்களைத் திறந்து காட்டினான். பல்லிடுக்கில் சிறிதாக பிளேடின் நுனி தெரிந்தது. பயணிகள் இடித்து, முண்டிக்கொண்டிருந்தார்கள்.

செங்கல் சிவப்பில் சிறயதான கட்டடங்கள் போட்ட பயணியின் பின்னால் நின்றுகொண்டான். பயணி கையில் இரண்டு பெரிய புத்தகங்களை வைத்துக் கொண்டு தானே ஏதோ பேசிக் கொள்வதுபோல முணுமுணுத்தபடியே நிற்பதற்கு வசதியின்றித் தடுமாறிக்கொண்டிருந்தான்.

பஸ் பாலத்தருகே வளைந்து திரும்பும்போது, ஒரு முறை அவன் மீதே பயணி சாய்ந்து விழுந்தான். தாங்கிப் பிடிப்பதுபோலவே பயணியிடமிருந்து பர்ஸை எடுத்துக்கொண்டு கூட்டத்தை விலக்கியபடி படியருகே வந்தான். கண்டக்டரின் கண்கள் அசைவற்று யாவையும் கண்டுகொண்டிருந்தன. பஸ் பனகல் சாலைக்கு வந்துபோது அவன் வெளியே குதித்தான்.

*

ராமேஸ்வரம் சாலையில் இடித்து விடுவதற்காக மூடப்பட்டிருந்த அடுக்குமாடிக் கட்டடமொன்றின் படிகளில் ஏறிப் போனான். மொட்டை மாடியின் திறந்தவெளியில் மரச்சாமான்கள் குவித்து வைக்கப்பட்டிருந்தன. ஒரு பக்கம் நிழல் நீண்டு சரிந்திருந்தது. படுத்துக்கொண்டபோது காகங்கள் வெயிலில் நின்றபடி கத்திக்கொண்டிருந்தன.

அவன் கண்களை மூடிக்கொண்டு உறங்குவதற்காக எத்தனித்தான். கண்களை மூடியபோது வெளிச்சம் அடங்கவே இல்லை. நகரத்துக்கு கட்டட வேலைக்காகக் கூட்டி வரப்பட்ட அவன், ஆறேழு ஆண்டுகளாகப் பசியோடு இருப்பிடமற்று, ஏதேதோ வேலைகள் செய்தபடி இலக்கற்றுத் திரிந்துகொண்டிருந்தான்.

வேலையற்ற நாள்களில் கனவுக்குப் பழகி, அதுவே இப்போது தினசரியாகிப் போயிருந்தது. வெறும் வயிற்றோடு படுத்திருந்ததால் பசி தூக்கத்தைத் தடுத்துக்கொண்டிருந்தது. புரண்டு படுத்தான்.

பாண்ட் பாக்கெட்டில் இருந்த கடிதம் வெளியே வந்து விழுந்தது. கால்மீது கால் போட்டபடியே கடிதத்தைப் படிக்கத் தொடங்கினான்.

பிரியத்துக்குரிய காதலன் ராஜுவுக்கு,.

ஆயிரம் முத்தங்களுடன் சி. கிளாரா தேவகிருபை எழுதிக்கொண்டது,.

ராஜு, நான் என்ன தப்பு செய்துவிட்டேன்? நீங்கள் எதற்காக விலகிப் போகிறீர்கள்? இரண்டு வாரங்களாக உங்களைப் பார்க்க முடியாமல், நான் வேதனையைச் சுமந்துகொண்டிருக்கிறேன், ராஜு, நீங்கள் கோபித்துக் கொள்ளும்படியாக நான் நடந்து விட்டதற்காகச் செத்துப் போயிடலாம் என்று தோன்றுகிறது.

வீட்டில் உங்களுக்காக இரவெல்லாம் அழுதுகொண்டிருந்தேன். அழுகையைத் தவிர, என்னிடம் என்ன இருக்கிறது ராஜு? எதற்காக நீங்கள் என்னைக் காதலிக்கத் தொடங்கினீர்கள்? ராஜு நான் உங்களைச் சந்தித்த இந்த நாற்பத்திரண்டு நாள்களுக்குள்தான் என்னை ஒரு மனுஷியாகவே நினைக்கத் தொடங்கினேன்.

ராஜு, உங்களுக்குத் தெரியாது. நான் வேலை செய்யும் பேக்கரியின் ஓனர். இமானுவேலுவைச் சொல்லவில்லை. அவரது அண்ணன் செல்வின் ஞானதுரையைச் சொல்கிறேன். இரண்டு மாதங்களுக்கு முன்பு ஒரு நாள் என்னைக் காதலிப்பதாகச் சொன்னார்.

இயேசுவின்மீது சத்தியமாகச் சொல்கிறேன். அவர், என் அப்பாவை விடவும் வயதானவர். ஆனால், நான் பிளம் கேக்கைப் பெட்டியில்

அடுக்குவதற்காக உள்ளறைக்குப் போனபோது அவர் இடுப்போடு என்னைச் சேர்த்துக் கட்டிக்கொண்டு கழுத்தில் முத்தமிட்டு என்னைக் காதலிப்பதாகச் சொன்னார். நான் அழுதுவிட்டேன்.

அவரது மனைவி ஜெசிதாவை எனக்குத் தெரியும் அவள் மிகுந்த அழகாக இருப்பாள். ஒரு முறை நான் ஜெபக்கூட்டத்தில் அவள் அருகே மண்டியிட்டு ஜெபம் செய்திருக்கிறேன். பிரார்த்தனையின்போது அவளது கண்களில் நீர் கசிந்ததை நானே கண்டிருக்கிறேன். அத்தனைப் பரிச்சுத்தமானவளை விட்டுவிட்டு என்னைக் காதலிப்பதாகச் சொல்வதைக் கேட்டபோது, எனக்குத் தொடையெல்லாம் நடுங்கி விட்டது. அவருக்காக வீட்டில் நான் இரவில் பிரார்த்தனை செய்தேன்.

அப்போது ஏனோ என்னைப்போல மெலிந்த, கறுத்த முகமுள்ள கூந்தல்கூட அதிகம் வளராத ஒரு பெண்ணை அவர் காதலிப்பதாகச் சொன்னது மனதுக்கு ஒரு நிமிஷம் சந்தோஷத்தைத்தான் தந்தது. நான் அப்படி நினைத்தது பாவம் என்பது, தெரிந்து கடைக்கு இரண்டு நாள்கள் லீவு போட்டுவிட்டு வீட்டிலேயே இருந்தேன்.

நிஜமாகவே காய்ச்சல் வந்ததுபோல, உடம்பில் உஷ்ணம் கொப்பளித்துக்கொண்டிருந்தது. என்னைக் கவனிப்பதற்கு என வீட்டில் யாரும் இல்லை. என் பெரியக்கா சோபியா பாக்கிய முத்துகூட இப்போது அச்சு வேலைக்குப் போய்விடுவதால் வீட்டில் அவளது இரண்டு குழந்தைகளையும் எனது அம்மாவே கவனிக்க வேண்டிய நிலையுள்ளது.

ராஜு, உங்களிடம் ஒரு போட்டோவைக் காட்டினேன். நினைவிருக்கிறதா? அதில் இரண்டாவது வரிசையில் சுருட்டை முடியோடு நின்றிருந்தவள்தான் பெரியக்கா சோபியா. நீங்கள்கூட அவள் என்னைப்போலவே இருப்பதாகச் சொன்னீர்கள்!

நான்கு நாட்களுக்குப் பிறகு பேக்கரிக்கு வேலைக்குப் போனபோது, செல்வின் ஞானதுரை இரண்டு நாள்களாகக் கடைக்கு வரவில்லையென்றும் புதிதாக அவரது தம்பி வந்து போவதாகவும் புவனா சொன்னாள். நான் எதையும் கேட்டுக் கொள்ளவில்லை.

ஆனால், நான் காதலிக்கத் தகுதியற்றவள் என்பதை எனக்கு நானே பலமுறை சொல்லிக்கொண்டேன். இதற்காகவே நான் பேக்கரியின் உள்ளறையில் பிளாஸ்டிக் காகிதங்களில் கேக்கைச் சுருட்டும் வேலைக்கு மாறிக்கொண்டேன்.

ராஜு, நீங்கள்கூட ஒருமுறை என் கையை முகர்ந்து பார்த்து விட்டு, அதில் சாக்லெட் கேக்கின் வாசம் வருவதாகச் சொன்னீர்கள். அன்றைக்கு எல்லாம் என் கையை நான் எத்தனை முறை

முகர்ந்து பார்த்திருக்கிறேன் தெரியுமா? என் விரல்களை நானே சப்பிக்கொண்டு சிரித்தபடி படுத்துக் கிடந்தேன்.

ராஜு நீங்கள் என்னைச் சந்தித்த பிறகுதான் முதன் முதலாக சுடிதார் அணியத் தொடங்கினேன். உங்களுக்குத் தெரியாது. அதற்கு முன்னால் வீட்டில் அக்காவின் பச்சை நிறத் தாவணியொன்றும் இரண்டு அரக்கு நிறப் பாவாடைகளும் மட்டுமே இருந்தன. அதைத்தான் உடுத்திக் கொண்டு வருவேன். நீங்கள் என்னை முதன் முதலாகப் பார்த்தபோதுகூட, நான் இதே பச்சை நிறத் தாவணிதான் கட்டியிருந்தேன், உங்களுக்கு நினைவிருக்கிறதா? நீங்கள் அரக்குச் சந்தனக் கலர் சட்டை அணிந்திருந்தீர்கள். கையைச் சுருட்டி மடக்கி விட்டபடி நின்றுகொண்டிருந்தீர்கள். நெற்றியில் சிறியதாக திருநீறு இருந்தது?

ராஜு என்னைத் தேடி எப்போது பேக்கரிக்கு வருவீர்கள் என்று தெரியாமல், நான் சில நாள்களில் கடை திறப்பதற்கு முன்னால் ஏழு மணிக்குக்கூட வந்து காத்திருக்கிறேன். அதுபோலவே, நீங்கள் வந்து நிற்கும்போது சாப்பிட்டுக்கொண்டிருந்தால் பார்க்க முடியாமல் போய்விடுமே, என்று மதியச் சாப்பாட்டைக்கொண்டு வரவே மாட்டேன். நீங்கள் வருவதற்குச் சில நிமிஷங்களுக்கு முன்னாடியே என் மனதுக்குத் தெரிந்து விடும். நீங்கள் சிரித்தபடி பேக்கரிக்கு வந்து, இரண்டு வெஜிடபிள் சாண்ட்விச் வாங்கிக்கொண்டு என்னைப் பார்த்துச் சிரிப்பீர்கள்.

ஒரு நாள் உங்களுக்காக சாண்ட்விச்சுக்குள் ஐந்து செர்ரி பழங்களை ஒளித்து வைத்துக் கொடுத்ததைக் கண்டுபிடித்து விட்டீர்கள். அதற்காக மறுநாளும் 'ஸ்பெஷல் சாண்ட்விச் என்று சத்தமாகச் சொன்னதைக் கேட்டதும் எனக்குச் சிரிப்பாக வந்தது.

நீங்கள் என்னைக் காதலிக்கத் தொடங்குவதற்கு முன்பாக, நான் உங்களைக் காதலிக்கத் தொடங்கிவிட்டேன். நீங்கள் பன்னிரெண்டு நாள்களுக்குப் பிறகு ஒரு மதிய நேரத்தில்தான் என்னை காதலிப்பதாகச் சொன்னீர்கள் நான் அதைக் கேட்டவுடனே ரொம்ப சந்தோஷமாகி கேக்கில் சுற்றும் க்ரீமில் உங்கள் பெயரை எழுதி அதை அப்படியே சாப்பிட்டுவிட்டேன்.

அன்றைக்கு இரவில் ரயிலில் என்கூடவே வந்து உட்கார்ந்துகொண்டு கைகளைப் பிடித்துக்கொண்டு 'நீ எங்கேயிருந்து வருகிறாய்?' எனக் கேட்டதற்கு என்னால் பதில் பேசவே முடியவில்லை. தலை கவிழ்ந்தபடி இருந்தேன். என் வீட்டில் அருகாமை வரை நீங்கள்கூடவே நடந்து வந்தது மிகுந்த வெட்கமாக இருந்தது. இரவில் நான் பிரார்த்தனைகூடச் செய்யவில்லை. அப்படியே தூங்கி விட்டேன்.

எனக்கு ரொம்பவும் பயமாக இருந்தது ராஜு. நீங்கள் என்னோடு பேசும்போது நான் பேசாமல் இருந்ததற்குக் காரணம் எனது பயம்தான். 'எப்போதுமே உதட்டை ஏன் இறுக்கமாக மூடிக்கொண்டிருக்கிறாய்?' என நீங்கள் கேட்டபோதுகூட எனக்கு அழுகைதான் வந்தது ராஜு.

எனது முன் பற்கள் மிக அசிங்கமாக இருக்கும். அதற்காக நான் கம்பிபோட்டு இறுக்கிக் கட்டியிருக்கிறேன். இது தெரிந்து விடக்கூடாது என்பதற்காக நான் நாள் முழுவதும் பற்கள் தெரிந்து விடாமலிருக்க, உதட்டை இறுக்க மூடிக்கொண்டிருப்பேன். பேசும்போதுகூடத் தலை கவிழ்ந்து கொள்வதற்குக் காரணம் என் எத்துப் பற்கள்தான்!

நான் பயந்தபடியேதான் ராஜு நடந்தது. நீங்கள் என்னை கிருஷ்ணவேணி தியேட்டருக்கு அழைத்துக்கொண்டு போனபோது, நான் சந்தோஷமாகத்தான் இருந்தேன். பாதி இருட்டில் என் முகத்தை அருகே இழுத்து முத்தமிட நீங்கள் முயன்றபோது பயத்தோடுதான் விலக்கினேன். நீங்கள் கோபத்தோடு என்னைக் கட்டிக்கொண்டு உதட்டைக் கவ்வினீர்கள்.

நானும் முத்தமிடும் ஆசையில் உங்களை உதட்டைப் பற்றியபோது, உங்கள் கண்கள் என் பற்களில் கட்டியிருந்த இரும்புக் கம்பியைக்கண்டதை நடுக்கத்தோடு கவனித்துக்கொண்டிருந்தேன். சட்டென என்னை விலக்கிய நீங்கள் கோபத்தோடு 'இது என்ன கம்பி?' எனக் கேட்டதும் நான் பதில் பேச முடியாமல் அழத் தொடங்கினேன்.

என் அருகிலிருந்து வேகமாக எழுந்து, கதவைத் திறந்துகொண்டு நீங்கள் வெளியே போனபோது கத்தி அழ வேண்டும் போல் இருந்தது. நான் இருட்டுக்குள்ளாகவே எழுந்து வெளியே வந்தேன். நீங்கள் வாசல் கதவைத் திறந்துகொண்டு, தியேட்டரை விட்டு வெளியே போய் விட்டீர்கள்.

எனக்கு பேக்கரிக்கு போகவோ, வீட்டுக்குப் போகவோ மனசில்லை. டவுன் பஸ்ஸில் தலை கவிழ்ந்தபடி அழுதுகொண்டு வந்தேன்.

இரவில் என் பற்களை நானே உடைத்துப் போட்டு விடுவதற்காக ஸ்பேனரால் தட்டினேன். ஈறுகளில் ரத்தம் கசிந்து வலி உண்டாகியது. பற்கள் உடையவே இல்லை. நான் எதற்காக இப்படி எத்துப் பற்களுடன் காதலிக்கத் தொடங்கினேன்?

ராஜு, இந்தப் பற்களையெல்லாம் பிடுங்கிப் போட்டு விட்டு வந்தால் என்னை ஏற்றுக் கொள்வீர்களா?' என்று மனதுக்குள்ளாகவே

வேண்டிக்கொண்டேன். 'வீட்டில் என் ஒருத்திக்கு மட்டும் எதற்காக இப்படிப் பற்கள் பெரிதாக வளர வேண்டும். நான் என்ன பாவம் செய்திருக்கிறேன்' என இயேசுவிடம் கண்ணீரால் பிரார்த்தனை செய்தேன்.

அதன் பிறகு நீங்கள் வரவேயில்லை ராஜு. இரண்டு நாள்களுக்குப் பிறகு நீங்கள் 11நி பஸ்ஸில் போவதை பேக்கரியில் இருந்தபடி பார்த்தபோது, அழுகை முட்டியது. என் பற்களை உடைத்து விடுவதற்காக தராசின் இரும்புப் படிகளை எடுத்துகொண்டு உள்ளே போனேன்.

கண்களை மூடிக்கொண்டு ஓங்கி அடித்தபோது ரத்தம் முகத்தில் பீறிட்டது. கண்கள் இருட்டிக்கொண்டு வந்தது. ராயப்பேட்டை பொது மருத்துவனையில் எல்லோரும் என்னைத் திட்டினார்கள். ஒரு பல் உடைந்து போய்விட்டிருந்தது. இன்னொரு பல்லில் பாதி உடைந்திருந்தது. முகம் வீங்கி, தாடையை விரிக்க முடியவில்லை.

இந்த வேதனையிலும் உங்களுக்காக நான் பல்லை உடைத்துக்கொண்டதற்காகச் சந்தோஷம்தான் அடைந்தேன். பதினோரு நாள்கள் மருத்துவனையில் இருந்து விட்டு வீடு திரும்பிய பிறகு உங்களைச் சந்திக்க வேண்டும் என்ற ஆசை அதிகமாகிக்கொண்டே வந்தது.

உங்கள் அறை எங்கே இருக்கிறது என்று தெரிந்து கொள்வதற்காக நான் ரொம்பவும் சிரமப்பட்டேன். நீங்கள் பேக்கரிக்கு வரும்போது எதிர்க்கடையில் சிகரெட் வாங்குவீர்கள் அல்லவா? அந்த சிராஜுதீன் அண்ணாதான் உங்கள் அறை இருக்குமிடத்தைச் சொன்னார்.

எனக்குத் தயக்கமாகத்தான் இருந்தது. ஆனாலும் அன்றைக்கு காலையில் நான் உங்களுக்கு பிடித்த ஆரஞ்சுக் கலர் சுடிதாரைப் போட்டுக்கொண்டு அறைக்கு வந்தேன். உங்கள் அறையிருந்த மாடிக்கு ஏறும்போது என்னைக் கீழ்வீட்டிலிருந்த பெண் பார்த்துக்கொண்டே இருந்தாள். நீங்கள் துணி துவைத்துக்கொண்டிருந்தீர்கள்.

என்னைப் பார்த்ததும் கோபத்தோடு 'எதற்காக இங்கே வந்தே! என்று கத்தினீர்கள். நான் பதில்பேசாமல், கதவைப் பிடித்த படியே நின்றுகொண்டிருந்தேன். பிறகு யாராவது கவனிக்கிறார்களா என்று பார்த்து விட்டு, என் அருகே வந்து அறைக்குள் வரும்படியாகக் கையைப் பிடித்தீர்கள்.'

நான் மிகுந்த வேகத்தோடு உங்கள் தலையைக் கைகளால் வளைத்து முத்தம் கொடுத்தேன். நீங்கள் என்னை விலக்கவே இல்லை. பதிலுக்கு நீங்களும் என்னை முத்தமிட்டீர்கள். நான் சந்தோஷத்துடன் பேசியது எதையும் நீங்கள் கவனிக்கவே இல்லை.

132 ♥ அழியாத கோலங்கள்

என்னைக் கட்டிக்கொண்டு அறைக்குள் படுக்க வைத்தபோது நான் பயத்தோடு விலகி எழுந்து வெளியே வந்ததும் கோபத்தில் நீங்கள் சமையல் பாத்திரத்தை என்மீது எறிந்து கத்தினீர்கள். நான் வாசலில் நின்றபடி தலை கவிழ்ந்திருந்தேன்.

கைலியைச் சரியாகக் கட்டிக்கொண்டு இறுகிய முகத்தோடு என் கைகளை வளைத்துத் திருகியபடி கொச்சை கொச்சையாக நீங்கள் திட்டும்போதும் நான் அழவேயில்லை. ராஜு, பற்களை நறநறவெனக் கடித்தபடி என்னைப் படியில் தள்ளிவிட்டபோது உங்கள் பற்களை நான் பார்த்தேன்.

அது கோரமாக நீண்டு உதட்டுக்கு வெளியே நீட்டிக்கொண்டிருப்பது போலிருந்தது. எனக்கு அழுகை பீறிட்டது. படிகளில் சுருண்டு படுத்துக்கொண்டு அழுதேன். உங்கள் அறை நண்பர்கள் இருவர் வருவது தெரிந்ததும் நீங்கள் சட்டையைப் போட்டுக்கொண்டு அவசரமாக என்னைக் கீழே இழுத்துக்கொண்டு போனீர்கள்.

ராஜு, நான் உங்கள் அறையைத் தேடி வந்தது தப்பா? அது தப்பாயிருந்தால், உங்களைப் பார்ப்பதற்கு நான் என்னதான் செய்வது? நான் செத்துவிட்டால், இது போல் உங்களை தேடி வர வேண்டிய அவசியம் இருக்காது ராஜு.

நான் என்ன செய்வது என்றே தெரியவில்லை. நீங்கள் கோபித்துக்கொண்ட பிறகு ஊரே மிகவும் சுருங்கி விட்டதுபோலவும் இருக்கிறது. நான் சாந்தோம் சர்ச்சுக்குள் சென்று கல்படியிலே மண்டியிட்டு அழுதேன். நீங்கள் ரொம்பவும் நல்லவர் ராஜு, கடவுளின் பெயரால் கேட்கிறேன்... என் காதலை வெறுத்து விடாதீர்கள். நான் ஏராளமாகக் கண்ணீர் வடித்து விட்டேன். இனி நானே உங்களைத் தேடி வர மாட்டேன். நீங்களாகப் பார்க்கும் வரைக்கும் காத்துக்கொண்டே இருப்பேன்.

ஒரு ரொட்டித் துண்டைப்போல உங்கள் பசி ஆற்றுவதற்காகக் காத்துக்கொண்டே இருப்பேன். உங்கள் கோபம் தீருவதற்காக நீங்கள் விரும்பினால் என் உடம்பை வேண்டுமானாலும் தருவேன்.

உங்கள் காதலி.

சி. கிளாரா தேவகிருபை ராஜு.

(எனக்காக இந்தக் கடிதத்தை புவனாதான் எழுதினாள். உங்களிடம் எதையும் மறைக்கக்கூடாது என்பதற்காகச் சொல்கிறேன். நான் எஸ். எஸ். எல். சியில் கணக்கில் ஃபெயில்) கடிதத்தைக் கையிலே வைத்துக்கொண்டிருந்தான் பஸ்ஸில் அவன்மீது சாய்ந்து விழுந்தவனின் முகம் நினைவில் இருக்கிறதா என்று

யோசித்துப்பார்த்தான். மெலிந்தவனாக சிவப்புக்கட்டமிட்ட சட்டையோடு இருந்தது நினைவுக்கு வந்தது. முகம் துல்லியமாக இல்லை. அவன் கடிதத்தில் ஒட்டப்பட்டிருந உலர்ந்த மஞ்சள் மலரைத் தடவிப் பார்த்தான்.

ராஜு என்ற முகம் தெரியாதவனின்மீது ஆத்திர ஆத்திரமாக வந்தது.

ஏனோ அவனுக்கு கடிதத்தைத் திரும்பப் படிக்க வேண்டும்போலவும் இருந்தது. படிப்பதற்கு வேதனையாகவும் இருந்தது.

*

மாலை அடங்கும்வரை அவன் ராமேஸ்வரம் சாலையில் படுத்து கிடந்தான்.

'கிளாரா இந்நேரம் என்ன செய்துகொண்டிருப்பாள்! வீட்டுக்குப் போயிருப்பாளா? சாப்பிட்டிருப்பாளா? இந்தக் கடிதத்தை ராஜு படித்துவிட்டு அவளைச் சந்தித்திருப்பானா? ஒருவேளை, வேதனை தாங்க முடியாமல் கிளாரா செத்துப் போயிருந்தால்?' நினைக்க நினைக்க அவனுக்கு குழப்பமாகவும் நடுக்கம் தருவதாகவும் இருந்தது.

தெருவில் இறங்கி நடந்தபோது அருகிலிருந்த டீக்கடையில் அன்றைய காலை பேப்பரைப் படிப்பதற்குக் கேட்டான் கிழிந்தது போக மீதமிருந்த பக்கங்களில் எந்தப் பெண்ணும் காதலுக்காகச் செத்துப் போனதாகத் தகவல் இல்லை.

'நகரில் எந்த அறையில் ராஜு தங்கியிருக்கிறான்? எந்த ரயிலைப் பிடித்து கிளாரா வீட்டுக்குப் போவான்? எந்தத் தேவாலயத்தில் அவள் பிரார்த்தனை செய்வாள்? ஏன் காதலுக்காக இத்தனை. வேதனைப்படுகிறாள்'? அவன் ஒவ்வொன்றாக நினைத்தபடியே நடந்தான்.

திடீரென தான் கிளாராவைச் சந்தித்துவிடக்கூடாது என்று தோன்றியது. 'அவள் எழுதியிருந்த ஒரு காதல் கடிதத்தைக்கூட ராஜு திருட்டு கொடுத்துவிட்டான்' என்று கிளாராவுக்குத் தெரிந்தால் என்ன ஆவாள்? அதுவும் திருடியவன்; அந்தக் கடிதத்தை வாசித்து விட்டதை அறிந்தால், அவள் எவ்வளவு வேதனைப்படுவாள்?

கிளாராவை ஒருபோதும் சந்தித்து விடக்கூடாது' என முணுமுணுத்தபடியே படபடப்போடு காகிதத்தைக் கிழித்துக் காற்றில்

பறக்கவிட்டு விட முயன்றான். நீண்ட நாள்களுக்குப் பிறகு, முதல் முறையாக அவன் கைகள் நடுங்கத் தொடங்கின. கிளாரா அவன் முன் மண்டியிட்டு பிரார்த்தனை செய்வது போல் இருந்தது.

அவன் காகிதத்தை மடித்துப் பையில் வைத்துக்கொண்டு மூடியிருந்த கடையின் படியில் உட்கார்ந்துகொண்டு, எதற்கோ சத்தமாக அழத் தொடங்கினான்.

கடைசி பஸ் ஒன்று காலியாக அவனைக் கடந்து போய்க்கொண்டிருந்தது.

◆ ◆ ◆

நிழலாட்டம்

ஜெயமோகன்

சந்திரி அக்காவிற்கு பீடை கூடியிருக்கிறது என்று ஜோசியர் தாத்தா அப்பாவிடம் வந்து சொன்னார். அன்றைக்கு வெள்ளிக்கிழமை. ஜோசியர் தாத்தா வழக்கமாக ஞாயிற்றுக்கிழமை பத்து மணி வாக்கில்தான் வருவார். பகல் முழுக்க அப்பாவிடம் சாஸ்திரம் பேசிவிட்டு மத்தியானம் சாப்பிட்டு கண்ணயர்ந்து விட்டுப் போவார்.

ஆற்றங்கரைப் படிக்கட்டில் புஸ்புஸ் என்று அவர் ஏறி வருவதை நான்தான் முதலில் பார்த்தேன். புருவங்களில் வேர்வை திரண்டு மினுங்கியது. "ஜோசியர் தாத்தா" என்றேன். "உங்கப்பா எங்கேடா?" என்றார். "குளிக்கிறார்" வேட்டி நுனியைத் தூக்கி முகத்தைத் துடைத்தபடி, கூனல் முதுகுடன், விடுவிடுவென்று நடந்தார். நான் அவருக்குப் பின்னால் ஓடினேன். திண்ணையில் அமர்ந்து சாஸ்திரக் கட்டை பக்கத்தில் வைத்து விட்டு, "உங்கப்பன் கிட்ட போய் சொல்லுடா" என்றார். நான் அம்மாவிடம்தான் போய் சொன்னேன். அம்மா குளியலறைக்குள் போனாள். தண்ணீர் கொட்டும் சத்தம் நின்றது. பாதி துவட்டியபடி அப்பா என்னருகே போனபோது வெந்நீரின் ஆவி என்மீது பட்டது. லைப்பாய் சோப்பின் இனிய மணம். அப்பாவைப் பின் தொடர்ந்தேன். உற்சாகமாய்ச் சிரித்தபடி அப்பா ஏது இத்தனை தூரம் என்று கேட்டபடி ஓரத்து அறைக்குப் போனார். ஜோசியர் தாத்தா உற்காசமே இல்லாமல் வா, ஒரு விசேஷம் இருக்கு என்றார். அப்பா சலவை வேட்டியை மொடமொட, வென்று சுற்றியபடி வந்தார். அவர் உடலின் ஈரத்தில் அது ஆங்காங்கே நீலநிறம் பெற்றது. தாத்தாவின் உடல் உலர்ந்து விபூதிப் பட்டைகள் தெளிவடைந்தன. அப்பா அருகே உட்கார்ந்தார். "காப்பி சாப்பிடுது" என்றார். தாத்தா "இருக்கட்டும் பாக்கலாம்" என்றார். அம்மா பித்தளை செம்பில் காப்பிகொண்டு வந்தாள். தாத்தா பெரிய டம்ளரில் வழிய வழிய ஊற்றி, மூன்று முறை பருகினார். "அப்பாடா" என்றார். மறுபடி வேர்க்க ஆரம்பித்தது.

அப்பா, "என்ன சங்கதி" என்றார். தாத்தா திரும்பி என்னைப் பார்த்தார். அப்பா, "போடா போய் குளி" என்றார்.

பின்கட்டுக்கு வந்தேன். தங்கம்மா நெல்லை வேகவைத்துக் கொண்டிருந்தாள். குட்டுவம் களக்களக் என்று சிரிப்பை அடக்க முயல்வது போலிருந்தது. எரியும் தென்னை மட்டைகள் டப்டப் என்று வெடித்தன. தொழுவிற்குப் போய் பசுக்களை வேடிக்கை பார்த்தபடி சிறிது நேரம் உட்கார்ந்திருந்தேன். நேரமாகிக்கொண்டிருந்தது. பள்ளிக்கூடம் ரொம்ப தூரம். என்ன விஷயம் என்று தெரியாமல் எப்படி போவது? சிறிது நேரம் கழித்து தாத்தா ஜோசியக் கட்டுடன் கோயில் முற்றத்தில் நடந்து போவது தெரிந்தது. வீட்டுக்கு வந்தேன். அப்பா அதற்குள் சட்டை போட்டு குடையுடன் நின்றிருந்தார். நின்றபடியே காப்பி பருகிவிட்டு, "அப்ப நான் வர்றேன்" என்றார். அர் ஆபீஸ் போகவில்லை. ஆற்றுப்படிகளில் இறங்கிச் சென்றார். சமையலறைக்கு ஓடி, அம்மாவிடம், "அப்பா எங்கே போகிறார்?" என்று கேட்டேன். அம்மா, நான் அதுவரையிலும் பல்கூட தேய்க்காமல் இருப்பதைச் சொல்லித் திட்டினாள். கொல்லைப் பக்கத்துக்கு போனேன். தங்கம்மா பெரிய சல்லடைக் கரண்டியால் நெல்லை அள்ளி பனம் பாயில்கொட்டிக்கொண்டிருந்தாள். குட்டுவத்திலிருந்து ஆவி எழுந்தது. பாய் நெல்லின்மீது மேகம் பரவி எழுந்தது. இனிமையான புழுங்கல் மணம். நெல்மணிகள் வெடித்து புன்னகை புரிவது போல் இருந்தன. தங்கம்மா ஆற்றில் விழுந்து எழுந்தவள்போல தெரிந்தாள். "கொச்சேமான் வடக்கேடத்துக்குப் போல்லியா?" என்றாள். எதுக்கு? அப்போதுதான் சந்திரி அக்கா பற்றி அறிந்தேன்.

எனக்குப் புரியவில்லை. பல் தேய்ப்பதை நிறுத்தி விட்டு, "பீடை என்றால் என்ன?" என்றேன். "செண்ணு பாக்கணும் கோச்சேமானுக்கு அருமந்த அக்கா தானே" என்றாள். சிக்கலான ஏதோ விஷயம் என்று புரிந்தது. முன்பு அக்கா திரண்டு குளித்தபோது, பத்து நாள் என்னை அந்தப் பக்கமே அண்டவே விடவில்லை. மூலைப்புரையின் கரிபிடித்த ஜன்னல் வழியாக உள்ளே எட்டிப் பார்த்தபோது நாலு உலக்கைகளால் வேலி கட்டப்பட்டு உட்கார்ந்திருந்தாள். என்னைப் பார்த்துச்சிரித்து பச்சரிசி மாவு உருண்டை வேண்டுமா என்று சைகையால் கேட்டாள். மாவு உருண்டையும் உளுத்தங்களியும் தின்று அலுத்துப் போயிருந்ததனால் நான் வேண்டாம் என்றேன். அவளைப் பார்க்கவே வினோதமாக இருந்தது. அவசர அவசரமாக இட்லியை விழுங்கி விட்டு, புத்தகப்பையுடன் கிளம்பினேன். பையை செல்வராஜின் பெட்டிக் கடையில் போட்டு விட்டு, கீழக்கடவு வழியாக ஆற்றைக்கடந்தேன். அங்கு ஆழம் அதிகம். காற்சட்டை

நனைந்து விட்டது. ஆற்றின் மறுகரையில், வயல் வரப்பு வழியாக ரொம்ப தூரம் போக வேண்டும். கையை விரித்துக்கொண்டு ஓடினேன். பிளேன் ஆக மாறி மிதக்க ஆரம்பித்தேன். தரையெல்லாம் பச்சை நிறமாக அலையடிக்கும் வயல்கள், தென்னந்தோப்பின் அரையிருட்டில் புகுந்து, மேடேறியபோது வடக்கேடத்து மச்சு வீடு தெரிய ஆரம்பித்தது.

ஓட்டுக்கூரை கன்னங்கரேலென்று இருந்தது. முற்றத்தில் மூன்று பலா மரங்கள். கண்ணி நீலி, சக்கி என்று பெயர். சகோதரிகள். கண்ணிக்கு நூறு வயதாகி விட்டது. காய்ப்பதில்லை. போன வருடம் மட்டும் ஒரே ஒரு பழம் கிடைத்தது. அதை அறுக்கும்போது சந்திரி அக்கா என்னைக் கூப்பிட வந்தாள். குளித்து விட்டு அப்படியே எங்கள் வீட்டுக்கு வந்து அம்மாவிடம் கதை பேசிவிட்டு பத்திரிகையெல்லாம் வாங்கிக்கொண்டு மகாதேவர் கோயிலில் கும்பிட்டு விட்டுத்தான் திரும்பிப் போவாள். அன்றைக்கு ராஜப்பன்கூட வந்தான். அக்கா அவனிடம் கண்ணிப் பலாவைப் பற்றித்தான் பேசியபடி வந்தாள். ஊரில் உள்ள எல்லா வரிக்கைப் பலா மரங்களும் அதன் வம்சம்தான். அக்கா தோள் நிறைய ஈரத்துணிகளை முறுக்கிப்போட்டிருந்தாள. கூந்தல் நுனியிலிருந்து தண்ணீர் சொட்டிக்கொண்டிருந்தது. ராஜப்பன் ஏதோ சொல்ல, அக்கா சிரித்தாள். இரண்டு பேரும் என்னைப் பார்த்தார்கள். ராஜப்பன் எங்கள் பள்ளிக்கூடத்துக்குப் பக்கத்திலிருந்த குட்டிப் பள்ளிக்கூடத்தில் வாத்தியார். அவனை பள்ளிக்கூடத்தில் மட்டும்தான் ராஜப்பா சார் என்று சொல்ல வேண்டும் என்று அம்மா சொல்லியிருந்தாள். “ராஜப்பா நீதான் பலாப்பழத்தை பறிக்கப் போகிறாயா?” என்று கேட்டேன். அக்கா என் தலையில் ஓங்கி அறைந்து, “பெயர் சொல்லியா கூப்பிடுவது கழுதை?” என்று திட்டினாள். உண்மையிலேயே அவளுக்கு பயங்கர கோபம். கண்களும் மூக்கும் சிவந்து விட்டன. “ராஜப்பா சார்” என்றுதான் ஈனஸ்வரத்தில் சொன்னேன். “சரி சரி விடு” என்று ராஜப்பா சார் சொன்னார். என் தலையை வருடி, “சின்னப் பையன் தானே? பெரியவங்க பேச்சைத்தானே அவன் கேப்பான்” என்றார் ராஜப்பா சார் ரொம்ப நல்லவர் என்று நினைத்தேன். அதே சமயம் கோபமும் வந்தது தலையை உதறினேன். வீடு நெருங்கியதும், அக்கா தலையை அசைத்து விட்டு விலகி கொல்லைப் புறமாக போனாள்.

நானும் ராஜப்பா சாரும் முகப்பு முற்றத்துக்கு வந்தோம். குஞ் ஞிப் பாட்டி திண்ணையில் கம்பிளி மேல் உட்கார்ந்திருந்தது காலெல்லாம் குந்திரிக்கத் தைலம். தாங்க முடியாத நாற்றம். பாட்டியின் பக்கத்தில் போனால் வாய் வேறு மாதிரி நாறுவதை உணர முடியும். “ஏண்டா ராஜப்பா நீயா ஏறப் போகிறாய்?”

என்று பாட்டி கேட்டாள். "ஓம் அம்மிணி" சார் சொன்னார். "எப்பிடி ஏறுவியோ என்ன இழவோ! நாலெழுத்துப் படிச்சு தொலைச்சுப்பிட்டே. அங்கே பள்ளிக்கூடத்திலே என்னடா சொல்லி குடுக்கிறே? மரம் ஏறவா? ஹெஹெஹெ" பாட்டியின் வாயில்மூக்குப் பொடி நிறத்தில் இரண்டு பற்கள் காணப்பட்டன. "சார்தான் மூணாம் கிளாஸ் பயக்களுக்கு கிளாஸ் டீச்சர் பாட்டி" என்றேன். "சாரா? யாருடா அது!" தணிந்த குரலில் "ராஜப்பா சார்" என்றேன். "தூ, உன் வாயைப் பொசுக்க. நாய் கெட்ட கேட்டுக்கு வாலுக்கு பட்டுக்குஞ்சலம் வேணுமா? ஏண்டா ராஜப்பா, ஏரப்பாளி, நீயாடா சொல்லிக் குடுத்தே இப்படி? "சார் புன்னகை புரிந்தபடி, "இல்லம்மிணி!" என்றார் என்னைப் பார்த்து, ஏதோ கண்ணைக் காட்டினார்."இல்லை பாட்டி அக்காதான்... "என்று நான் ஆரம்பிச்சேன். சார் உடனே, அக்காகிட்டேயிருந்து ஒரு கயிறு வாங்கிட்டு வா ஓடு" என்றார். நான் கயிறு வாங்கி வந்தேன். சார் சட்டையைக் கழட்டி விட்டு வேட்டியைத் தார்பாய்ச்சினார். சாரின் உடம்பு கருப்பாக பளபளப்பாக கோயில் வீரபத்ரன் சிலை மாதிரி இருந்தது. பவுன் சங்கிலி போட்டிருந்தார். அதை கழட்டி மடியில் செருகினார். அடிமரப் பொந்தில் கையை வைத்து தொத்தி ஏறினார். அவருடைய தோளிலும் கைகளிலும் முதுகிலும் தசைகள் இறுகி அசைந்தன. இடுப்பில் கயிறு கட்டப்பட்டிருந்தது. பெரிய பாம்பு மரத்தில் ஊர்ந்து ஏறுவதுபோல அது மேலே சென்றது. வலப்பக்க நுனிக்கிளையில் குரங்குபோல ஊர்ந்து சென்றார். பலாப்பழ காம்பில் கயிற்றின் நுணியை முடிந்த பிறகு வெட்டினர். கிளை வழியாக கயிற்றைப் போட்டு இறக்கினார். பலாப்பழம் பலூன்போல கீழே வந்தது. தரையைத் தொட்ட பிறகுதான் அது எத்தனை பெரிது என்று தெரிந்தது. முள்ளெல்லாம் மழுங்கி விட்டிருந்தது. மணம் வந்தது அக்கா ஜன்னல் வழியாக பார்த்தபடி நின்றிருந்தாள். "டேய்" என்றாள். ஓடிப்போய் "என்னக்கா" என்றேன். "சார் கிட்டே பழம் சாப்பிட்டு விட்டு போகலாம் என்று சொல்லு" சார் திரும்பிப் பார்த்து சிரித்தார். கைகளை உரசி அரக்கை உருட்டியபடி படிகளில்அமர்ந்தார். அவருடைய பல்வரிசை அழகாக இருந்தது. அக்கா பலாப்பழத்தை கமுகம் பாளையை கீழே வைத்து அரிவாளால் வெட்டினாள். சாறுஊறி பாளையில் கொட்டியது. சுட்டு விரலால் வழித்து என் நாவில் தடவினாள். நெற்றியை மோதியது இனிப்பு. சுளைகளை எடுத்து தட்டில் போட ஆரம்பித்தாள். "டம்ளரில் கொஞ்சம் சாறு தாறேன் சாருக்குகொண்டு போய்க் கொடுக்கிறாயா? யாருக்கும் தெரியக்கூடாது" என்று என்னிடம் அந்தரங்கமாகக் கேட்டாள். அப்படி அவள் கேட்டதில் நான் மிகவும் பூரிப்பு அடைந்தேன். அதற்குள் பாட்டி வந்து

விட்டாள். பக்கத்தில் அவள் உட்கார்ந்தபோது பலாப்பழ வாசனை மறைந்தது. "எவ்வளவு சுளைடி இருக்கு?" என்றாள். அக்கா எதுவும் சொல்லவில்லை. "ரெண்டு சுளையை இப்பிடி போடு. வாய் ஒரு மாதிரி இருக்கு. கிருஷ்ணா குருவாயூரப்பா..." அக்கா பேசாமல் இரண்டு சுளையை பாட்டி கையில் வைத்தாள். பாட்டி முகமே சப்பு விரிய ஆரம்பித்தாள். "அந்த ராசப்பன் பயலுக்கு ரெண்டு சுளை குடு. அங்கியே நிற்கிறான். பாட்டி இன்னொரு சுளையை எடுத்தாள். "அந்த காலத்திலெல்லாம் பலாப்பழ மட்டையை ஆசையா வாங்கிட்டு போவான்கள் இப்போ அவன்களுக்கு காலம் வந்திருக்கு. "நான் எட்டிப் பார்த்தேன் "சார் சட்டையை மாட்டிவிட்டு கிளம்பிக்கொண்டிருந்தார். "சார் போகிறார் என்றேன்" போனால் போறான் மாசச் சம்பளம் வாங்குகிறவன் தானே? இங்கே மாதிரி ராச்சாப்பாட்டுக்கு பலாப்பழ மட்டை அவனுக்கு..? கலிகாலம்? மாதவா, கோபாலா" பாட்டி சொன்னாள். அக்கா பேசாமல் சுளைகளை இணுத்துப் போட்டுக்கொண்டிருந்தாள். பிறகு "இருடா அக்கா கொல்லைக்கு போய்விட்டு வந்திடறேன்" என்று எழுந்து போனாள். நான் நாலைந்து சுளைகளை பிய்த்தேன். மூத்திரப் புரையின் மேலாக அக்காவின் தலை தெரியவில்லை. இடம் பக்கம் மஞ்சணாத்தி மரத்தடியில் அக்காவும் சாரும் நின்றிருந்தனர். சார் சிரித்தபடி ஏதோ சொன்னார். அவர் கையில் வாழையிலையில் பலாச் சுளைகள் இருந்தன.

    நான் நினைத்தபடி வீட்டு முற்றத்திலும் கூட்டம் எதுவும் இல்லை. அப்பாவும் அச்சுமாமாவும் சந்திரன் அண்ணாவும், சிவன் அண்ணாவும் பிரபாகரன் மாமாவும் ஒரு கறுப்பு நிறத் தடியனும் பாட்டியும் மட்டும் திண்ணையில் ஏதோ பேசிய படி இருந்தார்கள். கொல்லைப் பக்கத்துக்குப் போனேன். நாலைந்து பெண்கள் தென்பட்டனர். சாவித்திரி மாமியும் பங்கஜம் மாமியும் எனக்குத் தெரிந்தவர்கள். அவர்களிடம் ஊடே புகுந்து சமையலறைக்குள் நுழைந்தேன். இருட்டாக இருந்தது. அங்கும் சில பெண்கள் நின்றிருந்தனர். ஒரு மாமி என்னிடம் "யாருடா நீ?" என்றாள். இன்னொரு மாமி "நீ விசாலத்தின் பிள்ளை தானே? உங்கம்மா வரவில்லையா?" என்றாள். நான் "அப்பா இதை நீலா மாமியிடம் கொடுக்கச் சொன்னார்" என்றேன். "உள்ளே போ" என்றாள். உள் அறையில் யாரும் இல்லை. வடக்கத்து வீடு மிகவும் பழையது. பாழடைந்த நிறைய அறைகள் பக்கவாட்டு அறையில் உறிகளும், அடுக்குப் பானைகளும் இருட்டுக்குள் இருக்கும். அங்கு சிறு மண்ணெண்ணெய் விளக்கு எரிந்தது. பெரிய நிழல் சுவற்றில் விழுந்தது. அக்காவின் நிழல். அக்கா தலையை அங்கும் இங்கும் திருப்பியபடி "ம்... ம்...!" என்று சொல்லிக்கொண்டிருந்தாள். தலை

கலைந்திருந்தது. முகம் வீங்கியதுபோல இருந்தது. அருகே நீலம் மாமி. இன்னொரு பாட்டி சுவரோடு ஒட்டி நின்றிருந்தாள். மாமி திரும்பி பார்த்து என்னிடம் "என்னடா" என்றாள். "அக்கா?" என்றேன். "ஓடு, இங்கே நிற்காதே" கடுகடுப்பாக சொன்னாள். நான் கொல்லைப்பக்கம் வந்தபோது விசுவிசுவென்று வருவடிமப் பார்த்தேன். கல்லத்தி வீட்டில் நாராயணிப் பாட்டி, பர்ஸ் போன்ற வாயை திறந்தபடி, சாவித்திரி மாமியிடம் "ஏண்டியம்மா இது கேட்டதெல்லாம் சத்தியமா? இதென்ன கொடுமை? கலிகாலம் முத்தி போயிட்டதா?" என்றாள். "போய்ப் பாருங்கள் பாட்டி. உட்கார்ந்திருக்கிறது மூதேவி" என்றாள். சாவித்திரி மாமி பாட்டி குரலைத் தாழ்த்தி "யாரு?" என்றாள், நான் தயங்கி நின்றேன். "உள்ளே போய் பார்க்கிறது" என்று மாமி சொன்னாள். அய்யோ அம்மை முகத்தில் முழிக்க என்னால் முடியாதம்மா. அம்மே பரதேவதே..." பாட்டி கைகூப்பிய படி பின்னடைந்தாள்.

வெயில் பிரகாசமாகக் கொட்டிக்கொண்டிருந்தது. தோட்டமெங்கும் நிழல்கள் பின்னி அசைந்தன. வாலை செங்குத்தாக தூக்கியபடி ஒரு நாய் போனது. வாழைக்கூட்டம் அருகே தரை குளிர்ச்சியாக இருந்தது. கரிய மண்ணில் ஒரு மென்மையான குழி. அந்த நாயின் இடமாக இருக்க வேண்டும். அங்கிருந்து பார்த்தபோது வீடு தொலைவில் சத்தமே இல்லாமல் இருப்பதுபோல இருந்தது. வாழைக் கூட்டத்தில் ஒரு குலை தென்பட்டது. அதன் பூவுக்குள் தேன் இருக்கும். சந்திரி அக்கா எடுத்துக் கொடுப்பாள். யாரிடம் உதவி கேட்பது என்று புரியவில்லை. வீட்டின் மறுபுறம் பாழடைந்த தொழுவம். அதன் படிக்கல்மீது காளி உட்கார்ந்திருப்பதைப் பார்த்தேன். கண்கள் மூடியிருந்தன. புகையிலை மெல்லும்போது கண்களைத் திறக்க மாட்டாள். நான் அருகே போய் "காளி" என்றேன். "ஆரு" என்றபடி கண்களைத் திறந்தாள். "ஆரு கொச்சா? இங்க எதுக்கு வந்தது?" நான் அவள் மடியில் ஏறி அமர்ந்தேன். "சந்திரி அம்மிணியைப் பாக்கவா வந்தது. அம்மிணிக்கு பீடையில்லா வந்திருக்கு!" காளி என் தலைமயிரை விலக்கிப் பார்த்தாள். "அம்மைக்கு நேரமே இல்லியாக்கும்? பேனு புளுத்து கெடக்குதே?" என்றாள். "பீடை என்றால் என்ன காளி?" என்றேன். "சாமி வந்து மனியனுக்கமேத்த கேறுயதாக்கும். நான் அவள் முகவாயை திரும்பி "மலைச்சியம்மன் சாமி தானே?" என்றேன். "மலைச்சியம்மன் கண்கண்ட அம்மையாக்கும். கொச்சு கும்பிடணும்." காளி என் கைகளைப் பற்றி கூப்பி வைத்தாள். "சாமீ சந்திரியக்காளுக்கு எல்லாம் செரியாவணும் சாமீய் சொல்லணும்" நான் உற்சாகமாக அதைச் சொன்னேன். காளி என்னிடம் "கொச்சு மலைச்சியம்மன் காவுக்கு செண்ணு பாத்ததுண்டா?" என்றாள்.

ஒரு தடவை போயிருக்கேன். ஐப்பசி மாதக் கொடைக்கு. மழைக்காலம். தெற்கு மடம் வயல் கரையில். பெரிய தோட்டத்தின் விளிம்பில் ஏழெட்டுப் புளிய மரங்கள் கூட்டமாக நின்றன. புளியம் சருகு மெத்தைபோல பரவியிருந்தது. நடுவே கல்லாலான சிறு மேடை. அதில் ஒரு சிறு சூலாயுதம். அதுதான் காவு. அன்றைக்கு எல்லாரும் குடை வைத்திருந்ததனால் யானைக் கூட்டம் மாதிரி இருந்தது. பூசாரி கண்ணன்கூட தலைக்குடை வைத்தபடிதான் பூசை செய்தான். பக்கத்தில் பெரிய நீரோடை சிவப்பு நிறமாக சுழித்து ஓடியது. வயல் வெளியில் மழை புகைபோல காற்றில் அலையலையாக பரவிச்சென்றது. புளிய மரக்கிளைகள் எம்பி எம்பி விழுந்தன. மேலே ஓவென்று இலைகள் இரைத்தன. அப்பா என்னை தூக்கி வைத்திருந்தார். நான் குடையிலிருந்து சொட்டிய நீரை கையால் பிடித்தேன் என்று தொடையில் கிள்ளினார். பூசாரி குனிந்தபோது அவன் பின்புறத்தில் மழை கொட்டியது பீடத்துக்கு செந்தூரம் வைத்த உடனே ரத்தமாக கரைந்து ஓடி வாய்க்காலில் கலந்தது. அரளிப்பூக்கள் தயங்கித் தயங்கி ஓடை நோக்கிச் சென்றன. சோமன் அண்ணாவின் கையில் இருந்த கூடையில் மூன்று சேவல்கள் இருந்தன. ஒன்று சிவப்பு மற்ற இரண்டும் வெள்ளை, ஈரத்தில் உடலைக் குறுக்கி சத்தமில்லாமல் உட்கார்ந்திருந்தன. பூசாரி சிவப்புக் கோழியை எடுத்தான். அதன் தலையையும் ஒரு காலையும் ஒரு கையால் பற்றினான். இன்னொரு கையால் இன்னொரு காலைப் பற்றினான். சூலாயுதத்தின்மீது தூக்கி ஒரே குத்தாக குத்தினான். கோழி துடிதுடித்தது. அப்படியே இறக்கி விட்டு அடுத்த கோழியை எடுத்தான். மூன்று கோழிகளும் சூலத்தில் கிடந்து வட்டமிட்டுத் துடித்தன. ரத்தம் வழிந்தது. ஓடையை நோக்கிப் போனது. திடீரென்று மின்னல் பிறகு இடி. நான் அப்பாவின் கழுத்தை இறுகப் பற்றினேன். எல்லோரும் “அம்மே, மலைநீலி! மகாமாயே” என்று கூவினார்கள். ரத்தத்தை பிரசாதமாக தந்தார்கள். என் நெற்றியில்கூட அப்பா போட்டு விட்டார். திரும்பி வரும் வழியில் வயல்கள் எல்லாம் நிரம்பி சிவப்பாக தண்ணீர் விரிந்து கிடந்தது. வாய்க்கால்கள் கொப்பளித்துச் சென்றன. ஆற்றில் வெள்ளம், திருவட்டாறு போய் பாலம் வழியாக திரும்பி வர வேண்டியிருந்தது.

“அந்த மலைச்சியம்மானா அக்கா மேல் கூடியிருக்கிறது?” என்று கேட்டேன். “அம்மைக்க கொடை திகையேல்ல. எளகிப் போட்டாள். இனி அவ மனசடங்காம போவ மாட்டா. அவளுக்கு மனசு அணையாத்த தீயில்லா? குடும்பத்த எரிச்சுப் போடுமே” என்றாள் காளி. உள்ளிருந்து சாவித்திரி மாமி காளீ... காளீ... என்றாள். “ஓம்

அம்மிணி..."அங்கே என்ன செய்யே! பூசாரி வந்தாச்சு வா" காளி என்னை இறக்கி விட்டாள். "கொச்சு வீட்டுக்குப் போவணும். இஞ்ச நிக்கப்படாது கேட்டுதா? சந்திரியம்மிணிக்கு நாளைக்கு செரியாப் போடும்" என்றாள்.

நான் யோசித்தேன். பிறகு கண் மறைவாகப் பதுங்கினேன். பாழடைந்த தொழுவம் வழியாக வீட்டுக்குள் நுழைய ஒரு இடுக்கு உண்டு. நானும் சந்திரி அக்காவும் ஒளிந்து விளையாட அதைப் பயன்படுத்துவது உண்டு. அதன் வழியாக உள்ளே போனேன். தூசும் ஒட்டடையும் மண்டிய அறையில் மாடிப் படி மச்சுக்கு போனது. ஒட்டடையைப் பிய்த்தபடி ஏறினேன். மச்சுப்பலகை உளுத்திருந்தது. கிச்கிச் என்று எலிகள் கலைந்து ஓடின. வௌவால் கூட்டம் மச்சின் கூரை முழுக்கப் பரவியிருந்தது. கலைந்தால் அவ்வளவுதான் இருட்டுக்கு கண் பழகியபோது அவற்றின் நீர்மணி போன்ற கண்களின் மினுக்கம் தெரிந்தது. மெதுவாக நடந்து போனேன். அங்கங்கே மச்சுப் பலகை உடைந்து கீழிருந்து ஒளிவந்தது. கூரை மேல் நிழல்கள் ஆடின. ஒரு இடைவெளி வழியாக கீழே ஆள் நடமாட்டம் தெரிந்தது. எட்டிப் பார்த்தேன். கீழே கூட்டம். அதன் நடுவில் பாய் விரிக்கப்பட்டிருந்தது. மணை ஒன்று போடப்பட்டிருந்தது. ஒரு தீப்பந்தம் ஓரமாக எரிந்தது. சாவித்திரி மாமி பெரிய கெண்டியில் தண்ணீரும் கமுகம் பூக்குலையும்கொண்டு வைத்தாள். அரளிப் பூக்கூடை சீவிய இளநீர் காய்கள், கனல் புகைந்த தூபத்தட்டு. செந்தூரத் தட்டு என்று வரிசையாக வந்தன. ஜோசியர் தாத்தா ஒவ்வொன்றாகச் சரி பார்த்தார். "செந்தூரத்தட்டு எங்கே? முக்கியமானதை மறந்துடுங்க"என்று இரைந்தார். நீலம் மாமி "அதோ இருக்கு" என்று தணிந்த குரலில் சொன்னாள். "அது அப்பவேசொல்லித் தொலைக்கிறது மூதேவி" என்றார் தாத்தா. அப்பா உள்ளே வந்தார். துண்டால் முகத்தை துடைத்தபடி "சின்னவங்க யாரும் இங்கே நிக்க வேண்டாம்" என்றார்.

பூசாரி மெதுவாக பூனைபோல வந்தான். மார்பு வெளிறி எலும்பெலும்பாக இருந்தது. மீசை இல்லை. குடுமி ஒருபக்கமாக சாய்ந்து இருந்தது. அக்குளில் இருபுறமும் மணி கட்டிய, கட்டெறும்பு நிறம்கொண்ட பெரிய பிரம்பு ஒன்று இருந்தது. அதைப் பார்த்தபோது 'விஷுக்' என்று அது சீறும் ஒலி கேட்டது. கையிலிருந்த பெட்டியை கீழே வைத்து திறந்தான். கைமணி கொப்பரை, சம்புடம் சிறிய மரச்செம்பு எல்லாவற்றையும் எடுத்துப் பரப்பினான். காலை மடக்கி முதுகை நிமிர்த்தி அமர்ந்துகொண்டான். அவன் உதடுகள் படபடவென்று துடிக்க ஆரம்பித்தன. எல்லாரும் அமைதியாக நின்றார்கள். அப்பா கைகளை மார்பில் கட்டியபடி நின்றிருந்தார்.

பூசாரி கண்களைத் திறந்து சைகை காட்டினான். அப்பா மெல்ல "கொண்டு வரச் சொல்லு" என்றார். உள்ளிருந்து காளியின்மீது சாய்ந்தவளாக நடை தடுமாற அக்கா வந்தாள். அவளை பூசாரி முன் பிடித்து உட்கார வைத்தார்கள் அக்காவின் தலை தொய்ந்து முகவாய் மார்பில் அழுந்தியது. தலைமயிர் முகத்திலும் மடியிலுமாக சரிந்தது. பூசாரி மந்திரத்தை உரக்கச் சொன்னார். தூபத்தட்டில் சாம்பிராணியின் மணம் எனக்கு அச்சமூட்டுவதாக இருந்தது. பூசாரி அக்காவை கூர்ந்து பார்த்தான். பிறகு அக்காவிடம் "ஆராக்கும் நீ" என்று தணிந்த குரலில் கேட்டான். அக்கா "ம்ம்ம்" "சொல்லாம் உன்னை விடப் போறதில்லை. மரியாதியா சொல்லிப்போடு நீ ஆருடி கூதறமேளே?" பூசாரியின் குரல் முழங்கியது. அக்கா திடீரென்று உரக்கச் சிரித்தாள். முரட்டு ஆண்கள் இரண்டு பேர் சேர்ந்து ஒரே சமயம் சிரிப்பதுபோல இருந்தது. "நானா? நான் தேம்பில உன்னை பெத்த தேவிடியா?" அந்தக்குரல்கூட அக்காவின் குரலாக இல்லை. இறுக்கமும் கரகரப்பும்கொண்ட, பெண் குரல். பூசாரி சிரித்தான். "இத வேற வல்லளடத்திலயும் வச்சுக்க கேட்டியா? இது கொறேகண்டவளாக்கும் நான். மரியாதையா சொல்லிப்போடு. ஆராக்கும் நீ?" அக்கா நிமிர்ந்து பார்த்தாள். முடி விலகியது. அவள் முகம் சீற்றம் மிகுந்து இருந்தது. கண்கள் மூடிப்புரைக் காலில் அம்மன் சிலையின் கண்கள்போல சிவப்பாக வெறித்தன. பூசாரி பிரம்பை எடுத்தான். வலக்கையால் திடீரென்று கொப்பரைச் சம்புடத்திலிருந்து சாம்பலை அள்ளி அக்கா முகத்தில் வீசினான். அக்கா 'ஆ' என்று அலறினாள். என் உடம்பு நடுங்கியபடி இருந்தது. நரியின் ஊளை போன்றிருந்தது அது. பூசாரி பிரம்பால் மாறி மாறி அடித்தான். "அடிபில! அடிபில மோன! அடிபில" என்று கூவியபடி அக்கா தலைமயிரைச் சுழட்டி சுழன்றாடினாள். உரக்கச் சிரித்தாள். சீறும் நாயின் பற்கள்போல அவள் பற்கள் ஈறுடன் வெளித் தெரிந்தன. குரல்வளை புடைத்து பச்சை நரம்புகள் நெளிந்தன. கையை நீட்டினாள். விரல்கள் ஸ்பிரிங் கத்தியின் நுனிபோல வெடுக் வெடுக் என்று விரிந்துகொண்டன. மணிக்கட்டு மட்டும் சுழன்றது. முழுமையாக இரண்டு முறை சுழன்று நடுநடுங்கியது. கையின் சதைகள் இழுபட்டு அதிர்ந்தன. பூசாரிகூட ஒரு கணம் அடிப்பதை நிறுத்தி விட்டான். சமையலறைக்குள் இருந்து "அம்மே பரதேவதே" என்று அலறல் ஒலிகள் கேட்டன. அப்பாகூட கன்னத்தில் போட்டுக்கொண்டார். பூசாரி தன் பெட்டிக்குள்ளிருந்து ஒரு குவளையை எடுத்து அதிலிருந்து சிவப்பு நிறத்தூளை அள்ளி அக்கா முகத்தில் ஓங்கி ஓங்கி விசிறினான். வத்தல் மிளகாயின் கமறல்நெடி எழுந்தது. அக்காளின் நாக்கு வெளியே வந்தது. நாயின் நாக்குபோல மேவாயை தாண்டி கீழிறங்கித் தொங்கியது.

பூசாரி பெட்டியிலிருந்து வெண்ணிறக் குச்சியொன்றை எடுத்தான். அது ஒரு எலும்புத துண்டு என்று தெரிந்தது. அதன் உருண்டை நுனியால் அக்காவின் கைகளிலும் எலும்பு மூட்டுகளிலும் அடிக்க ஆரம்பித்தான். அக்கா தூக்கி விசிறப்பட்டவள் போல் விழுந்து துடித்தாள். அவள் உடம்பு அட்டைபோல சுருண்டு இறுகியது. தலை தொடையிடுக்கில் நுழைந்தது. அது ஒரு மனித உடம்பு என்றே தோன்றவில்லை. பூசாரி தூபத்தணலில் செருகப்பட்டிருந்த இரும்புக் கரண்டியை எடுத்தான். அது கனலாக ஒளிர்ந்தது. பின் வெண்ணிறச் சாம்பல் நிறம் பெற்றது. அதை அக்காவின் கால்களிலும் புஜங்களிலும் வைத்து இழுத்தான் அக்கா பாய்ந்து எழுந்து அலறியபடி ஓட ஆரம்பித்தாள். காளி பிடிக்க முயல, ஒரே உதறலில் அவனை தூக்கி வீசினாள். பூசாரி அக்காவின் கால்களை அடித்து மடக்கி வீழ்த்தினான். தலைமயிரை அள்ளி இழுத்துபோட்டு மீண்டும் சுட்டான். அக்கா திடீரென்று அவளுடைய சொந்தக் குரலில் “வேண்டாம் வேண்டாம் விட்டுடு என்னை விட்டுடு” என்று கத்தினாள். அக்கா என்று நானும் கதறியிருப்பேன். அந்தத் திகிலிலும் நான் எங்கிருக்கிறேன் என்ற உள் பிரக்ஞை எனக்கிருப்பதை அறிந்தேன். “செல்லு இல்லெங்கி பொசுக்கிப் போடுவேன்” என்றான் பூசாரி. அக்கா மீண்டும் அந்த கட்டைக் குரலில் “சொல்லிப் போடுதேன். வேண்டாம் சொல்லிப் போடுதேன்” என்றாள்.

வாசல்களில் கூட்டம் முண்டியடித்தது. அக்கா விசும்பி விசும்பி அழ ஆரம்பித்தாள். பிறகு ஒப்பாரிப் பாட்டின் நீட்டல்களோடு விளங்காத சொற்களில் கூவி அழுதாள். கண்ணீர் கொட்டியது. “சொல்லிப் போடு ஆராக்கும் நீ?” என்று பூசாரி கேட்டான். “:நான்தான்” என்றாள் அக்கா. “நான் எண்ணுசென்னா?” அக்கா தலையை ஆட்டி விசும்பியபடி “மலைச்சியாக்கும் நான்” என்றாள். கூட்டம் பிதுங்கி சிலர் அறைக்குள் வந்து விட்டனர் “ஓகோ நீதானா செரி, எதுக்கிப்பம் இஞ்ச வந்த?” அக்கா ஓங்கி மார்பில் அறைந்தபடி அழுதாள். அழுகை ஏறி ஏறி வந்தது. சின்னையன் பயல் ஆற்று வெள்ளத்தில் போனபோது அவன் அம்மா அப்படித்தான் கதறிக் கதறி அழுதாள். அழுகை சற்றுக் குறைவதும் பின்பு பீறிடுவதுமாக இருந்தது.

“உனக்கென்ன வேணும்? சொல்லிப் போடு” என்றார் பூசாரி. “பாவியளா. மண்ணாப் போன படுபாவியளா. எனக்க பொன்னு தம்புரானை எனக்கு குடுத்துப் போடுங்கலேய்! எனக்க தம்புரான் எக்கு வேணும்பிலேய்கொண்ணு போட்டியள பாவிப் பயலுவளே, இந்த கொலம் வெளங்குமா? வெளங்க விடுவேனா?” அப்பா

கும்பிட்டார். பூசாரி உரக்க "ஆரு ஆரக்கொண்ணா? அதைச் சொல்லு. பரிகாரம் வல்லதும் உண்டெங்கி செய்வம்" என்றான். "எனக்க பொன்னுதம்புரானைகொண்டு போட்டியளே பாவி மக்கா எனக்க கும்பி ஆறுதில்லையே. எனக்கு கும்பி அடங்கேல்லியே எனக்கு கெதி மோட்சம் இல்லி "திடீரென்று பல்லை நறநறவென்று கடித்தாள். சத்தம் மச்சுக்கு கேட்டது. கைகளை தூக்கியபடி காட்டு பூனை போல் உறுமினாள். "விடமாட்டேன் கொளம் தோண்டிப்பிட்டுதான் போவேன். இந்தக் குடும்பத்துக்கு தாய்வேரை அறுத்துப் போட்டுத்தான் அடங்குவேன். எனக்கு கும்பி அடங்கேல்ல."

பூசாரி பாயந்து எழுந்து மீண்டும் அடிக்க ஆரம்பித்தான். பிரம்பு அறையின் உள்ளே சுழன்று பறப்பது போலிருந்தது. அடிபட்ட இடத்தில் அக்காவின் சதை துடிப்பது தெரிந்தது. பூசாரியின் முதுகில் வியர்வை வழிந்தது. குடுமி அவிழ்ந்து கூத்தாடியது அக்கா அப்படியே தரையோடு தரையாக விழுந்தாள். அவள் தலைமயிரைப் பற்றித் தூக்கி "உனக்கு என்ன வேணும்" என்ன கிட்டினா எறங்குவ? மரியாதிய சொல்லிப் போடு" என்றான். அக்கா தீனமாக விசும்பினாள். "எனக்கு எக்க பொன்னு தம்புரான் வேணும்மே. எனக்கு தம்புரான் வேணுமே". பூசாரி "ஆருட்டிகொண்ணது உனக்க தம்புரானே" என்றான். இந்தக் குடும்பத்து மூத்தாருமாருவளும் ஊராய் மக்காரனுவளும்தேன்" "எப்பம்" "இப்பம்தேன்" உனக்க நம்புரானுக்கு பேரு என்னவாக்கும்?" "பத்மநாபன் தம்பி எனக்க தம்புரானே உன்னைக் காணாம எனக்கு மனசு ஆறலில்லியே. எனக்கு நெனைச்சுப்பாக்க பளுதில்லியே அறு கொலை பண்ணிப் போட்டினுமே பாவிய எனக்கு தீயடங்கேல்லியே" பூசாரி அக்காவை உலுக்கினான். "உனக்குபேரு மலைச்சிங்யா நீ எப்பிடிட்டி தம்புரானுக்கு கெட்டினவ ஆனே?" அக்கா திடீரென்று மவுனமானாள். பிறகு மெதுவாக "பேச்சி மலையிலே என்னைக் கண்டு மோகிச்சு விளிச்சோண்டு வந்தாவ. கண்ணுக்கு மணிபோல வச்சு சினேகிச்சாவ. எனக்கு விளிப்பாரு. கொண்ணு போட்டினுமே. எனக்க தம்புரானைகொண்டு கெடத்திப் போட்டினுமே. அது எனக்கு கண்ணிலே விட்டு மாறேல்லியே" அக்கா வெறி எழுந்து கதறியழுதாள். "இஞ்ச பாரு அபவாதம் செல்லப்பிடாது கேட்டியா? ஆருகொண்ணா என்னத்துக்கு கொண்ணா?" அக்கா மார்பை கையால் அழுந்தியபடி திக்கித்திக்கி சொன்னாள். "ஊராய் மக்காரனுவ வந்து எக்கதம்புரானை அடிச்சா, என்னைய விட்டுப் போடணும் எண்ணு சொன்னாவ என்னைப் பெத்த அம்மையாக்கும். அவ எண்ணு சொல்லிப் போட்டாரு.

சாதிக்கும் தீட்டு செல்லி தள்ளி வச்சாவ. புளியங்காட்டில குடில கெட்டி கெடந்தோம். மண்ணும் மானமும் சாச்சியாட்டு கிளியும் கிளியும் மாதிரி கொஞ்சிட்டு கெடந்தோம். எக்கதம்புரானே உனக்கு சிரிப்பு மறக்க ஒக்குதில்லியே. அறுகொலை பண்ணிப் போட்டினுமே படுபாவிய தீராப்பளி செய்து போட்டினமே" அப்பா முன்னகர்ந்து பூசாரியிடம் ஏதோ சொன்னார். பூசாரி "கொல மூப்பாராக்கும் செல்லுயது. பரிகாரம் செய்து போடலாமிங்கியாரு. உனக்கு என்ன வேணும் சொல்லு" என்றான். "அவனுக்கே கரளில உள்ள சோர வேணும்பில" என்று அக்கா பாய்ந்து எழுந்தாள் பூசாரி அவளை உதைத்து தள்ளி அடித்தான். அக்கா தரையோடு தரையாக விழுந்தாள். பூசாரி "கொலத்துக்கு எளைய குருந்தை மறிமாயம் செய்து மயக்கி சோர குடிச்சு பலி எடுத்த மலைநீலியாக்கும் நீ உனக்கு கதையொக்க எனக்கும் அறியலாம். அண்ணு மலைகேறின உனக்கு வரியம் முடங்காம பலி போட்டு கும்பிடுதாவ, இவிய இப்பம் நீ நரபலி கேக்க வந்தியா? கொறை கண்டவனாக்கும் நான். உனக்கு என்ன வேணுமோ சொல்லி வாங்கிப் போட்டு விட்டு நீங்கு" என்றான். அக்கா கைகளை ஊன்றி தலையை மட்டும் தூக்கி தணிந்த குரலில் "நான் இவ இல்லாம போவ மாட்டேன். கொண்டு தான் போவேன்" என்றாள். பிறகு அவள் தலை சரிந்தது. பூசாரி இரண்டு முறை உதைத்தான். அசைவு இல்லை. அப்பாவிடம் "பாதிச்சோலி மிச்சம் கெடக்கு. எறக்கிப் போடலாம்" என்றான். அப்பா பணிவாக "இனி என்ன செய்ய" என்றார். "எளநீ வாட்டு" என்றான் நாலைந்து இளநீரை குடித்து வீசிய பிறகு ஜபம் செய்ய உட்கார்ந்தான். "நான் இருக்கணுமா?" என்றார் அப்பா. "நிறுத்தப்பிடாது. நிறுத்தினா பின்ன கையில பெடாது தொடங்கியாச்சு எண்ணு சென்னா எறக்கிப் போட்டுதான் மறுசோலி பாக்கணும்" அப்பா பெருமூச்சுடன் விலகி நின்றார்.

நான் என் கால்கள் குளிர்ந்து, விரைத்திருப்பதை அப்போதுதான் உணர்ந்தேன். தூபப்புகை மச்சில் நிரம்பியிருந்தது. மல்லாந்து படுத்தேன். என் கைகால்கள் குளிர்ந்து விலகிக் கிடந்தன. அக்காவின் சிரித்த முகமும் மூக்குத்தி அசைவும் ஞாபகம் வந்தது. உடனே ராஜப்பா சாரின் முகம் பிறகு மூன்றாம் கிளாஸ் பள்ளிக்கூடம். குழந்தைகளின் குரல். "சாலமன் கிரண்டி" பான் ஆண்சண்டே! கிரிஸ்டின் ஆன் மண்டே" நானும் ஒரு குழந்தையாக பாடிக்கொண்டிருந்தேன். மச்சில் நிறைய கண்கள். மெலிதாக தங்களுக்குள் பேசியபடி அவை என்னைப் பார்த்தன. கண்களை மூடினாலும் அந்தப் பார்வைகள் அப்படியே இருந்தன. எல்லாமே கனவு என்று திடீரென்று அறிந்தேன். எவ்வளவு பயங்கரமான

கனவு. விழித்துக் கொள்ளப்போகிறேன். வீட்டுப்பாடம் எழுத வேண்டும். கனவுதான்.

மச்சில் கீழ் விளிம்பு வழியாக உள்ளே வந்து நீண்டிருந்த மூன்று ஒளிச்சட்டங்களைப் பார்த்தபடி கண் விழித்தேன். மச்சே தவிட்டு நிறமாக வேறு மாதிரி இருந்தது. பதற்றத்துடன் பொன்னிற தூசிகள் சுழன்று பறந்துகொண்டிருந்தன. என் உடம்பு முழுக்க கரிய பசைபோல வௌவால் எச்சம். விழுந்து தவழ்ந்து நடந்து படியிறங்கினேன். கண்கள் கூசின. தலை சுழன்றது. நிற்க முடியவில்லை. அப்படியே தொழுவத்துக் கல்மீது அமர்ந்து விட்டேன். பின்பு யாராவது பார்த்து விடுவார்கள் என்ற எண்ணம் வந்தது குமட்டல் வந்தது. எழுந்து தோட்டத்தில் புகுந்து நீரோடையில் உடலைக் கழுவினேன். அது காலை நேரம் என்று அப்போது தெரிந்தது. இரவெல்லாம் மச்சிலேயே கிடந்திருக்கிறேன். சத்தமேதும் இல்லை. அக்காவிற்கு என்ன ஆயிற்று? மீண்டும் வீட்டுக்கு ஓடி வந்தேன். சமையலறையில் நீலம் மாமி காபிபோட்டுக்கொண்டிருந்தாள். என்னைக் கண்டதும் “எங்கேடா போயிருந்தாய் பாவி! உன் அம்மா நேற்றுராத்திரி படாத பாடு இல்லை” என்றாள். கருப்பட்டிக் காபி மணம் குமட்டலை வரவழைத்தது. “தெக்கேடகத்துக்குப் போனேன்” என்றேன். அவ்வளவு தூரமா எதுக்கு சொல்லாம கொள்ளாம?” என்றாள் மாமி. “அக்கா எங்கே?” மாமி ஏதும் பேசாமல் காப்பியை துணியால் ஜாக்கிரதையாகப் பற்றி இறக்கினாள். தீ எழுந்து படபடத்தது. அவள் முகம் கனன்றது. உள்ளே போனேன். அறையின் அரை இருட்டில் அக்கா குவியலாக கிடப்பது தெரிந்தது. முகம் வீங்கிக் கண்கள் இடுங்கி வேறு எவரோ போல் இருந்தாள். குறட்டை கேட்டது. கால்களும் கைகளும்கூட பொதபொதவென்று வீங்கியிருந்தன. மஞ்சளும் களபமும் உடலெங்கும் அப்பியிருந்தன. குமட்டல் தரும் ஒரு வாடை. ரத்த வாடையா சீழ் வாடையா என்று தெரியவில்லை. “அக்கா” என்றேன். அங்கு எவருமில்லைபோலப்பட்டது சிறிது நேரம் நின்று விட்டு வெளியே வந்தேன். காளி பாத்திரம் தேய்த்துக்கொண்டிருந்தாள்.

அருகே போனேன். என்னைக் கண்டதும் சிவப்பாக பற்கள் தெரிய சிரித்தாள். “கொச்சு எங்க போச்சுது ராத்திரி? அம்மைய அரை உயிரு ஆக்கிப்போட்டுதே? என்றாள். “காளி, அக்காவிற்கு பீடை இறங்கி விட்டதா?” என்று கேட்டேன். “வெளுக்கும்பம்தான் ஒரு மாதிரி விட்டு மாறிச்சு. ஓக்கே அம்மிணி செய்த புண்ணியம்தேன். கொஞ்சம் பாடா படுத்திப் போட்டுது. பிள்ளைய? ஆனா அந்தப் பயலுக்க கெதிகேடு. அவனுக்கு விதி இருந்திருக்கு. இல்லெங்கிலும் இம்மாதிரி

மூத்த பீடைய வந்தா பலியில்லாம விட்டு மாறாது" என்றாள் நான் சட்டென்று பீதி வசப்பட்டேன். காளி கூறப்பபோவதை தெளிவின்றி முன் கூட்டியே உணர்ந்துகொண்டிருந்தேனா? "ஆரு காளி? காளி வெற்றிலையைத் துப்பினாள்." நம்ம ராசப்பன் பயதான் நல்லோரு பய. வல்லகாரியமும் உண்டுமா? புளியங்காவுக்கு இந்த சமயத்தில் வல்லவனும் போவினுமா? வெளுக்கும்பம் பனைகேறப்போன தங்கராசுப் பய கண்டிருக்கான். பொற மண்டையில அடி விளுந்திருக்கு. கையையும் காலையும் பரத்திக்கிட்டு கமிந்து கெடந்தான். கண்ணெடுத்துக் காணப்பளுதில்லை. அங்க கூடியுள்ள ஆளு பெகளத்துக்கு கையும் கணக்கமில்ல. கொச்சு இண்ணு பள்ளிக்கூடம் போவாண்டாம். கேட்டுதா! ஒளியாக்கும் பய வாத்தியாருல்லா?" நான் என் புறங்கழுத்தில் எவரோ தொடுவது போன்ற பீதிக்கு ஆளானேன். வீட்டை நோக்கி கதறியபடி ஓடினேன்.

◆ ◆ ◆

வார்த்தை உறவு
கோபி கிருஷ்ணன்

"**வா**ங்களேன், சேந்து போகலாம்"

"சேந்துன்னா. கையோடு கையெக் கோத்துக்கிட்டா?"

"இல்ல, சும்மாகூட..."

"அப்ப அதுக்குப் பேரு சேந்து போறதில்ல. சேராம பக்கத்துல பக்கத்துல போறது"

"சரி, பக்கத்துல பக்கத்துல போகலாம் வாங்களேன்"

"சரி, வர்றேன் எது வரைக்கும் போறீங்க?"

"பக்கத்துலதான்"

"எம் பக்கத்துலயா?"

"உங்க பக்கத்துலதான் நான் நடந்துக்கிட்டே நாம ரெண்டு பேருமாப் பக்கத்துல போறம். இந்த ஃபேன்ஸி ஸ்டோர் வரைக்கும்"

"அதாவது கற்பனைக் கடைக்கு"

"இல்ல, அது கற்பனைக் கடை இல்ல. நிஜக் கடை"

"ஃபேன்ஸின்னா கற்பனைன்னு ஒரு அர்த்தம் உண்டு. அதனாலதான் கேட்டேன்"

"இல்ல நிஜக்கடைதான்"

"என்ன விஷயம்?"

"விஷயம் ஒண்ணும் அவ்வளவு பெரிசில்லை"

"அப்ப சிறிசுங்குறீங்க"

"சிறிசுன்னும் சொல்ல முடியாது"

“அப்ப நடு அளவுன்னு வச்சுக்கலாமா?”

“விஷயத்தோட அளவு சொல்றது கஷ்டம்”

“நீங்க எது சம்பந்தமாப் பேசுறீங்கன்னு சொல்லுங்களேன். நா விஷயத்தோட சரியான அளவெச் சொல்லிர்றேன்.”

“இல்ல, ஒங்களால முடியாது. விஷயம் என்பது உருவமில்லாதது அத அளக்க முடியாது”

“அதெல்லாம் ஒண்ணுமில்ல மனுஷனால முடியாத காரியம் ஒண்ணுமில்லை. நீங்க மொதல்ல விஷயத்தச் சொல்லுங்க”

“நீங்க விட மாட்டீங்க போலெயிருக்கு?

“இல்லையே நான் ஒங்களைப் பிடிச்சிக்கிட்டா இருக்கேன் விட்றதுக்கு?”

“இல்ல நா விஷயத்தச் சொன்னேன்”

“இல்ல நீங்க சொல்லல”

“ஓ ஆமா இல்ல. இன்னும் சொல்லவே இல்லை”

“ஒண்ணு ஆமா, இல்லேன்னா இல்ல. நீங்க ரெண்டையும் சேத்துச் சொல்றீங்க...”

“ஸாரி, நா இன்னும் விஷயத்தைச் சொல்லல”

“கடை வர்ற வரைக்கும் விஷயத்த சஸ்பென்ஸா வச்சிக்கிர்றதா முடிவா?”

“இல்ல. அந்த மாதிரி எண்ணம் ஒண்ணும் இல்ல”

“அப்ப சொல்லுங்க”

“நீங்க நான் சொல்ல வர்றதுக்குள்ள கொழப்பாதீங்க”

“எது விஷயத்தையா?”

“இல்ல. அது ஒங்களால முடியாது. ஏன்னா நா விஷயம் என்னன்னே சொல்லல. நா சொல்ல வர்றதுக்குள்ள நீங்க என்னென்னமோ சொல்லிக் கொழப்பிர்றீங்க”

“சொல்ல எங்க வரப் போறீங்க?”

“எங்கேயும் வரப்போறதில்லை. நடந்துக்கிட்டே விஷயத்தைச் சொல்லப் போறேன். இருங்க நீங்க பேச வேணாம். நா மொதல்ல விஷயத்தச் சொல்லிர்றேன்”

“சரி சொல்லுங்க”

“இந்தப் பை ஒண்ணு வாங்கினேன்”

“எந்தப் பை?”

“ஐயோ கொஞ்சம் பேசாம இருக்கீங்களா?”

“சரி. இருக்கேன்”

“என்ன இதுக்குமா பதில்?”

“பெறகு என்ன செய்யச் சொல்றீங்க? நீங்க பேசி நா பதில் பேசாட்டி ஒங்க பேச்சுக்கு நா மதிப்புத் தரலேன்னு அர்த்தமாயிடும்”

“அப்படி ஒண்ணும் அர்த்தம் இல்ல. சரி நா சட்டுபுட்டுன்னு விஷயத்தச் சொல்லிர்றேன்”

“இல்ல அப்படியெல்லாம் வேணாம் இயல்பா சாதாரணமா விஷயத்தைச் சொன்னாபோதும்”

“சரி, நா என் விருப்பப்படி விஷயத்தச் சொல்ல விட மாட்டீங்களா?”

“நா ஏற்கெனவே சொல்லிட்டேன். நா ஒங்களப் பிடிச்சிக்கிட்டு இல்லேன்னு”

“அப்பப்பா, நா ஒங்களெக் கூப்பிட்டதே தப்பு”

“புரிஞ்சாச் சரி, அப்ப நா கழண்டுக்கட்டுமா?”

“ஏற்கனவே கழண்டவன் மாதிரித்தான் பேசறீங்க”

“ஒரு விதத்துல எல்லாரும் கழண்டவங்கதான். யாருமே எப்பவுமே முழு சுவாதீனத்தோட இருக்குறதில்ல”

“இப்ப ஏன் பொதுவுக்கு வர்றீங்க. விஷயம் ஒங்களோடது”

“இல்லியே. விஷயத்த நீங்கதான் சொல்றதாச் சொன்னீங்க. இப்ப ஒங்க விஷயம் என் விஷயம் ரெண்டு விஷயமாச்சு. இப்ப ரெண்டு விஷயங்கள விவாதிக்கிற பாரம் ஒங்களுக்க ஏற்பட்டிருக்கு”

“நீங்கதான் எதையோ சொல்லி பாரத்தெச் சுமத்துறீங்க. நா இதுவரைக்கும் லேசாத்தான் இருந்தேன். இருங்க ஒங்களப் பேசவிட்டா இன்னுமொரு விஷயம் இப்பிடியே சேந்துக்கிட்டு பாரம் அதிகமாயிக்கிட்டே போயிடும்”

“பாரத்தெ என் மேல கொட்டுங்க. ஆறுதல் தர்றேன். நண்பன்கிற முறையில நா இருக்கேன் ஒங்களோட பாரத்தெச் சுமக்க”

“இந்தாங்க இதப் பிடிங்க பாரமா இருக்கா?”

ஒரு டம்பப் பையை அவனிடம் திணிக்கிறாள் அவள்.

“என்னங்க இப்பிடிச் செய்றீங்?”

“நீங்க தான பாரத்தெக் கொட்டுங்கன்னு கேட்டீங்க குடுத்தேன். கொட்டுறது அவ்வளவு நல்லா இருக்காதே அதுவும் நடு ரோட்டுல”

“நாம நடு ரோட்டுலயா நடந்துக்கிட்டிருக்கோம்! அடப் பாவமே. சுத்தப் பிரக்ஞையே இல்லாமப் போச்சு ஒங்களோட பேசிக்கிட்டிருந்ததுல”

“இல்ல இல்ல, ப்ளாட்ஃபாரத்துலதான் நடந்துக்கிட்டு இருக்கோம்”

“. நல்லவேளெ”

“யாருக்கு?”

“ரெண்டு பேருக்குந்தான். என்ன நீங்க விஷயத்தெச் சொல்ல மாட்டேங்குறீங்க?”

“நா மாட்டேன்னு எப்ப சொன்னேன்?”:.

“நீங்க சொல்லலேன்னாலும் சொல்லல”

“அப்பிடீன்னா?”

“நீங்க விஷயத்தைச் சொல்ல மாட்டேன்னு சொல்லலேன்னாலும் விஷயத்தச் சொல்லல”

“விஷயந்தான் ஒங்க கையில இருக்கே”

“கையில பைதான் இருக்கு. அதப் பாரம்னு மொதல்ல சொன்னீங்க. இப்ப பேச்செ மாத்துறீங்க”

“அந்தப் பாரம்தான் விஷயம். இந்தப் பையெப் போன வாரம் கோகுல் ஃபேன்ஸி மார்ட்ல வாங்குனேன். நேத்து பிடி விட்டுப்போச்சு. கடெக்காரன் கிட்ட போயி மாத்திக்கிட்டு வரணும். மாத்திக் குடுக்கல்லேன்னா சண்டெ போடணும்”

“அதாவது நானும் சேந்து ஒங்களோட சண்டெ போடணும்”

“எங்கிட்ட இல்ல. கடெக்காரங்கிட்ட”

“சரி போடலாம்”

“நீங்க தைரியசாலிதான்?”

“தெரியல்ல. இதுவரைக்கும் சோதிச்சுப் பாத்ததில்லை”

“அப்ப இது ஒங்களுக்கு கெடெக்கிற மொதல் சந்தர்ப்பமா இருக்கும்?”

“எனக்குச் சந்தர்ப்பம் வாங்கிக் குடுக்கிறதுக்கு நா ஒங்களுக்கு ரொம்ப கடமெப்பட்டிருப்பேன்”

“என்னெ ரொம்பப் புகழாதீங்க. இதுக்கெல்லாமா நன்றி சொல்லுவாங்க”

“சின்ன விஷயத்தோட அளவெச் சொல்லாம என்னெ ஏமாத்தறீங்க”

“இல்ல, நா யாரெயும் ஏமாத்துவது கெடெயாது”

“அப்ப சொல்லுங்க”

“விஷயத்தோட அளவு அகலம் அரை அடி நீளம் அரைஅடி நிறம் பச்சை”

“என்ன ஒரே ஒளறல்”

“ஒளறலெல்லாம் ஒண்ணுங் கெடெயாது. விஷயம் பை பையோட அளவுதான் விஷயத்தோட அளவு. இன்னொரு சமாச்சாரம் விஷயத்தோட நிறத்தெயும் சொல்லியிருக்கேன். கவனிச்சீங்களா? அப்ப என் திறமெயெ நீங்க புரிஞ்சிக்கணும்”

“சரி, நீங்க பெரிய திறமெசாலிதான். ஒரு தத்துவத்தயே புரட்டிட்டீங்க”

“என் திறமெய மெச்சி நீங்கி பரிதாபப்பட்டு ஏதோ ஒரு பரிசு தரலாமே”

“தரலாம்தான். சுமக்குறதுக்குப் பாரமா இருக்காதோ?”

“நெஞ்சுல நெறைய பாரம் சுமந்துக்கிட்டுதான் இருக்கேன். பரிசு ஒரு கூடுதல் பாரமா இருக்கும். பத்தோட பதினொண்ணா இருந்துட்டுப் போகட்டுமே”

“அப்ப நிச்சயம் பரிசு வேணுங்குறீங்க”

“குடுங்களேன். பரிசெப் பாக்குறப்ப ஒங்க ஞாபகம் வரும். ஹி! ஹி! ஹி!

“ரொம்ப வழியிறீங்க”

“சரி கடெ பக்கத்துல வந்துடிச்சின்னு நெனெக்கிறேன். வழியிறத ஒத்திப் போடலாம்னு தோணுது”

கடையில க்ளாராதான் பேசுகிறாள். கொஞ்சம் காரசாரமான பேச்சுதான். பரசுராமன் இங்கொன்றும் அங்கொன்றுமாக ஓரிரு வார்த்தைகள் உதிர்க்கிறான். கடைசியில் ஒரு புதுப் பை க்ளாராவிடம்

தரப்படுகிறது. க்ளாராவும பரசுவும் கடையை விட்டு வெளியே வருகிறார்கள். க்ளாராவின் முகத்தில் புது தெம்பு.

“சே... ஒங்களுக்குச் சண்டை போடவே தெரியல்ல. ரொம்பச் சாது நீங்க”

“அப்ப நா மிரண்டாக் காடு கொள்ளாதுன்னு சொல்லுங்க?”

“பயப்படாதீங்க. ஒங்களெக் காட்டுப் பக்கமெல்லாம் அழெச்சிக்கிட்டுப் போகாம நா பாத்துக்குவேன்”

“என்னெப் பொறுப்பாப் பாத்துக்குவீங்களா?”

“ஒ, நல்லா பாத்துக்குவேன். கவலயெ விடுங்க”

“எங்க அம்மா ரொம்ப நாளாச் சொல்லிக்கிட்டிருக்காங்க. என்னெப் பொறுப்பாய் பாத்துக்க ஒரு பொண்ணு வேணும்னு அப்ப ஒங்கபேரை நா அம்மா கிட்ட சொல்லட்டுமா?”

“சொல்லுங்களேன் தாராளமா. நா என்ன வேணாம்னா சொல்லப் போறேன்? எனக்கு நர்ஸிங் இயல்பாவே ரொம்பப் பிடிக்கும்”

“அப்ப நான் இதுக்காக நன்றி சொல்லணும் ஒங்களுக்கு”

“நன்றியெ இந்தப் புதுப் பையில போட்டிருங்க. நா எங்க அம்மா கிட்ட அதெக் காமிச்சி ஒங்களை அறிமுகப்படுத்துறதுக்கு வாகா இருக்கும்”

“அப்ப நாம ரெண்டு பேரும் இனிமே எப்பவுமே பேசிக்கிட்டிருப்போமில்லியா?”

“ம்.”

◆ ◆ ◆

பால் திரிபு

இரா. நடராசன்

என் பிரிய ஜெர்ஸி... நீ எப்படியும் இந்த விளம்பரப் பக்கத்தைப் படிப்பாய் என்று தெரியும். பதினான்கு பத்திகளில் இந்த ஞாயிற்றுக் கிழமைக்காகக் காத்திருக்கும் என் உயிர் சொற்களை ஒன்று விடாமல் நீ வாசிக்க வேண்டுமென்று கெஞ்சுகிறேன்.

இதுவரை யாருக்குமே இது ஏன் சொல்லப்படவில்லை என்று ஆச்சரியப்படுகிறேன். பல ரூபங்களில், பல திசைகளிலிருந்தும் அது தெரிய வந்திருக்க வேண்டும். எல்லோருமே ஏதும் நடந்து விடவில்லை என்பதுபோல ஏன் நடந்து கொள்கிறார்கள்? என் குறித்த அந்த ஒற்றை வரி சங்கதியை ஒரு வேளை எல்லோருமே விழுங்கி ஜீரணித்து விட்டார்களா?" ஏதோ காரணத்திற்காக இருக்கும்" என்ற காரணத்திற்காகச் சொல்லப்படாமல் சிலது வைக்கப்படும். அப்படி நடந்து விட்டதா... அய்யோ ஜெர்ஸி... நான் பெண்ணாக மாறி இன்றோடு எட்டு மாதங்கள் பூர்த்தியாகி விட்டன. இப்போதும் ஏன் உனக்கு ஜெர்ஸி க/பெ. கமலக்கண்ணன் என்று கடிதங்கள் உன் அலுவலகத்தில் இருந்து வர வேண்டும்? சொல்லப்படாத எல்லா சொற்களையும்போலவே என் குறித்த உண்மை அந்த முகவரியெங்கும் வரலாற்றின் ஒரு பள்ளத்தாக்கிற்குக் கீழே இறுகிய பாறையைப்போல கனத்துக் கிடக்கிறது. உன் நெஞ்சின் விம்மல்களை என்னால் தாங்கிக் கொள்ள முடியவில்லை.

உனக்காக அழுகிறேன். ஜெர்ஸி. இதுவரை உண்மையை ஏற்றுக் கொள்ளமுடியாமல் எத்தனை ரத்தக் கோபுரங்களை கட்டி கட்டி இடித்தாயோ... உன் மாதிரி யாருக்கும் இதுவரை நிகழ்ந்தது இல்லை. ஆனால் ஆணாக நான் என்னை உணர்ந்ததாக என் நினைவு தெரிந்த நாள் முதல் ஒரு சந்தர்ப்பம்கூட கிடையாது. நான் வைத்த பொழுதுகளில் இது தொடங்கியிருக்க வேண்டும். வெப்பக் கல்லில் போடப்பட்ட ஒற்றைத் தோசையடி நான் இத்தனை

வருடங்களில் இயற்கைக்கு எதிராகவே என்னைச் செதுக்கியது எது என்பதைப் புரிந்து கொள்ளும் சக்தியற்ற ஜீவன். உனக்கே தெரியும். 'மரங்களைப்போல அப்பாவி நீ' என்று சொல்லியிருக்கிறாய்.

பள்ளிக்கூடத்தில் அப்படியே அம்மாவை உரித்து வைத்திருக்கிறது என்றார்கள். அப்பாவிற்கும் ஏதோ உறுத்தியிருக்க வேண்டும். நேராக ஆண்பிள்ளைபோல நடக்க வேண்டும், குரலைக் கனைத்து விடவேண்டும். மருதாணி இட்டுக் கொள்ளக் வேண்டாம் என்று நிறைய சொல்லிக்கொண்டேதான் இருப்பார். குங்குமப் பொட்டு வைத்துக்கொண்டு கல்லூரி போனபோது உன் அம்மா கல்யாணம் ஆனப்போ இப்படியேதான் இருந்தா என்று அத்தை சொல்லிக் கேலி பேசியதை அவளது மகள்தான் ரொம்ப ரசித்தது. கல்லூரியில் ஆண்கள் என்னை சல்லாபிக்கவே முயற்சி செய்யும் அளவிற்கு அழகாக இருந்தேன்.

சிவப்பான தேகம் ஜெர்ஸி. ஒருவித பெண்வாடை என்மீது வீசுவதை முதன் முதலில் அறிந்த சந்தர்ப்பம் கூசுகிறது. மாடசாமி மளிகையில் அப்போது மாசக் கணக்கு எங்களுக்கு. மதியம் சாப்பிட வீட்டிற்குக் காலேஜிலிருந்து வந்த என்னை இரண்டு வில்லை பூண்டு வாங்கிட அம்மா அனுப்பினாள். கடை சிப்பந்தி தூங்கிக்கொண்டிருந்தான். அவனை எழுப்பிட முயற்சி செய்ய வேண்டியநான் வேட்டி விலகியிருந்ததைக் கண்டு வெட்கப்பட்டுக்கொண்டு ஓடிவிட்டேன். "ஏன் இப்படி பொட்டச்சி மாதிரி பண்ற?" அம்மாவே எகிறினாள். மறுபடி மறுபடி வேட்டி விலக்கிக் காட்டிய பாகங்கள் எனக்குள் பலவிதமான வினோத விம்மல் அலைகளை உற்பத்தி செய்தன. அந்த உணர்வுகளை யாரோடும் எந்தக் காலத்திலும் பகிர்ந்து கொள்ள முடியாது. நான் தனிக்கட்டையடி ஜெர்ஸி. என் மாதிரி கண்ணுக்கு எட்டிய தூரம் வரை யாருமே இல்லை.

அழித்தொழிக்கப்பட்ட ஆண்மை என்னிடம் எதுவுமே மிச்சமில்லாத அளவிற்கு எல்லாவற்றிலுமே மாயத்தராசு ஒருதலையாய்ச் சாய்ந்தது. அப்பா நம்பியிருந்த மீசையும் எனக்கு முளைக்கவில்லை. என் மதிப்பைக் கூட்ட அவர்கள் அவ்வப்போது எடுத்துக்கொண்ட ஏனைய முயற்சிகள் குறித்து உனக்குச் சொல்ல வேண்டியதில்லை. ஆனாலும் யார் வீட்டுக்குப் போனாலும் அங்கிருந்த வயது முதிர்ந்த பெண்களோடு சமையலைப் பகிர்ந்தேன். ஆண்களை முத்தமிடகூட அனுமதித்தேன். அரக்கு நிறை ஆடைகளையே அதிகம் விரும்பியதுகூட இதனாலிருக்கலாம். லுங்கியைத் தொடை அருகில் தூக்கி ஆள்காட்டி விரலுக்கும் பெருவிரலுக்கும் என்று சற்றே பிடித்து இடுப்பசைத்து நடப்பது

தொகுப்பாசிரியர்: கீரனூர் ஜாகிர்ராஜா ♥ 157

அப்படி ஆண்களைக் கிறங்க அடித்து விடுகிறது. நான் என்ன செய்வது?

இராணுவத்தில் சேர்ந்து விட்டால் இதெல்லாம் மாறிவிடும் என்று அப்பாவிற்கு யாரோ அறிவுத்தானம் செய்திருக்கக் கூடும். அப்போதெல்லாம் நகரத்தில் குறிப்பிட்ட ஒரு தினத்தில் பெரிய ஊதா நிறக் கட்டடங்களுக்கு நடுவிலிருந்த ஒரு மைதானத்தில் சிப்பாய்களைத் தேர்ந்தெடுத்து வந்தார்கள். கயிற்றைப் பிடித்துக்கொண்டு ஏறுவது படுத்துக்கொண்டு நகருவது, நீளம் தாண்டுவது பாவம் என் மார்பின் அகலம் அளக்க வந்தவனை நான் ரொம்பவே சோதித்திருக்க வேண்டும். இரண்டு மணி நேரத்தில் முடிந்துவிடும். அறைக்கு வருகிறாயா? என்று கேட்பவன்போல மூஞ்சியை வைத்துக்கொண்டு தொட்டுத் தொட்டு அவன் அளந்தான். என்மீது அடித்த வாடையை முகர விரும்புகிறவன்போல கிட்ட வந்தான். தன் உணர்ச்சியற்ற ஒருவித தொடர்நிலை எனக்கு ஏற்பட்டிருந்தது. எப்படி நடந்து கொள்வதென்றே தெரியவில்லை. ஜெர்ஸி... என்ன பாவம் செய்தேனோ எல்லோரும் என்னையே பார்க்கிறார்கள். முரட்டுப் பையன்கள் நிஜாரைக் கழட்டு பார்க்கலாம என்கிறார்கள். நான் எதையுமே கேட்டுக் கொள்ளவில்லை. ஊரிலிருந்து வீடு திரும்பும் நாட்களில் ஆண்கள் கும்பலாக இருக்கும் இடங்களைக் கடக்கும்போது அம்மா வைத்துக் கொள்வாளே... அதுபோல முகத்தை வைத்துக்கொண்டு விருட்டென்று நடந்தேன்.

என்ன சொன்னார்கள் என்று அப்பா துருவித் துருவிக் கேட்டார். வீட்டுக்குக் கடிதம் அனுப்புவார்களாம் என்று சம்பிரதாயமாகச் சொல்லிக்கொண்டே டாய்லெட்டுக்குப் போய் கதவைச் சாத்திக்கொண்டு தரையில் உட்கார்ந்து முட்டியில் முகம் புதைத்து நான் அழத் தொடங்கினேன் இந்த ஆண்கள் ஏன் இப்படி நடந்து கொள்ள வேண்டும்? உலகமே என்னை யாரோ அலி மாதிரி நடத்துவதை தாங்கிக் கொள்ள முடியாமல் நான் கதறினேன். இப்படி எல்லாவித சாசுவதங்களுக்கும் எதிராக என்னை முடுக்கி விட்டிருப்பது எது ஜெர்ஸி. கோவிலுக்கு... உணவு விடுதிக்கு, சினிமா அரங்கத்திற்கு எங்கே போனாலும் அதன் ஒழுங்கை நான் கெடுத்து விடுகிறேன். ஒரு துணிக்கடையின் சுதந்திரத்தை நிதானத்தை நான் சீர்குலைத்த அந்தச் சம்பவம்தான் அம்மாவை நிலைகுலையச் செய்திருக்க வேண்டும்.

வருடப் பண்டிகையான அந்தத் தருணத்தில் அப்பாவுக்கு வரும் அலுவலக முன்பணத்தில் எல்லோருக்கும் அம்மா ஆடைகள் வாங்குவாள். கையில் காசு வழிய வழிய இருந்தால் பெரிய அந்தக்

கண்ணாடிகள் பதித்த ஏழு மாடிக் கடைக்குப் பெருமையோடு நடப்பாள். அவளது கெட்ட நேரம் ஜெர்ஸி, அன்று என்னையும் அழைத்துப் போக அவள் முடிவு செய்திருந்தாள். எத்தனை வாங்கினாலும் சாந்தியடையாத பெண்களின் ஆவி அம்மா உடம்பிற்குள் புகுந்துகொண்டிருக்கும். அம்மாதிரி தருணங்களில் அவளோடு இருப்பதை அப்பா தவிர்த்து விடுவார்.

மூன்று மணிநேரம் தன் விருப்பப்படி பசி, பட்டினி மறந்து எதை எதையோ வாங்கிக்கொண்டவளுக்குக் குற்ற உணர்ச்சி பிடுங்கி தின்றிருக்க வேண்டும். என்ன வேண்டுமானாலும் கேள் வாங்கித் தருகிறேன் என்று என்னிடம் சொன்னாள். திரும்பத் திரும்பச் சொல்லி ஊர்ஜிதப்படுத்திய பிறகு அந்த அதிர்ச்சி தரும் சம்பவம் நடந்து விட்டிருந்தது. பெண்களுக்கான இரவு ஆடைகளில் ஒன்றை எடுத்து எனக்கு என்று நான் நீட்டினேன். கடை சிப்பந்திகள் மோப்பம் பிடித்து விட்டார்கள். அம்மா நெருப்பில் கை வைத்தவளைப்போல முகத்தை வைத்துக்கொண்டு விருட்டென்று கிளம்பி விட்டாள். ஏன் எதுவுமே வாங்கவில்லை என்ற அப்பாவின் கேள்விக்கு அம்மாவின் ஒரே பதில் விம்மல்களுடன் கூடிய நீண்ட அழுகை.

அன்றைய இரவு இன்னமும் முடிவுறாமல் தொடர்கிறது அபத்தமான சங்க அலறலாய்த் தொடங்கிய என் உடல் பலவிதமாக அமைதியும் அர்த்தமும் கூடி பிரகாசிமாகிக்கொண்டே வந்தது சிற்பத்தைப் பார்ப்பது போல் என்னைப் பரிசோதித்த மருத்துவர்களை விட்டு விட முடியாது. நமட்டுச் சிரிப்பை முகத்திற்குள் புதைத்துக் கொள்ள அவர்களால் முடிந்த அளவுக்கு கம்பவுண்டர்களால் முடியவில்லை. எனக்கு ஒவ்வொரு அறிகுறியாக மறைந்துகொண்டிருந்த அந்தத் தருணத்தில் புதிய ஒருத்தியின் அறிகுறியாக நான் மாறிக்கொண்டிருந்தேன். அப்போதென்று பார்த்து எப்போதோ அப்பா பதிவு செய்திருந்த வேலை வாய்ப்பு அலுவலகப் கோப்புகள் எனக்கு அரசாங்க தானியக் கிடங்கு ஒன்றில் வைப்புக் கணக்கனாக வேலை கிடைத்துள்ளதையும் சான்றிதழ் வாங்கி வந்தார். வேலை ஊர்ஜித அதிகாரி அப்பா கொடுத்த கனத்த கவனிப்பு உறையால் உறைந்து போய் என்னை ஏறிட்டுகூட பார்க்காமல் ஏகப்பட்ட கையெழுத்துகள் கூடுதலாகவும் தேவையற்றும் போடப்பட்டிருப்பதை என் பிரதான அலுவலக கோப்பில் இப்போதும் காட்ட முடியும். ஒவ்வொரு முறையும் புதுப்புதுக் கலாபூர்வமான முறையில் எனக்கான பிரச்சனைகள் முளைக்கும் என்பதை அப்பா உணரவில்லை.

சரி, ஏழு மாதங்கள் நான்கு பணி மாற்று உத்தரவுகள் போகும் ஊர்களிளெல்லாம் என்மீது குற்றப் பெட்டிஷன்களை மேல் அதிகாரிகளின் மனைவிகள் எழுதிப் போட்டுக்கொண்டிருந்தார்கள். அப்பாவுக்கு நம் அலுவலக லஞ்ச நடைமுறையில் ஏகத்திறகு நம்பிக்கை. ஒவ்வொரு முறை இதுபோல வந்த போதெல்லாம் யாரோ அதிகாரி தன் வீட்டிற்கு குளிர்சாதனப் பெட்டியோ துணி துவைக்கும் எந்திரமோ வாங்கிக்கொண்டார். பிறகு அதிகாரிகளே தங்கள் வீடுகளை விலையுயர்ந்த பொருட்களால் நிரப்ப தாங்களே பெட்டிஷன்களை எழுதிக் கொள்வதாக அப்பா கண்டுபிடித்தார். "தேவிடியாள் மகன்கள்" அறிவின்மீது பொறாமை" என் உறவினர்களிடம் சொன்னார். நாரோ எல்லா அதிகாரிகளையும் காதலிக்கத் தொடங்கியிருந்தேன்.

சமைத்துப் போட என்று வெளிஊர்களில் என்னோடு தங்க வந்த அம்மா இரவுகளில், நான் பெண்கள் உடைகளணிந்து நடனமாடுவதை இதென்ன புதுப் பழக்கம் என்று கடிந்துகொண்டாள். நான் சம்பாதித்த வருமானம் அவளது வேகத்தைப் பாதியாக்கியிருந்ததைக் கண்டேன் நான். பெண் நான் பெண்... என்றே எனக்குள் துடித்துக்கொண்ட அந்தப் பொழுதுகளில் ஒன்றின்போதுதான் என் கல்யாணப் பேச்சை அம்மா எடுத்தாள். இன்னமும் பிரக்ஞைகொண்ட ஒரு ஜந்துவாக என்னை அவள் நினைத்துக்கொண்டிருந்தது வேடிக்கைதான். இப்படிப்பட்ட ஒரு சூழலில் உன்னை என் உயிருக்கு உயிரான ஜெர்ஸியைத் திருமணம் செய்துகொண்ட அந்த அகாலச் சுழலில் எப்படி மாட்டிக்கொண்டேன் என்று யோசித்துப் பார்ப்பதில் எந்த அர்த்தமும் இல்லை. என்னைக் கேட்டு எதுவும் நடக்கவில்லை. உங்கள் விருப்பம் எதுவோ அது என்று எல்லாப் பெண்களையும்போல நான் நடந்துகொண்டேன் அப்பா மட்டுமல்ல, பொதுவாக பொறுப்பான ஆண்கள் இல்லாத குடும்பத்தவளான நீ எனக்கு கனபொருத்தமாக அமைந்து போனது அவங்களுக்கு வசதியாக இருந்திருக்க வேண்டும். நகரங்களைக் கடந்த நீண்ட தூர சம்பந்தம் பெண் ஊரில் திருமணம் டெம்போ டிராவல் வேன் ஒன்றில் எண்ணி பதினாறு பேரோடு உங்கள் ஊர் வந்து சேர்ந்து மணமுடித்து வெட்கத்தோடு உன்னை நான் கைப்பிடித்துத் திரும்பி வந்துகொண்டிருந்தபோது உன்னை விட உன் தம்பி ஜோவிடம் எனக்கு அதிக ஈர்ப்பு ஏற்பட்டிருந்ததை ஆச்சரியத்தோடு பார்த்துக்கொண்டு வந்தாய் அல்லவா? சாராம்சத்தில் ஒரு பெண் என்கிற வார்த்தை உன்னைத் தொந்தரவு செய்திருக்க வேண்டும்.

உன் கண்களில் அலை அலையாய்ப் பாய்ந்த கண்ணீருக்குத்தான் தெரியும். உன் உள்ளாடைகளைப் போட்டுக்கொண்டு நான் உறங்கிய இரவுகளின் கொதிகலன் நிஜங்கள்.

ஆனால் என் விஷயத்தில் நீ காட்டிய நேர்மை மிக மோசமாக என்னைத் தாக்கி விட்டது. என்னை நானாகவே இருக்க அனுமதித்த முதல்பிறவி நீ... அய்யோ... என் கண்ணே நானும் நீயும் அனுபவித்தது எப்பேர்ப்பட்ட வாழ்க்கை? ஒப்பீடுகள் எதுவுமே இல்லாத புதியது அது. பெண்ணும் பெண்ணும் என்றால் வாழ்க்கை எத்தகைய ரம்மியமானதென்று உலகிற்குக் காட்ட அது ஒன்றுபோதும். உன்னை நானோ என்னை நீயோ எத்தகைய விதத்திலும் மற்றவருக்காக மாற்றாமல் சல்லாபித்த அந்த தினங்கள்... அதற்காக நாம் மறுபடி வாழ எத்தனித்திருக்கலாம். ஊரைச் சமாளிக்க முடியாமல் இரவுப் பணிகளை உன் வேலையிடத்தில் கேட்டு நீ வாங்கிக்கொண்டபோதும் பிறகு நடந்த சம்பவங்களையும் உனக்கு ஞாபகப்படுத்த விரும்பவில்லை ஜெர்ஸி.

துபாய்க்கு வேலை கிடைத்து கணவன் போய்விட்டதாக ஊரையும் என் பெற்றோரையும் நீ பிறகு நம்ப வைக்கும்படி நான் ஓடிப் போனேன். உன்போலவே என்மீது முழு இரக்கம் காட்டிய டாக்டர் வேல்ஸ் எனக்கு அறுவை சிகிச்சை செய்து வைத்துக் கமலமாக மாற்றியதை நீ இன்னமும் அறியவில்லையோ என்று அச்சமுறுகிறேன். என்னை இப்போது பார்த்தால் அசந்து விடுவாய். அப்படியே மூக்கும் முழியுமாய் என் அம்மா மாதிரியே இருக்கிறேன். ஆண்டவருடைய கருணை நான் பேசிய ஆங்கிலத்திற்கு மதிப்பளித்து ஒரு தங்கும் விடுதி மேலாளர் எனக்கு வரவேற்பு சிப்பந்தியாக வேலை கொடுத்தார்.

ஒரு பெண், யாரும் சந்தேகப்பட முடியாத பெண் என ஈர வயிறு சிலிர்க்கிறது. ரகோத்தன் என்பவர் என்னை உயிருக்குயிராக காதலிக்கும் அளவிற்கு முழுமையான பெண் நான். என் அலுவலக மேசையைச் சுற்றி நான் தோன்றுகிற ஆயிரக்கணக்கான தோற்றங்கள் அனைத்திலுமே இப்போது நான் மனுஷி. ஒரு பெண் எவ்வளவு பலவீனமானவளோ அவ்வளவுக்கு... நான் முழுமை அடைந்து விட்டேன் ஜெர்ஸி.

இந்தப் பத்திரிகையின் ஞாயிறு மலர்களில் பர்சனல் என்றபடி அச்சாகும் சொந்த விஷயங்கள் பக்கத்தை விரும்பிப் படிப்பவள் நீ என்பதால் பெயர்களை மாற்றி இந்த விளம்பரத்தை உனக்காக கொடுக்கிறேன். ஒருவேளை நீ முகவரி மாறி இருக்கலாம். இந்த

'சொந்தவிஷயங்கள்' பகுதியை உலகத்தமிழ் டாட் காம் வேறு மின்னலைகளில்கொண்டு போகிறதாம்... உன் அலுவலக கணிப் பொறியிலாவது நீ வாசிக்க கூடுமென்று நான் ஜெர்ஸி... எனக்கு உயிருக்கு உயிரானவளே. உனக்கு நன்றி... ரகோவுக்கு நான் அறுவை சிகிச்சை செய்துகொண்டு பெண்ணானது இன்னமும் தெரியாது. ஒருவேளை அது தெரிந்து நான் விரட்டப்பட்டால் உன்னைத் தேடி வருவேன். உன் இரவு அலுவலகப் பணியின் சாட்சியாக உனக்கு ஏதாவது குழந்தைகள் இருப்பின் அவற்றின் தாதியாகவாவது. ஜெர்ஸி... ஒருபோதும் திரும்பி வ்ரமுடியாத துபாய் போன உன் கணவனின் நினைவாக என்னை வைத்துக் கொள்வாயா ஜெர்ஸி? என் உணர்வுகளைப் புரிந்து கொள்ள முடிந்த ஒரே ஜீவனான உன்னிடம் உன் தாயாக இருந்து அப்போதும் காலம் தள்ளுவேன். மீண்டும் இதே விளம்பரப் பகுதியில் உனக்காக என் நிலையை அவ்வப்போது உயிருடனிருந்தால் விளக்கி எழுதுகிறேன். உடம்பைப்பார்த்துக் கொள்.

◆ ◆ ◆

ஜெயாவும் சௌந்திரபாண்டியனும்

லக்ஷ்மி மணிவண்ணன்

எண்பத்தொன்பது தொண்ணூர்ல எனக்கு கேர்ல் ப்ரண்டா இருந்தது ஜெயா. ஜெயாவுக்கு அப்ப இருபத்திமூணு இல்லன்னா இருவத்தி நாலு வயசா இருந்திருக்கும். எனக்கு இருபத்தியேழு வயசு நடந்துட்டிருந்தது. ஜெயாவுக்கு கே. என். ஹாஸ்பிட்டல்ஸ் நர்ஸ் வேலை. ரொம்பக் குரூரமாக தெரியற மென்மையான மனசு அவளுக்கு. அது எனக்குப் பிடித்திருந்தது. அந்த நாட்கள்ல நான் தூங்குன நேரமும் ஜெயாவோட பேசிட்டிருந்த நேரமும்தான் அதிகம். எவ்வளவோ பேசியிருக்கோம். என்னென்னல்லாமோ பேசியிருக்கோம். நெஜமாவே மனசு திறந்து சொல்றதா இருந்தா அது உண்மையான ப்ர்ண்ட்ஷிப்தான். காதல் இல்லைன்னு என்னால உறுதியா சொல்ல முடியாது. ஆரோக்கியமான நட்பில் இருந்துதான் ஆரோக்கியமான காதல் உருவாக முடியும் அப்படீன்னு பல தடவ ஜெயாகிட்ட சொல்லியிருக்கேன். ஜெயாவும் நானும் ஒருத்தர ஒருத்தர் காதலிக்கிறோம். அப்படீன்னெல்லாம் எந்தத் தூர்மானமும் எடுத்துக்கிட்டதில்ல.

அவளுக்கு ஹாஸ்பிட்டல்ல நைட்ஷிப்ட் வரும்போது ஆரம்பத்தில் கொஞ்ச நாள் நானும் ஹாஸ்பிட்டல்ல அவளோட முழிச்சிருந்திட்டு பகல்ல வீட்ல போய் தூங்குவேன். ரொம்ப சந்தோசமான தூக்கமும் முழிப்பும். அப்ப ஹாஸ்பிட்டல்ல இதை வச்சிட்டு அவளுக்கு சில பிரச்சனைகள் வர ஆரம்பிச்ச பிறகு ஹாஸ்பிட்டல் வரைக்கும்கொண்டு போய் விட்டுட்டு திரும்பிடுவேன். ஹாஸ்பிட்டல்ல நானும் அவளும் பேசிட்டிருக்கும்போது ஜெயாவோட தோழி மோரின் சிலநேரம் எங்களோட இருந்து பேசிட்டிருப்பா. நானும் மோரினும் சேர்ந்து ஜெயாவ தொடர்ச்சியா விவாதத்துல தோற்கடிச்சிட்டே இருப்போம். செக்ஸ் பத்தியெல்லாம்கூட பேசியிருக்கோம். ஒரு நாள் பேசிட்டிருக்கும்போது திடீர்னு மாஸ்டர்பேஷன் பண்ணுவீங்களான்னு கேட்டுட்டா ஜெயா,

மோரின் பக்கத்துல இருக்கும் போதே. எனக்குச் சூன்னு ஆகிப் போச்சு. வேர்த்துட்டேன். எப்படி தலையசைக்கறதுன்னே தெரியல. என்னவோ எப்படியோ ஆமா, சரி எதுவுமில்லாத ஒரு தலையசைப்பு அசைச்சிட்டு சாமுவேல் கம்பெனி ப்ரெண்ட்ஸ்களோட ஒருதடவ நாங்க பேசிட்டிருந்ததைச் சொன்னேன்.

தாமஸ், சாமுவேல், பன்னீர், நான் எல்லாம் பேசிட்டிருக்கும்போது தாமஸுக்கும் பன்னீருக்கும் பெரிய டிஸ்கஷன். தாமஸ் உலகத்துல மாஸ்டர் பேஷன் பண்ணாத யாருமே இருக்கவே முடியாதுன்னு திட்டவட்டமாகச் சொன்னான். பன்னீர் உடன் அப்படின்னா விவேகானந்தர், பாரதியார், தாகூர் எல்லாங்கூட உன் கணக்குப்படி இப்படித்தானான்னு பெரிய பெரிய ஆளுகளையெல்லாம் துணைக்கிழுத்திட்டு ஸ்ரீராமனுங்கூட இங்க வாழ்ந்திருந்தாருன்னா மாஸ்டர் பேஷன் பழக்கம் உள்ளவனாகத்தான் இருந்திருப்பான். ஆகிப்போச்சு. ஸ்ரீராமனை இந்த விஷயத்துல இழுத்திட்டது சரியாப்படல. இருந்தாலும் தாமஸ் சொல்றது உண்மையாயிருக்க வாய்ப்பு நிறைய அப்படீன்னு தோணிச்சு. அதோட பன்னீர் ஸ்ரீராமன் கிட்ட இந்தப் பழக்கம் இருந்திருக்குமாயிருக்கலாம். ஆனா என்கிட்ட இல்லன்னு முத்தாரம்மன் மேல சத்தியமடிச்சிச் சொன்னத என்னால் துளிகூட நம்பமுடியலை (முத்தாரம்மா பன்னீருக்கு ஒண்ணும ஆயிடக்கூடாதுன்னு நான் தனிப்பட்ட முறையில வேண்டிக்கிட்டேன்) இதுக்கெல்லாம் முற்றுப்புள்ளி வைக்கிற மாதிரியா சாமுவேல் பேச ஆரம்பிச்சான். பன்னீர் சொல்றதிலயும் நியாயம் இருக்கு. எங்க அண்ணாச்சிக்கூட சொல்லியிருக்காரு. தொண்ணித் தொண்பது பெர்சென்ட் பேருட்ட இந்த பழக்கமிருக்கு. மிச்சம் ஒரு பெர்சென்ட இந்த பழக்கம் வச்சுக்கிட்டே இல்லன்னு மறுத்துருவாங்க அப்படின்னான். பன்னீர் அப்ப எழும்பிப் போனவன்தான். அப்புறமா சாமுவேல் இருக்கிற எந்தக் கூட்டத்திலேயும் பன்னீர் கலந்துக்கிட்டதேயில்லை. இந்த விஷயத்தை அவங்ககிட்ட அப்ப தோணியதுபோல வேறெதோ ஒருவகையில் சொல்லி முடிச்சதும், ஓ ஒன்னு சிரிச்சாங்க. எனக்கும் திருப்பி அந்த கேள்வியை ஜெயாகிட்ட கேக்கணும்னாலும் அப்ப கேட்க தைரியம் இல்லாமல் போச்சு.

நானும் ஜெயாவும் ரொம்ப அன்னியோன்யமா இருந்தோம். சினிமா பார்த்தோம். தொடையில் மாறி மாறி கிள்ளிக்கிட்டோம். திருநெல்வேலி மதுரைன்னு பஸ்ஸிலேயே போயிட்டு அப்படியே அடுத்த பஸ்ஸுல திரும்பினோம். பாதி சாப்பிட்டு முடிச்சபிறகு சாப்பாடு, இட்லி, தோசை, பூரி, சப்பாத்தி, சூப், ஐஸ்கிரீம் எல்லாத்தையும் மாத்திக்கிட்டோம். ஜட்டி, பிரா, ஜம்பர், சட்டை பேன்ட், சேலை இதையெல்லாந்தான் எங்களால மாத்திக்க முடியலை.

அதுக்கான தேவையும் ஏற்படலை. அந்த சமயத்துல நான் புதுசா எடுத்து தைத்த சட்டைகள்ல எல்லாத்திலேயும் பாக்கட் பக்கத்தில் 'Mano, Mano' ன்னு எம்பேரு எம்ராய்டரி பண்ணப்பட்டிருக்கும். அது ஜெயாவோட கை வண்ணம்தான். எங்க நட்பில எங்க பேச்சில, காத்திருப்பில, ஏமாற்றத்தில, ஊர் சுற்றுதுல, எல்லாம் எனக்கு சுகமிருந்தது. யாராவது பேஷண்ட் கிட்ட இருந்து அவள் 555 சிகரெட், ஃபாரின் சிகரெட் எனக்காக வாங்கிக்கொண்டு வரும்போது நான் ஜெயாவுக்காக ஹேர்பின், பல தினுசில் வளையல்போலவுள்ள ஏதாவது நொங்கு, நொங்குணி வாங்கித் தரும்போது எங்களுக்குள்ள பேரானந்தம். குறிப்பா எனக்குள்ள பேரானந்தம். அருவியில குதிச்சு செத்தாலும் ஏற்படாது.

அறிவுள்ள சுதந்திரமான ஒரு பெண்ணோட பழகிறது எவ்வளவு சந்தோஷமான காரியம் அப்படீங்கறதை ஜெயாவோட என் காலத்தைச் செலவிட்ட ஒவ்வொரு கணத்தையும் வச்சுச் சொல்ல முடியும். எல்லாம் அப்படியே ரொம்பப் பத்திரமா இருக்கு. ஆஸ்பத்திரியைப் பார்க்கும் போதெல்லாம் ஜெயா ஞாபகம்தான் வருது. ஆஸ்பத்திரிக்கு ஏன் போகணும்? கால்ல ஒரு முள்ளு தச்சாகூட டெட்டால் லோஷன் கலந்த அவ ஞாபகம்தான் வருது. இரண்டு காரியம் அவளைப் பத்தி சொல்லியிருக்கேன். அதை வச்சிட்டு நீங்கள் அவளைப் புரிஞ்சிக்க முடியாமலும் போகலாம்.

காரியம் 1

ஜெயா கவிதைகள்ல அதிக ஈடுபாடுள்ளவ ஈடுபாடுள்ளவளைப் போல காட்டிக்கிறதாகவும் சிலருக்குத் தோணலாம். வேறமொழிக் கவிதைகள் எல்லாம்கூட அவளுக்கு ரொம்ப ஸ்நேகம். கவிதைகள் பற்றிப் பேசியே எங்களுடைய பல பொழுதுகளை நாசம் பண்ணியிருக்கா. அப்படியொரு மோசமான இரவில் அவ கமலாதாஸ் கவிதை ஒண்ணு பத்தி ஆஸ்பத்திரிக்கு எதிர்தரப்பில் இருந்து ஆற்று மணல்ல இருந்து பேசிட்டிருக்கும்போது ஜெயாவுக்கு போன் வந்தது. ஜெயா போய் போன் அட்டன்ட் செய்திட்டு திரும்பவும் வந்து உட்கார்ந்து தொடர்ந்து பேசிட்டிருந்தா.

குறிப்பு: அவ அன்னைக்கு பேசிட்டிருக்கும்போது பயன்படுத்திய கவிஞர்களின் பெயர்களை கீழே தந்திருக்கேன்.

கமலாதாஸ் (மாதவிக்குட்டின்னும் இடையிடையே சொன்னாள்).

பசுவய்யா.

தேவதேவன்.

வைரமுத்து.

பிரம்மராஜன்.

இன்குலாப்.

தமிழன்பன்.

குஞ்ஞுண்ணி.

ஆத்மாநாம்.

அரைமணி நேரம் கழிச்சி ஜெயா உனக்கு என்ன போன்னு கேட்டேன். எங்க சிஸ்டர் ஒண்ணு சுகமில்லாம இருந்து இறந்து போச்சாம். இப்ப போனா வழக்கமான சடங்குகள், வழக்கமான பொய்யான அழுகை, நானும் அழணும். அந்த சடங்குகள் எல்லாத்திலயும் கலந்துக்கிடணும். அதனால நாளைக்கு காலையில்தான் எல்லாம் முடிஞ்சதுக்கப்புறமா போறதுன்னு முடிவு பண்ணியிருக்கேன். எனக்கும் அழுகையிருக்கு மனோ! ஆனா அது கூட்டத்து சனங்களுக்கு தெரிய வேண்டிய அவசியம் இல்ல. வெளிப்படையாச் சொன்னா உனக்குகூட தெரிய வேண்டிய அவசியமில்ல. அப்படீன்னா, நான் இதை இப்ப சொல்றது அப்ப எனக்கும் அவளுக்கும், நாங்க உட்கார்ந்திருந்த ஆற்றுமணல்மீது விழுந்து கிடந்த டியூப்லைட் வெளிச்சத்துக்கும் இடையில் நிலவிய இறுக்கமான சூழலை உங்களுக்குப் புரியவைக்குமான்னு எனக்குப் புரியவில்லை. ஒரு மணி நேரத்துக்கும் மேல அப்புறமா ரெண்டு பேரும் எதுவும் யோசிக்க முடியாமலும் நேரே முகம் பார்க்க முடியாமலிருந்தோம். டியூப்லைட்வெளிச்சம் மட்டும் ஏதோ எங்களுக்கிடையில் பேச முயற்சி எடுத்து தொடர்ச்சியா தோத்துக்கிட்டேயிருந்தது. அவ வழக்கமான சடங்குகளுக்காகப் பயந்து போனதா சொன்னது பொய்யாக எனக்குப்பட்டுது. அவளுக்கு கொஞ்சம்கூட சலனமே ஏற்படலை. அப்ப தங்கச்சி இறந்த சலனம் ஏற்படாத சோகத்தை என்கிட்ட மறைக்கத்தான் அவ சொல்லிய விளக்கமெல்லாம். அப்படித்தான் படுகிறது. அவளுடைய விளக்கத்தோட போலித்தனத்தை நான் புரிஞ்சுகிட்டத அவ புரிஞ்சிட்ட பிறகுதான் அந்த மௌனம் எங்களுக்கிடையில் வந்திருக்கக் கூடும். இந்த மௌனம் மட்டும்தான் அப்ப அவ இயல்பைப் பாதித்ததே தவிர தங்கச்சி இறந்தது இல்ல. அப்புறமா நாலு நாள் அவளை நான் பார்க்கவே இல்ல. நாலாவது நாள் அவகிட்ட இருந்து எனக்கு வந்த கடிதத்தின் ஒருபகுதி இது.

“சொந்தபந்தங்களில் எனக்குத் துளியும் நம்பிக்கையில்லை. அறிவுபூர்வமான நாளைய உலகத்தில் ரெத்த பந்தம்

கேளவிக்குரியதாகவும் கேலிக்குரியதாகவும் ஆகிவிடும் என்பதை நம்புவது மனோ, உனக்கு சாத்தியமேயில்லை. கணவன் மனைவி உறவுகள் இங்கே ரத்த பந்தத்தாலா தீர்மானிக்கப்படுகின்றன? அதுதானே இங்கே முதல் தரமான உறவுநிலை. அண்ணன், தம்பி, தாய் தந்தை எல்லாம் பிற்பாடு தானே மனோ, நீ சாதாரண சினிமாக்களிலேயே இறுதி யாத்திரை, சவ அடக்கமான மனம்கொண்டவன். இந்த பலகீனமான மனத்தின பின்னணி தெரியுமா உனக்கு? நீ நேசித்த ஜீவனின் மரணத்துக்காக அழுத சூழலை ஞாபகப்படுத்தி ஞாபகப்படுத்தி எந்த தருணத்திலும் அழத்தயாராக இருக்கிறாய். அந்த சூழலை சினிமாவில் ஏற்படுத்தி தந்தாலும் சரி நிஜ வாழ்வில் ஏற்பட்டாலும் சரி அழுவதற்கு நீ தயாராக இருக்கிறாய். அழுகைக்கு இங்கே வேறென்ன அர்த்தமுண்டு எனக்கு அப்படியொரு தயார் நிலை இல்லை. என் தங்கச்சியின் மரணம். ஏற்கனவே தீர்மானிக்கப்பட்ட மரணம் அதற்கு நான் சாதாரண நியாயமான குமாஸ்தா அப்பா, நவீன இலக்கிய கிறுக்கன் என் அண்ணன், ஒரு வகையில் நீ எல்லோரும்தான் காரணம். எனவேதான் அதில் அதிர்ச்சயடைய எனக்கு ஏதும் இல்லை.

சரி, எனக்காக நீ அதிர்ச்சியடைந்தது போலித்தனம் இல்லையா? பொய் இல்லையா? நீ எப்படி எனக்காக அதிர்ச்சியடைய முடியும்? நீ நடந்துகொண்டது என்னைப் பொறுத்தவரை ஆபாசமானது. எனக்காக அதிர்ச்சி அடைவதுபோல நீ காட்டிக் கொள்வதன் மூலமாக என் நம்பிக்கையைப் பெற என் தங்கச்சியின் சாவை நீ பயன்படுத்த முயற்சி செய்கிறாய்? ரெண்டாவது விஷயம் எனக்கு எவ்வித அதிர்ச்சியும் ஏற்படாத பொழுதில் நீ என் பொருட்டு அதிர்ச்சி அடைந்ததாகக் காட்டிக்கொண்டதால் நீ படுதோல்வி அடைந்தாய். இந்த உன் முயற்சி கோரமானதில்லையா? ரொம்பவும் சராசரியான பையன் பஸ் ஸ்டாண்டில் நின்று என்னை டாவடிப்பதற்கும் நீ நடந்துகொண்டதற்கும் என்ன வித்தியாசம்?

காரியம் 2

வழக்கம்போல ஒருநாள் நானும் ஜெயாவும் திருநெல்வேலி போக T T C பஸ்ஸில் ஏறினோம் வழக்கமாகவே திருநெல்வேலி போணும்னா நாகர்கோவில்ல இருந்து ஏதாவது TTC பஸ்ஸுல போறதுதான். அதுதான் சௌகரியம் எங்களுக்கு பக்கத்துல யாரோட கவனிப்போ உற்று நோக்குதலோ இல்லாம பேசிக்கிட்டு போக முடியும். அப்படி TTC பஸ் கிடைக்காத பட்சத்தில் திருநெல்வேலி போறதில்லை. டிரெயின்லேயும் இந்த உற்று நோக்குதல் இல்லாம

போக முடியும். ஏன்னா நாகர்கோவில் திருநெல்வேலி டிரையின்ல வழக்கமா அதிக கூட்டம் வர்றதில்ல. உற்று நோக்கப்படுகிறோம் என்கிற நிலையில் நடந்துக்கறதுதான் மிகப் பெரிய கொடூரம். எல்லா கோணல்களுக்கும் இதுதான் காரணம் இல்லையா? நாம தப்பா இருக்கோமோங்கிற பதட்டத்தை உற்று நோக்குதல் கூட்டுது நிதானமிழக்கிறோம். எப்பவுமே கேமிராவுக்கு முன்னால நிற்கிற ஒரு நிலையை இது ஏற்படுத்துகிறது. இன்னைக்கு உள்ள மத்திய தர வர்க்கத்து சனங்களின் பிரச்சினையில் இதுவும் ஒண்ணுன்னு நெனைக்கிறேன். கவனிக்கப்படுகிறோம் என்கிற நிலையை ஏற்படுத்தி, பக்கத்தில் திரும்பிப் பார்க்க முடியாம சூட்கேஸ் தூக்கிட்டு நேரா நடக்கிற மனிதன் பரிதாபமானவன் இந்த மனிதன்தான் பதட்டப்படறான். ஒரு நன்னாரி சர்பத்தக்கூட இவனால் சுதந்திரமா உறிஞ்சிக் குடிக்க முடியாமல் போச்சு முட்டு மடக்கி உட்கார முடியாதவன். தொட்டு தொட்டு தக்கறான். சட்டையில் கொட்டிக்கறான். என்னென்னமோ செய்யறான் இவ்வளவு சிரமமும் இவனுக்கு ஏற்பட்டதே இவனுக்கு கவனிப்புதான். இது எங்க ஊர் வயல்ல வேலை செய்யறவங்கிட்ட இல்ல. பனையேறுகிறவன் கிட்ட இல்ல கக்கூஸ் அள்ளுறவனும் கேராக்கு முன்னால் நின்னு கக்கூஸ் அள்ளுறதா நினைச்சுக்கிட்டு அள்ளுறதில்ல. இந்த கலர் டிவி பார்க்கிற வர்க்கத்துக்குத்தான் இந்த சோகமெகல்லாம் கவனிக்கப்படாம இருக்கிறதில உள்ள சுகம் ஜெயாவோட சுத்தின காலங்களில் நான் உணர்ந்தது கவனிக்கப்படாமல் இருக்கிற சுகம் ரொம்ப அலாதியானது. பெரும்பாலும் திருநெல்வேலிக்கு பஸ்ல போக நானும் ஜெயாவும் பிளான் பண்ணின்னா 11 மணிக்கெல்லாம் ஜிஜிசி பஸ் ஸ்டாண்டுக்கு வந்திருவோம். ஒண்ணேமுக்கால் மணி நேரம் பயணம் வசந்ததலையோ பரணியிலேயோ சாப்பாடு அப்புறமா திரும்பவும் ஒண்ணே முக்கால்.

அண்ணைக்கும் இதே ப்ளான்தான். பஸ்ஸில் மீனாட்சிபுரம் பஸ் ஸடாண்ட்ல இருந்து ஏறினதும் நான் டிக்கெட் எடுக்கறேன் மனோ அப்படின்னா ஜெயா. சரின்னேன். ஆரல்வாய்மொழி தாண்டினதுகு அப்புறமாதான் கண்டக்டர் எங்க பக்கமா வந்ததா ஞாபகம். ஜெயா இருபது ரூபாய் கண்ட்க்டர் கிட்ட குடுத்திட்டு திருநெல்வேலிங்கறதுக்குப் பதிலா ஒரு இண்டியா டுடே... ஒரு ஆனந்த விகடன் ஒரு குமுதம் அப்படின்னூ ரொம்ப சீரியஸா கேட்டா. எனக்கு அதிர்ச்சியாகப் போச்சு. நான் என்னைய சுதாரிச்சிட்டு ரெண்டு திருநெல்வேலின்னு கேட்டேன். கண்டக்டர் ரெண்டோ மூணோ வாக்கியங்கள்ல திட்டுட்டு டிக்கட் தந்தான் பின் சீட்ல இருந்த இரண்டு பேர் கண்டக்டர்க்கு ஒத்தாசையா

சிரிச்சாங்க. நான் திருநெல்வேலின்னு உச்சரித்த பிறகுதான் ஜெயா நிலையைப் புரிஞ்சுக்கிட்டது ரொம்பவும் ஷேம் ஆயிட்டு, குருவிபோல என் நெஞ்சில் முகத்தை மறச்சுக்கிட்டா. கொஞ்சதூரம் போனதுக்கு அப்புறமா லேசா ரெண்டு சொட்டு கண்ணீர் என் சட்டை வழியா உடம்பைத் தொட்ட பிறகு இது ரொம்ப சகஜம் ஜெயா, இதுல அவமானப்பட எதுவும் இல்லை. அப்படீன்னேன். இது கற்பனைபோலகூட உங்களுக்குத் தோணலாம். அதுக்கான வாய்ப்பு இந்த சம்பவத்திலயும் என் பலகீனமான மொழியிலயும் இருக்கு. ஆனாலும் நாம நம்ப முடியாத சம்பவங்கள் சில நிஜமா இருக்கு என்ன செய்ய? ஒருசமயம் 80 வயசுல ஒரு கிழவர் விறக வெட்டிட்டிருந்ததைப் பார்த்தேன். பக்கத்து முப்பது முப்பத்தைஞ்சி வயசில ஒருத்தன் மேஸ்திரி வேல பார்த்திட்டிருந்தான். இது எனக்கு அதிர்ச்சியா இருந்தது. நான் பார்க்காம இதை யாராவது சொல்லியிருந்தா நான் நம்பியிருக்கவே மாட்டேன். அதுபோலத்தான் இதுவும் உங்களுக்கும் தோணும் இதுமாதிரியா எனக்கும் ஒரு சம்பவம் நடந்திருக்கு. ஆனந்த செவ்வாய் கிழமைகள்ல நான் பார்க்கிறதுண்டு. ஒருநாள் ஏதேச்சையாக புதன்கிழமை பாத்து கொஞ்சதூரம் பேசிட்டிருந்திட்டு பஸ் ஸ்டாண்ட் வரும்போது நான் வழக்கமா முடிவெட்ற கடை திறந்திருந்தது. ஒரு நபர்மூலம் பழக்கப்பட்டிருந்த விஷயத்தால் நாள் குழம்பிப் போச்சு நான் புத்னை செய்வாய்னே முடிவு பண்ணிட்டேன். அந்த சூழல், டைம் எல்லாமே எனக்கு செவ்வாய்கிழமைக்கான தயார் நிலைக்கு மாறியிருந்தது. செவ்வாய்கிழமைகளில் இல்லாத முடிவெட்டும் கடை மட்டும் இந்த சூழலை மறுத்ததில் எனக்குக் குழப்பம் கடையில் ஏறி ஏன் லீவ் நாள்ல கடை திறந்து வச்சிருக்கீங்கன்னு கேட்டேன். எல்லோரும் புதன்னு சொன்னதும் சிரிச்சிகிட்டதும் நான் என்னை நிலைக்குக்கொண்டு வந்தது அப்புறமா முடிவெட்டப் போகும்போது வழக்கமா பேசிக்கிட்டே முடிவெட்றவன் என்கிட்ட பேசறதையே விட்டுட்டு ஒழுங்கா முடியை மட்டுமே வெட்டினான்கறதும் சவுகரியமாகத்தான் இருந்தது. டவுன் சர்குலர்ல டிக்கட் எடுக்கும்போது பன்னீரும் ஒருதடவை ரெண்டு பஸ் ஸ்டாண்ட் ஒரு பளைன் கோல்டு பளாத்னு கேட்டு அசடு வழிஞ்சு சிரிச்சு சமாளிக்க அவதிப்பட்டுருக்கான். என்கூட வரும்போது ஜெயாவுக்கு முகத்தை நேரா நிமிர்த்தவே முடியாம்ப் போச்சு. இதை யாரு கவனிச்சாங்க கவனிக்கல்ல அப்படிங்கறதே அவளுக்கு தெரியாததால அவளுக்கு யாரையும் எதிர்கொள்ள முடியல்ல. நான் என்னன்னவோ சொல்லிப் பார்த்தேன். நீ எவ்வளவு தைரியமானவ ஏன் சுத்தியுள்ள சமூகத்துக்குப் பயப்படணும்னுகூட கேட்டேன். வள்ளியூர்ல இறங்கிருவோம் மனோ அப்படீன்னு

பத்தாயிரம் ரூபா கடன் கேக்கிறதுபோல சொன்னா. வள்ளியூர்ல இறங்கினோம். ரெண்டு பேரும் டீ குடிச்சிட்டு எதுவும் பேசிக்காம வள்ளியூர்ல இருந்து அன்னக்கி மட்டும் PTC யில் திரும்பினோம். இந்த ரெண்டு காரியங்கள வச்சிட்டு ஜெயாவ உங்களால புரிய முடியுமா? தெரியல்ல. எனக்கு அவள புரிய முடிந்தது. தீர்க்கமா மிக நீளமா இந்த விஷயங்கள் ஜெயாவோட சம்மந்தப்பட்ட ஏனைய காரியங்கள் எல்லாம் அப்படியே மனசில தேங்கி அசையாதக் காட்சிகள்போல நிக்குது. இந்த இறந்த காலத்தில் வாழுவதில் எனக்கு எந்தவிதமான சிரமங்களுமேயில்ல. இறந்தகாலம் என் நிகழ்காலமா இருக்கு. அசையாத பிம்பங்கள். தீர்மானிக்கப்பட்ட காட்சிகள். வரலாற்றுத் தடங்கள் மாதிரி கல்லு கல்லா பழைய மரக்கதவுகளா, சிதைஞ்ச கோபுரங்களா, ஆனா புதுசா எப்படியோ இருக்கு. பழைய கோபுரத்து மணிகள் இப்ப சத்தங்கள் உண்டு பண்றதில்லை. ஆனா அசையுது. பழைய சிற்பங்கள்ல மழையோ, வெயிலோ காத்தோ ஏதுமில்ல. அச்சடிச்சதுபோலவுள்ள பாதுகாப்போட இருக்கு. பச்சையம் மாறாத மரங்கள், சருகுகள், பூக்கள், கருகாத மரங்கள், சுத்திச்சுத்தி மனசெல்லாம் சந்தோசம். பனிக்கட்டிபோல உறைஞ்சி போயிருக்கு உறைந்த நிலை சந்தோசங்கள் மனச என்னவோ செய்யுது. பனிக்கட்டிக்குள் சிக்கிக்கொண்ட மீன்கள் இன்னும் செத்துப் போகவேயில்லை. எப்பவாவது ஒளி பீச்சியடிச்சி வெப்பம் நேர்ந்தா இந்த மீன்களுக்கு இன்னும் துடிப்பு வரக்கூடும். துடிப்பு அசையப் கூடும். சில கல்வெட்டுகள் தூசி பாஞ்சி வாசிக்க முடியல்ல. ஞாபகம் ஒரு ரசம் போன கண்ணாடி. மங்கல் மங்கலாவும் மங்கலில்லாமலும்.

இறந்தகாலத்துக்கும் நிகழ்காலத்துக்கும் என்ன பெரிய வித்தியாசம் உண்டுன்னா இறந்தகாலம் சப்தம் செய்யறதில்லை, ஒலியுண்டாக்கறதில்ல கிழிந்த காலண்டர், ஒடிந்த பேனா, துருப்பிடித்த இரும்பு, இரசாயன மாற்றமடைந்த பாறைத்துணுக்குகள் அசையாத மரங்கள், எல்லாமே இறந்தகாலத்தின் ஒலியுண்டாக்காத ஞாபகம். ஒலியுண்டாக்காத எல்லா பொருட்களும், ஜீவராசிகளும் எனக்கு ஜெயாவ ஞாபகப்படுத்துது. சாயந்தரம்போல ஒரு நிமிஷம் கண்ண மூடினாகூட ஜெயாவோட பிம்பம் மங்கிப் போய் தெரியும். சில நேரம் மங்கல் சிரிப்பு, சில நேரம் மங்கல் மௌனம், சில நேரம் மங்கல் புன்னகை. என்னுடைய தனிமை வெளிச்சம் பூசப்பட்ட மங்கல ஜெயாவுக்கு இனி நான் ஹேர்பின் வாங்கிக் கொடுக்க முடியாமற் போகலாம். ஜெயாவ விட்டுட்டு ரொம்ப தூரத்துக்கு நான் விரட்டப்படுறதும் நெருக்கறதுமா இருக்கேன். ஜெயா காலம், காலத்தோட யாரு போலியா வாழ முடியும். ஜெயாவோட ஞாபகங்கள் என் தியான நிலை.

ஜெயாவ நான் எப்படி பார்க்க முடியாம போச்சு அப்படீங்கறது உங்களுக்குத் தெரியாது இல்லையா? மிஸ்டர் சௌந்தரபாண்டியன்தான் முதல்முதலா ஜெயாவுக்கும் எனக்குமுள்ள பழக்கத்தை ஜெயா வீட்டுக்கு எடுத்துக்கொண்டு போனது. சௌந்தரபாண்டியன என்னால புரிய முடிஞ்சதேயில்ல. சௌந்தரபாண்டியன் ஏன் இந்த விஷயத்தை ஜெயா வீட்டுக்குத் தெரியப்படுத்தணும்? ஜெயாவோட அண்ணன் ஜெயாவ அடிச்சிருக்கான். ஜெயாவோட அம்மா ஜெயாவோட தங்கச்சி இந்த சமயம் சிந்திய கண்ணீரைக் காட்டிலும் கூடுதலா சிந்தியிருக்காங்க. ஜெயா ஹாஸ்பிட்டல் வர்றது தடை செய்யப்பட்டது நான்கு அறைகள் ஊர், குளம் திருச்செந்தூர் உவரி விசாகம். ஊர் அம்மன் கோவில் கொடை இப்படியாகிப் போச்சு. அவள் சுதந்திரம் எனக்கு எதுவும் செய்ய முடியல்ல. இதை எல்லாத்தையும் விட சௌந்தரபாண்டியன நீங்க புரிஞ்சுக்க முயற்சி பண்ணுவது அவசியம். சௌந்தரபாண்டியன் பற்றி கீழே குறிப்பிட்டிருக்கேன். அவ்வளவுதான் எனக்கு சொல்லவுள்ள விஷயம்.

பெயர்: எஸ். சௌந்தரபாண்டியன்.

வயது: 29.

கல்வித் தகுதி: (எம். காம்).

மதம் வகுப்பு: இந்து பிற்படுத்தப்பட்ட வகுப்பு.

தகப்பனார் பெயர்: அ. சிவனணைந்த பெருமாள் நாடார்.

முகவரி: 21 பி 'சிவனகம்' சாலை ஜங்ஷன்.
மாலையணிந்தான் குடியிருப்பு.
புத்தளம் அஞ்சல் — 629602.

மிஸ்டர் சௌந்தரபாண்டியன் ஆறு அண்ணன் தம்பிகளில் ஆறாவதா பிறந்தவர். அவங்க மூத்த அண்ணன் பி.இ. இஞ்சினியர். அடுத்த அண்ணன் காலேஜ் புரபசர், (எக்னாமிக்ஸ் டிபார்மெண்ட்) அப்புறமா ஒருத்தர் நாகர்கோவில்லவுள்ள பிரபலமான சர்ஜன், சௌந்தரபாண்டியன் அக்காவ எட்டு லட்சரூபாய் சீதனங் கொடுத்து அகஸ்தீஸ்வரத்துல பி. இ இஞ்சினியருக்குக் கட்டிக் கொடுத்த சமயத்தில் ஊரல நடந்த விசேஷம் அம்மன் கொடை பரபரப்பை முந்தியது எம். எஸ் விஸ்வநாதன் கச்சேரி. மூணு நாள் திரைப்படம் (16 எம். எம்) ஊர் அமர்க்களப்பட்டது. கௌரவம் பட்டிக்காடா பட்டணமா, நல்லவனுக்கு நல்லவன் ஆகியவை திரையிடப்பட்டன. கௌரவம், பட்டிக்காடா பட்டணமா ரெண்டும் அவங்க அண்ணன்மார்களின் ரசனையின் பேரிலும்,

நல்லவனுக்கு நல்லவன் சௌந்தரபாண்டியன் ரசனையின் பேரிலும் திரையிடப்பட்டன. எங்க ஊர் சாப்பாட்டுப் பந்தியில் போளி பரிமாறப்பட்ட முதல் கல்யாண நிகழ்ச்சியும் அதுதான். முருகேசன் போளிய குளுந்த பப்படம்னு நினைச்சி பருப்பு சோத்துல பிச்சிப் போட்டு பிசஞ்சி சாப்பிட்டு முகஞ்சுழிச்சதுகூட எனக்கு ஞாபகமிருக்கு. அப்புறமா சௌந்தரபாண்டியனோட ஒரு அண்ணன் எம். ஏ தமிழ் படிச்சுட்டு தோப்புகளை கவனிக்கறது. ஊர்ல பட்டிமன்றம் போட வர்றவங்களுக்கு வரவேற்புரை அல்லது நன்றியுரை சொல்றது இப்படியிருக்காரு. சௌந்தரபாண்டியனுக்கு கடைசியா சிவனணைந்த பெருமாள் விதிச்சவிதி கோட்டாத்துல இரும்புக் கடை.

சௌந்தரபாண்டியன் 2223 வயதுக்குள் இருக்கும்போது பார்த்த வேலைகள் ஸ்பீக்கர் செட், டியூஷன் ஹோம் ஸ்பீக்கர் செட். கொஞ்ச நாளையில் அவுங்க குடும்பத்தாரால் தடை செய்யப்பட்டது. ஸ்பீக்கர் செட் தடை செய்யப்பட்ட புத்துணர்ச்சியோடு பாண்டியன் டியூஷன் ஹோம் என்கிற ஓலைக் குடிசை சிவனணைஞ்சான் தோப்புக்குள்ள உதயமானது. ஆரம்பத்துல மூணு பேர் சேர்ந்து ஸ்கூல் பிள்ளைகளுக்கு டியூசன் சொல்லிக் கொடுத்தாங்க. அதுல சௌந்தரபாண்டியன் பொம்பளப் பிள்ளைங்க படிக்காம வந்தா வெறித்தனமா அடிக்கறதாகவும் பொம்பளப் பிள்ளைகள சௌந்தரபாண்டியனுக்குப் பிடிக்காதுன்னும், ஆம்பிளப் பிள்ளைகள்பேர்லதான் சௌந்தரபாண்டியனுக்கு அபிமானமுன்னும் டியூசன் படிக்கிற பசங்க பேசிக்கிட்டாங்க. அப்புறமா ஒருமாசம் கழிச்சி ஓம்பதாங்கிளாஸ் படிச்ச சிறுமி டியூஷன் முடிஞ்சி அழுதுகிட்டே வந்து, படிக்காததுக்காக சௌந்தரபாண்டியன் சார் என் உடுப்பையெல்லாம் கழற்றி மடியிலே வெச்சி என்னென்னலாமோ செய்திட்டாருன்னு அவங்க அம்மா அப்பா கிட்ட சொல்ல, கொஞ்ச விசாலமா விசாரிச்சதில பாண்டியன் டியூஷன் ஹோமில் பல பெண் பிள்ளைகளுக்கும் அதுபோலவுள்ள தண்டனை வழங்கப்பட்டிருக்கிறது என்பது தெரிய வந்தது. அன்றிரவே பாண்டியன் டியூஷன் ஹோம் தீ வைக்கப்பட்டது. அப்புறமா சௌந்தரபாண்டியனைப் பற்றி நான் கேள்விப்பட்ட ஒன்றிரண்டு விஷயங்கள் இன்னும் உறுதியா நம்பும்படியாக இல்லை. இருந்தாலும் சொல்றேன். கோட்டார் கூழக்கடை பக்கத்திலே ஒரு சமயம் சௌந்தரபாண்டியனை நொறுங்க அடிச்சிருக்காங்க. அப்பதான் வேலப்பன் என்கிட "லே மக்கா, மற்றவன் கூழக்கடை பக்கத்துல எட்டு மணிக்குப் போல் வெளிக்கிருக்கப் போன பொம்பளையவள உத்துப் பார்த்திருக்கான்.

இருட்டுல முண்டமா தெரியக்கூடாதுங்கறதுக்காக வேட்டியையும் சட்டையையும் உரிஞ்சி ஒரு தென்னப்பிள்ளைகொண்டையில சொருவி வச்சிற்று பார்த்திருக்கான். பொம்ளையள்வ என்னவோ அனங்குவேன்னு பாக்க முண்டமா இவன் ஓடியிருக்கான். கையோட புடுச்சுப்புட்டாவ. அடின்னா நீசத்தனமான அடியாம். புறவு கூழக்கூட தேங்காயாவாரி தங்கசாமிதான் பாவம் பாத்து சமாளிச்சி பயலுக்கு வேட்டியும் முண்டும் எடுத்துக் கொடுத்து வசமா கூட்டிட்டு வந்து பஸ் ஏத்திவச்சிருக்கான்னு சொன்னான். இப்படி உத்துப் பாக்கறது அவனுக்குத் தொடர்ச்சியா பழக்கமோ என்னவோ தெரியல்ல. ஒருசமயம் ஊருக்குப் புறத்தவுள்ள மூக்குபுறியாரு திண்டுலயும் சௌந்தரபாண்டியன் இதுபோல மாட்டி அடி வாங்கினதா ஊர்ல குமரேசன் உட்பட எல்லாரும் பேசறாங்க. ஆனா சௌந்தரபாண்டியன்கிறது இதுமட்டும்தானா அப்படின்னா அதுவுமில்லை. சௌந்தரபாண்டியன் நிறைய நல்ல காரியங்கள்னு நம்பப்படற காரியங்களையெல்லாம் செய்யறாரு. ஊர் பையன்களுக்கு டவுண் ஸ்கூல், காலேஜ்ல எல்லாம் அட்மிஷன் வாங்கி கொடுக்கிறது ஊர் அம்மன் கோயில் கொடைக்கு வரி எழுதறது, எல்லாத்திலேயும் உற்சாகமா நிக்கிறது, ஊர்ல இந்து இளைஞர் மன்றம் தொடங்கினது, யாருக்கு வேணும்னாலும் கம்யூனிட்டி சர்டிபிகேட் வாங்கிக் கொடுக்கிறது, இப்படி தற்சமயம்கூட சௌந்தரபாண்டியன் வியாபாரிகள் சங்கத் தலைவர், ரோட்டராக்ட் மெம்பர். ஒரு சமயம் ஊர்ல இன்னொரு பஸ்கேட்டு மறியல் பண்ணனுனதுல ரொம்ப முக்கியமான ஆள் சௌந்தரபாண்டியன்.

இதனால்தான் சௌந்தரபாண்டியன என்னால புரிஞ்சுக்க முடியாம போச்சு. ஜெயாவுக்கும் எனக்கும் மத்தியில் சௌந்தரபாண்டியன் நுழைஞ்சதையும்கூட நான் சொல்லணும். என் ஊர்க்காரருங்கறதுனாலயும்கூட. என் வயச ஒத்தவருங்கறதுனாலயும் சௌந்தரபாண்டியன் எனக்கு ஏற்கனவே பரிச்சயம், பழக்கம், பின்ன ரொம்ப பேசிக்கிறதில்ல பாக்கறது, சிரிக்கறது, சிரிக்கிறதுபோல காட்டறது இப்படி சொந்தரபாண்டியன் எனக்கு சில உதவிகளும் செய்திருக்காரு. அதனால் அவர் மேல மரியாதைபோல ஒண்ணும்கூட இருந்திருக்க வேண்டும் அல்லது இருந்திருக்கலாம்.

ஜெயாவும் நானும் சக்கரவர்த்தி மினில படம் பார்க்க போகும்போது எனக்கும் ஜெயாவுக்கும் மத்தியில அவரு அறிமுகமானாரு. ஜெயாவை அறிமுகம் பண்ணினேன். டிக்கட்ட அட்ஜஸ்ட் பண்ணி மாத்தி வாங்கி, எங்க பக்கத்திலே உக்காந்தாரு. வாழ்த்துக்கள் சொன்னாரு. மனோ உங்களுக்குப் பொருத்தமான ஆள் அப்படீன்னு ஜெயாகிட்ட சொன்னாரு. அய்யய்யோ

இப்படியெல்லாம் பொய் சொல்லி மனோகிட்ட என்ன மாட்டி விட்டுடாதீங்க அப்படீன்னு ஜெயா சொன்னா. இன்னும் என்னென்னமோ பேசினோம். உங்களுக்கு என்ன ஹெல்ப் தேவைப்பட்டாலும் நான் செய்யறேன்னார் சௌந்தரபாண்டியன். இடைவேளையில் எங்களுக்கு ஐஸ்கிரீம் வாங்கித் தந்தார். எனக்கு அப்ப டீதான் தேவையா இருந்தது. ஜெயாவுக்கு ஐஸ்கிரீம் இருக்கட்டுமேன்னு தோணுச்சி. சரின்னு ஐஸ்கிரீமே வாங்கச் சம்மதிச்சேன். அவரு உதவி பண்றது எனக்கந்த சமயத்திலே நெருக்கடியா இருந்தது.

அப்புறம் ஜெயாவிடம் ரெண்டு தடவை சௌந்தரபாண்டியன் மூவ் பண்ணியிருக்கிறார். ஒருசமயம் ரொம்ப சின்சியரா ஜெயாவ சினிமாவுக்குக் கூப்பிட்டிருக்கிறார். மனோவோட மட்டும்தான் போவீங்களோன்னு செல்லக் கோபம் காட்டியிருக்கிறார். ஜெயா அப்புறம் பார்க்கலாம்னு சொல்லியிருக்கா. இன்னொரு தடவை ஜெயாவுக்கு நான் உங்களை லவ் பண்றேன்னும், நீங்க இல்லாட்டா செத்துப் போயிருவேன்னும் லெட்டர் எழுதியிருந்தார். அவருடைய குடும்ப படாடோபங்களையும் எனது குடும்பத்தின் சீரழிவையும்கூட அந்தக் கடிதத்தில் குறிப்பிட்டு இருந்தார். எப்படியிருந்தாலும்கூட ஈத்தாமொழி போய் அறிமுகமேயில்லாத ஜெயா வீட்டுல இதையெல்லாம் சொல்ல எப்படி இவருக்கு முடிஞ்சதுன்னு எனக்கு ஆச்சரியமா இருக்கு. சௌந்தரபாண்டியனோட மேனரிசம் அப்படின்னு சொல்ல எனக்கு எதுவுமில்ல. அவரோட டிரஸ் பெரும்பாலும் சஃபாரி பெல்ஸ். சஃபாரி, இல்லாவிட்டா இன் பண்ணி அகலமான பெல்ட். ஒருதலைராகம் பீரியேட்ல உள்ளது. அவர் முகத்துக்கு பொருத்தமே இல்லாத காதுக்கு மேல தூக்கிட்டு நிக்கிற ஒரு ஸ்டைல் ப்ரேம் கூலிங்கிளாஸ் கையில் இந்தியா டுடே, தி ஹிண்டு இரண்டில் ஏதாவது ஒண்ணு. ஒரு புளிச்ச சிரி

◆ ◆ ◆

பால்ய சிநேகிதி

உதயசங்கர்

அப்போது நான் எட்டாங் கிளாஸ் பரீட்சை எழுதியிருந்தேன். அது கோடை விடுமுறை என்பதால் நான், தம்பி, தங்கச்சி எல்லோரும் வீட்டில் கும்மரிச்சம் போட்டுக்கொண்டிருந்தோம். நான் சின்னப் பையனாகவே அப்போது இருந்தேன். அப்பா மில்லில் வேலை பார்த்தார். அவர் வீட்டிலிருக்கிற நேரங்களில் அமைதியாகத் தீப்பெட்டிக் கட்டைகளை அடுக்கிக்கொண்டிருப்போம். இந்தக் கட்டைகளை தீப்பெட்டி ஆபீஸிலிருந்து நானும் என் தம்பியும் சுமந்துகொண்டு வருவோம். எனக்குத் தெரிய எல்லா வீடுகளிலும் ஏதாவது ஒரு தொழில் நடந்துகொண்டிருந்தது. தீப்பெட்டிக் கட்டைகள் அடுக்கிக்கொண்டோ, தீப்பெட்டிக் கட்டுகளை ஒட்டுக்கொண்டோ, பட்டாசு செய்துகொண்டோ இருந்தார்கள். இப்படி ஏதாவது செய்யவிட்டால் வாழ்க்கை நொடித்தடத்திலிருந்து தடுமாறி விடும். அதனால் என் வீட்டிலும் வருடம் முழுவதும் கட்டை அடுக்கிக்கொண்டிருந்தோம்.

அப்பா நோஞ்சாலானவர். கூர்ந்த மூக்கும் மீசையில்லாத சிறு உதடுகளும்கொண்டவர். இதனால் தானோ என்னவோ மூக்கு நுனியில் எப்பொழுதும் கோபம் உட்கார்ந்திருக்கும். அவர் இருக்கும்போது பலத்துச் சிரித்து விட்டால்கூட கோபம் எழுந்து ஆடித் தீர்த்து விடும். பின்னர் நீண்ட மூச்சுகளை விட்டுக்கொண்டே ஆழ்ந்து உறங்கி விடுவார். மெலிந்த நெஞ்சு, மூக்கின் வேகத்திற்கு ஈடுகொடுக்க முடியாமல் அவசர அவசரமாக ஏறி இறங்கும். அப்போது பார்க்கப் பாவமாயிருக்கும். அதனால் எவ்வளவு உற்சாகமான மனநிலை இருந்தாலும் அப்பா இருக்கிற சமயங்களில் மூச்சு விட மாட்டோம்.

அதே நேரம் அப்பா இல்லாவிட்டாலோ வீட்டை உண்டு இல்லை என்று ஆக்கிவிடுவோம். அம்மா ஓயாமல் கத்திக்கொண்டே இருப்பாள். அவளுடைய வசவுகளைக் காதில் வாங்கிக்கொண்டதே கிடையாது. அவளுக்கும் அடக்க முடியாத கோபம் வந்து விட்டால் “அப்பாவிடம் சொல்லுவேன்” என்று மிரட்டுவாள். உடனே நாங்கள் ஒருவருக்கொருவர் கோள் சொல்லிக்கொண்டே நல்ல பிள்ளைகளாகி விடுவோம். அவள் திரும்ப வேண்டியதுதான். மறுபடியும் கலாட்டா ஆரம்பமாகி விடும்.

எங்களுக்குக் கொடுக்கப்பட்டிருக்கும் தீப்பெட்டிக் கட்டை அடுக்கும் வேலைகளை முடித்த பிறகு எங்களுக்குத் தீராத சுதந்திரம் காத்திருக்கும். அந்த ராஜ்ஜியத்தில் பெரியவர்களுக்கு இடமில்லை. அவர்களால் எங்களுடைய பரிபாலனத்தைப் புரிந்து கொள்ள முடியாது. இதில் எங்களுடைய சின்ன அத்தை மட்டும் விதிவிலக்கு. அவளை நாங்கள் பெரிய பெண்ணாகவே நினைக்கவில்லை. அவளுடன் சேர்ந்து ‘ராஜா ராணி’ அம்மா அப்பா, ‘எம். ஜி. ஆர் சிவாஜி’ விளையாட்டுகள் விளையாடுவோம். விளையாட்டிலேயே அழுது விடுவாள். உண்மையான கண்ணீரே கண்ணில் பளிச்சிடும்.

எங்களுடைய சின்ன அத்தை அம்மாவை விட ரொம்பச் சின்னவள். எனக்கு அந்தச் சமயத்தில் அவளையும், அவளுடைய சிறிய அழகான முகத்தையும் பார்க்கும்போது பெரிய பொம்பிளை என்ற எண்ணமே தோன்றியது கிடையாது. என் அம்மாவின் தம்பியைக் கலியாணம் செய்திருந்தாள். மாமா தாலுகா ஆபீசில் வேலை பார்த்து வந்தார். எனக்கு பரீட்சை நடந்துகொண்டிருந்த சமயத்திலோ அதற்குக் கொஞ்சம் முன்னாலேயோ ஊர் மாற்றி வந்திருந்தார்கள். எனக்கு மாமாவைக் காண்டாலே பிடிக்காது. எப்பவும் ரொம்ப டாம்பீகமாகவும் அதட்டலாகவும் இருப்பார். ஒரு நாள் முடியை முன்னால் இழுத்துச் சீவி மங்கி கிராப் வைத்திருப்பார். இன்னொரு நாள் கிருதாவை எடுத்து விட்டு ‘குருவிக்கூடு கர்லிங்’ வைத்து மீசையை முறுக்கி வைத்திருப்பார். நாடகங்களெல்லாம் போடுவார். அதனால்தானோ என்னோ எப்பவும் நாடகத்தில் பேசுவதுபோல நீட்டி முழக்கிப் பேசுவார். இதையெல்லாம் விட சின்ன அத்தையைக் கண்ட நேரமெல்லாம் விரட்டிக்கொண்டே இருப்பார். இப்படிப்பட்டவர் எங்களிடம் மட்டும் வேற மாதிரியா நடக்கப் போகிறார்? அவரை எங்களுக்குப் பிடிக்காமற் போனதில் ஆச்சரியப்படுவதற்கு ஒன்றுமில்லை.

எப்பொழுதும் சிரித்த முகமுள்ள என் சின்ன அத்தை தினசரி அவள் வீட்டு வேலைகளை முடித்து விட்டு எங்கள் வீட்டுக்கு வருவாள்.

எங்களோடு தீப்பெட்டிக் கட்டை அடுக்கிக்கொண்டும் அம்மாவுக்கு ஒத்தாசைகள் செய்துகொண்டும் விளையாடிக்கொண்டும் பொழுது போக்குவாள். திடீர் திடீரெனப் புதுப் புதுப் பண்டங்கள் செய்துகொண்டு வந்து எங்கள் விளையாட்டை உன்னதமாக்குவாள். அதனால் சின்ன அத்தையை எல்லோரும் விரும்பினோம். எல்லோரையும் தன் பிரியத்துக்கு வசப்படுத்தும் வசிய சக்தி என் சின்ன அத்தையிடம் இருந்தது.

என் வயதையொத்த பையன்கள் எல்லோரும் வெளியே ஓடியாடி விளையாடினாலும் எனக்கு அப்படி உடல் வலு கிடையாது. சவலைப் பிள்ளையைப்போல நறுங்கிப் போயிருந்தேன். இதனால் வெளியே போய் விளையாடுவதில் விருப்பமில்லை. வீட்டிற்குள்ளேயே உட்கார்ந்து என் கற்பனையில் கண்டுபிடித்து விளையாடுகிற விளையாட்டுகள்தான் மிகவும் பிடிக்கும். சின்னச்சின்ன சொப்புகள் வைத்து சோறு பொங்கி, கறி வைத்து, குழந்தையைத் தாலாட்டி தூங்கப் பண்ணி, குழந்தை எழுந்தவுடன் பால் கொடுத்து ஒண்ணுக்கு வெளிக்கு எடுத்துப் போட்டு விளையாடுகிற விளையாட்டுத்தான் எனக்குப் பிரீதி. அதில் எப்பொழுதும் என் சின்ன அத்தைதான் அம்மா. நான்தான் அப்பா. இதில் இந்த விளையாட்டை விளையாட நான் வெட்கப்பட்டு நிறுத்தின நாள் வரை எந்த மாற்றமும் கிடையாது. நான் சொல்கிறதையெல்லாம் என் சின்ன அத்தை கேட்க வேண்டும். நான்தான் அப்பாவாச்சே.

“ஏய்... என்ன இன்னும் இட்லி ஆகலியா... ஆபீசுக்குப் போக வேண்டாம்”

“என்ன குழம்பில உப்பே இல்லை”

“குழந்தைக்கு மருந்து கொடுத்தியா...”

நான் எது சொன்னாலும் முகங்கோணாமல் உள்ளுக்குள் கள்ளச் சிரிப்புடன் செய்வாள் என் சின்ன அத்தை. சில சமயம் அவளும் எங்களோடு விளையாட்டில் ஒன்றிப் போய் நாங்கள் செய்வதுபோலவே பொய்யாக வக்கணை வழிப்பாள். அழுவாள், கோபப்படுவாள், அந்தச் சமயத்தில் அவளைப் பார்க்கிற யாருக்கும் கலியாணமானவள் என்று தோன்றவே தோன்றாது.

நாங்கள் எல்லோரும் சேர்ந்து விளையாடிக்கொண்டிருக்கும்போது யாராவது வந்து விட்டால் எங்களை விட சின்ன அத்தையே ரொம்பவும் வெட்கப்பட்டுக் குனிந்து கொள்வாள். அப்பொழுது அவள் முகத்தைப் பார்க்க வேண்டும். அவ்வளவு அழகாக இருக்கும். நான் அவளைப் பார்ப்பதை அவள் பார்த்து விட்டால்

உடனே என்னை இழுத்து அணைத்து முத்தமிடுவாள். எனக்கும் வெட்கம் பிடுங்கித் தின்ன அவளிடமிருந்து பிய்த்துக்கொண்டு ஓடி விடுவேன். அந்த நாளில் என் சின்ன அத்தையும் நாங்களும் விளையாடிக்கொண்டே வாழ்நாள் முழுவதும் இருக்க வேண்டும்போல பைத்தியக்கார நினைப்புகள் எல்லாம் சமயா சமயங்களில் தோன்றியது. சின்ன அத்தை எங்களுக்க அவ்வளவு பிரியமானவளாக இருந்தாள். சில நாட்களில் அவளில்லாமல் ஏங்கிப் போயிருக்கிறோம்.

எங்கள் விடையாட்டுக்களின் விளைவாக என் மனத்தில் சின்ன அத்தை என் அங்கீகாரத்துக்குட்பட்டவளாகவே தோன்றினாள். இந்த எண்ணம் ரொம்ப நாளைக்கு என் மனதில் ஆழப்பதிந்து விட்டது. ஏதோ ஒரு விசேஷ நாள் என்று நினைக்கிறேன். அன்று சின்ன அத்தை அம்மாவுடன் சமையல் வேலையில் ஈடுபட்டிருந்தாள். அப்பா, மாமா நாங்கள் எல்லோரும் சாப்பாட்டிற்காகக் காத்துக்கொண்டிருக்கிறோம். எனக்கானால் அவ்வளவு பசி. அவர்களுக்கு இது தெரிந்ததாகவே தெரியவில்லை. விறுவிறுவென்று அடுக்களைப் பக்கம் போனேன். "ஏ... பத்து என்ன இவ்ள நேரம்... ஆபீசுக்குப் போக வேண்டாமா! சீக்கிரம்... வயிறு பசிக்கி"... என்று கோபமாகக் கத்தினேன். அதைக் கேட்டவுடன் எல்லாரும் சிரித்தார்கள்,.

அப்பா "என்ன அதிகாரம் கொடி கட்டிப் பறக்கு"... என்று சிரித்துக்கொண்டே சொன்னார். மாமா இன்றைக்கு மீசையில்லாமல் இருந்தார்.

"டேய் அவ எனக்குப் பொண்டாட்டியா... ஒனக்குப் பொண்டாட்டியா... ம்" என்று கேட்டுவிட்டு சுற்று முற்றும் எல்லார் முகத்தையும் பார்த்துக்கொண்டே அதிர்வேட்டுப்போல சிரித்தார். எனக்கு முதலில் ஒன்றும் புரியவில்லை. ஆனால் நான் ஏதோ வேடிக்கையாகச் சொல்லி விட்டேன் என்பது மட்டும் புரிந்தது.

பின்னுங்கூட சின்ன அத்தையை என் வயதை ஒத்த பிள்ளைகளைப்போலவே நடத்தி வந்தேன். சின்ன அத்தையும் கொஞ்சமும் மாறாமல் சின்னப் பெண்போலவே வெட்டாகக் காரியம் பண்ணுவாள்.

இதற்கிடையில் வகுப்புகள் மாறிப் போகப் போக பழைய விளையாட்டு மனோபாவம் கொஞ்சம் கொஞ்சமாகக் குறைந்துக்கொண்டே வந்தது. எனக்கு விவரம் தெரிய ஆரம்பித்தது. சின்ன அத்தையும் இரண்டு பிள்ளைகள் பெற்றெடுத்தாள். ஆனால், சின்ன அத்தை,மீதுள்ள பிரியம் குறையவில்லை. அவளுடன் ஏதாவது

பேசிக்கொண்டோ பாடம் படித்துக்கொண்டோ இருப்பதில் அலாதியான விருப்பம் இருந்தது. அந்தக் காலங்களில் என் மாமாவுக்கும் சின்ன அத்தைக்கும் இடையில் சின்ன சின்ன சச்சரவுகள் விளைந்தன. அப்பொழுது சின்ன அத்தை அடிக்கடி அம்மாவிடம் வந்து அழுதுகொண்டே ஏதேதோ சொல்லிக்கொண்டிருப்பாள். அம்மாவும் சமாதானம் சொல்லி அனுப்பி வைப்பாள். அவர்கள் பேசிய பேச்சுக்களிலிருந்து நான் தெரிந்துகொண்டது. மாமா வேறு யாரோ ஒரு பொம்பிளைகூடச் சிநேகமா இருக்கிறார்? என்பதுதான். சின்ன அத்தையின் முகத்திலிருந்த பழைய பாவம் திரும்பவே இல்லை.

உடம்பு மெலிந்து, முகம் சுருக்கம் விழுந்து மேலும் சின்னப் பெண்போலாகி விட்டாள் என் சின்ன அத்தை. முன்போல சிரித்தாள் என்றாலும் அதில் உயிரில்லை. நாங்கள் ஒன்றிரண்டாய்த் தொலைந்து போய்விட்டது என்றே தோன்றுகிறது. என் சின்ன அத்தை அழுதுகொண்டே வருகிற நேரங்களில் எனக்கு மனசு சிரமமாக இருக்கும். மாமாவைக் கண்டபடி மனசுக்குள்ளே திட்டுவேன். என் அத்தைகிட்டே உட்கார்ந்து அவள் முகத்தையே பார்த்துக்கொண்டு இருப்பேன். சின்ன அத்தை அவளுடைய இப்பொழுது காய்த்துப் போயிருந்த விரல்களால் என் தலைமுடியைக் கோதி விடுவாள்.

ஒருநாள் ராத்திரி சின்ன அத்தை அழுதுகொண்டே ஓடி வந்தாள். தலைமுடி விரிந்து கிடக்க மண்டையிலிருந்து இரத்தம் வழிந்துகொண்டிருந்தது. முழங்கைகள் சிராய்த்திருந்தன. இந்தக் கோலத்தில் அவளைப் பார்த்ததும் அம்மா, "அடிப்பாதகத்தி... என்னட்டி நடந்தது... இப்படி வந்து நிக்கே..?" என்று கதறியழுதுவிட்டாள். என் தம்பியும் தங்கச்சியும் அழுது விட்டனர். எனக்கும் என் பிரியமான சின்ன அத்தையை இந்த நிலையில் பார்த்ததும், அழுகை பொங்கி வந்தது. அழுகையை அடக்கிக்கொண்டு புஸ்தகத்தை எடுத்து திரும்பி உட்கார்ந்துகொண்டே என்னையும் மீறி வழிந்த கண்ணீரைத் துடைத்துக்கொண்டிருந்தேன். இடையிடையே திரும்பி சின்ன அத்தையைப் பார்த்தேன். இந்த உலகத்தில் என் சின்ன அத்தையைப் பிடிக்காமல் போகிறவர்களும் இருப்பார்களா? என்னால் நம்பவே முடியவில்லை. அன்றிலிருந்து என் மாமாவை முழுமனதோடு வெறுத்தேன். இன்னமும் அந்த வெறுப்பு மாறவில்லை.

அதற்கப்புறம் அடிபட்ட இடங்களில் மருந்து வைத்துக் கட்டி விட்டு வந்தார்கள். அந்த நேரம் சின்ன அத்தை ஒரு ஆவேசத்தோடு இருந்தாள்.

“இந்த சீரழிஞ்ச வாழ்க்கை என்னால வாழ முடியாது மயினி... பேசாம இங்கென இரி... அவ்வளதான்...” என்று அம்மா சொன்னாள். வெளியே போயிருந்த அப்பா வந்ததும் இதையெல்லாம் கேள்விப்பட்டு மாமாவை அடிக்கவே கிளம்பி விட்டார். எல்லோரும் சேர்ந்து தடுத்து நிறுத்தினார்கள். எனக்கு அப்பொழுது என் அப்பாவைப் பார்க்க ரொம்ப சந்தோஷமாக இருந்தது. ஆனால், நான் இவற்றுக்கெல்லாம் சம்பந்தமில்லாதவன்போல இருக்க ரொம்ப கஷ்டப்பட்டேன். அதோடு என் சின்ன அத்தைக்குச் சொல்ல எவ்வளவோ இருந்தது. ஆனால், எதையும் நான் வெளிக்காட்டிக் கொள்ளாததைப்போலவே என் சின்ன அத்தையும் ஒன்றும் சொல்லவில்லை. முன்புபோலவே என்னுடைய பாடங்களைப் பற்றிப் பேசினாள். சிரித்தாள் என் சின்ன அத்தை. எவ்வளவு உயர்ந்தவள் என் சின்ன அத்தை.

சின்ன அத்தை என் வீட்டிற்கு வந்த மூன்றாவது நாள் எல்லோரும் சினிமாவுக்குப் போனார்கள். சின்ன அத்தை வரவில்லை என்று சொல்லி விட்டாள். எனக்கும் மறுநாள் பரீட்சை இருந்த காரணத்தினால் போகவில்லை. நானும் சின்ன அத்தையும் மட்டுமே இருந்தோம். அது கார்த்திகை மாதம். வானத்தில் நட்சத்திரங்கள் அவ்வளவு பெருகிக் கிடந்தன. குதித்தால் பிடித்து விடலாம் போன்ற தூரத்தில் மின்னிக்கொண்டிருந்தன. குளிர்ந்த காற்றின் ஈரப்பதவல் ரொம்ப சுகமாக இருந்தது. என் படிப்புக்குத் தொந்தரவு வேண்டாம் என்று வாசலில் உட்கார்ந்து வானத்தையே பார்த்துக்கொண்டிருந்தாள் என் சின்ன அத்தை. எனக்குப் படிப்பு ஓடவில்லை. நான் நினைப்பதையெல்லாம் சொல்லிவிட வேண்டும் என்ற ஆவல் என்னைக் கொஞ்சம் கொஞ் சமாத் தின்றுகொண்டிருந்தது. ஆனால், பேசலாம் என்று வாயைத் திறந்தாலோ வாய் உலர்ந்து போய்விடுகிறது. இதற்குக் காரணம் என்னுடைய கட்டுக்கடங்காத உணர்ச்சிகள். நான் பேச நினைத்த விஷயங்கள், லேசாக இருமினேன். சின்ன அத்தை திரும்பிப் பார்க்கவில்லை. நான் மீறும் உணர்ச்சியை அடக்க, மட்டியைக் கடித்துகொண்டே,.

“அத்த,”

“என்னடா... சாப்பிடுறியா... சோறு வச்சித்தரட்டா...”

“இல்ல வேண்டாம். எனக்குக் கொஞ்சங்கூட மாமாவப் பிடிக்கல. நீ இனிமே மாமா வீட்டுக்குப் போக வேண்டாம். இங்கேயே இருந்துடு... நான் ஒன்னயக் கலியாணம் முடிச்சிருக்கிருதேன்...

நான் ஒன்னய அடிக்க மாட்டேன். அத்த... நீ இங்கேயே இருந்துடு அத்த..." சொல்லி முடிக்குமுன்பே அழுதுவிட்டேன். என்னால் அடக்க முடியவில்லை. அதோ எனக்கு அன்னியோன்யமானவள் முன்னால் எனக்கு மறைப்பதற்குத் தோன்றவேயில்லை. நான் அழுவதைப் பார்த்ததும் பதறிப் போய் ஓடிவந்து என்னைக் கட்டிக்கொண்டாள். என் தலையை அவளுடைய கூடான மார்பில் அணைத்துக்கொண்டாள். அவள் உடம்பும் வேகமாக விம்மித் தணிந்துகொண்டிருந்தது. என் பிடறியில் கண்ணீர் விழுவதை நான் உணர்ந்தேன். அவளும் அழுதாள். அந்தச் சமயத்தில் என்னுடைய சின்ன அத்தைமீது நான்கொண்டிருந்த காதலை உணர்ந்தேன். அந்தக் கணத்தில் என் மனம் களங்கமற்ற அன்பை ஸ்பரிசித்துக்கொண்டிருந்தது. நான் கொஞ்ச நேரத்துக்கு முன்னால் பேசின வார்த்தைகளும் மாமாவும் அப்பாவும் அக்காவும் எல்லாமும் மறந்து போய்விட்டன. நானும் என் சின்ன அத்தையும் மட்டும் இருக்கிறோம். என்னால் அவளைப் பிரிந்து இனிமேல் இருக்க முடியாது. அவளும் அப்படித்தான் நினைத்திருக்க வேண்டும். கொஞ்ச நேரம் அப்படியே இருந்தோம். நான் உணர்ந்த பரிசுத்தத்தை இதைச் சொல்லும்போதும் உணர்கிறேன். சாகும் வரை என் சின்ன அத்தையை நினைக்கும்போதெல்லாம் உணர்வேன்.

பின்னர் ஒரு நீண்ட பெருமூச்சுடன் என்னை நிமிர்த்தினாள். அப்பொழுது அவள் முகத்தைப் பார்த்தேன். அன்பும் நம்பிக்கையும் ஆசையும் அதில் பொங்கி வழிந்தது. கண்கள் ஈரத்தில் நனைந்திருந்தன. என் முகத்தைத் தன் இரு கைகளால் பிடித்துக்கொண்டு நெற்றியில் முட்டமிட்டாள். பின் என்னை ஒரு முறை கூர்ந்து பார்த்து விட்டு சிரிக்க முயற்சி பண்ணிக்கொண்டே எழுந்து அடுக்களைக்குப் போய்விட்டாள். நான் சினிமா விட்டு எல்லோரும் வரும் வரையில் உட்கார்ந்துகொண்டிருந்தேன். பிரமை பிடித்தது போலிருந்தது. அன்று இரவு சரியாகத் தூங்கவில்லை. மறுநாள் பரீட்சையும் ஒழுங்காக எழுதவில்லை.

நான் சாயந்திரம் பள்ளிக்கூடம் விட்டு வந்து பார்க்கிறேன். சின்ன அத்தையைக் காணவில்லை. அம்மாவிடம் கேட்டேன். மாமா வந்து அழைத்துக் கொண்டு போய்விட்டதாகச் சொன்னாள். எனக்கு ஆச்சரியமாக இருந்தது. என் சின்ன அத்தை எப்படிப் போனாள்! என்னவெல்லாமோ சொன்னாளே! செத்தாலும் முகத்தில் முழிக்க மாட்டேன் என்றாளே! எனக்குக் கொஞ்சம் புரியவில்லை. என் சின்ன அத்தை மேல் கோபம் கோபமாய் வந்தது.

இரண்டு நாள் கழித்து மாமாவும் சின்ன அத்தையும் சிரித்துக்கொண்டே வந்தார்கள். வீட்டில் உட்கார்ந்து என்னென்னவோ தமாஷாகப் பேசிச் சிரித்துக்கொண்டிருந்தார்கள். எனக்கு ரொம்பவும் அவமானமாகி விட்டது. வெளியே போய் விட்டேன். இதற்குப் பின்னர் என் சின்ன அத்தை மேலும் இரண்டு பிள்ளைகளைப் பெற்றுக்கொண்டே வேறு ஊரில் வாழ்க்கை நடத்துகிறாள் என்றாலும் எனக்கு சமயத்தில் என் சிறு வயதுத் தோழியின் ஞாபகங்கள் மனசில் தீராத ஏக்கத்தைக் கொடுக்கும்.

◆ ◆ ◆

நெரிக்கட்டு

அழகிய பெரியவன்

குணசேகரன் பின்வாசல் வழியாக நுழைந்து துணி துவைக்கின்ற கல்லின்மீது நெடுநேரம் உட்கார்ந்தபடி கனைத்தும் இருமியும் சமிக்ஞைகளை எழுப்பிக்கொண்டிருந்தான்... மௌனமாக அவன் முன்னால் வந்து அமர்ந்தபடி சப்தமெழுப்பாமல் அழத் தொடங்கினாள் கிருஷ்ணவேணி.

அவனுக்கென்று காத்திருந்து, அவன் வந்ததும் வெறியுடன் கட்டிக்கொள்கிறவளாகவோ, மறைந்துகொண்டிருந்து அவனைத் தவிக்க விட்டு பின்னர் பின்புறமாக வந்து இறுக்கிக் கொள்கிறவளாகவோ, சப்தம் எழுப்பாதபடி புடைவைத் தலைப்பைத் தூக்கிப் பிடித்து நுனிக்காலில் நடை பழகி அவனெதிரில் வந்து நிற்பவளாகவோ கிருஷ்ணவேணி அன்று இல்லை.

ஒரு பெண் அத்தனை ஆதுரத்தோடு அழுகிறதை அப்போதுதான் அருகிலிருந்து பார்த்தான் குணசேகரன். மடை திருப்பிய வாய்க்காலில் தண்ணீர் சுழிந்தோடுவதுபோல அக்கண்களிலிருந்து நீர் பெருக்கெடுத்து கொஞ்ச நேரத்துக்கெல்லாம் அவளின் கண்கள் சிவந்து நெருப்புத் துண்டுகளைப்போல ஆகிவிட்டன. அவன் விசாரிப்புகளுக்கு பதில் சொல்ல நினைத்தாலும் அவளுக்கு வார்த்தை வரவில்லை.

கிணற்றருகில் போய் நின்று வெறுமனே எட்டிப் பார்ப்பதும் மருதாணிப் பூக்களைப் கொய்வதும், செம்பருத்தி இலைகளைப் பிய்த்து எறிவதுமாக அலைந்துகொண்டிருந்தான் குணசேகரன். பகலில் அவ்வாசலிலே புளி காய வைத்திருப்பார்கள் போலிருக்கிறது. வாசல் பரப்பிலிருந்து காய்ந்த புளியின் வாசம் அங்கிருந்தது வீசியது.

கிருஷ்ணவேணி துக்கம் தணிந்தவளாய் இருந்தபோது அவளருகில் வந்து மண்டியிட்டு மடியில் முகம் புதைத்துக்கொண்டான். அவள்

சட்டென துவைக்கல்லின் மேலிருந்து இறங்கி அதற்கு முதுகைச் சாய்த்தபடி கீழே உட்கார்ந்தாள். அவளை இழுத்து மடிமீது கிடத்திக்கொண்டான். கொஞ்சம் நேரம் பேசாமல் இருந்துவிட்டு கேட்டான்.

"எதுக்கு அழுத கிருஷ்ணவேணி?"

அவளுக்கு மீண்டும் அழுகை முட்டியது.

"இனிமேல்ட்டுக்கு நாம இப்பிடி பாத்துக்க முடியாது கொண்சி நம்ம விசயம் எங்க வூட்டுக்காரருக்கு தெரிஞ்சிடுச்சி"

இயலாமையின் பெருமூச்சோடு, அவளைப் பார்த்தான் குணசேகரன். அவள் அவனை கொண்சி என்று கூப்பிட்டதுமே அவன் கரைந்து வழியத் தொடங்கி விட்டான். அவன் அம்மாவும் தங்கைகளும் நண்பர்களும்தான் அவனை அப்படி அழைப்பார்கள். கிருஷ்ணவேணியும் அவனை அப்படி அழைப்பது அவனுக்குப் பிடித்திருந்தது.

மெல்லிய பய உணர்வு அவனுக்குள்ளே பரவியது. அவளை இழுந்து விடுவதால் தோன்றிய எண்ணம் துக்கத்தைப் பெருக்கியது.

"நேத்தே பெரிசு கோவமா இருந்துச்சி. இன்னிக்கு அடிக்க அடிக்க வந்திருச்சி."

அடுத்த பாட்டம் அழுகை முட்ட "இன்னிக்கு முழுக்க அவெஞ் சொந்தக்காரப் பொம்பளைங்க எல்லாம் வந்து வந்து அடிச்சிட்டுப் போனாளுங்க" என்றாள்.

அவனை சோர்வு கவ்விக்கொண்டது. ஆழ்ந்த சோகத்துடன் அவளைப் பார்ப்பதும் வேறெங்கோ வெறிப்பதுமாக இருந்தான். அவள் மீதான பிரியம் கொப்பளித்து நிறைந்துகொண்டிருந்தது உள்ளே.

வீட்டுக்குள்ளிருந்து வந்த பூனையொன்று அவர்களைப் பார்த்துக்கொண்டே ஓடி, செம்பருத்திச் செடியருகேநின்று எல்லாருக்கும் கூறி அறிவிப்பதுபோலக் காத்தியது. குணசேகரன உடல் நடுங்கத் தொடங்கியது. அந்தக் கணத்தில் கிருஷ்ணவேணியின் கணவனாகவே பூனையை நினைத்துக்கொண்டு அதட்டினான். சன்னமான குரலில் பூனையைத் துரத்தும் அவனை வினோதமாகப் பார்த்தாள் கிருஷ்ணவேணி.

"என்னாகொண்சி கம்முனு ஆயிட்ட?"

"இல்ல, நீயில்லாம என்னால்..."

பேசமுடியவில்லை. ஒரு யாசகனைப்போல அவளை ஏறிட்டான். எப்போதும் தன்னுடனிருக்கும் ஒரு பொருளைப்போலவும், குறுக்கே நிற்கிற எல்லோரையும் துவம்சம் செய்து விட்டு அவனிடம் வந்து சேர்ந்து விடும் ராட்சசிபோலவும் அவள் மாறிவிட மாட்டாளா என்று விரும்பினான். அவன் விழிகளில் நீர் கசிந்து பளபளத்தது.

"கொண்சி..."

அவளை மூர்க்கமுடன் கட்டிக்கொண்டு முத்தம் தரத் தொடங்கினாள் கிருஷ்ணவேணி.

நாள் முழுவதும் பேசாமல் வேலை பார்த்துக்கொண்டிருந்தான் குணசேகரன். பெற்றவர்களின் நினைவு மண்டி உளைந்தது மனது. அம்மா அடி வாங்கியபடி அழும் தோற்றமும் அப்பன் அம்மாவை அடிக்கும் தோற்றமும் மனக்கண்ணில் வந்து போயின. டவுனுக்கு ஓடி வந்து விட்டதிலிருந்து நாலைந்து முறைதான் வீட்டுக்குப் போயிருக்கிறான் அவன். நடுநடுவே அப்பன் மட்டும் கடையில் சாப்பிட வந்தவன்போல வந்து உட்கார்ந்து பீடி பிடித்துக்கொண்டிருப்பான். பின்பு ரத்தினம் தரும் பணத்தை வாங்கிக்கொண்டு கிளம்பி விடுவான்.

"ஏன்டா, பெத்தவளையும் கூறப் பொறந்ததுகளையும் என்னா ஏன்னு கேக்கிறதில்லையா?" என்று சிலமுறை கேட்பதுண்டு. அவன் அப்போதெல்லாம் குணசேகரனுக்கு பதில் பேசமுடியாமல் போகும். அப்பனைப் பார்த்தாலே நடுங்குகிறது உடல். இன்னும்கூட நினைவில் வந்து சாராய நெடியுடன் அவனை இழுத்துப் போட்டு குத்துகிறான். கண்களை உருட்டியபடி நாக்கைக் கடித்துக்கொண்டு அவன் குத்துவதுபோல நினைவில் வரும் நாளிலெல்லாம் படுக்கையில் சிறுநீர் கழிகிறது.

செல்லக்கிளி அக்காவை மட்டும்பார்க்க வேண்டுமென்று அடிக்கடி அவனுக்கு ஆசை வரும். அவள்தான் அவனோடு பல்லாங்குழி ஆடியவள். தாயம் ஆடும்போது கைவிருத்தங்களை போடக் கற்றுத்தந்து தன் காய்களை வெட்டிக்கொண்டு சொல்வாள் அவனிடம். மரங்களில் ஏறுவதும் பறவைகளை அடிப்பதும் ஊர்ச்சுற்றுவதும் அவளோடுதான்.

வீட்டை விட்டு ஓடி வந்து விட்ட அன்று வீட்டிலே செல்லக்கிளி அக்கா இல்லை. ஊருக்கு வந்து திரும்பும் கடைசி பஸ்ஸில் ஏறி உட்கார்ந்துகொண்டு அப்பன் வந்துவிடுவானோ என்று நடுங்கியபடி பார்த்துக்கொண்டிருந்தான் குணசேகரன். பஸ் போய்க்கொண்டிருந்தது. மலைகளில் ஏறுவதும், சறுக்கிக்கொண்டு

போவதுமாகத் தோன்றியது. திருவிழாவிலே பெட்டி ராட்டினத்தில் உட்கார்ந்திருப்பதாய் நினைத்துக்கொண்டான்.

கண்டக்டர் சீட்டு கேட்பதும், எதையோ சொல்லி அவனைத் திட்டுவதும் தூக்கத்திலே கேட்பதுபோல இருந்தன. பஸ் இறங்கி அழுதுகொண்டிருந்தவனை யாரோ அழைத்துக்கொண்டு போய் இட்டிலி வாங்கித் தந்தார்கள். இரவிலே அக்கடைக்கு அருகிலேயே படுத்திருந்தான் குணசேகரன். காலையிலே கடையைத் திறக்க வந்த ரத்தினம் அவனிடம் கேட்ட கேள்விகளுக்கெல்லாம் அழுதான் குணசேகரன். அவனே பேசட்டும் என்று நினைத்து கூட வைத்துக்கொண்டான் ரத்தினம்.

சாயந்திரத்தில் வடை போட்டுக்கொண்டிருந்தபோது கவிதாவும், குணாளனும் வந்து போனார்கள். கொஞ்சம் வடைகளை ரத்தினத்துக்குத் தெரியாமல் கொடுத்தனுப்பினான் குணசேகரன். அவனுடைய நினைப்பிலேதான் சின்னவனுக்கு குணாளன் என்று பெயர் வைத்ததாக கிருஷ்ணவேணி சொல்லியிருக்கிறாள். கிருஷ்ணவேணியைப் பார்த்தால் இரண்டு குழந்தைகளுக்குத் தாய் என்றே தோன்றாது குணசேகரனுக்கு. குணாளன் அடுத்த வருசம் எல்கேஜி போகிறானாம். கவிதா இப்போதே மூன்றாவது படிக்கிறாள்.

“அம்மா ஒன்ன வரவேணான்னு சொல்லிச்சு அங்கிள்”

கவிதா சொல்லிவிட்டுப் போனபோது அவனுக்குக் கோபமாக வந்தது. வெறுப்பு சூழ்ந்துகொண்டது. அவனை கோவிந்தராசு கடைக்கு வந்து ரத்தினத்துடன் பேசியபடி உட்கார்ந்துகொண்டான். முன்பெல்லாம் கோவிந்தராசு வந்தவிட்டால் குணசேகரனுக்கு கடையே மறந்துவிடும். ரத்தினம் மூலமாகத்தான் அவனைத் தெரியும். கடைக்குப் புளி வாங்கவும், பருப்பு வாங்கவும் கோவிந்தராசு வீட்டுக்குத்தான் போவான் குணசேகரன். ரத்தினம் அரிசியைக்கூட அவனிடமிருந்துதான் வாங்கினான். எந்தச் சரக்கையும் ரத்தினத்தின் மெஸ்சுக்கு இல்லையென்று சொன்னதில்லை. கோவிந்தராசு. மெஸ்சை ஒட்டியே இருக்கும். தெருவின் நடுவிலே கோவிந்தராசுவின் வீடிருந்தது. குணசேகரன் அங்கு போகும்போது வாசலில் இருக்கும் கிழவி “ஆர்ராது?” என்பாள். குணசேகரன் பதில் சொல்லமாட்டான். பின்வாசல் களம் வரைக்கும் போவான். அந்த வீட்டில் எல்லா அறைகளுக்கும் கோவிந்தராசு அவனைக் கூப்பிட்டுப் போயிருக்கிறான்.

“என்னாடா பேரனும் தாத்தாவும் மாதிரி இருக்கீங்க. வயசு வித்தியாசமில்லாம இப்பிடி கொலாவுரீங்க!”

ரத்தினம் பலமுறை சொல்லி கேலி செய்திருக்கிறான். சினிமாவுக்கு சேர்ந்தே போவார்கள் அவர்கள். கிருஷ்ணவேணி இல்லாத சமயங்களில் அவனுடன் வீட்டிலேயே படுத்துக் கொள்வான் குணசேகரன். ஒருமுறை கிருஷ்ணவேணியை கூப்பிட்டு வைத்து சொல்லிக்கொண்டிருந்தான் கோவிந்தராசு.

“வேணி தாய் தகப்பன உட்டுட்டு வந்துட்டவன் நம்ம ரத்தினம் மாமன் கடையிலதான் இருக்குது. எப்ப எது வந்து கேட்டாலும் குடுத்தனுப்பு”

தன் வயதொத்த கிருஷ்ணவேணியை துருதுருவென பார்த்தான் குணசேகரன்.

“என்னடா அப்பிடி பாக்கற. அவ எம் பொண்டாட்டிடா” கோவிந்தராசு சிரித்தபடி சொன்னான்.

கிருஷ்ணவேணியை பார்த்து விட்டு வந்ததிலிருந்து அவள் நினைவாகவே இருந்தது. சரக்கு வாங்குவதாக சாக்குச் சொல்லி அடிக்கடி அவளைப் பார்க்க வேண்டுமென்றே போய் வந்தான்.

ஒருநாள் தயங்கித் தயங்கிக் கேட்டபோது ரத்தினம் குணசேகரனுக்கு அந்த விவரத்தை சொன்னான். “மொத சம்சாரத்துக்குப் புள்ள இல்ல. அவ பாண்டுரம் புடிச்சவ. செத்துப் போயிட்டா. வாரிசு வேணும்னு இந்தச் சின்னப் பொண்ண கட்டினு வந்துட்டான் கோவிந்தராசு”

கடையின் மொட்டை மாடியில் படுக்கையை எடுத்துப் போய் போட்டான் குணசேகரன். மெஸ்சை கறாராக பத்து பத்ரைக்கெல்லாம் மூடச் சொல்லி விட்டு வசூலை ஒரு மஞ்சள் துணிப்பையில் சுருட்டியபடி கிளம்பிவிடுவான் ரத்தினம். உமிழ்ந்த எச்சில் காயும் நேரத்தில் கடையை ஏறக்கட்டி பூட்டிவிடுவான் குணசேகரன்.

உடனே அவன் கால்கள் கிருஷ்ணவேணியைப் பார்க்க நடையைத் தொடங்கிவிடும். மெஸ்சை ஒட்டிய மாதிரியே போகும் தெருவிலே கிருஷ்ணவேணியின் வீடு இருந்தாலும் தெருவைச் சுற்றிக்கொண்டு பின் வாசல் வழியாகப் போவதற்கு என்று நடப்பான். ஆற்றைப் பார்த்த மாதிரி நடந்து கறிக்கடைகள் இருக்கும் இடத்திலே திரும்பி மேல்ரோட்டை பார்த்த மாதிரி வந்த திசையிலேயே நடந்தால் பெரிய சுற்றுச்சுவர்கொண்ட கோவிந்தராஜுவின் வீடு வரும். கதவருகில் நின்று சுற்றும் முற்றும் ஒரு நோட்டம் பார்த்து விட்டு அவ்வீட்டுக்குள் நுழைந்து விடுவான். கிருஷ்ணவேணியைப் பார்க்கப் போகத் தொடங்கியதிலிருந்து அக்கதவு திறந்தே இருந்தது. அவ்வீட்டின் பெரிய பின் வாசலில் செம்பருத்தியும், மருதாணியும்

ஒரு மூலையிலிருந்தன. கிணற்றையொட்டி துவைக்கல் இருந்தது. டவுனைச் சுற்றியுள்ள கிராமங்களிலிருந்து தானியங்களைப் பிடித்து வந்து விற்பவன் என்பதால் பண்டங்களை உலாத்துவதற்கென களம்போல பின்வாசல் புறத்தை மழுக்கியிருந்தான் கோவிந்தராசு.

துணிக்கல்லின் மேல் உட்கார்ந்துகொண்டால் குளுமையாய்க் காற்று வீசும். முழு நிலாக் காலங்களில் பல இரவுகளை கிருஷ்ணவேணியுடன் அக்களத்திலே கழித்திருக்கிறான். நிலா நெருக்கமாய் நெய்து உலர்த்தியிருக்கும் சல்லாத் துணிமீது அவனும் அவளும் உருண்டிருப்பார்கள். அப்போது அவனுக்கு அவள் வீட்டுத் திண்ணையில் ஆடிய ஆட்டம் நினைவுக்கு வருவதுண்டு.

அம்மாவும் பாட்டியும் வீட்டு எறவாணத்திலே துருத்திக்கொண்டிருக்கும் வாசங்களில் துவைத்த புடவைகளைக் கட்டி விடுவார்கள். அவனும் தங்கைகளும் அப்புடவைகளினுள் நுழைந்து உடலை சுருட்டிக்கொண்டு விளையாடுவார்கள். அப்போது அவனைச் சூழ்ந்த பிரியத்துக்குரிய வாசல் கிருஷ்ணவேணிமீதும் வீசுவதாக உணர்ந்தான் குணசேகரன்.

வானத்தை வெறித்தபடி பாயில் படுத்துக்கொண்டான். முன்பெல்லாம் கடையை மூடியதும் எப்போது படுக்கலாம் என்றிருக்கும். கிருஷ்ணவேணி அவன் தூக்கத்தையெல்லாம் பறித்துக்கொண்டாள். மாலையில் கவிதாவின்மூலம் வர வேண்டும் என்று சொல்லியனுப்பியிருந்ததை கேட்டதிலிருந்து அவளைத் திட்டித் தீர்க்க வேண்டும் என்ற கோபமும் தயக்கமும் பிடித்திருந்தது. வானத்தை வெறித்தபடி தவித்தான். கிருஷ்ணவேணி வானத்தின் பலகணிகளைத் திறந்துக்கொண்டு மெல்லிய பனிபோல அவன்மீது விழுந்துகொண்டிருந்தாள். அவனை தூங்கவிடவில்லை. மேல் கவிந்து அழுத்துகின்ற வானம் அவளெனவே தோன்றியது. ஒளிரும் நட்சத்திரங்கள் அவள் கண்களெனச் சிமிட்டின. நேற்றைய இரவின் நினைவு வந்தது.

இளஞ்சூட்டின் இதமுடன் அவள் உடல் அவன் மேல் படருகிறது. விரல்களைக் கோர்த்துப் பின்னிக்கொள்கிறேன். அரிந்த பழத்துண்டெனக் கருதி உதடுகளை அழுந்தக்கடிக்கிறாள். அனல் பூச்சியென அவள் உதடுகள் முகத்தில் நடந்து காதுமடல்களைக் கொறிக்கின்றன. கூச்சமும் சிலிர்ப்பும் நீரலையென உடலின் கரை மட்டும் பரவுகிறது. கண்களை இறுக்கி மூடிக்கொண்டு தூங்க முயற்சித்தான் குணசேகரன். மூர்க்கம்கொண்டவளாய் அவன் கண்களைத் திறந்துகொண்டு உள்ளிறங்கினாள் கிருஷ்ணவேணி. படுக்கையில் இருக்க முடியாமல் எழுந்து நடந்தான் குணசேகரன்.

பின்கட்டுக் கதவைத் திறந்து வைத்திருந்தது, அவன் கோபத்தைத் தணிப்பதாக இருந்தது. துணிக்கல்லின் மேல் கிருஷ்ணவேணியைக் கண்டதும் பெரும் ஆறுதல் உண்டானது. அவள் முன்னால் போய் அவன் நின்றபோதும் மௌனமாகவே இருந்தாள்.

"என்ன வரவேணாம்ட்டு சொன்னியா?... நீயி சொன்னா செத்துக்கூடப் போயிடுவேன்னு எங்கிட்ட சொல்லல நீ?"

ஆத்திரத்தில் எழும்பும் குரலை அடக்கியபடி எழுந்து நின்றுகொண்டு சொன்னாள் கிருஷ்ணவேணி.

"நானு வேணும்னாக்கூட செத்துடறேன். நீயி சாகக்கூடாது கொண்சி. அந்த ஆளு அவெஞ் சொந்தக்காரப் பையன்கிட்டேயெல்லாம் சொல்லி வெச்சிருக்கிறான். அவங்க என்ன கொன்னுடுவாங்க. நானு சொல்ற வரைக்கும் இங்க வராத."

"எங்கூட வந்துடு. எங்கியானா போயிடலாம்"

"திடுதிப்புன்னு எப்பிடி? கொளந்தைங்களையெல்லாம் உட்டுட்டு?"

குணசேகரன் அங்கிருந்து வேகமாய்த் திரும்ப நடந்தான். பின் கதவை அறைந்து சாத்திய சப்தம் பேரோலமாய் எழுந்தது. மொட்டை மாடியில் வந்து படுத்துக்கொண்டதும் ஆத்திரமும் இயலாமையுமாய் இருந்தது. யாரோ அவனிடமிருந்து கிருஷ்ணவேணியைப் பறித்துக்கொண்டு போய் விட்டதாய் நினைத்தான்.

ஏமாற்றத்தைச் சகிக்க முடியாமல் அழுகை முட்டியது. வானம் அவள் முகமாகி முத்தமிட நெருங்குவதும் பிறிதொரு தருணம் அவளின் வனப்பூறிய அங்கங்களென தீண்டுதலுக்கு இசைவாய் தாழ இறங்கிவருவதுமாக இருந்தது. மனதில் பதிந்திருந்த அவளின் பலப்பல சித்திரங்கள் கழிப்பெடுத்துக்கொண்டு பெருகின. இன்னேரம் அவள் கோவிந்தராசுக் கிழவனுடனும் குழந்தைகளுடனும் நிம்மதியாக படுத்து உறங்கிக்கொண்டிருப்பாள் என்று நினைத்தபோது துக்கமும் கசப்பும் நிறைந்துஅழுகை பீரிட்டது.

திசையெங்கும் தன் முன்னால் தோன்றி மினுக்கிக்கொண்டிருக்கும் வேணியின் முகத்தைப் பார்த்தபடியே கண் இமைக்க முடியாமல் விடியும் வரை உட்கார்ந்துகொண்டிருந்தான். கிழக்கு சாம்பல் பூத்திருக்கிற அதிகாலையில் கடைக்குப் போய் மண்ணெண்ணை கேனையும் தீப்பெட்டியையும எடுத்துக்கொண்டான். வேகமாய் நடந்து போய் கோவிந்தராசுவின் வீட்டின் முன்னால் நின்றான். குணசேகரனுக்கு முகம் இறுகி கண்கள் சிவந்திருந்தன. மண்ணெண்ணையை மேலே ஊற்றிக்கொண்டு "கிருஷ்ணவேணி..." என்று வெறிக் கூச்சலிட்டபடி தீக்குச்சியைக் கிழித்தான்.

கிருஷ்ணவேணிக்கு தூக்கம் வரவில்லை. யாரிடமாவது சொல்லி அழ வேண்டும் போலிருந்தது. குணசேகரன் என்றுமே அப்படி கோபித்துக்கொண்டு போனதில்லை. குழந்தைகளுக்கு அந்தப்பக்கமாக படுத்திருக்கும் கோவிந்தராசுவின் நரை விழுந்த தலை மேலும் துக்கத்தை கிளறியது. அவனிடமிருந்து மெல்லிய சாராய வாடை வீசியது. கிருஷ்ணவேணியின் கண்கள் நிறைந்து கன்னங்களில் வழிந்தன. அவளை எப்போது பார்த்தாலும் சிரித்து விடும் குணசேகரனின் முகத்தை இன்று அவளால் நினைவில் கொண்டுவர முடியவில்லை.

அந்த சிரிப்புத்தான் அவளை முதலில் கவர்ந்தது. எப்போது அவளைப் பார்த்தாலும் சிரித்தான் குணசேகரன். அழகாய் வரிசை கட்டியிருந்த பற்களும், எப்போதுமே துருதுருவென்று இருக்கும் கண்களும்,கூடப்படித்தவன் போல இருந்த அவனின் தோற்றமும் அவளுக்கு மிகவும் பிடித்திருந்தன. திருவிழா ஒன்றுக்கு தன்பிறந்த ஊருக்கு அவனைக் கூட்டிக்கொண்டு போயிருந்தபோதுதான் அவன் மேலிருக்கும் தன் காதலை உணர்ந்துகொண்டாள். கோலாகலமாய் நடக்கும் திருவிழா என்பதால் கூட்டம் கூடியிருந்தது. வீட்டுக்காரன்போல அவனுடன் சோடி போட்டுக்கொண்டு சுற்றினாள். அவள் கைகளை இறுகப்பற்றி இழுத்துக்கொண்டு திருவிழா கூட்டத்தில் புகுந்து வெளியேறினான் குணசேகரன். பெட்டி ராட்டினத்தில் எதிரும் புதிருமாக உட்கார்ந்து ஆடினார்கள். பொரிகடலைப் பொட்டலத்தில் மாறி மாறி கை அளைந்தபடி வாண வேடிக்கை பார்த்தார்கள். மத்தாப்பு தெறிக்கும் வானத்தை பார்த்துக்கொண்டே பொரிக்குப் பதிலாக கிருஷ்ணவேணியின் விரல்களை அள்ளினான் குணசேகரன். திருவிழா முடிந்த மறுநாளே கோவிந்தராசு கூப்பிட்டுப் போக வந்திருந்தான். குணசேகரனைப் பிரிய மறுத்து அடம்பிடித்தது மனசு.

மெஸ்சுக்கென்று பண்டங்கள் ஏதேனும் வாங்க குணசேகரன் வருகிற போதெல்லாம் கிருஷ்ணவேணி ஆழமாக அவனைப் பார்க்கத் தொடங்கினாள். பின்வாசல் வரைக்கும் அவன் வந்து போவதால் ஒருமுறை குளித்து விட்டு பாவாடையை மார்பு வரை உயர்த்திக்கட்டிக்கொண்டு வந்த போது அவன் எதிரிலே நிற்க நேர்ந்தது. வெட்கம் பிடுங்கித் தின்றாலும் மனம் உள்ளூர தயங்கவில்லை. வேறொரு நாள் அவள் ஆடை விலக துவைக்கல்லில் சாய்ந்தபடி பேன்களை ஈர்த்திக்கொண்டிருந்தபோது குணசேகரன் வந்திருந்தான். அவன் அவளை விருப்பம் ததும்பப் பார்த்து நிற்பதை கூந்தல் இழைகளினூடே பார்த்தாள். அவன் பார்வைகளுக்கு அவள்

எப்போதிலிருந்து பதில் சொல்லத் தொடங்கினாள். என அவளால் அறியமுடியவில்லை. பல நாட்கள் அவனோடு மௌனமாய் போர் புரிந்த பின்பு அரிசி மூட்டைகள் அடுக்கியிருக்கும் பண்டக சாலையில் நடுப்பகல் பொழுதொன்றில் அவனைக் கூடுவதற்கு அனுமதித்தாள் கிருஷ்ணவேணி.

முகத்தில் வழிந்த தண்ணீர் காய்ந்து இலேசாக இறுகியிருந்தது. தூக்கம் பிடிக்காமல் ஓடு வேய்ந்த முகட்டுவளையை வெறித்தபடி நீண்ட நேரம் விழித்திருந்தாள். அதிகாலையில் யாரோ அவளை உரத்துக் கூப்பிடுவது போல் சப்தம் கேட்டது. துடித்து எழுந்து தெருப்பக்க சன்னலைத் திறந்து பார்த்தாள். குணசேகரன் தீப்பிழம்புபோல எரிந்துகொண்டிருந்தான். உடல் எரியும் வாடையும் நெருப்பின் சூடும் அவள் முகத்தில் வந்து அறைந்தன.

“கொண்சீ” என்று சத்தமிட்டபடி தெருப்பக்க நடைக் கதவைத் திறக்க ஓடினாள்.

கூச்சல் போட்டு விழித்துக்கொண்ட கோவிந்தராசு துள்ளி எழுந்து ஓடி கிருஷ்ணவேணியைப் பிடித்துக்கொண்டான். அவனிடமிருந்து திமிறிக்கொண்டு ஓட முயன்றாள். வலுவான அவன் கரங்களிலிருந்து திமிறி மீண்டும் மீண்டும் சுவரில் முட்டிக்கொண்டு அழுதாள் கிருஷ்ணவேணி.

கொஞ்ச நேரத்துக்கெல்லாம் கிருஷ்ணவேணியையும், குழந்தைகளையும் வெளியே கூட்டிக்கொண்டு வீட்டைப் பூட்டினான் கோவிந்தராசு. கிழவியைப் பக்கத்து வீடுகளுக்குப் போகச் சொல்லி விட்டான். வெறிகொண்டனாக அவன் அறைந்ததில் கிருஷ்ணவேணியின் கன்னங்கள் சிவந்திருந்தன.

“வெளியே போனியினா உன்னையும், கொளந்தெங்களையும் அவனோடவே சேத்துக் கொளுத்திடுவேன்”

இரத்தம் பாய்ந்த கண்களோடு அவன் சத்தம் போட்டவுடன் கிருஷ்ணவேணிக்கு பேச்சே எழாமல் போய்விட்டது. மிரண்டு விழிக்கும் குழந்தைகளை அணைத்தபடி, நடுத்தெருவில் விழுந்து கிடக்கும் குணசேகரனின் கருகிய உடலைத் திரும்பி திரும்பி பார்த்துக்கொண்டே கோவிந்தராசுவின் பின்னால்சென்றாள் கிருஷ்ணவேணி.

ரத்தினம் நேற்று காலையிலிருந்தே குணசேகரனை திட்டிக்கொண்டுதான் இருந்தான்.

“நாயி சொல்ற பேச்சை கேட்டியானா பொளச்சிக்கிற. இல்ல மவனே அநியாயத்துக்கு சாகப் போற”

மெஸ்சுக்கு சாப்பிட நிறையபேர் வந்துகொண்டிருந்தார்கள். கடை வாசலின் ஒரு முனையிலிருந்தபடி பூரி சுட்டான் ரத்தினம். பெரிய கடிகிரியில் எண்ணெய்க் கடாயை ஆத்திக்கொண்டேயிருந்தன. அவன் கைகள். வடை தீர்ந்ததால் ‘வடை போட்டுக்கோ’ என்று கத்துவான் குணசேகரன். பூரியை நிறுத்திவிட்டு வடை போடுவான் ரத்தினம். நடுநடுவே இட்டிலி வெந்திருக்கும். பதம் பார்த்து இறக்கிக் கொள்வான்.

ரத்தினம் அடுப்பைவிட்டு நகர்வதில்லை. பலகாரங்களைச் சுட்டுப் போட்டபடியே சாப்பிட்டவர்களின் கணக்கைக் கேட்டு காசு வாங்குவதும் அவன்தான் பரிமாறுவது, தண்ணீர் வைப்பது, தட்டு எடுப்பது என மற்ற வேலைகளை குணசேகரனும் இம்ரானும் பார்த்துக் கொள்வார்கள். குணசேகரன் அங்கு வந்து சேர்ந்ததிலிருந்து கல்லாவோடும் அடுப்போடும் மட்டுமே நின்றுகொண்டான் ரத்தினம். நெரிசல் இல்லாமல் பார்த்து சாப்பிடுகிறவர்களை அனுப்புவது, கடைச் சாமான்களை இடம் மாறாமல் வைப்பது, மெஸ்சை மூடித்திறப்பது என எல்லா வேலைகளையும் பம்பரம்போலச் சுழன்று பார்த்துக்கொண்டான் குணசேகரன்.

“பூரி ஆச்சா பாரு...”

“மயிரு... போட்டு வெச்சி ஆறிப்போயிருக்குது. கொம்மாள... கெவனம் இங்கே இருந்தாத்தான? கெவனம் பிய்ய துன்னப் போனா?”

குணசேகரன் ரத்தினத்தை முறைத்துக் கொண்டே எச்சில்தட்டுகளை எடுத்துப் போய் கழுவுமிடத்தில் சப்தம் எழும்படி போட்டான்.

“வர்றேன் வர்றேன். கம்பியக் காயவெச்சி ரெண்டு இளுப்பு இளுத்திர்றேன்”

காலை வியாபாரம் முடிந்து உட்கார்ந்துகொண்டிருந்தபோது ரத்தினம் தன்மையாய் குணசேகரனிடம் பேசிக்கொண்டிருந்தான்.

“டேய் பைய்யா... எனுக்கு எதுவும் தெரியாதுன்னு மட்டும் நெனச்சிடாத. கோவிந்தராஜு பொலம்பறாண்டா. தெருவே பேசிக்கிது உன்னையும் கிருஷ்ணவேணியும் பத்தி”

“காத்தால நானு கடைக்கி பொறப்பட்டு வரும்போது மடக்கி சொல்றாங்கடா, ஒன்ன அடக்கி வெக்கச் சொல்லி, கையக்கால முறிச்சிடுவானுங்களாம். நானு உங்கப்பனை வரச் சொல்லி, ஓங்க

சாதிஜனத்துல ஒரு பொண்ணப் பாத்து கட்டச் சொல்றேன். இதெல்லாந்தப்பு, உந்தயிப்பம் மாதிரி இத சொல்றேன்"

குணசேகரன் தலையைக் கவிழ்ந்திருந்தான். ரத்தினம் பேசிக்கொண்டிருப்பதைக் கேட்க கூச்சமாக இருந்தது.

"நீ இங்க வந்து சேந்தப்போ புத்தி தெரியாத பையன். மீச மொளச்சி பெரிய்ய ஆம்பளயாயிட்ட. இவ்ளோ காலம் நல்லா இருந்துட்டு இப்ப ஏண்டா இப்பிடி ஆயிட்ட..? ஓம் பெத்தவுங்கள நெனைச்சிப் பாரு"

மெஸ்சுக்கு இரண்டு தெரு தள்ளியிருக்கும் ரத்தினம் வீட்டுக்கு சிலர் ஓடிப் போய் விவரத்தை சொன்னதும் நடுங்கினான் ரத்தினம். அப்போதுதான் எழுந்து உட்கார்ந்திருந்தான். அவன் கைகால்களெல்லாம் நடுங்கின. மனம் அடித்துக் கொள்வது கூச்சலைப்போலக் கேட்டது. எழுந்து பரபரவென வேட்டியை மாற்றி சுற்றிக்கொண்டு வீட்டிலிருந்து கிளம்பி நடந்தான். என்ன செய்வது என்று தெரியாமல் குழம்பியிருந்தது அவன் மனது. ஆளுங்கட்சியில் செல்வாக்குடைய சுந்தரத்தை பார்த்துவிடுவதென தீர்மானித்துக்கொண்டான் ரத்தினம்.

"நாஞ் சொல்ற மாதிரி கேளுங்க. எல்லாத்தியும் நான் முடிச்சி தந்துட்றேன். பெணத்துக்கிட்ட போங்க. நான் வர்ற வரீக்கும் எதையும் செய்யக்கூடாது. போலீஸ் வந்தா எம் பேரச் சொல்லுங்க" என்றான் சுந்தரம்.

ரத்தினத்துக்கு வியர்வை பெருகி ஓடியது. சுந்தரத்திடம் தலையை தலையை ஆட்டிக்கொண்டான். ஓட்டமும் நடையுமாக கோவிந்தராசுவின் வீட்டருகே வந்து சேர்ந்தபோது கூட்டம் கூடி விட்டிருந்தது. அருகில் போய்ப் பார்க்க மனம் விரும்பவில்லை. இன்னும் நடுக்கம் குறையாமல் இருந்தது. உருத்தெரியாமல் போயிருப்பதாகச் சொன்னார்கள். இரண்டு வீடு தள்ளி ஒரு திண்ணையில் போய் உட்கார்ந்துகொண்டான். அவனைச் சுற்றி ஒரு கூட்டம் வந்து உட்கார்ந்தது. சுந்தரத்துக்காக சாலையையே அடிக்கடி பார்த்துக்கொண்டிருந்தான் ரத்தினம். பெரிய வண்டியில் சப்தமெழுப்பியபடி அவன் வந்து சேர்ந்த பிறகுதான் உயிர் வந்தது. சுந்தரம் வெள்ளைத் துணி வாங்கி வரச் சொல்லி போர்த்தச் செய்துவிட்டு குணசேகரனின் வீட்டுக்கு வண்டியிலேயே ஆள் அனுப்பினான்.

"பையம் பேருல ஏதாவது துட்டு குடுத்திருக்கியா, அவங்கப்பங்கிட்ட?"

சுந்தரத்தின் திடீரென்ற அக்கேள்விக்குத் தடுமாறினான் ரத்தினம்.

"இல்ல"

"செரி, இப்ப நாம் பேசும்போது குடுத்தன்னு சொல்லு. அப்ப பையம் போர்லன்னு இருவத்திஞ்சி ஆயிரம் குடுத்திருக்கிறேன். நோட்டுல குறிச்சிருக்கிறேன்னு சொல்லு"

ரத்தினம் எதையும் யோசிக்காமல் தலையாட்டினான்.

"இருவத்தஞ்சி வாணா அம்பதுன்னே சொல்லேன் பாத்துக்கிறேன்"

"சரி, எது எப்பிடியோ எல்லாத்தியும் நீயே முடிச்சிக்குடுத்துடு"

ரத்தினத்துக்கு வாய்விட்டுக் கதறவேண்டும் என்றிருந்தது.

குணசேகரனின் அப்பன் தன்ராஜ் மகன் செத்துப் போனதாக அறிந்ததும். மடியிலிருந்த பீடி சுற்றும் முறத்தை புகையிலைத் தூள் சிதற வீசிவிட்டு தரையைக் குத்திக்கொண்டு அழுதான். 'கொண்சீ... ஏஞ்சாமியேய்" என வயிற்றில் அடித்துக்கொண்டு புரண்டாள் கோவிந்தம்மாள். ஊரே வீட்டருகில் சேர்ந்துவிட்டது.

சேதி சொல்ல வந்தவர்கள் புல்லட்டில் பெரும் சப்தமெழுப்பியபடி ஊருக்குள் நுழைந்த போதே ஏதோ விபரீதம் என்று உணர்ந்திருந்தார்கள் ஊர் மக்கள். பன்றிகளும் கோழிகளுமாக வீட்டெதிரிலே அலைந்துகொண்டிருந்தன. சேதி சொல்ல வந்திருந்தவனே, டெம்போ வேண்டுமா எனக் கேட்டுவிட்டு தொலைபேசியில் சொல்லி இட்டு வருவதற்குப் போனான். ஊராரெல்லாம் இன்னொருவனிடம் ஏடித்து ஏடித்து கேள்விகளைக் கேட்டுக்கொண்டிருந்தார்கள்.

டெம்போ வந்ததும் சொந்த பந்தங்களெல்லாம் ஏறிக் கொண்டார்கள். அவர்கள் புறப்பட்டபோது வெயில் உறப்பாக காயத் தொடங்கியிருந்தது. தன்ராஜ் மகனின் முகத்தை நினைவுக்குக்கொண்டு வர முயன்றான். எப்போதோ பார்த்ததுபோல அம்முகம் நிழலாடியது. குணசேகரன் வீட்டை விட்டு ஓடிப்போன நாளை நினைத்துக்கொண்டான்.

அவன் ஓடிப்போன அன்று பகலில்தான், பெரிய பெண் செல்லக்கிளியின் பஞ்சாயத்து நடந்தது. அவளை காலையிலேயே பக்கத்து ஊர் சாரதியோடு பிடித்து ஊர் வாலிபர்கள் ஒரு வீட்டினுள் பூட்டி வைத்திருந்தார்கள். சாரதி செல்லக்கிளியிடம் பீடி இலைகளை வெட்டத் தந்திருந்தான். மகளைப் பிடித்துக் கட்டியிருக்கிறார்கள் என்றதும் கோபம் தலைக்கேறியது தன்ராஜிக்கு. சுற்றிக்கொண்டிருந்த பீடிகளை வீசியெறிந்து விட்டுப் போய் வயிறு முட்ட குடித்துவிட்டு வந்தான்.

தெருவிலே இப்படியும் அப்படியுமாக ஊராரைத் திட்டிக்கொண்டே உலாத்தியபடி இருந்துவிட்டு வெறிகொண்டவனாய் வீட்டுக்குள்ளே போய் கோவிந்தம்மாளை அடித்தான். குணசேகரனும் தங்கச்சிகளும் அலறிக்கொண்டு வாசலிலே நின்று கூப்பாடு போட்டார்கள். கோவிந்தம்மாள் கெஞ்சியபடிய வீட்டுக்குள்ளிருந்து கதறும் சப்தம் கேட்டது. அக்கம் பக்கமிருப்பவர்கள் ஓடி வந்து அவர்களை விலக்கினார்கள். தலை அவிழ்ந்து துணி கலைய பிணம்போல வந்தாள் கோவிந்தம்மாள். அவள் முகமெங்கும் ரத்தம் வழிந்தது. பஞ்சாயத்துக்குப் போய் வந்து 'அவளை தலைமுழுகிட்டேன்' என்று சொல்லிக்கொண்டிருந்தான் தன்ராஜ். தங்கச்சிகளுடன் குணசேகரன் மூலையில் முடங்கியிருந்த அம்மாவின் பக்கத்தில் உட்கார்ந்து அப்பனை மிரட்சியுடன் பார்த்துக்கொண்டிருந்தான்.

செல்லக்கிளியின் பஞ்சாயத்து நடந்த இரவில் யாருமே வீட்டில் படுத்துக்கொள்ளவில்லை. கோவிந்தம்மாள் பிள்ளைகளுடன் அண்ணன் வீட்க்குப் போய்விட்டாள். தன்ராஜ் மாரியம்மன் கோயில் நடையில் படுத்துக்கிடந்தான். காலையிலேயே குணசேகரனை காணோமென்று ஊரெல்லாம் தேடினார்கள். அவனின் துணிகளையும் பள்ளிக்கூடத்து பையையும் மடியிலே வைத்துக்கொண்டு அழுது கிடந்தாள் கோவிந்தம்மாள்.

சில மாதங்களுக்கு பின் குணசேகரனை டவுனில் சிலர் பார்த்ததாய் வந்து சொன்னார்கள். தன்ராஜ் அவனைத் தேடிக்கொண்டு போனபோது குணசேகரன் எச்சில் தட்டுகளை எடுத்துக்கொண்டிருந்தான். தன்ராஜை பார்த்ததும் ஓடிப் போய் ரத்தினத்தின் வேட்டியைப் பிடித்து மறைந்துக்கொண்டான். அவனை கூப்பிட்டுச் சலித்தவனாய் வெறும் கையுடன் திரும்பி வந்தான் தன்ராஜ்.

டெம்போ, டவுனுக்குள்ளே நுழைந்ததும் அழுகை உந்தியெழுந்தது தன்ராஜிக்கு. கோவிந்தம்மாள் பித்துப் பிடித்தவள்போல அரற்றி பேய்க் கூப்பாடு போட்டாள். மெஸ் அருகில் வண்டி நின்றதும் எல்லோரும் இறங்கி ஓடினார்கள். கோவிந்தம்மாள் மூர்ச்சையாகி வண்டியிலேயே கிடந்தாள்.

கொஞ்ச நேரத்துக்கு தெருவிலே கூச்சலும் அழுகையுமாக இருந்தது. பரபரப்பு அடங்கியதும் தன்ராஜையும் ஊர்ப் பஞ்சாயத்தார் சிலரையும் சுந்தரம் தனியே கூட்டிக்கொண்டு போனான்.

"நடந்தது நடந்து போச்சி. உம் பையன் செஞ்சிருக்கிற காரியத்துக்கு உன் குடும்பத்தையே கோர்ட்டு கேசுன்னு அலைய

வக்கிணும். நாந்தான் அதெல்லாம் வேண்டாம்னு போலீஸ்ல சொல்லியிருக்கிறேன். நஷ்ட ஈடா ஒரு இருவத்தைஞ்சாயிரம் தரச் சொல்றேன். பொணத்த தூக்கிட்டுப் போயிடுங்க"

தன்ராஜுடன் வந்தவன் 'இருவத்தைஞ்சா?' என்று வாய் சூப்பினான்.

"ஏற்கெனவே அந்தப் பையம் பேருல அவங்கப்பன் அம்பதாயிரம் வாங்கிட்டதா சொல்றாங்களேய்யா"

தன்ராஜ் அதிர்ந்து போனவனாய் "இல்ல இல்ல" என்று கத்தினான்.

"யோவ் என்னைய்யா இல்ல. உம் பையன் செஞ்சிருக்கிற காரியத்தப் பாருய்யான்னா? பொணத்த வெச்சி துட்டு கறக்கப் பாக்கறீங்களா?"

சுந்தரத்தின் அதட்டலுக்கு பின் கூட்டம் சலசலத்தது. தன்ராஜ் நடுக்கமுடன் அவனைப் பார்த்துச் சொன்னான்.

"எனுக்கு காசு பணம் எதுவும் வாணா. எம்பையன் ஒடம்ப எடுத்துட்டுப் போயிடறேன்"

"நீ ஏண்ணா அப்பிடி சொல்ற? நாங்க பேசிக்கிறோம். நீ அப்பிடி ஒக்காருண்ணா. ஒரு உசிர போக்கடிச்சிட்டு நம்மளையே மொட்டுவானுங்கன்னா நாயமா?"

தன்ராஜோடு வந்திருக்கும் பஞ்சாயத்தார்கள் சுந்தரத்தோடு வாக்குவாதம் செய்துகொண்டிருந்தார்கள். கூட்டம் சலசலத்துக்கொண்டிருந்தது.

துக்கம் தொண்டையை அடைக்க ஒரு வீட்டின் திண்ணை மேல் அமர்ந்து மகனின் பிணத்தைபார்த்துக்கொண்டிருந்தான் தன்ராஜ். உடல்மீது போர்த்தப்பட்டிருந்த வெள்ளைத் துணியை ஈக்கள் மொய்த்திருந்தன.

◆ ◆ ◆

மழைக்கால கோட்டும் மஞ்சள் கைக்குட்டையும்

அஜயன் பாலா

இந்த கதை ஒரு கதை எழுதுபவனின் கதை சார்ந்த உளவியல் சிக்கலையும் அவனது மனைவியையும் சார்ந்தது. ஓரளவுக்கேனும் அந்த வலியை உங்களுடன் பகிர்ந்து கொள்ள முயல்கிறேன். இதனை எழுதி வெகுநாட்கள் கழிந்த பின் ஒரு குற்ற உணர்ச்சி காரணமாகவே நான் இந்த முன் இணைப்பை கதைக்கான பீடிகையாக எழுதுகிறேன். என் வாழ்வில் எனக்கு நேர்ந்த நேரடியான அனுபவமே இக்கதை.

இந்தச் சம்பவம் நடந்துகொண்டிருக்கும் போதே இதை எப்படியும் கதையாக எழுதிவிட வேண்டும் என்ற எண்ணம் எனக்குள் இடையறாது துருத்திக்கொண்டே இருந்தது. எவற்றையெல்லாம் கதையில் அழுத்தமாக குறிப்பிட வேண்டும் என்று நுட்பமாக ஒரு கதைக்காரனின் அனுமானத்தோடு இந்த சம்பவங்களில் நான் பங்கேற்றிருக்கிறேன். அனுபவங்களை அதன் இயல்பான வழித்தடத்திற்குள் சஞ்சரிக்க வொட்டாமல் பாதியிலேயே வழிப்பறி செய்யும் ஒரு கீழ்த்தரமான கதைக்காரனின் அகவுலகத்தோடுதான் நான் இந்த சம்பவங்களினூடே குரூரமான போதாமையுடன் செயல்பட்டிருந்தேன். இப்படியெல்லாம் இதை சொல்வதின்மூலம் எனது குற்ற உணர்ச்சியிலிருந்து தப்பிக்க வழி தேடுவதையும் உங்களுக்கு நான் சொல்லியாக வேண்டும்.

இந்த கதையை எழுதுகிறபோதுதான் ஒரு எதார்த்த கதை எழுதுவது எத்தனை சிரமம் என்பதை உணர்ந்தேன். அதிலும் தனக்கு நேர்ந்த ஒரு அனுபவத்தை ஒருவன் சிறுகதையாக எழுதுகிறபோது அந்த எழுத்தாளன் எதிர்கொள்ளும் மிகப் பெரிய உளவியல் சிக்கல் ஒரு படைப்பு குறித்தும் அதன் முழுமை குறித்தும் ஒரு சவாலை

அவன் முன் வைக்கிறது. தன் அனுபவம் அல்லது கலை வடிவம் இரண்டில் ஏதேனும் ஒன்றிற்கு அவன் உண்மையாக இருந்தாக வேண்டிய நிர்பந்தமேற்படுகிறது. அனுபவத்திற்கு உண்மையாக இருந்து அவன் செயல்படும்போது பிறரது பார்வையில் அது கலைப்படைப்பாக அறியப்பட்டாலும் தனக்குள் ஒரு கதைக்காரன் எங்கோ தொலைந்து போய்விட்டதாக உணர்கிறான். அதே சமயம் அந்த அனுபவத்தை ஒரு புனைவிற்குள் உட்படுத்தி எழுதும்போது தன் அனுபவத்தின் கற்பிலிருந்து விலகி முற்றிலும் தவறாக கசப்பு நிறைந்த பாதையைதான் தேர்ந்து எடுத்து விட்டதாக வேறு ஒரு சிக்கலுக்குள் விழுந்துவிடுகிறான். இந்த கதையை எழுதி முடித்து சில நாட்களுக்கு பிறகு அப்படிப்பட்டதான ஒரு குற்ற உணர்ச்சி என்னை மிகப் பெரிய நெருக்கடிக்குத் தள்ளி விட்டது.

இந்த கதையில் வரும் ஒரு பெண் சட்டென என் கையை பிடித்துக் கொள்வதாக ஒரு சம்பவம் கதையில் இடம் பெறுகிறது. உண்மையில் அப்படி ஒன்று நிகழவே இல்லை. வெறுமனே புனைவின் ருசிக்காகவும் (என்னை) வாசகர்களிடம் தக்க வைத்துக் கொள்ளும் நல்ல கதைக்காரனாக அடையாளப்படுத்திக் கொள்ளும் விதமாகவும் எழுதியுள்ளேன். என்னுடைய இந்த பீடிகைகளும், வியாக்கியானங்களும் இந்த குற்ற உணர்ச்சியை பொருத்ததுதான். ஒருவேளை அப்படியொரு சம்பவம் இல்லாமல் கதையை எழுதுவேனேயானால் ஒரு தோல்வியுற்றவனாகவே என்னை உணர்கிறேன். மேலும் அந்த சம்பவத்தின்போது என் கையை பற்றுவதற்கான ஏக்கமும் என் உள்ளூர இருந்தது என்பதை ஒப்புக்கொண்டு உங்கள் முன் மண்டியிடுகிறேன். ஒருவேளை அதை நிகழ்த்தி பார்க்கிற விதமாக கதையில் அதை இடம்பெற செய்து நான் குரூர திருப்தியுற்றிருக்கலாம். உண்மையில் எதன் பொருட்டு அப்படியொரு கற்பனை என்னுள் தோன்ற வேண்டும் என்பது எனக்கே தெரியவில்லை.

நமக்கு தெரியாமலே நமது அறைகளுக்குள் பலவிதமான எண்ணங்கள் அத்துமீறி நுழைந்துவிடுகின்றன. மீண்டும் இதுபோன்ற எண்ணங்கள் எனக்குள் தோன்றாதிருக்கும் பொருட்டாக வேணும் நான் இதையெல்லாம் கதையாக எழுத வேண்டியது அவசியமென்பதை உணர்கிறேன். பீடிகை இத்துடன் முடிகிறது. இனி கதைக்குள் நீங்கள் பிரவேசிப்பதில் எனக்குள் எந்த சலனமும் இல்லை.

கதை மிகவும் அந்தரங்கமானது. அது எனக்கு ஏற்பட்ட ஒரு காதல் அனுபவம். என் நிகழ்கால காதலிக்கு இது அதிர்ச்சியூட்டலாம்.

(இன்னும் அவளிடம் நான் வெளிப்படுத்தவில்லை) என் காதல் அனுபவம் என் நண்பனின் காதலியை சார்ந்தது. நண்பர்கள் யாரும் திடுக்கிட வேண்டாம். நம் எல்லோருக்கும் ஒரு விபத்துபோல ஏற்படுவதுதான். ஆனால் யாரும் வெளியே சொல்வதில்லை. என் பெருந்தன்மைக்காக நீங்கள் என்னை பாராட்டியே ஆகவேண்டும். முதன் முதலாக நான் அவளை சந்தித்த ஒரு மழைக்காலத்தில் அன்று அவளுக்கு பிறந்தநாள். நாங்கள் மூவரும் அன்று காலையில் ஒரு பூங்காவில் சந்திப்பதாக முன்னிரவே தீர்மானித்திருந்தோம். மறுநாளும் தொடர்ந்து மழை பெய்யும் என்பதை அப்போது நான் அறிந்திருக்கவில்லை. அந்த பெண்ணுடன் முதன் முதலாக தொலைபேசியில் பேசுவதற்கு பதினைந்து நிமிடங்களுக்கு முன்தான் என் நண்பனை சந்தித்தேன். ஒரு மழைக்கோட்டு வாங்க வேண்டுமென்று வெகுநாட்களாக தீர்மானம்கொண்டிருந்த எனக்கு அன்றுதான் அதற்கு தேவையான தொகை கிடைத்தது. பிரகாசமான விளக்குகளும் அளவுக்கு அதிகமான கூட்டமும்கொண்ட நாகரீக அங்காடிகள் நிறைந்த அந்த நகரத்தின் மிக முக்கியமான வீதியில் நான் மழைக்கோட்டு வாங்கிக்கொண்டு திரும்பியபோதுதான் என் நண்பனை எதேச்சையாக சந்தித்தேன். நண்பன் மிகவும் பதட்டத்துடன் காணப்பட்டான். என்னவென்று விசாரிப்பதற்குள் என் கையைப் பிடித்து இழுத்துக்கொண்டு அருகிலிருந்த கடைக்குள் நுழைந்தான். பரிசுப்பொருள் ஒன்று வாங்க வேண்டும் என்று கூறிய அவன் வேறு எதுவும் கூறாமல் அருகிலிருந்த கண்ணாடியில் தன் கேசத்தை வேகமாக கோதிக்கொண்டான்.

எப்போதும் பதட்டத்துடனே காணப்படும் அவனிடம் இன்று சற்று அளவுக்கு மீறிய பதட்டம் காணப்பட்டது. கண்ணாடியிலிருந்து முகம் திருப்பி என்னை கூர்ந்து கவனித்தவன் என் தலைமுடி நன்றாக வளர்ந்திருப்பதாக கூறினான். காரணமே இல்லாமல் நான் அவன் முன் ஒரு வயது இளையவனாக என்னை உணர்ந்தேன். கூட்டம் அதிகமாய் இருந்த கடைக்குள் அங்குமிங்குமாக அலைந்த அவன் சட்டென என்னை பிடித்து தள்ளிக்கொண்டு வெளியே வந்து நெரிசலில்லாத ஒரு இடத்தில் என்னை நிறுத்தினான்.

ஒரு பெண்ணின் பிறந்த நாளன்று அவளிடம் தருவதற்கு மிகச் சிறந்த பரிசுப் பொருட்களை உடனே பட்டியலிட்டு தருமாறு என்னிடம் கேட்டான். அந்த சூழலே சட்டென பிரகாசம்கொண்டது போல் இருந்தது எனக்கு. இதுநாள் வரை நான் அப்படியான சந்தர்ப்பங்களை எதிர்கொண்டதில்லை. இது என் நண்பனுக்கு வாய்த்திருக்கிறது என்றாலும் அதை தீர்மானிக்கும் வாய்ப்பு என்னை வந்து தொட்டதுதான் எனக்குள் நேர்ந்த பெருமாற்றத்திற்கு காரணம்.

என்ன நினைத்தேனோ தெரியவில்லை. சட்டென என் ஞாபகத்தில் இருந்து தப்பி பறந்தது ஒரு மஞ்சள் நிறக் கைக்குட்டை. அவனிடம் அதை சொன்னதும் சட்டென அவனும் இதை ஆமோதித்த ஆச்சர்யம். அது மழைக்காலமாதலால் அத்தனை கூட்டத்தினூடேயும் ஒரு குளிர்ந்த காற்று எங்களை தழுவி சென்றது.

குழந்தைகளுக்கான ஜட்டி விற்பவன் எங்கள் முன்வ ந்து கையில் பிடித்திருந்த இரண்டொரு ஜட்டிகளை அசைத்துக் காண்பித்து விட்டு அதன் மலிவான விலையை உரக்க கூவியபடி கூட்டத்தில் நகர்ந்தான். நாங்கள் நின்றுகொண்டிருந்த இடத்திற்கு மேலே நீலக்குழல் வெளிச்சத்துடனான பெயர் பலகை அணைந்து அணைந்து எரிந்தபடி நகர்ந்துகொண்டிருக்கும் ஜனக்கூட்டங்களின் மேல் தன் விளையாட்டை நிகழ்த்திக்கொண்டிருந்தது. விழாக்காலம் நெருங்கிக்கொண்டிருந்ததால் அன்று அந்த வீதியே பெரும் களிப்புடன் ஒரு ஒயின் குடித்த மயக்கத்துடன் காணப்பட்டது. இல்லையேல், என் மனப்பதட்டம்கூட அப்படியான என் மனப்பதிவுக்கு காரணமாக இருக்கக்கூடும். நான்கைந்து கடைகள் அலைந்து திரிந்து கடைசியாக அந்த வெள்ளைப் பூக்கள் நிறைந்த மஞ்சள் கைக்குட்டையை கண்டுபிடித்தோம். கையோடு அருகிலிருந்த பரிசுப் பொருட்களின் அங்காடிக்குள் நுழைந்து அங்கிருந்த சிப்பந்தியிடம் அதனை பிரத்தியேகமான ஒரு வண்ணகாகிதத்தில் பொதிந்து தருமாறு கேட்டுக்கொண்டோம். அவர்களின் வியாபார நியமங்களில் அதற்கென தனியே ஆச்சரியமூட்டும் படியான குறைந்த மதிப்பில் ஒரு விலை நிர்ணயிக்கப்பட்டிருந்தது என்றாலும் அதுநாள் வரை ஒரு கைக்குட்டையை பரிசுப்பொருளாக பொதிந்திராதவன்போல அந்த பணியாள் எங்களை விநோதமாக பார்த்தபடி வழக்கத்தை விட கூடுதலான அக்கறையும் உதட்டில் கசியும் புன்முறுவலுடன் அதனை பொதிந்து கொடுத்தான்.

கடையிலிருந்து நாங்கள் வெளியே வந்தபோது லேசான தூறலுடன் மழை துவங்கியிருந்தது. முறையாக கைக்குட்டை எங்களுக்கு சொந்தமான பிறகுதான் மழை துவங்கியிருக்க வேண்டும் என்பது என் அனுமானம். ஏனென்றால் தொடர்ந்து மறுநாளும் மழை பெய்ததால் எனக்கு பிற்பாடு இப்படியெல்லாம் ஒன்றோடொன்று பொருத்திப் பார்க்கத் தோன்றியது. சட்டென மழை வலுப்பது போல் தோன்றவே நான் அதற்காகவே சற்று முன் வாங்கியிருந்த அந்த மழைக்கோட்டை உறையிலிருந்து அவசர அவசரமாக வெளியே எடுத்தேன். உண்மையில் சொல்லப் போனால் மழை இன்னும் சற்று வலுக்க வேண்டி உள்ளுக்குள் பிரார்த்தித்தேன். என் அருகில் தூறல் நிற்க வேண்டி கைக்குழந்தையுடன் கடைவாசலில்

நின்றுகொண்டிருந்த அழகான யுவதிதான் அதற்கு காரணம். அவள் முன் மழைக்கோட்டை பிரித்து உடுத்திக் கொள்வது என்மேல் ஒருவிதமான ஈர்ப்பை அவளுக்குள் ஏற்படுத்தும் என்று நம்பினேன். அல்லது சூழலில் ஒரு எல்லையற்ற வசீகரம் என்மேல் கவிய வேண்டுமென்று எதிர்பார்த்தேன். ஆனால் அதற்கு முன்பே சட்டென என் கையை பிடித்திழுத்தபடி என் நண்பன் ஜனக்கூட்டத்தில் இறங்கவே மீண்டும் நான் அந்த மழைக்கோட்டை உறைக்குள் பதுக்க வேண்டியதாகிப் போனது.

வாகனங்கள் நகரும் பிரதான சாலைக்கு வந்ததும் என் நண்பன் எதிர்பட்ட ஒரு டெலிபோன் பூத்துக்குள் அவசர கதியில் நுழைந்து நம்பரை சுழற்றிவிட்டு மறுகையில் ரிசீவரை காதில் பொருத்தியபடி கண்ணாடி வழியே, வெளியே நின்றுகொண்டிருந்த என்னை பார்த்து சிரித்தான். அதிலிருந்தே அது அவனது காதலிக்கான அழைப்பு என்று தெரிந்தது. எனக்குள் சற்று இனம்புரியாத ஒரு பதட்டம். சாலையில் மழை வலுத்து சோவென கொட்டத் துவங்கியது. கண்ணாடிக்கு அப்பால் நண்பன் தலையை உற்சாகத்துடன் ஆட்டியபடி எதையோ பேசிக்கொண்டிருந்தான். மழைக்காக வேண்டி என் அருகே இரண்டொரு பெண்கள் வந்து நின்றனர். என்றாலும் நான் மழைக்கோட்டை பிரிக்கவில்லை. அப்பகுதி வெளிச்சம் குறைவாக இருந்ததுதான் அதற்கு காரணம். இப்படியெல்லாம் வெளிப்படையாக உங்களோடு நான் பகிர்ந்து கொள்வதன்மூலம் என்னை நீங்கள் மிக மோசமான ஒரு நிலைப்பாட்டிற்குள் கொண்டு வரலாம். ஆனால் நண்பர்களே நம் எல்லோரும் இதுபோன்ற எண்ணற்ற அபத்தங்களோடுதான் வாழ்ந்து கொண்டிருக்கிறோம். ஆனால் என்னைப் போல் நீங்கள் எவரும் உங்களை உற்றுநோக்க விரும்பவில்லை. அல்லது அதை வெளிப்படுத்திக் கொள்ள விரும்பவில்லை. இப்படியெல்லாம் நான் கூறுவதுகூட ஒருவகையில் உங்களின் மோசமான அபிப்பிராயங்களிலிருந்து என்னை காப்பாற்றிக் கொள்வதற்குத்தான் என்பதையும் நீங்கள் புரிந்து கொள்ள வேண்டும்.

மீண்டும் கதைக்குள் வருவோம். அதுவரை தன் காதலியுடன் பூத்தினுள் பேசிக்கொண்டிருந்த நண்பன் சட்டென கதவை திறந்து என்னையும் அதனுள் வருமாறு அழைத்தான். நான் கூண்டுக்குள் நுழைந்ததும் ரிசீவரை என்னிடம் கொடுத்தவன் சட்டென கண்ணாடி கதவைதிறந்து வெளியே நின்றுகொண்டான். ஒரு ஆள் மட்டும் நிற்க கூடிய கூண்டு அது. இப்போது அந்த அறைக்குள் நான் மட்டும் தனியே ரிசீவருடன். மறுமுனையில் ஒரு பெண். அதுவும் நண்பனின் காதலி. எனக்கு நிச்சயம் தெரியும். வழக்கம்போல

இம்முறையும் நான் தொலைபேசியில் பெண் குரல் கேட்டதும் உளறப்போகிறேன் என்று. அதுவும் சற்று அறிமுகமே யில்லாத பெண் வேறு. என்ன தோன்றியதோ எனக்கு சட்டென அவளுக்கு ஒரு பிறந்தநாள் வாழ்த்தைக் கூறினேன். மறுமுனையில் அதை ஆமோதித்துக்கொண்டே பெண்ணின் குரல் வெளிச்சம் நிரம்பியதாக உணர முடிந்தது. என்னோடு அறிமுகமானதில் மகிழ்ச்சி என்றும் ஆங்கிலத்தில் கூறினாள். பிற்பாடு வீட்டிலிருந்த அப்பாவிடம் தனக்கு முதல் பிறந்தநாள் வாழ்த்து கிடைத்து விட்டதாக உரக்க கூறியதை கேட்க முடிந்தது. பதட்டத்துடன் கதவை திறந்த நான் என் நண்பனை அழைத்து மீண்டும் ரிசீவரை ஒப்படைத்தேன். அதற்குள் அவன் ஒரு சிகரெட்டை பற்ற வைத்திருந்தான்.

மழை சற்று நிதானித்திருந்ததால் அதற்காகவே காத்திருந்தாற்போல கூட்டம் சாலையில் சிதறியது. நியான் வெளிச்சம் சிதறிக் கிடந்த ஈரமான சாலையை கடந்து நானும் அவனும் எதிர்சாலைக்கு சென்று ஒரு நாகரீக தேநீர் கடைக்குள் நுழைந்தோம். மறுநாள் காலை தன் காதலியை பார்க்கில் சந்திக்கப் போவதாகவும் என்னையும் அங்கே அவள் கண்டிப்பாக வரச் சொன்னதாகவும் அவன் கூறினான். அந்த அழைப்பு காரணமில்லாத ஒரு பயத்தையே என்னுள் ஏற்படுத்தியது. அதை நிராகரிக்க முடியாத நான் எனக்குள்ளிருந்த பதட்டத்தை வெளிக்காட்டாதிருக்கும் பொருட்டு அவசரமாக அந்த மழைக்கோட்டை எடுத்து அணியத்துவங்கினேன். அருகில் பேல்பூரி, சாப்பிட்டுக்கொண்டிருந்த சிறுமி என்னை வினோதமாக பார்த்தாள். கோட்டுடன் இணைக்கப்பட்டிருந்த தொப்பியை இழுத்து தலைக்கு அணிந்தபடி இரண்டு கைகளையும் பாக்கெட்டுக்குள் திணித்துக்கொண்டு எப்படியிருக்கிறது என்ற பாவனையுடன் அவன் முன் நின்றேன். கையில் அந்த பரிசுப் பொதியினை என்னிடம் தந்த அவன் மழையிலிருந்து அதனை காக்கும் பொருட்டு எனது மழைக்கோட்டில் பத்திரமாக அதனை எடுத்துச் சென்று மறுநாள் காலை பூங்காவிற்கு வரும்போது எடுத்துவரும்படி கூறி, குறித்த நேரத்தை மீண்டும் அறிவித்தபடி அருகில் வந்துகொண்டிருந்த ஆட்டோவை நிறுத்தி ஏறிக்கொண்டான்.

மழைக்கோட்டும் பரிசுப் பொதியுமாக ஒரு சில நிமிடம் பிளாட்பாரத்திலேயே நின்றுகொண்டிருந்தேன். மீண்டும் மழை வருவதற்குள் வீடு சேரும் எண்ணத்துடன் பரிசுப் பொதியினை மழைக்கோட்டுடன் பாக்கெட்டில் மறைத்த படி அருகிலிருந்த என் அறைக்கு நடக்கத் துவங்கினேன். மழை நின்றிருந்த இரவில் ஒரு பிளாட்பாரத்தின் மேல் மழைக்கோட்டும் பரிசுப் பொருளுமாய் நடந்து செல்வது இன்பமளிப்பதாக இருந்தது.

மறுநாள் எழுந்திருக்கும் போதே ஜன்னல் வழியாக மழை என்னை பார்த்துக்கொண்டே கொட்டிக்கொண்டிருந்தது. தூறலுமில்லாமல் கனமாகவுமில்லாமல் ஒரு மிதமான மழை. காலையில் வேலைக்கு புறப்பட்டுக்கொண்டிருந்த பெண்கள் மழைக்கு முன் பட்டனை தட்டி, குடைகளை விரிப்பதில் தங்களின் ஒட்டு மொத்த நளினத்தையும் காட்ட முயற்சித்துக்கொண்டிருந்தனர். வழக்கமாக தேனீர் அருந்தும் கடைக்காரன் என் மழைக்கோட்டு உருவத்தை பார்த்து புன்னகைத்தது, ஒரு மோசமான சகுனத்தையே எனக்குள் உணர்த்தியது. இறப்பது போல் கனவு கண்டால் நல்லது நடக்கும் என்பார்களே அதுபோல.

என் நண்பன் முன்னிரவில் கூறிய நேரத்திற்கு சற்று முன்னதாகவே நான் அந்த பூங்காவை அடைந்து விட்டிருந்ததால் குறிப்பிட்ட நேரம் வரும்வரை வாசலில் காத்திருந்தேன். அங்கே நிற்பது எனக்குச் சங்கடமாக இருந்தது. என்னை விட நல்ல உயர்தர மழைக்கோட்டுடன் அந்த பிளாட்பாரத்தில் சிலர் வேகமாக என்னைக் கடந்து சென்றுகொண்டிருந்தனர். மழை நின்று காற்று மட்டும் இளமையாக வீசிக்கொண்டிருந்தது. சாலையில் குட்டைபோல தேங்கிக் கிடந்த மழைநீரில் தலைகீழாக தெரிந்த என் பிம்பத்தை பார்த்தேன். அந்த நீரில் தலைகீழாக உருளும் சைக்கிள்கள் மற்றும் என் தலைக்கு மேல் தெரிந்த பெரிய மரமொன்றின் இலைகளும், கிளைகளும் என் உருவத்தைக் கேலி செய்வதாகவே எனக்குத் தோன்றியது. சட்டென இடம் பெயர்ந்து பூங்காவிற்குள் நுழைந்தேன்.

என் நண்பன் குறிப்பிட்ட இடத்தில் அவன் சொன்னதுபோலவே ஒரு இளம்பெண் நின்றுகொண்டிருந்தாள். அடர்த்தியான மரங்கள் நிறைந்த பூங்கா அது. நான் அவளருகே சென்றதும், என் மழைக்கோட்டு பாக்கெட்டிலிருந்து அந்த பரிசுப்பொதியினை அவளுக்கு அடையாளமாக காண்பிக்கும் பொருட்டு வெளியில் எடுத்தேன். நான் எதிர்பார்த்ததை விட வேறு மாதிரியான அழகும், வயது சற்றுக் குறைந்தவளாகவும் காணப்பட்டாள். அவளிடமிருந்து வந்த பிறந்த நாளுக்கான விசேஷமான நறுமணம் அந்த சூழலையே பெரும் வசீகரம் நிரம்பியதாக என்னுள் மாற்றியது. என்ன ஆச்சர்யம்! என் குரல் மிகவும் தெளிவானதாகவும் தீர்க்கமானதாகவும் இருக்கிறது. என் நண்பன் இன்னும் வரவில்லையா என்று கேட்டபடி என் பெயரை கூறி புன்னகையுடன் அறிமுகம் செய்துகொண்டேன். பதிலுக்கு முறுவலித்த அவள், வெகுதூரத்திலேயே என்னை அவள் தெரிந்துக்கொண்டதாகக் கூறி பின் சிறு இடைவெளி விட்டு சூழலுக்கு சற்று அழுத்தத்தைக் கூட்டி அவர் இன்று வருவாரா என்பது

சந்தேகமாகத்தான் இருக்கிறது என்று கூறியபடி பதட்டத்துடன் சுற்றிலும் பார்வையை சுழலவிட்டாள்.

சற்று தூரத்தில் வந்துகொண்டிருந்த நபர் என் நண்பனல்ல என்று தெரிந்தது. நான் அவளிடம் ஏன் என்று கேட்பதற்கு முன் அவளாகவே பேசத் துவங்கினாள். எப்போதும் அவர் எனக்கு முன் காத்திருப்பார் என்றும், அவர் கூறிய சமயம் கடந்து விட்டதால் அதன்பிறகு ஒருபோதும் வருவதில்லை. இது காத்திருப்பது தொடர்பாக எங்கள் காதலில் நாங்கள் இதுவரை கடைபிடித்து வரும் குறியீடு இது என்றுகூறி என்னை பார்த்து புன்னகைத்தாள். அதனால் தனக்கு எவ்வளவும் வருத்தமில்லை என்பது போலிருந்தது அவளின் பார்வை. அதை எப்படியாக உள் வாங்குவது என புரியாத நான் கையிலிருந்த அந்த பரிசுப் பொருளை அவளிடம் நீட்ட அதை வாங்கிக்கொண்ட அவள் கையோடு அதை பிரிப்பாள் என நான் எதிர்பார்க்கவில்லை. அருகில் வந்துகொண்டிருந்த நபர் சற்று தொலைவில் எங்களிருவரையும் வேவு பார்ப்பதுபோல நின்றுகொண்டிருக்க அதை பார்த்த நண்பனின் காதலி முகத்தில் சட்டென ஒரு பதட்டம் சூழ்ந்ததை உணர முடிந்தது. இப்போது எங்களிருவருக்குமான இடைவெளியை குறைத்தபடி மேலும் என்னருகே நின்ற அவள் பிரிக்கப்பட்ட பொதியிலிருந்து அந்த மஞ்சள் கைக்குட்டையை வெளியே எடுத்தாள். அதனை உயரே பிடித்த அவள் மிக மிக அழகாக இருப்பதாக கூறி இடைவெட்டாக அருகில் நின்றுகொண்டிருந்த ஆசாமியை பார்த்துக்கொண்டே சட்டென என் கையை பற்றி குலுக்கி தன் சந்தோஷத்தை வெளிப்படுத்தினாள். ஒரு நிமிடம் எனக்கு தூக்கி வாரிப்போட்டது. சற்று தாமதித்திருந்தால் முத்தமிட்டிருப்பாளோ என்றுகூட நினைக்கத் தோன்றியது. சட்டென கையை தீ பட்டது போல் விலக்கிக்கொண்ட அவள் தன்னை தவறாக நினைக்க வேண்டாமென்று எங்களை அதுவரை வேவு பார்த்துக்கொண்டிருந்தவன் தனக்கு தாய்மாமன் என்றும் தன்னை மணக்க வீட்டில் தொந்தரவு செய்து வருவதாகவும் கூறினாள். நான் இன்னொருவனை காதலிப்பதாக பலமுறை கூறியும் நம்பாத அவனை இன்று அவள்தான் அழைத்து வந்திருந்ததாகவும் தன் காதலன் வராத காரணத்தால் அவனை ஏமாற்ற வேண்டி ஒரு நிமிடம் என்னை காதலனாக அவன் முன் காண்பிக்கும் பொருட்டு என் அனுமதியில்லாமல் என் கையை பிடித்துவிட்டதாக மன்னிப்பு கோரினாள். பின் என்ன நினைத்தாளோ இரண்டொருமுறை கர்சீப்பால் தன் கையை துடைத்துக்கொண்டாள்.

பெண்களின் புத்திசாலித்தனம் நாம் அனைவரும் அறிந்ததுதான் என்றாலும், ஆண்களின் உள்ளுணர்வுகளை அவர்கள் ஒருபோதும்

பொருட்படுத்தவில்லை. புறமயக்கங்களை கடந்து அவர்களால் எரியவைக்கப்படுவதும் ஊதி அணைக்கப்படுவதுமான உயிர்சுடர்களை குறித்து எந்த பெண்ணும் அறிய முற்படுவதில்லை. அதிலும் பெண்களை கண்டாலே பெரும் புயலில் தள்ளாடும் மனநிலைகொண்ட ஒருவனுக்கு இதுபோன்ற சம்பவங்கள் எத்தகைய பதட்டங்களை ஏற்படுத்தும் என்பதை நீங்களே யூகித்துக் கொள்ளுங்கள்.

சடாரென நாடகக் கொட்டகையின் திரைமறைவிலிருந்து கடைசி காட்சியில் வெளிப்படும் கதாநாயகனைப்போல என் நண்பன் அங்கே பிரவேசித்தான். எந்த திசையிலிருந்து அவன் வந்தான் என்றுகூட அனுமானிக்க முடியவில்லை. ஏற்கனவே ஜுரம் பற்றி கிடந்த எனக்கு என் நண்பனின் திடீர் பிரவேசம் காரணமில்லாமலேயே ஒரு பயத்தை தருவித்த என்னிடம் மன்னிப்பு கோரியபடி அருகே வந்த அவன் தன் காலதாமதத்திற்கான விளக்கம் எதுவும் கூறாமல் அது இயல்பாக நடப்பதுபோலவே தன் கடிகாரத்தை பார்த்தபடி புறப்படலாமா என்று கேட்டான். அப்போதுதான், பிரிக்கப்பட்ட பரிசுப் பொருளையும் கைக்குட்டையையும் அவள் கையில் பார்த்தவன் ஆச்சர்யத்துடனும் ஒருவித சந்தேகத்துடனும் என்னைப் பார்த்தான்.

என் உள்ளொளிக்கும் கயமைக்கும் இடையேயான தொலைவை அளவிட செய்யும் பார்வை. அதுநாள் வரை விழுமியங்களின் மேல் நின்றுகொண்டிருந்த என் வாழ்வையே கேள்விக்குள்ளாக்குவதாக இருந்தது.

"இனி நீ வரப்போவதில்லை" என்று கூறினாள். அதனால்தான் நானே என் கையால் பரிசுப் பொருளை கொடுக்க நேர்ந்தது என்றெல்லாம் அவனிடம் சொல்லத் தோன்றியது. ஆனால் ஒரு வார்த்தையும் என்னால் பேச முடியவில்லை. பேசினால் உளறலாக மாறக் கூடிய மோசமான மனோநிலையில் இருந்தேன். எப்போதேனும் சிலசமயங்களில் என்னையும் அறியாமல் ஒரு புத்திசாலித்தனம் என்னை வழிநடத்தி செல்லும். அந்த நிமிடமும் அதுபோல என் உணர்ச்சிகள் எதையும் வெளிக்காட்டாமல் அந்த மழைக் கோட்டிற்குள் நின்றுகொண்டிருந்தேன். சட்டென அப்பெண், அவனை தனியே அழைத்துச் சென்று ஏதோ பேசினாள். சிறிது நேரம் கழித்து இருவரும் என் அருகே வந்து அன்றைய நாளின் கேளிக்கைகளின் பொருட்டு அவர்கள் இருவரும் நகருக்குள் செல்வதாகவும் உடன் என்னை அழைத்துச் செல்ல முடியாமைக்கு வருந்துவதாகவும் கூறினான்.

எனக்குள் ஏதோ ஒன்று உடைபட்டது. என்னை நான் வெளிக்காட்டாமல் மழைக்கோட்டுக்குள் என் இரண்டு கைகளையும் மறைத்தபடி பரவாயில்லை என்றேன். இருவரும் புறப்பட்டனர்.

அவள் அவனை நிறுத்தி அந்த கைக்குட்டையை அவனிடம் தந்து மீண்டும் புதிதாக பெறுவது போல் வாங்கிக்கொண்டாள்.

நான் இருவரையும் அமைதியாக பார்த்தேன். அவர்கள் அந்த பூங்காவை விட்டு செல்லும் வரை பார்த்திருந்தேன். பின் வெகுநேரம் மழைக்கோட்டுடன் அங்கேயே அமர்ந்திருந்தேன்

◆ ◆ ◆

டெய்ஸி டீச்சர்

வா. மு. கோமு

டெய்ஸி டீச்சர் குளியலறைக்குள் இருந்தாள். முதல் சொம்புத் தண்ணீரை தலையிலிருந்து கவிழ்த்துக் கொள்ளவும் ஈரம் பட்ட உடம்பு விறுவிறுப்பில் சிணுக்கட்டம் போட்டுத் துடிப்பதை உணர்ந்தாள். பின் மடார் மடாரென தொட்டி நீரை உடல் மேல் கவிழ்த்துக்கொண்டதும் சிணுக்கட்டம் நின்று போயிற்று.

டெய்ஸி டீச்சருக்கு வரும் ஆகஸ்டு வந்தால் முப்பத்தி மூன்று கழிகிறது. மாநிறம்தான் என்றாலும் முகத்தை மட்டும் அழகு க்ரீம்களைத் தடவித்தடவி பளபளப்பாக்கியிருந்தாள். பொதுவாக பார்ப்பதற்கு முகம் மட்டும் சிவந்தும் உடம்பு கொஞ்சம் கறுத்த மாதிரிதான் தென்படுவாள். மற்றபடி ஒற்றை நாடி உடம்பல்லதான். நுரை வர லிரில் சோப்பை உடலெங்கும் தடவி வழுக்கி வழுக்கிப் போகும் அதை சோப்பு டப்பாவினுள் வைத்து விட்டு இன்னும் கொஞ்சம் சிவந்து போய் விடுவோமா என்று அழுந்த அழுந்த தேய்த்துக்கொண்டாள். இந்த சமயத்தில் ராமகிருஷ்ணன் பாத்ரூம் கதவை பூனைபோல நீக்கிக்கொண்டு வந்தால் எப்படி இருக்குமெனவும் நினைத்து தனக்குள் புன்னகைத்துக்கொண்டாள். அப்படி ராமகிருஷ்ணன் உள்ளே நுழைந்ததும் நிதானமாக எழுந்து அவனது அரும்பு மீசையைத் தடவி சுள்ளென விரல்களால் அதை ஒரு இழு இழுத்து ஆவென அவன் கத்த முயற்சிப்பதற்குள் அவனது சிகரெட் கறை படிந்த உதடுகளை தன் உதடுகளால் கவ்வி இழுத்து உறிஞ்சும் ஆசை தோன்றவே உதடுகளை பற்களால் அழுந்தக் கடித்து ராமகிருஷ்ணா என சப்தமாக கூவியபடி சொம்பில் தண்ணீரை மோண்டு மோண்டு தலையிலிருந்து ஊற்றிக்கொண்டாள்.

டெய்ஸி டீச்சருக்கு காலையில் எட்டு மணிக்கு பேருந்து இருக்கிறது. அருகில் பதிமூன்று கிலோ மீட்டர் தொலைவிலிருக்கும் ஹையர் செகண்டரி ஸ்கூலில் ஒன்பது, பத்து வகுப்புகளுக்கு

இயற்பியல் பாடம் கற்றுத் தருகிறாள். ஆண்களும் பெண்களும் இணைந்து படிக்கும் பள்ளி அது. பள்ளியில் டெய்ஸிக்கு நல்ல பெயர் உண்டு. பணியில் அமர்ந்த இந்த ஏழு வருட காலங்களில் தலைவலி என்றுகூட விடுப்பு எடுத்துக்கொண்டதில்லை. தவிரவும் வா கண்ணு என்ன கண்ணு புரியலியா கண்ணு என்றுதான் மாணவ, மாணவியரை அழைத்துப் பேசுவாள். டெய்ஸி டீச்சர் வகுப்பு என்றால் மாணவ மாணவிகளுக்குகொண்டாட்டம்தான். யாரிடமும் கடுமையாக நடந்து கொள்ளும் பழக்கம் அவளிடம் இல்லை.

ராமகிருஷ்ணன் பக்கத்து கிராமத்திலிருந்து பேருந்தில் பள்ளிக்கு வருபவன்தான். பள்ளியில் அவன் பனிரெண்டாம் வகுப்பு ஏ பிரிவில் இருக்கிறான். நல்ல படிப்பாளிதான் என்றாலும் வால் என்ற ஒன்று இல்லாத குறைதான். டெய்ஸி டீச்சர்மீது அவனுக்கு அலாதியான விருப்பம் உண்டு. தன் வகுப்புக்கு டெய்ஸி வருவதில்லை என்பது மட்டுமே அவனுக்குபோதுமானதாக இருந்தது. டீச்சருக்கு தரவேண்டிய மரியாதையெல்லாம் தரமாட்டான். பள்ளியின் வெளியே பேருந்து நிறுத்தத்தில் நிழற்குடையின் கீழ் நின்றிருந்தாள் என்றால் எதிரே பெட்டிக் கடையில் நின்றபடி சிகரெட் புகை ஊதியபடி இவளை விழுங்கி விடுவது மாதிரி பார்த்தபடி நிற்பான். ஒரு நாள் இல்லாப் போனால் ஒரு நாள் அந்த கண்களை நோண்டப் போவதாகவும், சிகரெட் பிடிக்கும் உதடுகளை கிழித்து விடப்போவதாகவும் எண்ணி வெறும்பனே நின்றிருப்பாள். போக பள்ளிக்கு வருகையில் மற்ற மாணாக்கர்களைப்போல புத்தகங்கள் நிரம்பிய பையுடனும் வரமாட்டான். ஒரு நீள சைஸ் நோட்டும் இதய வடிவத்தில் அமைந்த டிபன் பாக்ஸும் மட்டும்தான். ஆனால் படிப்பில் மட்டும் இந்த வால் பையன் எப்படி கெட்டி என்பது புதிர்தான் என்றும் டெய்ஸி நினைப்பாள்.

வெள்ளிக்கிழமை நாளில் அந்த குறுநகரத்தில் சந்தை கூடுமென்பதால் கிராமங்கள் வழியாக சுற்றி வரும் அந்த தனியார் பேருந்து பள்ளி அருகே வருகையில் நிரம்பி வழிந்து வரும். தோளில் கறுப்பு நிற லெதர் பாக்கை மட்டும் சுமந்து, பேருந்து ஏறும் டெய்ஸியிடம் ராமகிருஷ்ணன் தனது டிபன் பாக்ஸையும், நோட்டையும் பிடியுங்க டீச்சர் என நீட்டி விடுவான். இவளும் மறுக்காமல் கையில் வாங்கிக்கொண்டு கூட்டத்தினுள் நுழைந்து பேருந்தினுள் ஐக்கியமாகி விடுவாள். பேருந்து கிளம்பும் சமயம் படியில் தொற்றிக்கொண்டு டீச்சர் முகம் ஜன்னல் புறங்களில் எங்காவது தென்படுமா என விழிகளை ஓட்டுவான். அப்படி தென்பட்டு விட்டதென்றால் காற்றில் அலையும் முடிக்கற்றைகளை கோதி விட்டபடி புன்னகைப்பான். டெய்ஸி கோபமாய் விழிகளை

உருட்டி முறைத்தாலும் அந்தப் பார்வையை சட்டையே செய்யாமல் உதட்டைக் குவித்து முத்தம் தருவது போல் பாவித்து விடுவான். டெய்ஸி டீச்சருக்கு அவனது சேட்டைகள் உள்ளூர குதூகலத்தை எழுப்பும்.

வயது குறைந்து போய் பள்ளியில் படிக்க வரும் தாவணிப் பெண்ணாகி விடுவாள் டெய்ஸி. அப்போது இவனைப்போலத்தான் ஜான்சன் பறக்கும் முத்தம் தருவான். பறந்து வரும் முத்தத்தை பிடித்து கொள்ளாவிடில் ஜான்சனின் கருத்த நிறம் மேலும் இருண்டு போகும்.

"உன்னைக் காணாத கண்ணும் கண்ணல்ல... உன்னை எண்ணாத நெஞ்சும் நெஞ்சல்ல" பாடலை டெய்ஸி உதடுகள் பிரிய பாடிக்கொண்டு கண்ணாடி முன் நாற்காலியில் அமர்ந்தாள். முடிக்கற்றைகளை வலது புறமாகத் தூக்கிப் போட்டு தேங்காய்ப் பூத் துண்டால் ஈரத்தைப் போக்கடித்தவள் லிரில் பவுடரை முதுகு, கழுத்து கிச்சு எனக் கொட்டித் தேய்த்தபடி கண்ணாடியில் தெரியும் தன் உருவம் பார்த்தாள். கண்ணாடிக்குள்ளிருந்து ராமகிருஷ்ணன் முகம் உதடு குவிந்தபடி டீச்சருக்கு முத்தம் கொடுக்க நீண்டு வரவே, டெய்ஸி நாற்காலியோடு பின்னுக்குச் சாய்ந்தாள். படுவா டேய் என்றவள் திணறி எழுந்து கண்ணாடி பார்க்கையில் அது அவள் முகமே காட்டிற்று. சாய்ந்திருந்த நாற்காலியை நிமிர்த்தி அமர்ந்தவள், இந்த முகத்தில் எந்தக் கவர்ச்சியுமில்லை. பருக்கள்தான் உருண்டை உருண்டையாய்த் தெரிகின்றன. இந்த முகத்தை நிச்சயமாக அவன் விரும்பமாட்டான் என நினைக்கையில் கண்ணாடியில் தெரிந்த டெய்ஸியின் முகத்தில் தென்பட்ட பருக்கள் மளமளவென பெரிதாகி வெடித்துச் சிதறின. சீழ் மாதிரி ஒழுகி வழிய, புருவமயிர்கள் கொத்தாய் சொதசொதத்து விழுந்தது. முகத்தின் சதைகள் கழன்று விழுந்து வெறும் எலும்புக்கூட்டு முகம் மட்டுமே பல்லைக் காட்டி இளித்தபடி தெரியவே, வீல் என்ற ஒலி எழுப்ப டெய்ஸி தலையை ஆட்டிக் குனிந்து கைகளால் முகத்தை இறுக்கித் தாங்கிக்கொண்டாள். ஆசுவாசப்படுத்திக்கொண்டு மெதுவாய் தலையை உயர்த்திக் கண்ணாடியைப் பார்க்க மிரட்சியடைந்த டெய்ஸி முகத்தை அது காட்டிற்று.

டெய்ஸி டீச்சரின் இந்த தனிமை வாழ்க்கை பிறருக்கு ஐயோ பாவம் என தோன்றச் செய்தாலும் டீச்சருக்கு நிம்மதியான வாழ்க்கையை நகர்த்துவதாகத்தான் தோன்றிற்று. டெய்ஸிக்கு சொந்த பந்தங்கள் என்றுகூட யாருமில்லைதான். தூரத்து டவுனில் இவள் அண்ணன் சாமுவேல் பெட்ரோல் பங்க் ஒன்றில் பணியிலிருக்கிறான். சாமுவேல் வாழ்க்கையை நினைத்தால் டெய்ஸிக்கு பரிதாபம் கூடிவிடும். இருந்தும் இவள் கூறுவதை துளியேனும் மனதில்

போட்டுக் கொள்ள மாட்டாத பிடிவாதக்காரன். சாமுவேல் ஒரு முடாக் குடியன். காலையில் தூங்கி விழித்ததும் காபிக்குப் பதில் சரக்கை குடிப்பவன். அண்ணனுக்கு இவளாகப் பார்த்து இவளைப் போன்றே டீச்சராகப் பணிபுரியும் மேரியை கட்டி வைத்தாள். நகரில் பிரதான சர்ச் ஒன்றில் எளிமையாய் ஆரவாரம் இன்றி அந்த திருமணம் நடந்தது. அண்ணன் குடிப்பழக்கத்திலிருந்து மீண்டு விடுவான் என்றும், மேரி அவனைத் திருத்தி தன் முந்தானைக்குள் முடிந்து கொள்வாள் என்றும் நினைத்தாள். கர்த்தரிடம் அவள் வேண்டிக்கொண்டதும் அதுதான். குழந்தை குட்டியோடு அண்ணனின் நிம்மதியான வாழ்க்கையை தரிசிப்பதுதான் அவள் கனவும். ஒரே மாதத்தில் அந்த கனவு சுக்கலாக நொறுங்கிப் போனது. சாமுவேல் வயிறு நிரம்பக் குடித்துக்கொண்டு வந்து டெய்ஸி வீட்டின் முன் கொந்தளித்தான். சாமுவேலின் இடுங்கிய கண்களைப் பார்க்கையிலும், கையை உதறி உதறி அவன் பேசும் நிலையும் இவளுக்கு அழுகையை கூட்டி வந்தது.

“டீச்சரையாடி எனக்கு கட்டி வெச்சே கழுத முண்டே! அவ ஒரு சரியாந்த அவுசாரிடி. அவங்க ஆத்தாளும் ஒரு அவுசாரிதானாம். என்ன குடும்பம் ஏது குடும்பம்ன்னு நல்லா வெசாரிச்சு கட்டி வெச்சியாடி எனக்கு! பக்கத்து ஊட்டுக்காரனோட சினிமாக்கு போறா வாரா... ஒண்ணு கேட்டு வெச்சா சும்மா கெட்றா குடிகாராங்றா... நாங்குடிக்கறதுதான் உலகத்துக்கே தெரியுமே... புதுசா என்ன இருக்கு அதுல? என்னைய என்ன அம்பட்டையன்னு நெனச்சுட்டீங்களா ரெண்டு பேரும்? ஏதோ திட்டம் போட்டுத்தாண்டி நீ எனக்கு அவளக் கட்டி வெச்சிருக்கோணும்” என்றான் சாமுவேல்.

“ஒரு திட்டமுங் கெடயாது... திட்டம் என்ன போயி திட்டம் போட்டாங்களாமா. பெருஸ்ஸா நீ கண்டுபுடிச்சுட்டே இப்ப அவ எங்கிருக்கிறா? வந்து வேணா காதுமேல நாலு அப்பட்டா? அப்பி சொல்லிட்டு வர்றேன்”

“அவ ரெண்டு நாளா இல்லடி... பக்கத்து ஊட்டுக்காரனையும் காணம். அவஞ்சம்சாரம் கொழந்தைக ஒரம்பறைக காச்சு மூச்சுனு ஒரே எரச்சல். அடி நீ பாத்து எனக்கு கட்டி வெச்சது எனக்கு தாங்காதுடி. உம்பட ராசி... அப்புடி போர்டு எழுதுறான் பெயிண்ட்டு பூசறான். கடை வெச்சிருக்கான்னு ஒருத்தன் பொறகடையிலயே சுத்தி அவனைக் கட்டிக்கிட்ட. ஒரு வருசம் உங்கோட அவன் உருப்படியா இருந்தானா? கம்பிய நீட்டீட்டு ஓடியே போயிட்டான். அப்புறம்படிப்பு படிப்புன்னு எங்கிட்ட இருக்கற அஞ்சு பத்தையும் புடுங்கீட்டோடி படிச்சே... படிச்சு டீச்சரும் ஆயிட்டே. அதுவுஞ்சரி. மறுபடி கம்முனு இருக்கியா? பாஸ்போர்ட்ட தொலச்சுப் போட்டு அவன் நாட்டுக்கே போக

வக்கில்லாம கெடந்த வெளிநாட்டுக்காரன டவுன்ல இருந்து ஓ ஜீஸஸ் ஓ ஜீஸஸ்னு ஊட்டுக் குள்ளாரகொண்டாந்து உட்டுட்டு அட அவனொரு அரைக் கெழவன்… டார்லிங் டார்லிங்னு கூப்பிட்டு வெச்சுக்கிட்ட… அவனாவது ஒரு வருசம் இருந்தானா? இறுமி இறுமி செத்தும் போனான். மடார்னு அண்ணன் மேல பாசம் பொத்துட்டு வந்து எம்பட வாழ்க்கையையும் நாறடிச்சுப் போட்டியேடி" என்றவன் வாயிற்படியில் அமர்ந்து தலையை முழங்கால்மீது வைத்துக்கொண்டான்.

"இப்ப என்ன ஆயிப்போச்சுன்னு குடிச்சுப் போட்டு வந்து பழங்கதெ பேசிட்டு இருக்கே? அவ செரியில்லைன்னா உட்டுப்போட்டு போவியா. காறித் துப்பிப் போட்டு நல்லா இருந்தா எல்லாருக்கும் சந்தோசம். நான் அவ அடங்காப் பிடாரின்னு எனக்கென்ன முன்னமே தெரியுமா? பூத கண்ணாடியா வெச்சுக்காங்க முடியும்? ட்ரெயின்ங்ல ஒன்னா எங்கூடப் படிச்சவ. லெட்டர் எழுதிட்டு இருப்பா. இந்த மாதிரி எங்கண்ணனை கட்டிக்கிட சம்மதமான்னு கேட்டேன். சரின்னு சொல்லவும் சட்டுபுட்டுன்னு காரியம் நடந்து போச்சு. அவ்ளதான். நாட்டுல என்ன பொண்ணுகளுக்கா பஞ்சம்?"

"நீ சொல்லுவேடி. இன்னும் ஏழு புருசங்கட்டிக்கப் போறவதான நீயி. நானு குடிகாரந்தா… எனக்கந்த ஈனப்புத்தியெல்லாங் கெடையாது"

"சரி. நானு ஈனப்புத்திக்காரியவே இருந்துட்டுப் போறேன். நீ நல்லபுடி நாச்சியாவே இருந்துக்கோ… எவளையுங் கட்டிக்காதே… இப்படியே குடிச்சுட்டு டவுன்ல ரோட்டுல கெடந்து சாவு"

"நானேன்டி சாவுறேன். சாபமா உட்றே? நான் ஏஞ்சாவுறேன்னேன். அப்படி செத்தாலும் நீ எம் பொணத்தப் பொதைக்க வேணாமடி. முனிசிபாலிட்டிக்காரன் வந்து தூக்கிட்டுப் போவட்டும்" என்றான். மறுபடியும் தலையை முழங்கால்களுக்குள் திணித்துக்கொண்டு ம்… ம் என முனகினான்.

டெய்ஸி டீச்சர் மடாலென விசும்பி அழ ஆரம்பித்தாள். கோவென சப்தம் பெரிதான சமயம் சாமுவேல் தள்ளாடி எழுந்தான். அழுவாதடி அழுவாதடி நாஞ்சும்மா சொன்னன். அழுவாதடி என்றான். டெய்ஸி பின்னர் எதுவுமே பேசாமல் வீட்டினுள் சென்று விட்டாள். இவனும் தள்ளாடி வீட்டினுள் நுழைந்து வரவேற்பறையில் கிடந்த ஷோபாவினுள் அமிழ்ந்தான். உதடுகள் ஏசுவே என்று முணுமுணுத்தது.

"பூரிக்குத்தான் மாவு பெசஞ்சு வெச்சிருக்கேன் சுடவா?" என்று சமையலறையிருந்து குரல் வந்ததும்,

“என்னமோ செய்யி... திங்கிற மாதிரி இருந்தா சரி... ஆமா சனமே பூராவும் டவுனுக்குப் ஓடிப் போயிட்ட பொறவு அனாதியா இந்த ஊர்லயே ஏன் கெடக்கே! பாரு நம்ம வழவச் சுத்தி குட்டிச் செவுருகதான் நிக்கிது. ஒரு திருடன் வந்து கதவெ ஒடச்சான்னாகூட கூப்பாடு போட்டா ஒரு சனம் வந்து நிக்குமா? போன தபா வந்தப்ப அந்த ரோட்டும் பேர்ல நின்னுட்டிருந்த சர்ச் ஒண்ணுதான் உருப்படியா நின்னுது. இப்ப பேஞ்ச மழையில செவுறுவுழுந்து கெடக்குது. நீ என்னடான்னா காசக் கொட்டி இவ்ளோ செலவு பண்ணி இங்க ஊட்டை சம்முனு கட்டி வெச்சிருக்கே. ஏன் தனியா உன்ன கண்டுதான் மெரண்டு ஒளிஞ்சு திரியுமுக... பாரு... காசு பாரு... தூருதருசனப் பாக்க இந்தாப் பெரிய கலர் டீவி.”

“கண்ணப் போட்டுட்டு போயிடாதேயா... நீயும் சம்பாதிச்சு குடிக்காம இருந்து டவுன்ல ஊடு கட்டி இரு. ஆரு வேண்டாங்கறாங்க. இல்ல எங்கீம் போயி நீயி வேலை செஞ்சு கழட்டுனதுபோதும். இங்கேயே கெடன்னாலும் கேக்கமாட்டேன்னு நீ புடிச்ச மொசலுக்கு மூணு காலுதான்னு நிக்கே...” என்றாள்.

“இந்த வரப்பட்டிக் காட்டுல என்னால கெடக்க முடியாது. சாமீ... ஒரு கோட்டரு வாங்கோணுமுன்னா ஆறு மையிலுக்குப் போயிட்டு வரோணும்... ஓடறதே ஒரே பஸ்சு. அதையும் உட்டுட்டா நடந்து வந்துதான் சேரோணும். நாலு சனம் இங்க நல்ல வார்த்தை பேசுமா? எனக்கு பொசுக்குனு கோவம் முட்டீட்டு போடுவேன். ஆமா உன்னிய போறா பாரு பறைச்சி கொடையைச் புடிச்சிக்கிட்டுன்னு பேசுவானுகளே... எல்லாங்க காதுல கேட்டுட்டு எப்படித்தான் இங்க பொழப்ப ஓட்டறியோ... இந்த ஊரை உட்டுப்போட்டு டவுனுக்கு வந்துவனுக எல்லாம் நல்லா இருக்கானுக... ஊடுக குட்டிச் செவுருகளாகப் போனாலும் பரவாயில்லன்னுட்டு இல்ல ஓடியே வந்தானுக. அதுவெல்லாங் கெடந்து சாட்டாது. வொய்னு பாட்டலு வெச்சிருப்பியே அதுல ரெண்டக்குடு. பேசிட்டே இருந்ததுல மப்புங் கொறஞ்சு போச்சு”

“அதெல்லாம் ஒண்ணுமில்லே. பூரி ரெடியானதும் தின்னு போட்டு கம்முனு தூங்கற வழியப் பாரு. சித்த சாமி சாமியாயிருப்பே. தொணத் தொணன்னு ரம்பம் போடாம டீவியாச்சும் போட்டுப் பாத்துட்டு இரேன்.”

“டீவியா? க்யா புல்தாகேன்னு கத்திட்டு இருப்பாங்க. அதுல ஒரு எழவும் புரியாது. நாஞ் சித்த தூங்கறேன். அப்புறம் எழுப்பி உடு” என ஷோபாவிலேயே சாய்ந்து கண்ணை மூடினான் சாமுவேல். இப்படித்தான் திடீரென வருவான். டெய்ஸியிடம் ஆயிரம் ரெண்டாயிரம் வாய்க்கு வந்ததை கேட்டு வாங்கிக்கொண்டு

போய் விடுவான். டெய்ஸியும் இவன் கேட்ட பணத்தை கொடுத்து நாட்டி விடுவாள். சாக்கு போக்கெல்லாம் வைத்துக்கொண்டு இல்லை என்று சாமுவேலுக்கு சொல்லவும் மாட்டாள். இவள் ட்ரெயினிங் படிக்குங் காலத்தில் அவனிடம் ஒரு பைசா விடாமல் கறந்துகொண்டு போயிருக்கிறாள். சாமுவேல் தூக்கம் தூங்கி எழுந்தானென்றால் மணி விடிகாலை நான்காகவோ ஐந்தாகவோ இருந்தாலும் முகம் அலம்பிக்கொண்டு கிளம்பி விடுவான். பேருந்தை எதிர்பார்த்தெல்லாம் காத்திருக்கும் வழக்கமும் அவனிடம் இல்லை.

தனித்து இந்த கிராமத்தில் டெய்ஸி இருப்பதால் தொல்லைகள் என்று எதுவும் இல்லை. டீச்சர் என்கிற மரியாதையோடு சிலர் ஒதுங்கி விடுவதும் உண்டு. மீறி டெயஸிய்யை தொட்டு விட்டாலும் வேறுகோலம் ஆகி விடுமோமென்ற அச்சுறுத்தும் பயத்தினாலும் ஒதுங்கி விடுவர். டெய்ஸிக்கு இரைச்சலான பரபரப்பு வாழ்க்கைபிடிப்பதில்லை. இந்த தனிமையில் நிம்மதியை உணர்வதாலும் அதுவே பழக்கப்பட்டும் போய் விட்டதாலும் வாழ்க்கையை இப்படியே நகர்த்தினாள். அருகிலிருந்த கிராமங்களில் இருக்கும் ஊர்க்காரர்களுக்கு டெய்ஸி பெரும் புதிர்தான். வமுவே காலியானபின் இந்தப் புள்ள மட்டும் தனியா ஒத்தையா கெடந்தே சாமர்த்தியமான புள்ளதான். என்று நினைத்தார்கள். ராக்காலங்களில் இடிந்து போன வீடுகளில் தங்கி கிடக்கும் பேய்கள் டெய்ஸி டீச்சரோடு ரைம்ஸ் பாடி கொட்டமடிக்கின்றன என்கிற வதந்திகளும் உண்டு. அப்படியான புரளிகளே அவளுக்கு பாதுக்காப்பாயும் அமைந்து விட்டது. யாரும் டெய்ஸியோடு வம்பு தும்புக்கு நிற்பதில்லை. அப்படி போனாலும் மந்திரித்து விடுவாள் என்றும் ஏதேனும் அவளுக்கு வேண்டப்பட்ட குட்டிச்சாத்தான்களை ஏவி விட்டு விடுவாள் என்றும் கண் காது மூக்கு வைத்து பேசினார்கள்.

டெய்ஸி டீச்சர் முக அலங்காரங்களை முடித்துக்கொண்டு உடலைச் சுற்றி இருந்த டவலை உருவி விட்டு நைட்டி அணிந்துகொண்டாள். இனி ராமகிருஷ்ணன் வரவேண்டும். வந்து விடுவான் என்கிற அசாத்திய நம்பிக்கை மனதினுள் டெய்ஸிக்கு இருந்தது. வெளியே இருள் சூழ்ந்து வந்துகொண்டிருந்தது. மெழுகுவர்த்தி ஒன்றைப் பற்ற வைத்து டேபிளில் வைத்தாள். மெழுகுவர்த்தி முனையில் உருகி வழிந்து டேபிளில் படர்ந்து கட்டியாவதை உற்று நோக்கியபடி அமர்ந்திருந்த டெய்ஸிக்கு மனது ராமகிருஷ்ணனை நோக்கி சென்றது.

சென்ற வாரத்தில் ஒரு நாள் டெய்ஸி, டீச்சர்களுக்கான அறையில் ஓய்விலிருந்தபோது பத்தாம் வகுப்பு பி பிரிவில் இருக்கும் இந்திராணி இவளைத் தேடி வந்தாள். வந்தவளின் முகம் அழுது வீங்கியிருந்து. டெய்ஸி என்ன ஏது என அவளை விசாரிக்கும்

முன்னமையே அவள் குலுங்கி அழத் துவங்கினாள். சிறிது நேரம் அவளை அழ விட்டு "என்ன கண்ணு ஆச்சு? ஏன் அழறே? என அவளை அணைத்தபடி கேட்டாள். அந்த சமயத்தில் வேறு ஆசிரியைகளும் அறையினுள் இல்லை. இந்திராணி விசயத்தை சொன்னாள். அது ராமகிருஷ்ணன் மீதான புகாராயிருந்தது. பனிரெண்டாம் வகுப்பு ஏ பிரிவில் இருக்கும் ராமகிருஷ்ணன் ஒரு மாதகாலமாகவே இந்திராணி பொறத்தியே சுற்றி, கடிதம் எழுதி நீட்டியெல்லாம் டார்ச்சர் கொடுத்ததாகவும், இன்று காலையில் வகுப்பறையில் வைத்து முத்தம் குடுத்து விட்டதாகவும் இந்திராணி சொல்ல சொல்ல அவளின் உதடுகளை டெய்ஸி கவனித்தாள். அது வீங்கியிருந்தது.

"விசயத்தை சொல்லிட்டீல்ல இது மாதிரி எல்லார் கிட்டயும் அழுதுட்டு நின்னுட்டு இருக்காதே கண்ணு. இனிமே அவன் உன்னை ஏதும் செய்யமாட்டான். நான் பாத்துக்கறே" என்று கூறி அவளை அனுப்பி வைத்ததும் தான் என்ன செய்யப் போகிறோமென்ற சிந்தனையை உதித்தது. ராமகிருஷ்ணன் பிஞ்சிலேயே பழுத்தவனாக வேறு இருந்தது வேதனையாக இருந்தது. உடனே அவனைக் கூப்பிட்டு தலைமை ஆசிரியருக்குத் தெரிந்தால் டி. சியை கொடுத்து அனுப்பி விடுவார் என மிரட்டும் ஆசையும் துளிர் விட்டது. அந்த விதமான மிரட்டலுக்கு பணிந்து போகிறவனுமல்ல தான் என்றும் தோன்றியது.

டெய்ஸி டீச்சர் காய் நகர்த்துவதில் கில்லாடிதான். ராமகிருஷ்ணன் உதடுகளை குவித்து செய்யும் சேட்டைகளை டெய்ஸியும் பேருந்தில் யாரும் அறியாவண்ணம் ராமகிருஷ்ணனைப் பார்த்து செய்தாள். ராமகிருஷ்ணன் ஏற்கனவே டீச்சர்மீது பசியாய்க் கிடப்பவன். இதற்கும் மேல் சொல்லவா வேண்டும். பேருந்தில் கூட்டமில்லாத நாள் பார்த்து தன் ஊர்க்காரர்கள் யாருமில்லாததை கண்டு ஜன்னலோரமாய் தனித்து அமர்ந்திருந்த டெய்ஸி டீச்சரின் அருகாமையில் வந்து அமர்ந்துகொண்டு டெய்ஸியின் முகத்தில் கோபம் ஏதாவது தெரிகிறதா எனப் பார்த்தான். வெளியே வேடிக்கை பார்த்தபடி வந்தவள் இவன் புறமாய் முகத்தை திருப்பி புன்னகைத்தாள். வேகமாய் வந்து ஜோடியாய் அமர்ந்து விட்டானேயொழிய ராமகிருஷ்ணனுக்கு பின்னர்தான் கால்கள் உதறலெடுத்தது. ஏதும் பேசுவதற்கும் வாய் வராமல் எச்சில் முழுங்கிய வண்ணம் பேருந்தினுள் முன்புறம் மாட்டி வைத்திருக்கும் செத்துப் போனவரின் புகைப்படத்தை வேடிக்கை பார்த்தான். டெய்ஸி டீச்சர்தான் இவனது நடுங்கும் கால்களை கவனித்து அவனது தொடைமீது கைவைத்து சாந்தப்படுத்தினாள்.

“உனக்கு வீட்டுல பீஸ் போயிட்டா பீஸ் போடத் தெரியுமா?” என்றாள்.

“தெரியுங்க டீச்சர். என்றான்.” சரியாக நடுங்காமல் உச்சரித்தோமா என்று வேறு சந்தேகமாயிருந்தது.

“என் வீடுதெரியும்ல. என் வீட்டுல பீஸ் போயிடுச்சு. வந்த உடனே நீ போயிடலாம். ஆனா என் வீட்டுக்குத்தான் போறேன்னு யார் கிட்டவும் சொல்லாம வரணும்” என்றாள். ராமகிருஷ்ணன் தனக்கு வழியை டீச்சரே போட்டுக் கொடுக்கிறாள் என்பதை உணர்ந்தான். எத்தனை பைங்கிளி விருந்து புத்தகம் அவன் படித்திருக்கிறான். அவைகளிலெல்லாம் ஒவ்வொரு அனுபவக் கதைகளும் இப்படித்தானே ஆரம்பிக்கின்றன. அதும் டீச்சர் தனித்துத்தான் இருக்கிறாள்.

“பீஸ் போட்டுடவங்க டீச்சர். யார்ட்டயும் சொல்லாமயே வந்துடறேன்” என்று அழுத்தி நிதானமாய் பிசிறடிக்காமல் சொன்னான் இப்போது. மெழுகுவர்த்தி உருகி வழிவதையே பார்த்தபடி இருந்த டெய்ஸி சுவர்க்கடிகாரம் ஏழுமுறை அடித்ததும்தான் எழுந்து வீட்டின் முன் புறத்திற்கு வந்தாள். ராமகிருஷ்ணன் வந்து விடுவான். பீஸ் போட்டும் விடுவான். அதற்கு மேல் என்ன செய்வது? நன்றி ராமகிருஷ்ணன் எனக் கூறி தாட்டி விடலாம் வேறு என்ன? என்ற சிந்தனையும் ஓடியது. வாயிற் படிக்கட்டில் அமர்ந்து எதிரே இருண்டு நிற்கும் வேப்ப மரத்தை உற்றுப் பார்த்தபடி இருந்தாள். முன்பெல்லாம் ஜான்சனுக்காகத்தான் இப்படி காத்துக்கிடப்பாள். ஜான்சன் இரவு கடையை பூட்டி விட்டு வருவதற்கு இரவு பத்தாகி விடும். திடீரென எதிரே வேப்பை மரத்திலிருந்து இவள் வீடு வரை பெரிய சிலந்தி வலை தெரிந்தது. ஒவ்வொரு நூலும் பெரிய வடைக்கயிறு மாதிரி தெரிந்தது. இத்தனை பெரிய வலை கட்டும் சிலந்தி பெரிதாகத்தான் வேண்டும். ஆமாம் வேப்பையிலிருந்த பெரிய சிலந்தி அதன் வலை வழியாக ஆடி ஆடி இவளை நோக்கி வந்தது. டெய்ஸி மிரண்டு போய் எழுந்த சமயம் சிலந்தி தன் ஒரு காலால் வளைத்துப் பிடித்து இவளை தூக்கிக்கொண்டு நடுமையத்திற்குகொண்டு சென்றது டெய்ஸிக்கு தூரியாடுவதுபோலத்தான் என்றாலும் சிலந்தி தன் அசிங்கமான வாயை இவள் முகம் நோக்கி விரித்தபோது பயத்தில் நடுங்கி வீறிட்டாள்.

ராமகிருஷ்ணன் அங்கு அப்போது வந்தவன் படிக்கட்டில் அமர்ந்து தனியே இந்தப் புறமும் அந்தப் புறமும் சாய்ந்து சாய்ந்து ஆடும் டீச்சரை ஏதோ விளையாட்டு காட்டுகிறாள் என்றுதான்

நினைத்து நின்று பார்த்தான். வீல் என டீச்சர் அலறவும்தான் அருகே சென்று டீச்சரின் முதுகைத் தொட்டு "டீச்சர் டீச்சர் என்ன ஆச்சுங்க" என்றான்.

"ஒன்னுமில்ல. நீ எப்ப வந்தே?" என எழுந்தவள் வேப்பை மரத்தையும் வீட்டையும் பார்த்து பின் இவனைப் பார்த்தாள். லுங்கி, பனியன் சகிதம் ராமகிருஷ்ணன் வந்திருந்தான்.

மெயின் பாக்ஸ் வீட்டின்பின்புற சுவரில் இருப்பதாகக் கூறி இவனை பின் புறம் கூட்டி வந்தாள். "டார்ச் எடுத்துட்டு வாங்க டீச்சர். உங்க எடம் நீங்க பூ மாதிரி இருட்டுல நடப்பீங்க. நான் நடக்க முடியுமா?" என்றவனுக்கு 'சாரி' சொல்லி வீட்டினுள் சென்று டார்ச் எடுத்து வந்தாள். பீஸ் கட்டையைப் பிடுங்கிப் பார்த்தவன் அறுந்து போயிருந்த கம்பியை டெஸ்டர் திருப்புளியால் எடுத்து வேறு கம்பி போட்டு கட்டையை மாட்டினான். போய் லைட்போடுங்க எரியும் என்றான். வீட்டின் முன்புறம் இருவரும் வந்தார்கள். முகப்பு வாசல் விளக்கின் சுவிட்சை டெய்ஸி தட்ட பளீரிட்டு குண்டு பல்ப் எரிந்தது. "சாமர்த்தியசாலிதான்... படிச்சுட்டு லைன் மேனாப் போயிடு... வா காபி குடிச்சுட்டுப் போவியாம்" என அவனை உள்ளை அழைத்துப் போனாள். ஷோபாவில் அவனை அமர வைத்து விட்டு டிவியை ஆன் செய்தாள். வி.சி.டி. ப்ளேயரும் ஆன் ஆகி திரையில் ஆங்கிலப் படம் ஓடியது. டீச்சர் தமிழ்ப் படங்களே பார்ப்பதில்லை போலும் என நினைத்தான்.

"பாத்துட்டு இருக்கியா?"கண்ணு. சக்கரை தீர்ந்து போயிடுச்சு. கடை வரைக்கும் போயி வாங்கிட்டு வந்துடறேன். காலையிலேயே நெனைச்சேன். மறந்து போயிடுச்சு. எட்டு எட்டே காலுகுக்குள்ள கடைய சாத்திடுவாங்க போயிட்டு ஓடியாந்துடறேன் பத்து நிமிசத்து" என்றபடிவீட்டை விட்டு வெளியேறினாள்.

திரையில் கிங்காங் ஓடிக்கொண்டிருந்தது. பாறை விளிம்பு ஒன்றில் நாயகி பெரிய மனிதக் குரங்கு முன்பு முன் பல்டி பின் பல்டி என போட்டுக் காட்டிக்கொண்டிருந்தாள். குரங்கு ஒரு விரலால் அவளை தள்ளி விட்டுவிட்டு ஹாஹா வென நெஞ்சில் கைகளைத் தட்டிக்கொண்டு கத்திற்று. இது ஏதோ குழந்தைகள் பார்த்து ரசிக்க வேண்டிய படம் மாதிரிதான் ராமகிருஷ்ணனுக்கு தோன்றியது. டேபிள்மீது கிடந்த ரிமோட்டை எடுத்து ஓப்பன் பட்டனை அழுத்தினான்.

ப்ளேயரிலிருந்து வெளிவந்த தட்டை எடுத்து டேபிள்மீது வைத்து விட்டு வேறு படங்கள் கிடக்கிறதாவெனப் பார்த்தான். எக்ஸார்ஸிஸ்ட்... நைட் மேர் இந்த எலம் ஸ்ட்ரீட் என்டிட்டி தெர்டீன்

கோஸ்ட்ஸ் என கிடந்தன. அனைத்துமே பேய்ப் படங்களாகவே இருந்தன. தனியே கிடந்த ஒரு தட்டின் மேல் புறம் மூன்று எக்ஸ் போட்டிருக்கவே அதைப் கைப்பற்றி ப்ளேயரில் போட்டான். திரையில் படுக்கை அறை ஒன்றினுள் மஞ்சள் நிற முடிகொண்ட ஒரு பெண் ஆங்கிலத்தில் பேசினாள். அவள் எதிரே நாற்காலியில் ஒரு கருத்த தடியன் தோள்களைக் குலுக்கிக் கொண்டு ஆங்கிலம் பேசினான். ராமகிருஷ்ணன் வீட்டிலும் வி. சி. டி ப்ளேயர் இருக்கிறது. இவனும் வாடகைக்கு இந்த மாதிரியான தட்டுகளை எடுத்து வந்து திருட்டுத் தனமாய் கண்டு களித்தவன்தான் என்றாலும் டீச்சர் வீட்டில் இப்படி தட்டு கிடக்குமென எதிர்பார்க்கவில்லை. எதிரே சுவரில் தெரிந்த கர்த்தர், நேர் இவனைப் பார்த்து தனது கையை விரித்து ஆசி வழங்குவது மாதிரி தெரிந்தது. அவர்கள் இருவரும் இணைந்து முன்னேறிக்கொண்டிருந்தார்கள். ராமகிருஷ்ணன் டீச்சரை மறந்து போய் திரையில் ஆழ்ந்திருந்தான்.

கதவை ஒருக்கழித்து சாத்திப் போயிருந்த டெய்ஸி அதைத் தள்ளி உள்ளே வந்தபோது டிவியில் ஓடிக்கொண்டிருந்த படமும் அதைப் பார்த்தபடி இருந்த ராமகிருஷ்ணனின் தலையும் மட்டுமே தெரிந்தது. டெய்ஸி வந்ததை அவன் உணர்ந்ததாகவும் இல்லை. இவள் பூனைபோல அடுப்படிக்குச் சென்று கேஸ் அடுப்பை பற்ற வைத்து முட்டை வறுக்க, தாளிக்க உபயோகமாகும் சட்டுவத்தை தீமீது வைத்து விட்டு இவனிடம் வந்தாள். “என்னடா படம் பார்த்துட்டு இருக்கே? என்றாள். இவன் திடுக்கிட்டு போய் எழுந்து, “இல்லீங்க டீச்சர்... இது இது இங்கதான் டேபுள்ல கெடந்தது.” என்றான். பளார் பளாரென இவனை அறைந்து குபீரென சோபாமீது தள்ளி விட்டாள். இவனும் இதை எதிர்பார்க்கவில்லை.தான் டீச்சர் தங்கம்போல என்றும் தன்மீது பிரியம்கொண்டிருக்கிறாள் என்றும் எண்ணியவனுக்கு அதிர்ச்சியாய் இருந்தது. திடீரென டீச்சரின் முகம் கோரமுகமாகி விட்டதுபோலவும் தோன்றியது. ஷோபாமீது இவன் கிடந்தான். டெய்ஸி ஒரு காலை ஷோபாமீது வைத்து, “ஏண்டா திரையில பொம்பளைகளைப் பாக்கே? பார்றா பாருடா” என நைட்டியை உயர்த்தி தலை வழியே உருவி எறிந்தாள். திடீரென டீச்சருக்கு பேய் பிடித்து விட்டதோ என அஞ்சினான். எழுந்து ஓடி விட எத்தனித்தவனை மறுபடியும் ஷோபாவிலேயே அழுத்தி அவன் கழுத்தைப் பிடித்து இறுக்கினாள் டெய்ஸி.

“இனிமே பாக்க மாட்டன் டீச்சர், ப்ளீஸ் டீச்சர். என்னை உட்டுடுங்க டீச்சர், துணியப் போட்டுக்குங்க டீச்சர்”என்றவனை அணைத்தபடி தூக்கிக்கொண்டு “பயந்துட்டியா கண்ணு பயப்படாதே நான் ஒண்ணும் பண்ணலை. என் தங்கமில்ல. என்னெக் கட்டிக்கோடா” என்றவள் அவனது கைகளை தன் கழுத்தைச் சுற்றி எடுத்துப்

போட்டுக்கொண்டாள். திரையில் படம் ஓடிக்கொண்டிருந்தது. சப்தம் அதிகமாக இருந்தபடியால் பெண்ணின் முனகல் ஒலி வீட்டினுள் ஹா ஹா வென எதிரொலித்ததுக்கொண்டிருந்தது. டெய்ஸி அவனை கட்டிக்கொண்டபடியே, "இந்திராணி புள்ளைக்கி லெட்டர் குடுத்தியாம்லெ கண்ணு... முத்தம் வேற உதட்டுல கொடுத்தியாமே? எனக்கென்னு குடு சாமி" என்றாள்.

"என்னெ உடுங்க டீச்சர். வீட்டுல தேடுவாங்க. நான் போறேன்" டெய்ஸியின் பிடியிலிருந்து விலக முயற்சித்தான். இரும்பு பிடிபோல இறுக்கமாய் கட்டிக்கொண்டிருந்த டெய்ஸியை அவனால் விலக்க முடியாமல் உடலை நெளித்தான். திடீரென கைகளை விட்டு விட்டு "குட்றா முத்தம் குட்றா இப்ப. அவளுக்குத்தான் குடுப்பியா?" என்று கத்திக்கொண்டு கன்னம் கன்னமாய் அறைந்து ஒரு கையைப் பிடித்து இழுத்து முதுகில் குத்தினாள். அப்படியே சமையலறைக்கு அவனைத் தள்ளிக்கொண்டு போனாள். ராமகிருஷ்ணன் பயத்தில் அழ ஆரம்பித்தான். என்ன செய்வது என்றும் அவனுக்கு புரியவில்லை. டீச்சர் புஸ் புஸ்சென மூச்சு வாங்கிக்கொண்டு ஒரு கையால் இவனை இறுக்கிப் பிடித்து மறுகையில் கரித்துணி எடுத்து தீயில் இருந்த சட்டுவத்தை எடுத்து இவன் உதடு நோக்கி சிவந்திருந்த சட்டுவத்தைகொண்டு வந்தாள் "வெக்கட்டாடா சூடு... இந்த உதடுதான அவளுக்கு முத்தம் குடுத்துச்சு" என்றாள். திடீரென கீழே குனிந்து டீச்சரின் கால்களைக் கட்டிக்கொண்டு "சாமி சாமியா இருப்பீங்க டீச்சர்... கரண்டிய தூரப் போடுங்க டீச்சர். யாருக்கும் முத்தம் கொடுக்கல டீச்சர்" என அழுதான்..." சரி காலை உடு... எந்திரி... உன் பனியனை கழட்டு" என்றாள். "ஊட்டுக்கு போறேன டீச்சர்... என்னை மன்னிச்சு உட்டுடுங்க" என்றான் அவள் கால்களை விடாமல்.

சட்டுவத்தை திரும்பி அடுப்பில் எரிந்துகொண்டிருந்த தீயின் மீதே வைத்து விட்டு, குனிந்து அவனை அள்ளி எடுத்தாள். "எந்திரி கண்ணு... சாமி எந்திரி... சட்டுவம் என்கையில இல்ல அங்கேயே வெச்சிட்டேன். அழாதடா?" என கட்டிக்கொண்டவள் பனியனை இரு கைகளிலும் பிடித்து மேலே உயர்த்தி உருவி எடுத்து வீசி விட்டு "எஞ்சாமி பயந்துடுச்சு" என கட்டிக்கொண்டு அவன் கன்னத்தில், நெற்றியில் உதட்டில் என மாறி மாறி முத்தமிட்டாள். உடனே தலையை கீழிறக்கி அவன் தொப்புளில் அழுந்த முத்தமிட்டு, மடாரென லுங்கியை அவிழ்த்து விட்டாள். ராமகிருஷ்ணன் அவளை தள்ளி விட்டு லுங்கி போனால் போகிறதென ஜட்டியோடு ஹாலுக்கு பறந்து ஓடி வந்தான். முன் வாசல் கதவு தாளிடப் பட்டிருப்பதை அவசரமாய் நீக்கினான். விரல் வேறு தகட்டில் பட்டு கிழிந்துக்கொண்டது. இருதயம் திடும்

திடுமென அடித்துக்கொண்டது. மேல் தாழ்ப்பாளை ராமகிருஷ்ணன் கீழிறக்கும்போது முதுகில் சூட்டுச் சட்டுவம் அழுத்த ஐயோ ஐயோ வென எரிச்சலில் குதித்தான். "குதி... குதி குதீடா... இந்திராணிக்கி முத்தங்குடுக்கியா நீயி?" என்றவள் மீண்டும் கதவுக்குச் சென்று மேல் தாளைப் போட்டு விட்டு இடையிலிருந்த தாளையும் உள்ளே போட்டாள். பின் திரும்பியவள் மண்டையில் உருட்டுக் கட்டை அடி டங்கென விழுந்தது. ஐயோ வென டெய்ஸி சட்டுவத்தை விட்டு விட்டு தலையைப் பிடித்துக்கொண்டாள். தலையிலிருந்து ரத்தம் கொரக் கொரவென அவள் முகத்தில் வழிந்து மார்பிலும் சிந்தியது.

டெய்ஸியின் மண்டையில் கைக்குக் கிடைத்த கட்டையால் ஒரு போடு போட்டு விட்டு ரத்தத்தை கண்டதும் விதிர் விதித்து நின்றான். "என்னிய அடிச்சுப் போட்டியே கண்ணு. ரத்தம் பாரு எவ்ளோ கொட்டுதுன்னு..." என அவனை நோக்கி நகர்ந்து வந்தாள். இவன் கையிலிருந்த கட்டையை இறுக்கிப் பிடித்துக்கொண்டே பின் நகர்ந்தான். "நில்லு கண்ணு உன்னிய ஒன்னும் பண்ண மாட்டேன்" என்றாள். ராமகிருஷ்ணனுக்கு ரத்தம் ஒழுகிக்கொண்டிருக்கும் டீச்சரைப் பார்க்க பரிதாபமாகவும் இருந்தது. இவன் முதுகுப்புறத்தில் தீயை வைத்து விட்டது மாதிரி எரிந்தது. டீச்சர் ரத்தக் காட்டேரி மாதிரி நகர்ந்து நகர்ந்து வரவே யோசிக்காமல் கட்டையால் அவள் மண்டையில் இன்னொரு போடு போட்டான். "தங்கம் என்னை இப்படி அடிச்சுக் கொல்றியே தங்கம்" என்று கீழே சாய்ந்து உருண்டாள். ராமகிருஷ்ணன் தாழ்பாளை விலக்கி இருட்டினுள் ஓட்டம் பிடித்தான்

◆ ◆ ◆

பெயரிடப்படாத சம்பவம்

என். செந்தில்குமார்

தெருவிளக்கினடியில் அவன் நின்றிருந்தான். தினந்தோறும் அதிகாலையில் நிற்பதால் அவனுக்குப் பூச்சிகளின் சப்தமும் பனியும் இருட்டும் பழகியிருந்தன. வெள்ளை நிறக் கால்பந்தும் முகந்துடைத்துக் கொள்வதற்கெனச் சிறிய ஆரஞ்சு நிறத்துண்டும் விளையாடும் பொழுது அணிந்து கொள்வதற்கான மாற்று உடையும் கையில் வைத்திருந்தான். தெரு விளக்கின் வெளிச்சம் அவனைச் சுற்றி படர்ந்திருந்தது. இன்னமும் சிறிது நேரத்தில் விளக்குகள் அணைந்து விடும். பிறகு வாசல் பெருக்கித் தண்ணீர் தெளித்துக் கோலமிடப் பெண்கள் வரத் தொடங்குவார்கள். அவ்வீதியிலுள்ள பெண்களுக்கு அவனைத் தெரியும். எட்டு வருடங்களுக்கு மேலாக அவ்வீதியில் அவனது பெற்றோர்களுடன் வசித்திருக்கிறான். அந்தக் காலத்தில்தான் செல்லியின் வீட்டிலுள்ளவர்களுடன் பழக்கம் ஏற்பட்டது. செல்லியின் தம்பி தம்புவுடன் கால்பந்து விளையாட மைதானத்திற்குச் செல்வான். தம்புவுடனான அவனது பழக்கம் இப்போதும் தொடர்ந்திருந்தது.

தம்புவின் வீட்டில் யாரும் எழுந்திருக்கவில்லை. முதலில் செல்லிதான் எழுந்துக் கொள்வாள். வாசல் தெளித்துக் கோலமிடுவாள். கோலமிட்டு முடிகின்ற நேரத்தில் தம்பு வெளியே வருவான். “தெருமுக்கில் நிற்காதே” என்று செல்லி தம்புவிடம் எத்தனையோ முறை சொல்லி அலுத்துக்கொண்டாள். “தெருமுக்கில் நிற்காதே” எனக் கோபமாகத் திட்டிகூட விட்டாள். தம்புவிடம் “ஜித்துப்பயலோடு இனிமேல் விளையாடாதே ஜித்து வீட்டுக்கு வந்தாதான் நீ மைதானத்திற்குப் போகணும்” என்றாள். தம்பு ஒன்றும் அக்காவின் சொல்லிற்குப் பணிந்து செல்பவனல்ல. வழக்கம்போல ஜித்துவும் தம்புவும் கால்பந்து விளையாடச் சென்று விட்டார்கள்.

செல்லியின் வீட்டில் விளக்கு எரிந்தது. தூக்கம் கலைந்து

எழுந்து விட்டார்கள். ஜித்து அவர்களுடன் இரவு நேரத்தில் உறங்கியிருக்கிறான். ஜித்துவின் பெற்றோர்கள் வெளியூர் திருமணத்திற்குச் சென்றபோது செல்லியின் வீட்டில் விட்டுவிட்டுச் சென்றார்கள். ஜித்துவின் அம்மாவும் அப்பாவும் இரண்டு தினங்கள் கழித்துத்தான் வந்தார்கள். தம்புவும் ஜித்துவும் அருகருகே உறங்குவதும் அமர்ந்து சாப்பிடுவதுமாக இருந்தார்கள். தம்புவின் அப்பா அவர்களை டிராக்டரில் ஏற்றி வயலுக்கு அழைத்துச் சென்றிருக்கிறார். அவர்களது வயல், மலையடிவாரத்திற்குப் பக்கத்தில் இருந்தது. வயலிலிருந்தபடியே பெரிய பெரிய பாறைகளைப் பார்க்கலாம். அன்று உழத் தொடங்கியிருந்தார்கள். ஈரமாக மண் பிரிந்து டிராக்டர் டயர்களில் அப்பிக்கொண்டது. டிராக்டரின் சப்தத்தில் கத்திப் பேச வேண்டுமென்பதாலும் வயலில் உட்கார முடியாததாலும் தூரத்திலிருந்த பாறைக்கு மேல் உட்கார்ந்துகொண்டார்கள். மூவரும். பாறையிலிருந்த புறாக்களை விரட்டினார்கள். உழுத வயலில் பறவைகளின் கண்களுக்குப் புழுக்களும் பூச்சிகளும் தெரிந்து விட்டன. தின்று முடியும் வரை புறாக்கள் எங்கும் செல்லாது.

அருகாமையிலிருக்கும் கல்மரத்திற்கு செல்லி அழைத்துச் சென்றதை ஜித்துவால் மறக்க முடியவில்லை. பெரிய வன்னி மரம். சின்ன இலைகள் நெருக்கமாகப் படர்ந்திருந்தன. மரத்தின் கீழ் லிங்க வடிவக் கல்மரத்தில் பிணைந்தோ இல்லை கல்லில் மரம் பிணைந்தோ உருவாகியிருந்தது. வயல் வைத்திருப்போர் வணங்கி பூஜித்து வந்தார்கள். மரத்தின் பின் பத்துப் பதினைந்து பேர் நின்றிருந்தால்கூடத் தூரத்திலிருந்து பார்ப்பவர்களுக்கு எதுவும் தெரியாது.

கல் மரத்தின் வேரில் மரக்காளான் பூத்திருந்தது. ஜித்துவும் தம்புவும் பிய்த்தெடுத்து வைத்துக்கொண்டார்கள். கெட்டியான காளான் காம்புகளற்று மரத்தின் மேல் பட்டையோடு பட்டையாகப் படர்ந்திருந்தது. பிய்த்ததும் அதிலிருந்து மஞ்சள் வர்ணத்தில் நீர் வடியத் தொடங்கிது. பிசின்போல கைவிரல்களில் ஒட்டிக்கொண்டது. இருவரும் கைகளை உதறிக்கொண்டனர். செல்லி சிரிக்க ஆரம்பித்து விட்டாள். அவளது பாவாடையைத் தூக்கிச் சொருகிக்கொண்டு தாவணியை இழுத்து விட்டபடி கல்மர நிழலில் உட்கார்ந்துகொண்டாள். அவள் சிரிக்கச் சிரிக்க பயந்தவனாகக் கையில் வைத்திருந்த காளானைத் தூக்கி எறிந்தான் தம்பு. தூரத்தில் சருகுகளின் மேல் சப்தமாக விழுந்தது அது. ஜித்துவுன் கையில் சிறிய காளான் இருந்தது. அதை அவளுக்குத் தந்தான். செல்லி “வேண்டாம்” என்று சொன்னாள்.

தம்புவும் ஜித்துவும் வன்னிமர இலைகளினூடே தெரியும் வெளிச்சத்தை வேடிக்கை பார்த்தனர். ஜித்துவால் அவளருகே சகஜமாக உட்கார முடியவில்லை. கூச்சத்தை விட ஏதோ ஒன்று அவனை மௌனமாக்கி இறுக்கமடையச் செய்திருந்தது. சற்று நேரத்தில் அழுதுவிடுபவன்போலவோ இல்லை வேறெங்காவது ஓடிப் போய் ஒளிந்துகொண்டு விடுபவன்போலவோ தவித்துக்கொண்டிருந்தான். தம்பு தன் அக்காளிடம் ஏதேதோ பேசியபடி சிரித்துக்கொண்டிருந்தான். மரத்தின் மேலிருந்த புறாக்களைத் தவிர வேறு யாரும் அவ்விடத்தில் இல்லை. டிராக்டர் வட்டமடித்துக் திரும்பியதும் மொத்தமாக எழுந்து பறந்த சில புறாக்கள் வழி தவறியதுபோல வயலுக்குச் செல்லாமல் மரத்தின் பக்கமாக வந்தமர்ந்தன.

செல்லி புறாக்களை விரட்டியபடி ஆரஞ்சும் மஞ்சளுமாகப் பூத்திருந்த உன்னிப் பூக்களைப் பறிக்கச் சென்றாள். பூவோடு பூத்திருந்த உன்னிப் பழங்களைப் பறிக்கச் சென்றாள். பூவோடு கருநிறப் பழங்களை உதிர்த்து பாவாடையில் சேகரித்துக்கொண்டாள். பழங்கள் நசுங்கிவிடக்கூடாது என்று மெதுவாக நடந்து வந்தாள். அவர்களின் ஊடே அமர்ந்துகொண்டு தரையில் பரப்பிவிட்டாள். உன்னிப்பழங்கள் உருண்டோடின. தம்பு வேகமாகப் பிடிக்க போய் நசுங்கிவிட்டன. தம்புவிற்குப் பழம் பிடிக்கும். நிறையப் பழங்கள் சாப்பிட வேண்டுமென எழுந்து ஆசையாக உன்னிச் செடிப்பக்கம் சென்றான். அவன் போன பிறகு உன்னிப் பழங்களைப் பார்த்துக்கொண்டிருந்த ஜித்துவை இழுத்து அணைத்தவளாக உதடுகளில் முத்தமிட்டாள் செல்லி.

ஜித்து அதற்குப் பிறகு இரண்டு முறை வீடு மாறிவிட்டான். இருந்தும் தம்புவைப் பார்ப்பதற்குத் தினமும் வருகிறான். ஒருமுறைகூட செல்லி அவனிடம் எதுவும் பேசிக் கொள்ளவில்லை. அவனை வீட்டிற்குள் அழைப்பதென்றாலும்கூட, தம்புவிடம் சொல்லித்தான் வரவழைக்கிறாள். அவள் ஜித்துவையும் கல்மரத்தையும் பிற்பகல் நேரத்திலிட்ட முத்தத்தையும் மறந்து விட்டவள் போல் இருந்தாள். ஆனால் ஜித்து எதையும் மறக்க முடியாமல் இந்த அதிகாலை மார்கழிப் பனியைச் சுவாசித்தபடி செல்லியை அவளுக்குத் தெரியாமல் பார்க்க வேண்டுமென்பதற்காகக் காத்திருக்கிறான். செல்லி தினமும் காலை நேரத்தில் ஜித்து தன்னைப் பார்க்கிறான் என்பதைத் தெரிந்திருக்கிறாளா என்பது புரியாததாகத்தான் இருந்தது. செல்லி இல்லாமலிருந்தால் தம்புவுடன் கல்மரத்து வயல் பக்கம் சென்றிருக்கிறான். பிற்பகல் நேரமும் புறாக்களும் அவனைக் கொதிப்படையச் செய்தபோது, ஆத்திரத்துடன் கால்பந்தை

உதைப்பான். கால்கள் பலம் பெற வேண்டி பயிற்சி கொள்ளும்போது, தன்னை ஆசுவாசப்படுத்தியபடி நிதானம் கொள்வான். அவனுக்கு உப்பு சுவையான உதடும் எச்சில் வாடையும் ஞாபகத்திலிருந்து அழிக்க முடியாதவையாக இருந்தன.

செல்லியின் வீட்டருகே இருந்த அங்கு தாத்தா தன் வீட்டைத் திறந்து வெளியே வந்தார். அதிகாலையிலிருந்து கைப் பிள்ளைகளுக்கு மந்திரித்து தாயத்துக் கட்டிவிடுவார். நோயுற்ற பிள்ளைகள் அங்கு தாத்தாவின் மந்திரத்தால் குணமாகி வீட்டிற்கு போனார்கள். தாத்தா செம்பிலிருந்து நீரை உள்ளங்கையில் ஊற்றிப் பிள்ளைகளின் முகத்தில் அடித்து விடுவார் தோள் துண்டில். மந்திரித்து விடுவதற்காகத்தான் கூட்டம் அதிகம். வயதானவர்கள்கூட வரிசையில் நின்று காத்திருப்பார்கள். நோய்களுடனும், வலிகளுடனும் காத்திருப்பவர்கள், தங்களை மறந்து வேதனையில் புலம்பிக்கொண்டிருப்பார்கள். குழந்தைகளின் அழுகையும் கூட்டத்தினரின் சப்தமும் சிறிது நேரத்தில் தொடங்கி விடும். அங்கு தாத்தா தோள் துண்டினால் மந்திரித்தபடியே ஜித்துவைப் பார்ப்பார். ஜித்துவிற்கு அவரின் மேல் பயமிருந்தது. அந்தத் தெருவிலிருக்கும்போது தாத்தா நோயும் வலியும் ஏதுமற்ற தனக்கு ஏதேனும் நோய்களையும் வலிகளையும் உண்டாக்கிவிடுவாரோ என்று பயந்தான். அப்போதிருந்த பயம் இன்றுவரை தொடர்ந்திருந்தது. தாத்தாவின் முணுமுணுக்கும் வாயை ஜித்து பார்க்கவே மாட்டான். மந்திரத்தால் தன்மேல் ஏதாவது ஒன்றை ஏவி விட்டு விடுவார் என்று நினைத்தான். தம்புவிற்கு அந்தப் பயமே இல்லை.

தம்புவும் தாத்தாவிடமிருந்து மந்திரத்தைக் கற்றுக் கொள்ள போவதாகச் சொல்லிக்கொண்டிருந்தான். தாத்தாவைப்போல உதடுகளை அசைப்பதும் கைக்குட்டையை வைத்துக்கொண்டு மந்திரித்து விடுவதுமாக இருந்தான். ஜித்துவிற்குப் பயம் வயலிலிருந்து வந்த பிறகு மேலும் கூடி விட்டது. தாத்தாதான் தனக்கு ஏதோ நோயை வலியை பேய், பிசாசை, ஏவிவிட்டார் என்று பயந்தான். செல்லியைப் பார்க்கும் போதெல்லாம் அவன் கொதிப்படைந்தான். செல்லி வீட்டு வாசலில் கோலமிட்டுக்கொண்டிருந்தாள். அழுத்தமான வளைவுகளும் அளவான நேர்கோடுகளும் கூடிய சாதாரணமான கோலம்தான். கோலத்தைப் பார்க்க பார்க்கப் பரவசமாக இருந்தது. திடீரெனச் செடியில் இலை முளைத்ததுபோல கோலத்தின் நான்கு பக்கமும் சில இலை நீட்டிக்கொண்டு வந்தது.

செல்லி கோலமிட்டு முடிந்து ஜித்துவைக் கடந்து வீட்டிற்குள் சென்றாள். தற்செயலானதுபோலவும் திட்டமிட்டதுபோலவும்

வாசலில் நின்றிருந்தவனின் மேல் உரசிவிட்டுச் சென்றாள். ஏற்கனவே உப்பின் சுவை கூடிய உதடுகளின் அவஸ்தையில் கொதிப்படைந்துகொண்டிருந்தவனை அருகாமையில் செல்லி தனது முழு உடலின்மூலம் தீண்டிவிட்டுச் சென்றது வேறொரு மனநிலைக்கு அழைத்துச் சென்றது. செல்லி அவனைக் கடந்து சென்றதும் தீ சுட்ட வேதனை மாதிரியான அவஸ்தைக்குட்பட்டவன் வாசலை விட்டுக் கீழே இறங்கினான். திரும்பிப் பார்த்தபோது, அங்கு தாத்தா அவனைக் கவனித்துக்கொண்டிருந்தது தெரிந்தது. அவனை என்பதை விட அவர்களை என்றுகூடச் சொல்லலாம். கோலத்தில் இலைகள் இழைத்த போதிலிருந்து நோட்டமிட்டுக்கொண்டிருந்ததுபோல, ஜித்துவைப் பார்த்த பார்வையில் குளிர் காய்ச்சலே வந்துவிட்டது. அவரது பார்வை சற்று முன்பிருந்த அத்தனை சந்தேகங்களையும் பறித்துக்கொண்டு கண்ணால் மந்திரித்து விட்டு நோயை உண்டாக்குவது போலிருந்தது.

செல்லியுடன் பேசிக் கொள்வதற்குப் பலமுறை தனிமையான இடமும் சந்தர்ப்பங்களும் அமைந்தன. எது குறித்துப் பேச ஆரம்பிப்பதெனப் பதற்றம்கொண்டவனாகப் பேசாமலேயே அவளின் அந்தரங்களைத் துளையிட்டுப் பார்ப்பது மாதிரி பார்த்துவிட்டு நகர்ந்தான். ஜித்து கற்பனையாகவே, செல்லியின் உடல் மேடுகளையும் வளைவுகளையும் பள்ளங்களையும் வர்ணங்கள் தந்து வெளிச்சமிட்டுக்கொண்டான். கற்பனையின் சுவை, வியாதி போல் நீடித்தது.

தம்பு வாசலிற்கு வந்து நிற்கும் நேரம்தான். ஏன் தாமதமாகிறதெனப் புரியாதவனாக வீட்டைப் பார்த்தான். தெருவிளக்குகள் அணையத் தொடங்கின. அங்கு தாத்தா புகையிலையை மடித்து வாயில் இட்டுக் கொள்வது தெரிந்தது. அவரது கண்கள்கூட அந்தக் காலை வெளிச்சத்தில் தெரிந்தன. கத்தியின் கூர்முனைபோல, ஜித்து பலமுறை முயன்றிருக்கிறான். செல்லியை விட்டு மனம் விலகிவிடுமெனில் எல்லாப் பிரச்சனைகளிலிருந்தும் தப்பித்து விடலாமென நினைத்தான். சுயபோகம் செய்வதும் அதற்குப் பிந்தைய மன வருத்தங்களும் சுய இன்பத்தால் உண்டாகும் பக்க விளைவும் அவனைப் பிசாசுபோலத் துரத்தின. அங்கு தாத்தாதான் அந்தப் பிசாசை ஏவிவிடுவார் எனப் பயந்தான்.

செல்லி வாசலுக்கு வந்து நின்றாள். ஜித்துவின் கற்பனையில் சேகரத்திலுள்ள வர்ணங்கள் அசைவு கொள்ளத் தொடங்கின. வர்ணங்கள் பலவும் குழம்பி நிலைபெற்றுச் சித்தரங்களாயின. செல்லி என்ற ஜித்துவின் மனத்திருக்கும் சித்திரம் அவனாகவே உண்டாக்கிய இருள் சூழ்ந்துகொண்டிருக்கும் அனுபவமற்ற பிரதேசம்.

வெளிச்சமிட்டுப் பார்க்க முடியாத பகுதிகள். இப்பொழுதில் கோலமிடத் தெருவில் உட்காரும் செல்லியுடன் இணைந்து போனது இணைந்து போகும் கணம் சொப்பணஸ் கவிதத்தின் வேதனையும் நிம்மதியுமான உணர்வும்கொண்டது. செல்லி இந்தக் காலைப் பொழுதிலேயே இந்தத் தெருவிலேயே நாம் இருக்கக்கூடாதா? உன் கோலத்தில் ஏதாவது பகுதியில் என்னை ஒளித்து வைத்துவிட்டுச் செல்லக்கூடாதா?.

செல்லி இன்று பெரிய கோலமிட முனைந்துகொண்டிருக்கிறாள். எத்தனை புள்ளி என்று தெரியவில்லை. ஊடுபுள்ளியிடத் திரும்புகிறாள்.

செல்லி நீ வரையும் கோலத்தில் என்னை ஏதாவது ஒரு இடத்தில் ஒளித்து வைத்து விடுகிறாயா? அங்கு தாத்தா மந்திரங்களை உச்சரித்துக்கொண்டிருக்கிறார். அவர் மந்திரத்தால் கோலப்புள்ளியாகவோ இலைகளாகவோ, சிறு மீன்களாகவோ, மாறி நிரந்தரமாகக் கோலத்தில் இருக்க முடியாதா? அவர் முன்னிருக்கும் சிறுமியின் வலியும் வேதனையும் என் பக்கம் என்னிடம் வந்து சேர்கிறது போல் உள்ளது. செல்லி, பயமாக இருக்கிறது. இன்று பந்தாட முடியுமா எனத் தெரியவில்லை. நேற்றிரவு மைதானத்தில் அதிகாலைப் பனிப்புகைப் படலத்தைப்போல, ஒரு கனவு சுய இன்பம்கூடாதென்ற கட்டுப்பாடும் அங்கு தாத்தாவின் மந்திரங்களின் பயமும் ஒருசேர என் படுக்கையில் கிடக்கிறேன். மீறி என்னுள்ளிலிருந்து ஏதோ ஒன்று வெளியேறி கால் பெருவிரல் வழியாக உடலில் புகுந்து கொள்வது போல் உடல் சூடேறுகிறது. கோல்கீப்பர் பவுன்தாஸ் முகத்தை நினைவு கூறும் தருணம் திரைப்படத்தின் காட்சி மாற்றும் நொடியில் செல்லி நீ வந்துவிடுகிறாய். எனது கற்பனையின் விரல்களும் கண்களும் நூற்றுக்கணக்கான விஷயங்களையும் காட்சிகளையும் மாறி மாறிக்கொண்டு வருகிறது. பெருவிரல் வழியாக அங்கு தாத்தாதான் மந்திரத்தின் முணுமுணுப்பான சத்தமும் தாத்தாவின் உதட்டசைவும் அவ்விரல் போக வேகத்தின் ஊடே கலக்கிறது. நீ என் கண்களின் காட்சியிலிருந்து விலகிவிடுகிறாய். இல்லை உன்னை என் கண்கள் காட்சிப்படுத்தத் தவறிவிடுகின்றன. அவ்விரலிலிருந்து மீள முடியாதவனாக இப்போது நிற்கிறேன்.

செல்லியின் கோலமிடும் கைகளும் விரல்களும் அன்று காலை, உற்சாகம் கூடி வளைவுகளையும் கோடுகளையும் புள்ளிகளிலிருந்து உருவாக்கிக்கொண்டிருந்தன. பெரிய கோலம் அவளுக்குக் கைகூடிவிட்டது. அந்தக் கோலத்திலிருக்கும் எஞ்சிய புள்ளிகள் தங்களது இணைப்பிற்கெனக் காத்திருக்கின்றன.

துரதிருஷ்டவசமாக அந்தப் புள்ளிகளில் ஒன்று கோலத்தில் இணைப்பாகாமல் போய்விட்டால் என்னாவது என்று ஜித்துவிற்குப் பதற்றம் உண்டானது.கூடவே சற்று சந்தோஷமும், மைதானத்தில் நண்பர்களுடன் பேச்சுவாக்கில் சுய இன்பத்தின் பின்விளைவுகளைப் பற்றிய உரையாடலில் கண்பார்வை பரிமாறப்பட்டது. அன்றிலிருந்து ஜித்துவிற்குப் கண்பார்வை துல்லியமாகப் புலப்படுவதுபோலவும் சில நேரங்களில் தூரங்களிலும் பல நேரங்களில் அருகிலும் பார்வை கலங்கல் ஏற்படுவதுபோலவும் தோன்றியது. அங்கு தாத்தாவின் மந்திர உதடுகளின் உச்சரிப்பு தனது விரலில் ஏறி நிரந்தரமாகக் குடிகொண்டுவிட்டதென்ற நம்பிக்கையும் பயமும் சற்றுக் கூடுதலாக அதன் பின்பு நிரந்தரமாக அவனிடம் இருந்தன. அவனிடமிருந்து செல்லியின் கற்பனையான சித்திரங்களைப்போல மனத்தில் அது சேகரமாகிவிட்டது.

அங்கு தாத்தாவின் முன் நின்றிருந்த சிறுமி, தனது தாயுடன் சென்ற பிறகு வேறொருவர் நின்றார். கூட்டம் வரத் தொடங்கியது. ஆட்களின் நடமாட்டத்தைப்போல, பறவைகளும், நாய்களும் தெருக்களினூடே நிறைந்தன. குறிப்பாகக் காகங்கள், காகங்களின் இரைச்சல் நகரங்களில் மேல் அமரும்போது பறக்க எழும்போதும் எழும் சத்தம் கூடியது. கடை வீதியில் கடைகளில் இரும்புக் கதவைத் திறக்கும் சத்தம் கேட்டது. ஆட்டை இழுத்துக்கொண்டு ஜித்துவைக் கடந்து போனார்கள் சிலர். மைதானத்திற்குச் செல்பவர்கள் அவனைப் பார்த்துக்கொண்டே நடந்தார்கள். ஆட்டின் சத்தமும் சிமிண்ட் தரையில் கத்தியை மணலிட்டுத் தேய்க்கும் சத்தமும் இணைந்து கேட்டன. ஏன் தம்பு இன்னுமும் வரவில்லையென ஜித்து கவலையடைந்தான். தம்பு வரும் நேரம் கடந்து விட்டது. தம்புவும் ஜித்துவும் தெருவை விட்டுப் போகும்போதுதான் இருவருக்கும் எதிரே ஆட்டுடன் கறிக்கடைக்காரன் வருவான். என்றுமே சிமிண்ட் தரையில் தேய்க்கும் சத்தத்தை ஜித்து கேட்டதில்லை. இன்றுதான் கேட்கிறான். காகங்கள், பிய்த்துப் போடும் பழைய தோசை துண்டுக்கும் இட்லிக்கும் கூடியபோது வெயில் முகத்தில் சூடாக இறங்கியது. வானம் முழுவதும் தெளியத் தொடங்கியது.

ஜித்து, தம்புவின் வீட்டின் வாசலில் நின்றான். செல்லி வரைந்த கோலத்தைப் பார்த்தான். எப்போதும் வரைவதை விடச் சற்றுப் பெரியது. புள்ளிகள் இணைந்து இணைந்து வெளியான உருவத்தை முதல் பார்வையில் உணர முடியவில்லை. ஜித்துவிற்கு அந்தக் கோலத்தில் ஏதாவது இடமிருக்கிறதா? எங்காவது ஒளிந்துக்கொண்டு செல்லியினருகே இருக்கமாட்டோமா எனக் கோலத்தை உற்று நோக்கினான்.

வாசலிலிருந்து படியேறி வீட்டினுள் சென்றான். முன்னறையில் யாருமில்லை. சமையலறையில், குண்டு பல்பின் மஞ்சள் வெளிச்சம் சில்வர் பாத்திரங்களின் மேல் விழுந்து கண்களுக்குப் பார்ப்பதற்கு எரிச்சலாக இருந்தது. யாருமில்லாத அமைதி. தம்புவை அழைக்கலாமா வேண்டாமா என யோசித்த நொடிப்பொழுதில் ஜில்லென்ற பனிக்கட்டி மாதிரியான தொடுதலை உணர்ந்தான். உணர்ந்து முடியும் முன்பே உப்புசுவை கூடிய உதடுகள் சூடான காற்றுடன், அவனது உதடுகளில் பொருந்திச் சுவைப்பதை உணர்ந்தான். இரண்டு மூன்று நொடிகளுக்கு மேல் நீடிக்கவில்லை. பொருந்தியதும் விலகியதும் பனிக்கட்டி மாதிரி தொடுகையும் விலகிவிட்டது. செல்லியுடன் அவன் நின்றிருந்த இடத்தைப் பார்த்தான். நெல் மூட்டைகளும் வேறு சில பொருட்களும் அடுக்கி வைக்கப்பட்டிருந்த அறை. அந்த இருட்டு அறையை விட்டு அவள் சென்ற பிறகு, உடலில் உப்புச் சுவையும் பனிக்கட்டிக் குளிரும் இருந்தன.

அந்த அறையில் ஏற்கனவே ஒருமுறை அவளுடன் நெருக்கமாக இருந்தது இப்பொழுது ஞாபகத்திற்கு வந்தது. வயலிலிருந்து திரும்பிய பிறகு அவளால் உடல் கிளர்ச்சியடைவது எதனால் என அறியாமல் இருந்த சமயம். இன்னொரு முறை முத்தம் பெற வேண்டியோ அவளைத் தொடர்ந்து கண்காணித்த நேரம். இருட்டு அறைக்குள் நுழைந்ததும் பின் தொடர்ந்தவன், மூட்டைகளின் மேலேறி கைத் தராசை எடுக்க அவள் முயன்றுகொண்டிருந்ததைப் பார்த்தான். செல்லிக்கு கை எட்டவில்லை. அவனைக் கண்டதும் கீழே இறங்கி, அவனைத் தராசை எடுத்துத் தரச் சொன்னாள். கைலியைத் தூக்கிக் கட்டிக்கொண்டு மூட்டைகளின் மேல் மாடிப்படியில் ஏறிச் செல்வதுபோலச் சென்றான்.

கைத் தராசை எடுத்துத் தந்ததும் வாங்கிக் கொள்வதற்கு முன் அதே ஜில்லென்ற பனிக்கட்டி மாதிரியான கைகளில் ஜித்துவின் தொடையைத் தடவிவிட்டுக் கிள்ளினாள். பிறகு கைத்தராசை வாங்கிக்கொண்டு அறையை விட்டுப் போய்விட்டாள். தனது தொடையில் அவளது உள்ளங்கைப் படர்ந்ததும் உயிரே போய்விடுவதுபோலத் தன்னிலிருந்து ஸ்கலிதம் வெளியேறுவதை உணர்ந்தான். அந்த அறையிலேயே சிறிது நேரம் கதவடைத்துக் கண்சொருகிக்கிடந்தான். தெளிந்து அறையை விட்டு வெளியே வந்தபோது ஒன்றுமறியாதவள்போல வீட்டினுள் நடமாடிக்கொண்டிருந்தாள் செல்லி.

இன்றைய காலை நேர முத்தம் தனது முதன்முதலான ஸ்கலிதத்தை நினைவுகொள்ளச் செய்ததை உணர்ந்தான். இயற்கையாகவும்

செயற்கையாகவும் தனக்கு ஏற்பட்ட ஸ்கலிதங்களை ஞாபகத்தின் சேகரிப்பில் வைத்திருக்காமல் கழற்றி விட்டதுபோல ஏன் முதன் முதலான அச்செயலைத் தன்னிலிருந்து அகற்ற முடியவில்லை என இப்போது யோசித்தான்.

தன் கீழ் உதடு தானாகச் சுய உணர்வுகொண்டதுபோல வழக்கமான இயல்பான நிலைமைக்கு வருவதை உணர்ந்தவனாக தம்புவைத் தேடினான். தம்பு கழிப்பறையில் இருந்தான். தம்பு உள்ளிருந்துக்கொண்டே காத்திருக்கச் சொன்னான். குழாயில் நீர் வடியும் சத்தமும் அதைத் தொடர்ந்து இரும்பு வாளி நகரும் சத்தமும் கேட்டன.

செல்லியை இன்று தான் முத்தமிட வேண்டுமென முயன்றான். அவள் எந்த அறையில் இருக்கிறாளெனத் தேடினான். தன்னிடம் மூர்க்கமாக இருந்த பிறகு உடனடியாக சாந்தமானவளாக மாறிவிடுகிறாளே என அவஸ்தையுற்றான். வீட்டிற்குள்ளே குருவிகள் வரத் தொடங்கி விட்டன. காகங்கள் வாசல்படியில் அமர்ந்து கரைந்தன. செல்லி எந்த அறையிலிருக்கிறாளென அவளைக் கண்டுபிடிக்க முடியவில்லை. திடீரெனச் சற்று முன் நிகழ்ந்ததுபோல எங்கிருந்தாவது வந்து தன்னை இழுத்துக்கொண்டு சென்று திரும்பவும் முத்தமிடவோ அணைக்கவோ கூடுமென்ற கற்பனை அவனுள் படர்ந்தது.

செல்லி தம்ளரில் பால் ஆற்றிக்கொண்டு அவன் முன்பாக நின்றாள். பால் தம்ளரை நீட்டி "குடிமா ஜித்து" என்றாள். அவன் வாங்க மறுத்தான். அன்று வீட்டில் யாருமில்லையென்பதை தெரிந்துகொண்டான். அப்பாவும் அம்மாவும் வயலுக்குச் சென்றிருப்பதாகச் சொன்னாள். "வீட்டுக்குள் வர வைச்சுட்டேன் பாத்தியா" என்று தம்ளரை கைகளில் பிடிக்கச் செய்தாள். தம்ளரை வாங்காமல் செல்லியை கட்டிக்கொண்டான்.

அவள் ஜித்துவை உதறி விலக்கியபோது தம்ளர் கீழே விழுந்தது. இருவரும் பேசாமல் நின்றனர். தெருவில் வயதானவரின் நோவு கூடிய புலம்பல் தெளிவாகக் கேட்டது. அங்கு தாத்தா அவரைச் சாந்தப்படுத்த முயன்றுகொண்டிருப்பதும் பதிலுக்கு வயதானவரை அழைத்து வந்தவர்கள் நோவின் புரியாத தன்மையை விளக்கிக்கொண்டிருப்பதுமாகப் பேசிக்கொண்டனர். ஜித்து தன்னுள் கொப்புளம் கொப்புளமாகக் குமிழ்ந்துகொண்டிருக்கும் உணர்ச்சிகளை அடக்க முடியாதவனாக மேலும் செல்லியை அணைத்தான். அவள் ஏனோ ஜித்துவின் கன்னத்தில் அரைந்து தள்ளி விட்டபோது இரண்டு சப்தங்கள் அவனது காதுகளை

வந்தடைந்தன. தம்பு கழிப்பறைக் கதவைத் திறப்பதையும் செல்லி அவனை ஆபாசமான வார்த்தைகளில் திட்டுவதையும் ஒரே நேரத்தில் கேட்டான். பிறகு அவன் வாசலுக்கு வந்து நின்றுகொண்டான்.

அங்கு தாத்தா தனது உதடுகளில் மந்திரங்களை உச்சரித்துக்கொண்டே கத்தியின் கூர்மையான பார்வையால் தைத்துவிடுவதுபோல ஜித்துவைப் பார்த்தார். குறிப்பாகப் பெருவிரலைப் பார்ப்பதுபோல அவனுக்குத் தோன்றியது. கால்களில் பால் சிந்திய தடம் இருந்ததை அப்போதுதான் பார்த்தான். தம்பு உடைமாற்றிக்கொண்டு வந்தான். ஜித்து அவனிடம் இன்று வயலுக்குச் செல்லலாமா என்று கேட்டான். சரி என்றான் தம்பு. ஜித்துவின் மனதில் வயலும் கொக்குகளும் சில பெயர் தெரியாத பறவைகளும் உன்னிப் பூக்களும் செல்லியின் உப்புச் சுவை கூடிய முத்தமும் வந்து சென்றன. இருவரும் தெருவில் இறங்கி நடந்தார்கள்

◆ ◆ ◆

நதியில் மிதக்கும் கானல்
சந்திரா

விடை கொடுக்கும்போது
உன் முகத்தில் நிழல்கள் விழுவதில்லை
இன்னும் நம்பிக்கைக்கு
இடமுண்டாவென திரும்பிப்
பார்க்கவே செய்கிறேன்.

- மனுஷ்யப்புத்திரன்

ரயில் நிலையத்தில் நிகழாமல் இருந்திருக்கலாம் அந்தப் பிரிவு. முன்பு ஒருநாள் மழைக்காலத்தில் அவன் அருகில் அமர்ந்தபோது இனிய சங்கீதத்தைப்போல தாலாட்டிய ரயிலோசை இன்று மிகப் பெரும் கலக்கத்தை ஏற்படுத்தியது. இனிமேல் அவனிடத்தில் எனக்கு எந்த உரிமையும் இல்லை. வாழ்நாள் முழுவதும்கூட வருவேன் என்று சொன்னவன் இப்படி ரயில் நிலையத்தில் ஒரு கை அசைவில் நம்மிடையே உறவு முறிந்து விட்டது என்று சொல்வதற்காக வந்திருக்கிறான். ரயில் அவனைக் கடந்து போகும் கணநேரத்தில் அத்தனை அன்பையும் காற்றில் விட்டுவிட்டுப் போய்விடுவேன் என்று நினைக்கிறானா? அவ்வளவு எளிமையானதா காதல்.

எந்த வினாடியும் என் கைகளைப் பற்றிக்கொண்டு "ஒரு பிரச்சினையும் இல்லடா, எதுக்கு நீ தேவை இல்லாம மனசைப் போட்டு குழப்பிக்கிற. எல்லாமே அப்படியேதான் இருக்கு" என்று சொல்லிவிடமாட்டானா என இதயம் தவித்தது. அவனோ மிக நிதானமாக "எத்தனை மணிக்கு டிரெயின் கிளம்பும்" என்றான். இன்னும் நம்பிக்கை மிச்சமிருந்தது. எனக்கான அன்பு, அவன் கண்களில் எஞ்சியிருக்கிறதா என்று தீவிரமாகத் தேடத் தொடங்கினேன். அவன் முகத்தில் இறுக்கம் கூடக்கூட அவன் முன்பு எனக்குள் ஏற்படுத்திய அன்பெல்லாம் நலிந்து சிதைந்து உருகி ஓடியது. காதலின் வேகத்தைப்போலவே பிரிவும் அதே

அழுத்தத்தோடு அவனிடமிருந்து வெளிப்பட்டது.

"நமக்குள்ளே இப்படி ஒரு பிரிவு வேணுங்கிறதை நீ புரிஞ்சிக்கணும். இவ்வளவு சண்டையோட நாம எப்படி வாழ்க்கையைத் தொடங்க முடியும்?" என்று அவன் பேசிக்கொண்டே போக தாங்க முடியாத அருவருப்பில் இரண்டு கைகளையும் முகத்தில் வைத்து ஓடி 'சீ' என்று சத்தமாக கத்தினேன். "இதான், இந்த மாதிரி ஆர்ப்பாட்டம் பண்றதாலதான் இத்தனை நாளும் உன்னைப் பார்க்காம இருந்தேன். அவ்வளவுதான், உனக்கும் எனக்கும் எல்லாம் முடிஞ்சுப் போச்சு. இனி என்னைத் தேடி வந்து அசிங்கப்படாதே" என் பேச்சை கேட்க விரும்பாமல் உடனடியாக அந்த இடத்தை விட்டு நகரத் தொடங்கினான்.

அமிலம் சொட்டும் வார்த்தைகளை வீசிவிட்டு ஜனத்திரளில் ஊர்ந்து மறைந்து போனான். ஆடாமல் அசையாமல் அவன் போவதையே பார்த்துக்கொண்டிருந்த நான் மிக ஆக்ரோசமாக கத்தி அழத் தொடங்கினேன். என் அருகிலிருந்தவர்கள் எல்லாம் கண்டிப்பாக என்னை நாகரீகமற்ற பெண்ணாக நினைத்திருக்க வேண்டும். அதைப்பற்றியெல்லாம் கவலைப்படும் நிலையில நான் இல்லை. உணர்வுகள் பெருக்கெடுத்து ஓடின. கட்டுப்படுத்த முடியாத வேகத்தில் வயிற்றைப் புரட்டிக்கொண்டு வந்தது. வாந்தி எடுக்க இடம் தேடினேன். ரயில் பாதையைத் தவிர வேறெதுவும் தட்டுப்படவில்லை. பிளாட்ஃபார்மில் தலையை பிடித்து உட்கார்ந்தேன். பத்து வினாடிகள்கூட சென்றிருக்காது. என்னைச் சுற்றி பெருங்குரல்கள். 'ஏய் வா வா' என்று ஒரே கூச்சல். எனக்கு தலையைச் சுற்றிக்கொண்டு வந்தது. கண்களிலிருந்து காட்சிகள் மறையத் தொடங்கின. யாரோ என்னை வேகத்தில் பிளாட்ஃபார்முக்குள் இழுத்துப் போட்டார்கள். நான் செல்ல வேண்டிய மதுரை எக்ஸ்பிரஸ் சத்தத்தோடு ஊர்ந்து நின்றது. என் பக்கத்திலிருந்து "என்னாச்சுமா" என்று கேட்டுக்கொண்டிருந்தவர்கள் ரயிலில் இருக்கையைத் தேடக் கிளம்பிவிட்டார்கள். தன் நினைவு மெதுவாக திரும்பிக்கொண்டிருந்தது. தலை கனத்து வெடித்துச் சிதறுவது போன்ற வலி ஏற்பட்டது. ரயில் நிலையத்தின் எந்த மூலையிலிருந்தாவது மீண்டும் தோன்றி என் கைகளை பிடித்துக் கொள்ளமாட்டானா என்று மனது ஏங்கியது.

அவன் எப்படி என்னை வெறுத்து மறந்து போக முடியும். ஆனால் அவன் என்னை விட்டுப் போனது நிஜம். இந்த இடத்தை விட்டு உடனடியாக நீங்கிச் செல்ல விரும்பினேன். கனவைப் போன்று எல்லாம் நடந்துகொண்டிருந்தது. கண்ணீரைத் துடைத்துக்கொண்டேன். முற்றிலுமாக அவனை என் ஞாபகத்தில்

இருந்து அகற்ற வேண்டும். இல்லை ஓடும் ரயிலிலிருந்து குதித்துச் சாக வேண்டும். நொடிப் பொழுதில் எனக்குள் வீம்பும் வைராக்கியமும் உருவாகின.

ராணுவவீரனைப் போல் கட்டுக்கோப்பாக உடலும் மனமும் இறுகிப் போனது. லக்கேஜை எடுத்துக்கொண்டு என் இருக்கையில் போய் அமர்ந்தேன். நானே அறிய முடியாத நிலையில் இருந்தது என் மனநிலை. மறுபடியும் மனம் அவனிடத்தில் சிக்கிக்கொண்டது. இதயம் தெறித்து சிதறுவதைப்போல வலித்தது. இதையெல்லாம் அவன் உணர்ந்தால் என்னை இப்படித் துடிக்க விடமாட்டான். ஆனால் அவனுக்கு எப்படித்தான் புரிய வைப்பது? என்னுடைய வார்த்தைகள் அவனுக்கு விஷமாகப்பட்டது. என் வலிகள் அவனுக்குள் ஆன்ம சந்தோசத்தை கொடுத்ததோ என்னவோ?

என்னால் இருக்கையில் அமரமுடியவில்லை. எழுந்து ரயில் கதவுகளுக்குப் பக்கத்தில் போய் நின்றுகொண்டேன். கதவின் இரண்டு பக்கக் கம்பிகளையும் பிடித்துக்கொண்டு வெளியே காற்றை தலையால் முட்டிக்கொண்டிருந்தேன். ரயில் தண்டவாளத்தில் உருண்டு செல்லும் சத்தத்தில் என் இதயம் கதறிக்கொண்டிருந்தது. மாலை நேரக் காற்றின் குளிர்ச்சியை முகம் உணர்வதை அனுபவிக்க இயலவில்லை. இதுவே அவன் என்னிடம் அன்பு செலுத்தும் நாளா இருந்திருந்தால் இந்தச் சூழல் எவ்வளவு ஏகாந்தமாக இருந்திருக்கும். வரையறுக்க முடியாத ஆனந்தத்தில் காற்றில் மிதந்துகொண்டிருந்திருப்பேன். ஆனால் இப்போது ரத்தம் சுண்டி சோர்ந்து கிடக்கிறேன்.

எந்தக் கணமும் ரயிலிலிருந்து குதித்து விடுவேனோ என்று நினைத்தேன். “இந்தப்பக்கமா தள்ளி நில்லுங்க” நான் மிக மெதுவாக தலையை நிமிர்த்தி இனிமேல் வாழ்வதற்கு என்ன இருக்கிறது என்பதைப் போல் குரல் வந்த திசையைப் பார்த்தேன். ஒரு நடுத்தர வயது மனிதர் என் முகத்தில் ததும்பிய உணர்வுகளை நோட்டமிட்டபடி “இல்ல காத்து பலமா வீசுது. பிடி நழுவப் போகுது. அதான் தள்ளி நில்லுங்கன்னு சொன்னேன்.” புன்னகையை நன்றியாக்கிவிட்டு கதவில் சாய்ந்து நின்றேன். என்னை யாரென்றே தெரியாத ஒருவருக்கு நான் செத்துப் போவதில் விருப்பம் இல்லை. எல்லாம் முடிந்து விட்டது என்று அவன் சொல்லிப் போன பின்பு எப்படி நான் உயிரோடு இருப்பேன் என்று நினைத்தாள். நான் அவனிலிருந்து விலகிப் போகவேண்டும். அது என்னுடைய மரணமாக இருந்தாலும் பரவாயில்லை என்ற நிலையில் அவன் இருக்கிறானா?

எவ்வளவு நேரம் அங்கேயே நின்றுகொண்டிருந்தேன் என்று தெரியவில்லை. ரயிலின் கதவுகள் அடைக்கப்பட்டு விட்டன. டீ விற்பவர், சாப்பாடு ஆர்டர் எடுப்பவர், டிக்கெட் பரிசோதகர், கழிப்பிடத்தை உபயோகிக்கும் பயணிகள் என்று எல்லோரும் என்னைக் கடந்து சென்றார்கள். நான் ஏன் அங்கேயே நிற்கிறேன் என்பதில் சில பயணிகளுக்கு சந்தேகம் வந்துவிட்டது. என்னைத் காப்பாற்றும் பொருட்டு யாராவது ஒருவர் என்னைத் தள்ளி நில்லுங்க என்று சொல்லிப் போனார்கள். கிட்டத்தட்ட அந்த கம்பார்ட்மெண்ட்டில் அனைவரும் தூங்கச் சென்றுவிட்டார்கள். நானும் என் படுக்கையில் விழுந்தேன். அதற்கு முன் பல இரவுகள் நான் தூங்காமல் விழித்திருக்கிறேன். ஆனால் இந்த இரவைப் போன்று கொடுமையான இரவை அனுபவித்ததில்லை. கொடும் வாள்கள் பல சூழ்ந்து நெஞ்சைப் பிளப்பதுபோலிருந்தது. எங்கே இருக்கிறேன்? என்னைச் சுற்றி என்ன நடக்கிறது? எதுவும் புரியவில்லை. நரமாமிசம் சாப்பிடும் அரக்கர்களிடம் மாட்டிக்கொண்டதைப் போல் மனத்தில் பீதி ஏற்பட்டது. ஞாபகங்களை இழந்துக்கொண்டிருந்தேன். அதுவும் ஒருவகையில் நல்லதாகத்தான் பட்டது. அவன் பிரிவின் மரணவலி, அதில் மறக்கடிக்கப்பட்டால் கொஞ்சம் ஆசுவாசமாக இருக்கும். ஆனால் மற்ற நினைவுகள் எல்லாம் மறக்கடிக்கப்பட்டு அவன் மட்டுமே நினைவற்ற நினைவில் முழுவதுமாக இருந்தான். அவன் நினைவில் அழுகிக்கொண்டிருக்கும் என் ஆத்மாவை பிய்த்து எறிந்தால்தான் சந்தோசம் கிடைக்கும். என் உயிர் பிரிந்து நிசப்தத்தில் முடிந்தாவது அந்த வலியை மறக்கடிக்க விரும்பினேன். தீவிரமான அன்புத் தேடலின் உயிர்தொடும் மூர்க்கம்தான் என் காதல் என்பது அவனுக்குப் புரியாமல் போனது சோகம்தான்.

ஒரு பொட்டுக்கூட தூங்காமல் கொடைரோடு ரயில் நிலையத்தில் இறங்கிக்கொண்டேன். என்னுடைய சில செயல்கள் அதிகமாகத்தான் தெரிந்தன. இத்தனை நினைவற்ற மனநிலையில் அனிச்சையாக எப்படி சரியான நிறுத்தத்தில் இறங்கினேன் என்றே தெரியவில்லை. மதுரையில் இருக்கும் அப்பா கொடை ரோட்டுக்கு வந்து காத்திருக்கிறேன் என்று சொன்னார். “சிரமப்பட வேண்டாம். இரண்டு நாளில் நான் கல்லூரியில் செட்டிலானவுடன் நிதானமாக கொடைக்கானல் வாங்க” என்று சொல்லிவிட்டேன். அப்பா மிகவும் சந்தோசத்தில் இருப்பார். அவருக்கு பிடித்தமான கல்லூரி லெக்சரர் வேலையில் சேரப் போகிறேன். தினப்பத்திரிகையில் நான் பார்த்தது நிருபர் வேலை. “எம்.பில். எம். எட் படிச்சுட்டு என்னம்மா நிலையில்லாமல் ஓடிக்கொண்டிருக்கும் வேலை. மாப்பிள்ளை பார்க்க கஷ்டமாக இருக்கிறது” என்று சொல்லிக்கொண்டே இருப்பார் அப்பா. நான் அவனைக் காதலித்தது வீட்டுக்குத் தெரியாது.

காதலிப்பது மகா குற்றமாக கருதும் எங்கள் குடும்பத்தில் என் காதல் தோல்வி அடைந்து விட்டது என்று சொன்னால் எப்படி இருக்கும்? அந்த விதத்தில் கொஞ்சம் பாதுகாப்பாக இருந்திருக்கிறேன். பள்ளி, கல்லூரி என்று மதுரையில் இருந்தவரை காதலைப் பற்றி யோசிக்க நேரமில்லை. காதலிக்காமல் இருப்பது பெரும் கௌரவமாக நினைத்துப் பெருமிதப்பட்டுக்கொண்டிருந்தேன். பாவம் ஒருத்தன் ரொம்ப காலமாக என் பின்னால் சுற்றிக்கொண்டிருந்தான். அவன் முகத்தைக்கூட சரியாகப் பார்க்காமல் அவனை அவமதித்திருந்தேன். பலமுறை யோசித்தும் இன்றும் அவன் முகம் ஞாபகத்துக்கு வர மறுக்கிறது. அவன் விட்ட சாபமோ அல்லது அவனை அலையவிட்ட பாவமோ தெரியவில்லை. இப்படி துன்ப வலையில் சிக்கித் தள்ளாடுகிறேன்.

நான் பார்த்துக் கொண்டிருந்த நிருபர் வேலையை விட்டுவிட்டேன். சென்னையில் இருந்தால் கண்டிப்பாக அவன் நினைவில் செத்துவிடுவேன். ரொம்ப நாளாக அப்பா வற்புறுத்திக்கொண்டிருந்ததை இப்போது என்னைக் காப்பாற்றிக் கொள்ள பயன்படுத்திக்கொண்டேன். கொடைக்கானல் பல்கலைக்கழகத்தில் தற்காலிக லெக்சரர் வேலை கிடைத்ததும் மலைநகரத்திற்கு பயணப்பட்டுக்கொண்டிருக்கிறேன். லேசாக விடியத் தொடங்கியது. கொடைக்கானல் செல்லும் பஸ்ஸுக்காக காத்திருந்தேன். லக்கேஜை இழுத்துக்கொண்டு ரோட்டில் இருந்த டீக்கடையில் டீ சாப்பிட்டேன். கொஞ்சம் கொஞ்சமாக வானிலை மாறத் தொடங்கியது. அந்த இடம் மிக குளிர்ச்சியாக இருந்தது. முகத்தில் அடித்த ஜில்காற்று இதமாக இருந்தது. டீக்கடை பெஞ்ச் பேப்பர் படித்தபடி டீ சாப்பிட்டுக்கொண்டிருப்பவர்கள் எல்லாம் என் வாழ்வில் நிதானத்தை அளித்துக்கொண்டிருந்தார்கள். நான் இப்போது காணும் ஒவ்வொரு காட்சியும் எனக்கு முக்கியமாகப்பட்டது என்னைக் காப்பாற்றும் காரணியாகவே எல்லாவற்றையும் நினைத்தேன். தனித்துவிடப்பட்ட நான் மிகச் சுதந்திரமாய் உணர்ந்தேன். என்னை வெறுக்கும் ஒருவனை மறக்க வேண்டும் என் முன் இருந்த சவால் அது.

டீயை ரசித்துக் குடிக்க ஆரம்பித்தேன். சூடாக டீ... உள்ளே இறங்கியது. அப்போது ஒரு பஸ், டீக்கடை அருகில் வந்து நின்றது. பஸ்ஸிலிருந்தவர்களை கவனமாகப் பார்க்க ஆரம்பித்தேன். இன்னும் தூக்கத்திலிருந்து விழிக்காத பெண் ஜன்னலில் தலைசாய்ந்து படுத்திருந்தாள். அந்தப் பெண்ணின் முகத்தில் பயணத்தின் களைப்பு இல்லை. கவலைகளை மறக்கடிக்கும் பாவனை இருந்தது அவளது தூக்கத்தில். அப்பாவின் விரல் பிடித்து பஸ்ஸிலிருந்து இறங்கி சுற்றும் முற்றும் பார்த்து மறைந்து நின்று ஒன்னுக்கடித்த

சிறுவன் என்னுள் லேசான புன்னகையை வரவழைத்தான். சிறு முறுவலிப்புடன் கேசம் ஒதுக்கி மணி பார்த்துவிட்டு, ஜன்னல் வழி வெளியுலகம் பார்த்த சுடிதார் பெண் அந்தக் காலையில் மிக அற்புதமான பனிஓவியம் போலிருந்தாள். ஒவ்வொருவராக டீக்கடையை ஆக்ரமித்தார்கள். சுடுதண்ணீர் வாங்கி பொறுப்பாக பால்பாட்டிலை மனைவியிடம் கொடுத்த மனிதன் உலகின் மிக உன்னதமாகப்பட்டார் எனக்கு. அழுதுகொண்டிருந்த குழந்தை அழுகை அடக்கி, ஒரே மூச்சில் பாலைக் குடித்துவிடும் நோக்கில், பாட்டிலின் நிப்பிளை வேக வேகமாக உறிஞ்சியது. அவனில்லாத உலகத்தை ஒருநாளில் அழகானதாக மாற்றிவிட முடியாதுதான். வாழ்க்கை அழகானதாக இல்லாவிட்டாலும் மிக மெதுவாக நகர்ந்து ஒருநாள் வலியற்றதாக மாறலாம் என்பதை அந்தக் காலைக் காட்சிகள் உணர்த்தின.

கொடைக்கானல் பஸ் முழுமையாக நிறைந்திருக்கவில்லை. சந்தேகமே இல்லை. ஜன்னலோர சீட்டில்தான் அமர்ந்தேன். மலைப்பாதையில் பஸ் உயர உயர உடல் குளிரத் தொடங்கியது. வெயிலும் பனியும் கலந்து வெளிர் மஞ்சள் நிறத்தில் இருந்தது. வெளியே. நான் இதற்கு முன் வானத்தை அத்தனை அழகாய் பார்த்ததில்லை. சூரியனால் ஒளிரத் தொடங்கிய வானத்தில் நீலநிறம் பிரிந்து வெண்மையும் மஞ்சளும் கூடிக்கொண்டிருந்தது. கொட்டும்பனி, ஒளிரும் வெளிச்சம், தூரத்தில் பள்ளத்தாக்கில் மேய்ந்துகொண்டிருக்கும் காட்டு மான்கள், உணவுகளை தேடிப் பிடித்துச் சாப்பிடும் குரங்குகள் அத்தனையும் அழகு. காட்சிப் பிழையாக அவன் முகம் எங்கும் இல்லை. கொட்டும் அழகாக இருந்த இயற்கை எழிலில் மூழ்கிப் போனேன்.

மனம் சீராகத்தான் இருந்தது. பஸ்ஸில் காதல் பாடல்கள் ஒலிபரப்பாகும் வரை. 'காதலின் தீபம் ஒன்று' 'வசந்தகால கோலங்கள் வானில் விழுந்த கோடுகள்' 'வண்ணம்கொண்ட வெண்ணிலவே' 'நீ பாதி நான் பாதி' அத்தனையும் காதல் பாடல்கள். மனம் தறிகெட்டு ஓடி அவனில் வந்து நின்றது. ஓடிப்போய் பாட்டை அணைத்து விட நினைத்தேன். கண்களிலிருந்து கண்ணீர் தானாக வழிந்துகொண்டிருந்தது. சிறு வயதிலிருந்தே இளையராஜாவின் இசையைக் கேட்காமல் இருந்தது இல்லை. வாழ்வின் அன்றாட செயலைப்போல அவரின் பாடல்கள், காற்றில் கலந்து என்னுள் பெருமிதமான மென்மையான காதலை உணர்த்தியது. என் மனத்தில் இருந்த அத்தனை அழகான இசை காதலுக்கு கௌரவம் செய்யும் பொருட்டே, சராசரி ரசனை உள்ள எவனையும் என்னுள் அனுமதிக்கவில்லை. அவனைப் பார்த்தபோது அவன் நானாக இருந்தான். அவனும் என்னைப்போல உணர்வோடு கலந்த இசையின்

காதலியைத் தேடிக்கொண்டிருந்தான். எனது இருபத்திரெண்டாவது வயதில் அவனைக் கண்டுபிடித்தேன். உணர்வுகள், ரசனைகள், விருப்பங்கள் ஒன்றிப் போயின. என்னுள் இருந்த இசை அவனைப் பார்த்ததும் பொங்கியது. மனம் சிறகடித்து பறந்தது.

ஒரு பெரிய கம்பெனியில் கம்ப்யூட்டர் இன்ஜினியராக இருந்த அவன் எங்கள் பத்திரிகை அலுவலகத்திற்கு சில தமிழ் சாப்ட்வேர்களை அறிமுகப்படுத்த வந்திருந்தான். கட்டுரை எழுதும்போது என் பக்கத்தில் அமர்ந்து சாப்ட்வேர்களை எப்படி பயன்படுத்த வேண்டும் என்று சொல்லிக்கொண்டிருந்தான். எப்போதும் சன்னமான குரலில் இளையராஜாவின் பாடல்களை முணுமுணுத்துக்கொண்டிருந்த அவன் என்னை ஈர்த்ததில் வியப்பில்லை. அவன் வந்து இரண்டு நாட்கள்தான் ஆகியிருந்தன. வெகுநாட்கள் பழகியவனைப் போல் நெருக்கமாகப் பேசினான்.

பெயர் சொல்லி அழைத்தான். மழை பெய்துகொண்டிருந்த நாளில் "டீ சாப்பிட வர்றீங்களா" என்று கேட்டான். அவன் பார்வை மிகக் கூர்மையாக இருந்தது. என்னை வீழ்த்தும் பார்வை சந்தேகமே இல்லை. இதற்கு முன் நான் யாருடைய கண்களையும் இப்படி நேருக்கு நேர் பார்க்க முடியாத நிலை ஏற்பட்டதில்லை. தவறி அவன் கண்களைச் சந்திக்க நேரிட்டால் சிரிப்பும் வெட்கமும் காதலுமாய் இருந்தது என் பார்வை. நானும் அவனை நேர்கொண்டு பார்க்க முயன்றேன். மஞ்சள் பூக்கள் உதிர்ந்து கிடக்கும் டீக்கடை எனக்குள் கிளர்ச்சியை ஏற்படுத்தியது. அப்போதே அவன் கைகளை பிடித்துக் கொள்வேனோ என்று பயமாக இருந்தது. அவனைப் பார்க்கும் ஒவ்வொரு கணமும் இதயம் மெல்லியதாக அதிர்ந்தது.

அவன் "சிகரெட் பிடிக்கவா" என்று கேட்டான். "சரி" என்று தலையாட்டினேன். டீயை உறிஞ்சியபடி அவன் புகைப்பதை ஓரக்கண்ணால் பார்த்தேன். அவன் புகைபிடிக்கும் விதம் மிக அழகாக இருந்தது. மழைத்தூறலோடு சேர்ந்து காற்றில் ஓர் ஓவியத்தைப்போல மிதந்தது.

மரங்கள் அடர்ந்த எங்கள் அலுவலகத் தெருவில் நாங்கள் மட்டுமே தனித்துவிடப்பட்டது போல் ஒரே நேர்க்கோட்டில் இணையாக நடந்து சென்றோம். இனிமையான குரலில் பாடிய பறவைகள் எங்கள் தலைக்கு மேலே பறந்து சென்று கூட்டில் அடைந்தன. இருவருமே ஒரே உணர்வில் கண்களை நேர்கொண்டோம். "நான் உங்களை லவ் பண்றேனு நினைக்கிறேன்" என்றான். அகமகிழ்ந்து போனேன். அவனிடம் எதையும் காட்டிக் கொள்ளாமல் "இரண்டு நாளில் காதலா? காமெடி பண்ணாதீங்க" என்றேன் பொய்யாக.

"எனக்கு இரண்டு நாள். உங்களுக்கு எப்ப தோணுதோ அப்ப சொல்லுங்க. வெயிட் பண்றேன். அதுவரைக்கும் ஃப்ரண்ட் மாதிரி பேசுங்க"

நான் எதையும் உடனடியாகச் சொல்லவில்லை. ஆனால் அவனுடன் விருப்பத்தோடு பேசிக்கொண்டிருந்தேன். ஒரு வாரத்தில் எங்கள் ஆபீஸ் புராஜெக்டை முடித்துக்கொண்டு போய்விட்டான். அதன் பின் அவன் இல்லாத வெறுமையை உணரத் தொடங்கினேன். அவன் என்னோடு தொடர்ந்து தொடர்பில் இருந்தான். என் அலுவலகத் தெருவில் எனக்காக காத்திருந்து என்னை பைக்கில் அழைத்துச் சென்று விடுதியில் விட்டான். நான் மறுப்பேதும் சொல்லாமல் இசைந்தேன். பில் பற்றி கவலைப்படாமல் ஃபோனில் பேசிக்கொண்டிருந்தான். "நானும் உன்னைக் காதலிக்கிறேன்" என்று அவனிடம் நேரடியாக சொல்லாமலே ஒன்றிரண்டு மாதங்களில் நாங்கள் காதலர்கள் போலாகிவிட்டோம் எனக்கான காத்திருப்பு அலுவலக வேலை இரண்டையுமே சரியாகச் செய்துகொண்டிருந்தான். அவன் விழிகள் எப்போதும் சுறுசுறுப்புடன் பரபரத்தபடி இருக்கும். என் நினைவில் இருக்கும் அவன் முகம் எப்போதும் புன்னகைத்தபடி இருக்கும்.

பொங்கல் விடுமுறைக்கு என்னுடைய ஊருக்கு கிளம்புகிறேன். ஆறுமணிக்கு டிரெயின் என்று சொல்லியிருந்தேன். அவனை 'வழியனுப்பி வைக்க வா என்று வெளிப்படையாக அழைக்கவில்லை. அவனாக வரவேண்டும் என்று நினைத்தேன். ஐந்து மணியிலிருந்து ரயில் நிலையத்தில் காத்திருந்தேன். அவனிடமிருந்து ஒரு ஃபோன்கூட வரவில்லை. மனத்தில் கவலை பரவியது. ஒரு ஃபோன் பண்ணி வரவில்லை என்று சொல்லியிருக்கலாம். குறைந்த பட்சம் வேலை இருக்கிறது என்றாவது தெரியப்படுத்தியிருக்கலாம். அவன் மனத்தில் காதலும் இல்லை, ஒரு மண்ணாங்கட்டியும் இல்லை. எரிச்சலும் கண்ணீருமாய் இருந்த எனக்கு ரயில் சத்தமும் பயணிகளின் சத்தமும் பயத்தை ஏற்படுத்திக்கொண்டிருந்தது. எல்லாச் சத்தங்களும் பயத்தை மட்டுமே கிளப்பின. இப்படியான மனநிலையில் ரயில்நிலையம் ஏன் ஒரு பயங்கரமான உலகத்தைப்போல காட்சியளிக்கிறது? அவனிடமிருந்து ஃபோன் வந்தது. வந்து விட்டான் என்ற துள்ளலுடன் பேசினேன். "சாரி எனக்கு முக்கியமான புராஜெக்ட் வேலை. வரமுடியல. நீ பத்திரமா போயிட்டு வா. நான் அப்புறமா பேசறேன்" என்று சொல்லி ஃபோனை வைத்து விட்டான். கவலை மனத்தை வாட்டியது.

டிராலி உருண்டோடும் சத்தத்தை உன்னிப்பாக கவனித்துக் கொண்டிருந்தபோது அதன் பின்னாலிருந்து அவன் வந்து கொண்டிருந்தான். மனத்தில் அரும்பிய சந்தோசத்தை வெளியே காட்டாமல் அவனைப் பார்த்தேன். "என்ன கோபமா?" என்று கேட்டான். கண்களில் ஈரம்பட்ர அமைதியாகச் சிரித்தேன். பின் ஏதேதோ பேசிக்கொண்டிருந்தோம். அவன் வந்ததும் பயம் உண்டாக்கிய எல்லாச் சத்தங்களும் இசையாக மாறிவிட்டன. ரயில் நிலையம் முழுக்க அழகு நிரம்பி வழிந்தது. ரயில் புறப்படும் நேரம் வந்துவிட்டது. அப்போதுதான் கவனித்தேன் அவனிடமும் ஒரு பை. "என்ன" என்றேன். "சும்மா" என்றான். சரி என்று ரயிலில் ஏறும் அவசரத்தோடு எழுந்தேன். அவன் "இரு நான் கோச் நம்பர் பார்க்கிறேன்" என்றான். பின் கம்பார்ட்மெண்டைப் பார்த்து ஏறினான். "ஏய் இது இல்ல" என்றேன். "சும்மா இரு எனக்கு தெரியும்" என்றவன் என் பேக்கை வாங்கிக்கொண்டு ஒரு இருக்கையில் உட்கார வைத்தான். அவனும் என்னோடு உட்கார்ந்துகொண்டான். எங்கள் இருவருக்குமாக வேறொரு டிக்கெட்டை எடுத்திருந்தான். என் டிக்கெட்டை கிழித்து காற்றில் பறக்க விட்டான். "ஏண்டா இப்படி பண்ணுன" என்று கோபத்துடன் சந்தோசத்துடனும் அவன் கைகளை இறுக்கி பிடித்துக்கொண்டேன். வழிநெடுக எங்கள் வார்த்தைகளில் காதல் வீரியம் கூடியது. யாராலும் பிரிக்க முடியாத காதல் நிலையை அடைந்தோம். மதுரையில் இறங்கியதும் மீண்டும் சென்னை திரும்பி விட்டான்.

அவனுக்கு நிறைய நண்பர்கள் இருந்தார்கள். அவன் மேல் எனக்கு மிகப் பெரும் ப்ரியம் ஏற்பட்டதும் அவன் வேறு நண்பர்களிடம் பேசினால் சண்டையிடத் தொடங்கினேன். அவன் முழுமையாக எனக்கானவன் என்பதில் உறுதியாக இருந்தேன். நான் உள்ளொடுங்கிய மனுசி, எனக்கான நெருக்கமான மனிதர்கள் மிகக்குறைவு. ஆனால் அந்த மனிதர்களிடம் அத்தனை அன்பையும் கொட்டி வைத்திருந்தேன். அவனிடம் சண்டையிட்ட ஒருநாளில் சொல்லிக் கொள்ளாமல் பஸ்ஸில் ஊருக்குக் கிளம்பினேன். கடைசியில் மனசு கேட்காமல் பஸ் கிளம்புவதற்கு முன்பாக "ஊருக்கு கிளம்புகிறேன்" என்று சொன்னேன். எந்த டிராவல்ஸ் என்பதை விவரமாகக் கேட்டுக்கொண்டான். கண்டிப்பாக அவன் வருவான் என்று தெரியும். அதற்குள் பஸ் கிளம்பி விட்டது. இரண்டு நிமிடத்தில் அவனிடமிருந்து ஃபோன். பஸ் எந்த இடத்தில் இருக்கு? பஸ்ஸில் நான் உட்கார்ந்திருக்கும் இடம் எது என்று தெரிந்துகொண்டான். பஸ் நெரிசலில் நின்றுகொண்டிருந்தது புலி மாதிரி படுவேகத்தில் என் ஜன்னலோர சீட்டுக்கு பக்கத்தில் வந்து

நின்றான். அவன் பறந்துதான் வந்திருக்கவேண்டும். பிஸ்கெட், பழங்கள் உள்ள ஒரு பையை என்னிடம் தூக்கிப் போட்டான். பஸ் மெதுவாக நகர்ந்துகொண்டிருந்தது. "சரி நீ போ. நான் ஃபோனில் பேசுறேன்" என்றேன். அவன் அதை காதில் வாங்காமல் பஸ் பின்னாடியே வந்துகொண்டிருந்தான். "போடா போடா" என்று கத்தினேன். பஸ் நெடுஞ்சாலையில் விரையத் தொடங்கியது. காற்று வேகத்தில் தொடர்ந்து பைக்கில் வந்தான். எனக்கு பதற்றம் கூடியது. செல்போனை எடுத்து அவனிடம் பேசினேன். திரும்பிப் "போ போ" என்று கெஞ்சினேன். "நீ என்கிட்ட சொல்லாமல் போனலே. நான் மதுரை வரைக்கும் உன் பின்னாடியே வர்றேன்" என்றான். மதுரவாயல் நெடுஞ்சாலையில் அடுத்தடுத்து இரண்டு பைக் ஆக்ஸிடெண்ட். அவனிடம் "போ" என்று சொல்லி போனில் கெஞ்சி கத்தி அழுதேன். வண்டி ஓட்டியபடி அவன் பேசிக்கொண்டிருந்தான். எனக்கு பயத்தில் உயிர் கலங்கியது. கடைசியாக மிகப் பெரும் அழுகையோடு போனை வைத்து விட்டேன். அவன் செங்கல்பட்டு நெடுஞ்சாலை வரை வந்தான். பஸ் சிட்டாக பறந்தது. சிறிது நேரத்தில் அவனிடமிருந்து ஃபோன். "சரி நான் போகிறேன். இன்னொரு முறை கோபித்துக்கொண்டு இப்படியெல்லாம் செய்யக்கூடாது" என்றான். பயம் நீங்கி ஆசுவாசம் அடைந்தேன். அவனின் தீவிரமான அன்பு மனத்தை உருக்கியது. உயிரை பணயம் வைத்து அன்று என்னோடு அவன் பயணம் செய்தான். நானும் அவனும் நினைத்தாலும்கூட எங்கள் காதலைப் பிரிக்க முடியாது என்று நினைத்தேன்.

காதலில் வலிமையானது. அன்பின் வற்றாத ஊற்று என்று நினைத்தேன். எல்லாம் அவன் ஒரு மாதம் புராஜெக்ட் விசயமாக பெங்களூர் செல்லும் வரை. எனக்கும் அலுவலக நெருக்கடி. பாய்ந்து பாய்ந்து கட்டுரைகளைத் தயார் செய்யும் நிலைமை ஆகிவிட்டது. செய்தி சேகரிப்பில் படுபிஸியாகி விட்டேன். அவனை உடனடியாக திருமணம் செய்ய வேண்டும் என்றால் பணி நிரந்தரம் அடைய வேண்டும். அதற்காகத்தான் என் வேலை பளுவைக் கூட்டிக்கொண்டு கட்டுரைகளின் எண்ணிக்கையை அதிகரிக்க நினைத்தேன். அவன் என்னுடன் பலமுறை பேச முயலும் போதெல்லாம் ஒன்றிரண்டு வாரத்தை பேசிவிட்டு வேலை இருக்கிறது என்று சொல்லி ஃபோனைத் துண்டித்தேன். அதை அவன் புரிந்து கொள்வான் என்றே நினைத்தேன். இதன் தொடர்பாக ஃபோனிலேயே இருவரும் சண்டையிடத் தொடங்கினோம். ஏன் இப்படி புரிந்து கொள்ள மறுக்கிறான் என்று எனக்கு கோபமாக வந்தது. நான் ஒதுக்குவதாக அவனுக்குப் பட்டது. அவன் கோபத்தின் வீரியத்தையெல்லாம் அப்போதுதான் அறிந்தேன். வார்த்தைகள் தடித்து, எல்லோரிடமும்

சிரித்து வழிகிறேன் அவனை மட்டும் ஒதுக்குகிறேன் என்றான். கெட்ட வார்த்தைகள் எல்லாம் ஆரம்பித்தான். எனக்கும் அவனுக்குமான நான் கட்டி வைத்திருந்த வீடு எரிந்து சாம்பலாகியது. எவ்வளவு சண்டையிட்டும் எங்களின் அன்பு உடைந்து போகும் என்று நான் கற்பனை செய்துகூட பார்த்ததில்லை.

அவன் புராஜெக்ட் முடித்து வந்ததும் ஹோட்டலில் சந்தித்துகொண்டோம். பிரிவும் சண்டையும் புதிதாக அன்பு செலுத்துபவர்களைப்போல கொஞ்சம் தயக்கத்தைக் கொடுத்து சண்டையை மறந்து ரொமான்ஸோடு அமர்ந்திருந்தேன். இருவரும் செல்போன்களை சாப்பாட்டு மேஜையில் வைத்திருந்தோம். இந்தத் தடவை அவனுக்கு ஒரு சில குறுஞ்செய்திகளைத்தான் அனுப்பியிருந்தேன். அதைப் பார்க்க அவன் "ஃபோனை குடு" என்று என் முன்னால் வந்தான். நான் தர மறுத்து பின்னால் போனேன். ஹோட்டலில் கூட்டம் அதிகமாக இருந்தது. தலையைப் பிடித்து உட்கார்ந்தான். "வேணுமின்னா என்ஃபோனை பாரு" என்று என் ஃபோனை அவனிடம் தள்ளினேன். அவன் நிமிர்ந்தே பார்க்காமல் ஃபோனை நோண்டிக்கொண்டிருந்தான். அவன் குறுஞ்செய்தியை திறந்து படிக்க படிக்க என் இதயம் பதறியது. ஒரு நம்பரிலிருந்து இவன் ஃபோனுக்கு "சாப்பிட்டியாடா, தூங்கினியாடா" பதிலுக்கு "கிஸ் மி டி. உன் ஃபோட்டோவை நெட்டில் அனுப்பி வை" இப்படி இன்னும் ஏ ஜோக்ஸ் என்று நிரம்பிக் கிடந்தது. பத்ரகாளியைப் போல் என் விழிகள் பிதுங்கியது. ரத்தம் கொதித்தது. அவன் ரொம்ப சாதாரணமாக அவன் ஃபோனை பிடுங்கிக்கொண்டு என் ஃபோனை என் பக்கம் தள்ளினான். "நீ ரொம்ப விவரமானவள். உன் பாய்ஃப்ரெண்டஸ் அனுப்பினதெல்லாம் தெளிவா டெலிட் பண்ணியிருப்ப" அருவருப்பாக உடல் குறுகி நடுங்கியது. அங்கிருந்து எழுந்து கிட்டத்தட்ட ஓடினேன் என்றுதான் சொல்ல வேண்டும். பில்லை செட்டில் பண்ணிவிட்டு பின்னாடியே, இல்லடா என் ரூம் மேட் ஒருத்தனுக்கு ரோமிங் இல்ல. அவன்தான் இந்தப் ஃபோனை பயன்படுத்தினான்" என்று சமாதானம் செய்தான். நான் எதையும் காதில் வாங்காமல் விடுதிக்குப் பறந்து விட்டேன். எனக்கு ஃபோன் செய்துகொண்டே இருந்தான். நான் ஃபோனை அணைத்துவிட்டுப் படுத்துக்கொண்டேன்.

அவன் சொன்னது உண்மையாக இருக்கலாம் என்று லேசாக சமாதானம் அடைந்தேன். ஃபோனை உயிர்ப்பிக்கச் செய்ததும் பல குறுஞ்செய்திகள். "சத்தியமாக அது நான் இல்லை, அந்த நண்பனை பேச வைக்கிறேன்" என்றான். மனம் இறங்கி சிறிது ஊடலோடு அவனோடு பேசத் தொடங்கினேன். ஆனால் என் மனம் அவனிடம் மிகப் பெரும் காதலை வைத்திருந்தது.

என் தீவிரம் அவன் சுதந்திரத்தைப் பறிப்பதாக நினைத்தான். அவன் என்னைத் தவிர்க்கத் தொடங்கினான். அவன் எனக்காக காத்திருந்தபொழுதெல்லாம் திரும்பத் தொடங்கின. நான் அவனுக்காகப் பலமுறை அவன் அலுவலக வாசலில் காத்திருந்தும் வேலை இருக்கிறது என்று சொல்லி என்னைப் பார்க்க மறுத்தான். அப்படிப் பார்த்து, பேசிய கணங்களெல்லாம் சண்டை. அவன் பலமுறை பேசியும் பிரிவைப் பற்றி மட்டும் பேசவில்லை. இப்படியே சண்டையிட்டுக்கொண்டிருந்தால் இருவரும் வேலையில் கவனம் சிதறிவிடுவோம் என்று இருவருக்கும் தெரிந்தது. "என்னை வேணான்னா வேணான்னு சொல்லுடா. என்னைச் சிதைக்காதே" என்று அவனிடம் பலமுறை கேட்டும் பிரிவைச் சொல்லாமல் மழுப்பலாகவே பதில் சொல்லிக்கொண்டிருந்தான். நானாக அவனைப் பிரிந்தால் எந்தக் குற்ற உணர்வும் இல்லாமல் இருந்திருக்கலாம் என்று நினைத்திருக்கலாம். கடைசியாக இந்த ரயில் நிலையச் சந்திப்பில் என் குரல்வளையை அறுத்துச் சென்று விட்டான்.

பஸ்ஸில் பாடல்கள் அடங்கியது. சிறுசிறு நிறுத்தத்தில் மக்கள் இறங்கத் தொடங்கினார்கள். தூக்கம் இல்லாத கண்கள் தானாகச் சோர்வில் சொருகியது. கடைசியாக அவனுக்கான கவிதை வரிகள் மனதில் தோன்றின.

மணல்காற்று வீசும்
நெடும் பாலை நிலத்தில்...
ஆதி ஓவியங்கள் சூழ
சிங்கம் வாழ்குகையில்
இருண்மையில் கிடக்கின்றேன்
பாறையிடுக்கில் கசியும் ஒளி
ஞாபகம் கிளர்த்துகிறது.
மண்வாசத்தோடு
உன் நினைவும் சிரம் அறுக்கிறது
ஆசைகள் கடக்கும் முன்
நீ வந்தடைவாய் எப்படியும்
ஒரு மரணமுத்தத்தோடு

◆ ◆ ◆

செம்பருத்தி பூத்த வீடு

கீரனூர் ஜாகிர்ராஜா

உச்சி வெயிலு மண்டைய எரிக்கிற ஒரு நா மணி மத்தியானம் ரெண்டு ரெண்டரை இருக்கும். நானும் எங்க பெருத்தாவும் ஜாமான் சட்டையோட கேரளாவுலயிருந்து ஊருக்கு வந்து சேர்ந்தப் போ எங்கள எறக்கி விட்ட அஞ்சாம்நம்பர் டவுன் பஸ் கொஞ்சம் பேர்கள ஏத்திக்கிட்டு ஒடனே பழநி பொறப்பட்ருச்சு. எட்டு ஒம்போதுமணி நேரம் பஸ்ல வந்த பெருத்தா வேர்த்து விறுவிறுத்துப் போயிட்டாரு பாவம். இதப் பாத்துட்டு பத்திர ஆபீஸ் திண்ணையில உக்காந்துருந்த ரெண்டு பேரு ஓடியாந்தாங்க. ஒருத்தன் நல்ல தார் நிறம். இன்னொருத்தன் லேசா வெளுப்பு.

“குதுப்தீன் இல்லியாப்பா...” பெருத்தா கறுப்பா இருந்தவன் கிட்ட கேட்டாரு. அவனுக்குத் தெரியல. முழிச்சுக்கிட்டு நின்னான். வெளுத்தவனுக்குத் தெரியும்போல..

“மூட்டை தூக்குற குதுபுதீன கேக்கறீங்களா... அவர் தவறிட்டாருங்க... எட்டு மாசமிருக்கும்...”

பெருத்தா லேசா விசனப்பட்டு “இன்னாலில்லாஹி” ஓதி கைய முந்திகிட்டாரு. குதுபுதீன் எனக்கும் தெரியும் பஸ்டாண்டுல மூட்டை தூக்குறதுல அவர்தாம் பழைய ஆளு.

“செரி. இந்த செமையெல்லாந் தூக்கிட்டு தெக்குத் தெருவுக்குப் போங்க”

பெருத்தா உத்தரவு கொடுத்தாரு. மளமளன்னு பொட்டிகிட்டியெல்லாந் தூக்கி தோள்லயும் தலையிலயும் வச்சிட்டு தெக்குப் பாத்து நடக்க ஆரம்பிச்சாங்க இரண்டு பேரும்.

“தெக்கெ வீடு எதுன்னு தெரியுமா...” நான்தான் கேட்டேன். கௌம்புனவங்க செமையோட நின்னு திரும்பி என்னெப் பாத்தாங்க.

“கொத்தயத்து அசன்மொகமது ராவுத்தர் வீடுப்பா”

நான் சொன்னதும் வெளுத்தவனுக்குப் புரிஞ்சுகிச்சு.

“பெரிய படி வச்சு, நடை ஓசரமா இருக்குமுங்களே அதானுங்களே...”

“ஆமாமா... கெளம்புங்க...”

ரெண்டு பேருந் தூக்கிட்டு முன்னாடி நடக்க பெருத்தா தொப்பிய சரி செஞ்சு எதுக்காப்பல வந்த இரண்டு மூணு பேத்துக்கு ஸலாம் சொல்லி அவங்க பின்னாடி நடக்க ஆரம்பிச்சாரு. நா லேட்டா வருவேன்னு அவருக்குத் தெரியும்.

ஊரு ரொம்ப மாறிப் போச்சு... நாம ஊருக்கு வந்து ரொம்ப வருஷமிருக்கும். ஊர்ல நல்லது, கெட்டதுன்னா அத்தாவும், பெருத்தாவுந்தே மாறி மாறி வந்துட்டுப் போவாங்க. அடுத்தடுத்தாப்ல டெலிபோன் பூத், அஞ்சாறு பெரிய்ய ஓட்டலு, வரிசையா டீக்கடைங்க காம்ப்ளக்ஸ், காசிம் மெடிக்கல் ஷாப்பு, ஜவுளிக்கடைங்க அடேங்கப்பா, பத்திரம் எழுதற ஆபீச கண்டுபிடிச்சாத்தேங் உண்டு. இல்லேன்னா சுத்தமா அடையாளமே தெரியாது... முந்தித்த பஸ்டாண்ட ஜாடையே காணாம். சுடச்சுட பலகாரம் போட்டு கனகாம்பரப் பூ நெறத்துல டீக்குடுக்கற குலாம் கடையக் காணாம். விரியற மல்லியப்பூவாட்டம் இட்லி சுட்டு ஓரப்பா தொவையல் ஊத்துற கவுண்டர் கடையக் காணாம். சைக்கிள் கடை இமாம், மைக் செட்டு. மீராவைக் காணாம். “அல்லாவை நாம் தொழுதால்”னு அனீபா பாட்டு அலறக் காணாம். பஸ் ஸடாண்டே கதின்னு ரவ்வும் பகலும் அலையிற நத்தர்ஷா எங்க போனார். இங்கன கொய்யாப்பழம் அங்கன கொடுக்காப்புளி வித்தவளுங்க எங்கே? இத்தினி நா கழிச்சி ஊருக்கு வந்தா இப்படிப் புளிக்கிது ஊரு கெலாக் காயாட்டம் கெட்டு முட்டச் சாம்பலாப் போச்சுங்க ஊரு... தோ, தொங்கு தொங்குனு மூடைக்கிப் பின்னால போனாரே பெருத்தா அவருக்கு இதெல்லாம் ஒண்ணுமே ஒறைக்கிலயா... செரி... அடுத்தவாரம் அம்மாவும் பெத்தம்மாவும் வர்றாங்க இல்ல... அவங்களுக்காவது இது தெரியுதான்னு கேப்போம். தங்கச்சி பானுவுக்கெல்லாம்இது தெரியாது. கேரளாவுல பொறந்து வளந்தவ... எனக்குத்தே இந்த ஊரு நெனப்பு எப்பவும் மங்காம செக்கச் செவீர்னு..

பதினஞ்சு வருஷத்துக்கு முன்னால பந்தாப்போட படிப்ப நிறுத்திட்டு அந்த வயசுலேயே அத்தாவோட தேங்கா நார் யேவாரத்துக்குத் தொணையா மலபார் போயிட்டேன். அங்க மலையாளம் பேசி, மரவள்ளியும், ஏத்தம்பழமும் திண்டு பழகி (ஓமனா இல்லேன்னா நா மலையாளம் பேசிப் பழகியிருக்க

முடியாது) தென்னந்தோப்புகளாகப் போயி தேங்கா நார் வாங்கிக் கட்டி வண்டியேத்தி கயிறு திரிக்க கடைங்களுக்கு குடுத்து, காசு வசூல் பண்ணி, இதுதே அத்தா யேவாரம். "கொஞ்ச நாள் பொறுத்துக்குங்க ஒரு வருஷத்துல நம்மளும் ஒரு கயித்துக்கடைய வச்சு, வடமாகாணத்துக்கு சரக்கு அனுப்ப ஆரம்பிச்சா... அஞ்சு வருஷத்துல கொஞ்சம் காசு பாத்துரலாம். அப்புறமா நம்மூர்ப் பக்கமே போயி வீட்ட இடிச்சி மாத்திக் கட்டி, தொழிலுக்கு ஒரு சில்லறக் கடைய வெச்சு உக்காந்துக்கலாம்..

சொல்லி அடுத்த வருஷமே நெஞ்சு வலியில அத்தா மௌத்தாப் போயிட்டாரு. அப்ப நாங்க இருந்த நெலமையில அத்தா மய்யித்த ஊருக்குகொண்டு போயி அடக்கம் பண்ண முடியில... பரப்பணங்காடி பள்ளிவாசல் கபர்ஸ்தான்ல அடக்கம் பண்ணோம். பெருத்தா ஊருக்கு போன்பேசி தந்தி குடுத்து சொந்தக்காரங்க யாருமே நேரத்துக்கு வர முடியில. அத்தாவோட தீதார் யாருக்கும் குடுத்து வைக்கில. சும்மா சொல்லப்புடாது இந்த மலையாள காக்காமார்ங்களெ... 'மய்யித்த' அடக்கம் பண்ணி, 'முஸ்லியார்ர' கூப்பிட்டு பாத்தியா ஓதி மூணாம் நாளு ஏழாம் நாளு எல்லாம் எங்க ஊர் மொறப்படியே செஞ்சாங்க.

அப்புறமா யேவாரம் பெருத்தா கைக்கி மாறுச்சு. அத்தா போட்டுக்குடுத்த ரூட்ல கொஞ்சம் வருசம் வண்டி நல்லபடியா ஓடுச்சு. திடீர்னு கயிறு யேவாரம் வடக்குப் பக்கம் கொறைய ஆரம்பிச்சது. 'நைலான் ரோப்' அப்ப அறிமுகமாகி 'பேமஸ்' ஆயிட்டிருந்தது. கயித்து மண்டிக்காரங்க வேற தினுசா நார் கேக்க ஆரம்பிச்சாங்க. நார் கொடுக்கிற தோப்புக்காரங்க கிட்ட நாசூக்காப் பேசி 'கச்சோடம்' செய்ய பெருத்தாவால முடியலை கொஞ்சம் கொஞ்சமா யேவாரம் படுத்துக்கவும் அம்மா செரியான நேரத்துல முடிவெடுத்துச்சு. "ஊருக்கே போயிடலாம்னு ஒங்க பெருத்தாட்ட சொல்லுடா மைதீனு... ஒங்க அத்தா இல்லாம விரோச்னு இருக்கறதுக்கு பதிலா ஊர்ல ஜாதி சனத்தோட போயிச் சேந்துக்கலாம். பானுவும் வெடுக்குன்னு ஆயிட்டா..."

இதுக்குன்னே காத்துக்கிட்டிருந்தாப்போல பெருத்தா உடனே பொட்டியக் கட்ட ஆரம்பிச்சாரு. அடுத்த வாரமே இங்க வந்து எறங்கியாச்சு. நாங்க ஆம்பளைங்க. சாமாஞ்செட்டெல்லாம்கொண்டு வந்து முன்னாடி சேர்த்தி வீட்டையும் நறுவிசு பண்ணி வச்சா, அப்புறமாப் போயி பொம்பளைங்கள கூட்டிக்கிட்டு வந்தரலாம்னு திட்டம். பாக்கலாம். இங்க தெருவுக்குள்ளேயே ஒரு கடை கண்ணிவப்போம். இல்லேன்னா எங்குட்டாவது சம்பளக் கடைக்கிக்கூட சேர்ந்து போயிர்லாம்.

கேரளாவுல பஸ் ஏறுனாப்பலயிருந்து எனக்கு ஊர்ப்பத்தி ஒரே 'கெனாதாம்' இங்க வந்து பாத்தா பக்குனு இருக்குது. பஸ் ஸ்டாண்டையே அடையாளங் கண்டு புடிக்க முடியல. இந்த அழகுல அந்த செம்பருத்தி பூத்த வீடு சிக்குமா கண்ணுக்கு. அங்கன எவனிப்போ மேல்வீடு கட்டி மினுக்கி வச்சிருக்கானோ... பாக்கலாம். காலம் ரொம்பப் போயிருச்சு. இந்நேரம் 'அவ' கல்யாணம் மூச்சு கையில ரெண்டு மூணோட இருப்பா. அவ புருஷன் வீடு நம்மூரோ அசலூரோ யாரு கண்டா... அப்பிடியே உள்ளூரா இருந்தாலும் பதனஞ்சு வயசுல பட்டுப் பழகுனாப்ல இப்பம் அடுத்தவம் பொண்டாட்டிகூட பேசிப்பழக முடியுமா என்ன? இத நெனைக்கியில எனக்கு கோர்த்து வச்ச ஆசைமணியெல்லாம் கொட்டுனாப்ல இருந்துச்சு.

தெக்குத் தெரு கடைசியில குளத்து இறக்கத்துல 'கருத்தலெவை' வீட்டுக்கு நேர் பின்னால அந்த செம்பருத்தி பூத்த வீடு இருக்குது. உதயசூரியன், ரெட்ட இலை, கை, சைக்கிள்னு, கட்சிக்காரங்க யாரும் சின்னம் கிறுக்காம சும்மா எப்பப் பார்த்தாலும் களவாய்ச் சுண்ணாம்பு பளிச்சினு அடிச்சு கெவுரமா நிக்கும் செம்பருத்தியாய் பூத்து சிலுக்குக் கவுண்டர் வீடு. வெறும்மேலோட காடு மேடுல கவுண்டம்மாரு கலப்பை யோட்டிக்கிட்டிருந்தப்ப அவளோட அய்யன் டெர்லீன்லயும், சிலுக்குலயும் சட்டை தச்சுப்போட்டு அலைவாராம் சின்ன வயசு மைனரா இருந்தப்போ. அதுதே சிலுக்குக் கவுண்டர்னு பேரு.

ஊர் ஒலகத்துல மொளைக்காத பூவெல்லாம் சிலுக்கு கவுண்டர் கொளத்து வீட்ல மொளைக்கும். அத்தினி செடிங்க. அத்தினி பூவுங்க. அழகழகா... இது என்ன பூவுடா தோ... அது என்ன பூவுடான்னு எங்க பசங்கள்ட்ட கேட்டா ஒண்ணுந் தெரியாது அவனுங்களுக்கு.

யாரு வேண்ணாலும்... எப்ப வேண்ணாலும் போலாங்க கவுண்டர் வீட்டுக்குள்ளே போயி பூப்பாக்கலாம். எங்க வீடுங்க மாதிரி ஜென்னலுக்கு மறைப்பு, கதவுக்கு மறைப்பு, கதவுக்கு அங்கிட்டு ஒரு மறைப்புன்னல்லாம் இருக்காது. தொறந்த வீடு. வாசல் பூராவும் பூச்செடிங்க. திண்ணையோரத்துல மாட்டுக் கொட்டாயி, எப்பவும் பச்சப்பசேல்னு... புல்லுக்கட்ட மேஞ்சிகிட்டு அப்பப்ப அழகா... ம்மா... ம்... ன்னு கத்திக்கிட்டு பசுமாடுங்க. நாலஞ்சு. திண்ணையத் தாண்டி உள் வீட்டுக்குப் போனோம்னா 'கப்' புன்னு கவுண்டம்மார் வீட்ல அடிக்கிற நெய்வாசம்.

எல்லாப் பூவுக்கும் கவுண்டராத்தா பேர் சொல்லித் தரும். ரெம்ப நாளா வெள்ளையும் ஊதாவுமா 'யூனிபார்ம்'ல பூக்குற ஒரு பொம்பிளப் பூவுக்கு பேர் தெரியாத முழிச்சிட்டிருந்தே.

“பாப்பாத்தி... பாப்பாத்தி”ன்னு அந்தப் பூவக் கூப்புர்ராங்க... பேரே பாப்பாத்தியா... சேச்சே... எல்லாக் கவுண்டர் வீட்லயும் பொட்டப் புள்ளைங்கள பாப்பாத்தின்னு தேங் கூப்புர்ராங்க. செரி., நம்ம வீட்டுக்கு தயிரு. வெண்ணெயெல்லாங் குடுக்க ஆத்தா வந்துதான ஆகணும். இல்லேன்னா பால் ஊத்தவர்ற பாப்பாத்திக்கிட்டயே கேட்டுட்டா என்ன. அய்யோ... எதும் தப்பா கிப்பா நெனச்சு அத்தா, அம்மாட்ட சொன்னா வெளக்கமார் பிஞ்சுரும்னு நெனச்சுக்குவேன். வேற எப்படி பேரு தெரிஞ்சுக்கிறது. ‘புர்கா’ பொத்தி வெளேர் வெளேர்னு வீட்டுக்குள்ள ‘கோஷா’வுல உலாத்துற கொமரிங்க பேரெல்லாம் ரெகமத் நீஸா, ஆயிஷாபீ, அபீநீஸா, ஷம்ஷாத்னு ரகம் ரகமா தெரிஞ்சுக்கலாம்போல... கண்டுபிடிக்க முடியலை.

பள்ளிக்கூடத்துல நம்மள ‘பி’ செக்ஷன்ல போட்டுட்டானுங்க ஒசரமா குண்டா இருக்கேன்னு. எல்லாம் இந்த மண்டையன் தமிழ் பண்டிட் செஞ்ச வேலைதான். பத்தாப்பு ‘ஏ’ செக்ஷன்ல சின்னச் சின்னப்பசங்க... அதனால பொட்டப்புள்ளைங்க பத்து இருவது பேரையும் ‘ஏ’ செக்ஷன்ல மொத்தமா போட்டுட்டாங்க. பத்துப் பத்துப் பொம்பளைப் புள்ளைங்களா ரெண்டு செக்ஷனுக்கும் பிரிச்சுப் போடுவாங்க. பாப்பாத்தி நம்ம செக்ஷனுக்கு வந்துரும்னு நெனைச்சேன். பலிக்கல. ‘ஏ’ செக்ஷன்காரனுங்க குடுத்து வச்சவனுங்க. பேர் தெரியணுமே. இப்ப செம்பருத்தி பூத்த வீட்டு பாப்பாத்தி பேரு ‘ஏ’ செக்ஷன்ல கேட்டா எவனும் வாய் தொறக்க மாட்டேங்கிறானுங்க. எப்படி தெரிஞ்சுக்கறதுன்னு யோசிச்சேன். மண்டையன் தமிழ் பண்டிட்டே அதுக்கும் வழி செஞ்சாரு. தமிழ்ல முதல் மார்க் எப்பவும் நாந்தான். அல்லா தயவுல எங்கையெழுத்து கொஞ்சம் அழகா வேற இருக்கமா. தமிழ் பண்டிட் புதுசா ஒரு வேலை குடுத்துட்டாரு. நமக்கு தமிழ் கட்டுர நோட்டு ரெண்டு செக்ஷனுதும் நீ திருத்திக் குடுடான்னு சொல்லி செகப்புக் கலர் மை பேனா ஒண்ணையும் கையில குடுத்தாரு. எனக்கு சந்தோஷம். பெரும... மனசெல்லாம் பரபரன்னு. விஷயம் என்னன்னா இந்த செகப்பு மைப் பேனாவுல ஒரு நாளைக்கு எழுதிப் பாக்க மாட்டோமான்னு ரொம்ப நாளா ஏங்கியிருக்கேன். தமிழ் பண்டிட் செகப்பு மைப் பேனாவைக் கையில குடுத்தவுன்ன சட்டைப் பாக்கெட்ல குத்திக்கிட்டு பசங்க பாக்குறாப்ல ரெண்டு தடவை நடந்துட்டுத்தா வந்தேன்.

கட்டுரை நோட்டுல எழுத்துப் பிழை, வாக்கியப்பிழை, எல்லாம் பார்த்து திருத்துறப்ப திக்குதிக்குன்னுச்சி மனசு அடுத்தாப்ல கேள்ஸ்ங்க நோட்டுத் திருத்தணும் செரி பாப்பாத்தி பேரு இதுதான்னு எப்படி கண்டுபிடிக்கறது. ரொம்ப நேரம் மண்டையப்

பிச்சிக்கிட்டேன். அப்புறமா ஒரு ஐடியா மாட்டுச்சு. கேள்ஸ் நோட்டெல்லாம் ஒவ்வொண்ணா எடுத்து மோர்ந்து மோப்பம் புடிக்க ஆரம்பிச்சேன். ஒண்ணுல காகித வாசம். இன்னொன்னுல மை வாசம். ஒண்ணுல சொல்லவே தெரியாத வானம் இப்படி தினுசுதினுசா வாசன. அப்புறமா ஒரு தோட்ட வாசம் புடிச்சப்போ சிலுக்கு கவுண்டரோட வீட்டு வாசம்... சும்மா கமகமன்னு பாலும் நெய்யும் கலந்த வாசம். வேகமா நோட்டத் தெறந்து பார்த்தேன். பொடி எழுத்து எஸ். மயிலாத்தா... பத்தாம் படிவம் 'அ' பிரிவு. அரசினர் உயர்நிலைப்பள்ளி... ரொம்ப நேரம் அந்தப் பேரையே பாத்து 'மயிலாத்தா... மயிலாத்தா'ன்னு மனச்சுக்குள்ள சொல்லிச் சொல்லி அந்த நோட்டையே திருத்தறதுக்கு மறந்துட்டேன்.

"ஏண்டா மயிலாத்தா நோட்ட மட்டும் திருத்தலே"ன்னு தமிழ் பண்டிட் என்னெ ஸ்டாஃப் ரூமுக்கு வரச் சொல்லி கேக்கவும், என்ன சொல்றதுன்னே தெரியாம திறுதிறுன்னு வெள்ளாடு திருடனவானாட்டம் முழிச்சேன். பக்கத்துல மயிலாத்தா (இப்போத்தாம் பேரு தெரிஞ்சுக்கிட்டாச்சே) ஒண்ணும் புரியாம என்னையே பாத்துக்கிட்டு நின்னுச்சு. அது ஒரு விதமான பார்வதேன். எத்தினியோ வாட்டி இந்தப் புள்ள பாலு ஊத்த எங்க வீட்டுக்கு வந்திருக்கு. செல சமயம் நானே நேர்ல போயி வாங்கியிருக்கேன். அப்பல்லாம் பாக்காத ஒரு பார்வ. எப்படி இது நோட்ட மட்டும் திருத்தாம விட்டேன்..

இது நடந்ததுக்குப் பின்னால அது என்னெப் பாக்குறப்போல்லாம் லேசா சிரிச்சு வச்சுச்சு. வீட்டுக்கு பாலோ தயிரோகொண்டுட்டு வர்றப்போ திண்ணையில உக்காந்து கொஞ்சநேரம் பள்ளிகூடத்தப் பத்தி வாத்தியாருங்களைப் பத்தி பேச ஆரம்பிச்சு மணிக்கணக்குல சனி, ஞாயிறுன்னா நாள் கணக்குல அவங்க வீட்டுல, எங்க வீட்டுல அவங்க தோட்டத்துல... பேச்சு... பேச்சு.

மயிலாத்தா எப்பவும் ரெட்ட ஜடை பின்னி மல்லியப்பூ தலையில வச்சுக்குவா. விசேஷம்னா எலையோட சேத்து ரோஜாப்பூ, எப்பவாச்சும் கனகாம்பரம். அவளுக்கென்ன பூப்பஞ்சமா அவவீடே பூந்தோட்டம். மயிலாத்தா வீட்டு வெளிச்சுவரு எப்பவும் வெள்ள வெளேர்னு இருக்கும். உள்ளார பூத்த செம்பருத்திங்க எல்லாம் வெளித்தள்ளி வெள்ளச் சுவர்ல செவேர்னு பாக்க ரொம்ப அழகா இருக்கும்... அதனால ஒரு நா அவள்ட்ட சொன்னேன். 'ஒங்க வீட்டு செவுருகூட பூத்திருக்குது மயிலாத்தா. செகப்புசெகப்பா... இனிமே ஒங்க வீடு சிலுக்கு கவுண்டர் வீடு இல்ல... செம்பருத்தி பூத்த வீடு'

செம்பருத்தி பூத்த வீடு, செம்பருத்தி பூத்த வீடுன்னு அன்னக்கி பூராவும் சொல்லிக்கிட்டே கெடந்து... மறுநா பிரேயர்ல புள்ளைங்க

பக்கம் திரும்பிப் பாத்தப்போ அடடா மயிலாத்தா தலையில செம்பருத்தி.

அப்போல்லாம் தலையில செம்பருத்தி வச்சுக்கிற வழக்கமே யாருக்குமில்லே... மொதல் மொதலா இந்தப் புள்ள அந்தப் பூவ வச்சுக்கவும் ஊரே பேச்சு... அடுக்குச் செம்பருத்தி வச்சுக்கவே ஆளில்ல... இவ... ஒத்தச் செம்பருத்தியை ஒவ்வொரு நாளும் வச்சுக்கிட்டா... கெடைக்கிற நோடு காயிதமெல்லா நா செம்பருத்தி பூ வரஞ்சு செகப்புக் கலர் அடிச்சு மைதீன்... மயிலாத்தான்னு ஒட்டவே ஒட்டாத பேரெழுதிப் பாத்து பத்தாவது பெயிலாப் போனேன். "படிச்சுக் கிழிச்சதுபோதும் பரப்பணங்காடிக்கு வாடா'ன்னு அத்தா கூப்புட்டாரு... அப்புறமா குடும்பமே கேரளாவுக்குப் போயாச்சு. கொஞ்சங் கொஞ்சமா பள்ளிக்கூடம் பசங்க, ஊரு ஒவ்வொண்ணா மறந்து யேவாரத்துல கவனம் பதிஞ்சது. நார் வாங்கப் போன எடத்துல ஓமனாவப் பாத்துப் பழகி மலையாளம் பேசி பொழுது போச்சு.

பதினைந்து வருஷம் ஓடிப்போனதே தெரியல. எல்லாக் கதையும் மனசுக்குள்ளே ஓட்டிப் பாத்து ஒரு வழியா வீடு வந்து சேர்ந்தப்போ மணி நாலரை ஆயிருச்சு.

தெக்குத்தெருவுல எங்க வீட்டத் தவிர மத்த வீடெல்லாம் மினுக்கிக்கிட்டு நிற்கிறது. கலர்கலரா பெயிண்டு, பெரிய பெரிய கதவுங்க, கார்ஷெட்டு கம்பிக் கேட்டு அடேங்கப்பா கள்ளிக் கோட்ட ஓடு போட்ட எங்க வீடு பேஞ்ச மழையிலயும், அடிச்ச காத்து வெயில்லயும் பாசி புடிச்ச பழசா நிக்கிது. தோ... இந்த நடையைத் தொறந்து தானுங்க மயிலாத்தா கிட்ட நா சாயங்காலப் பால் வாங்குனது. சாத்தியே கெடக்குது. மரக்கதவைத் தட்டி "ஆத்தாவ்... ஓ ஆத்தாவ் பாப்பாத்தி பால் கொண்ணாந்திருக்னுங்கோவ்" ஜென்னல் கிட்ட நின்னு அவ கூப்புட அம்மாவ முந்திக்கிட்டு சோத்துவீட்டுக்குப் போயி வெங்கல செம்பு எடுத்துட்டு அவ முன்னாடி நீட்டி பால் வாங்குனது எத்தினி நாளு. இப்பெல்லாம் இந்தத் தெருவுக்கு யார் பால் ஊத்தறதுன்னு தெரியல. இப்பத்தாம் பாலப்போயி பாக்கெட்டுல அடச்சு விக்கிறானுங்களே.

பெருத்தா சாமான் மூட்டையெல்லாம் பரப்பி வச்சுட்டு நிம்மதியா தூங்கிக்கிட்டிருந்தாரு. நல்ல அசதி. உள்வீடு ஒட்டடை புடிச்சி ஒரே தூசியும் மண்ணுமா கெடந்துச்சு. ரெண்டு மூணு எலிங்களும் எட்டுக்கால் கரப்பான் பூச்சிகளும் இங்கிட்டும் அங்குட்டும் ஓடிக்கிட்டு இருந்துச்சு. வீடு பொழங்காமக் கெடந்த வாசம் கப்னு மூஞ்சியில அடிச்சது. திடீர்னு ஞாபகம் வந்து பொறக்காணிக் கதவத் தொறந்து மூலச் செவர்ல பாத்தேம். ஊர்ல

ஒரு எலக்ஷன் காலத்துல சின்னம் வரைய வந்த கட்சிக்காரங்க கிட்ட ஓசிக்காவிக்கல் வாங்கி மயிலாத்தா...ன்னு எழுதினது அழிஞ்சும் அழியாமயும்... இருந்துச்சி.

திண்ணைய சுத்திப் பாத்தேன். கொஞ்சங்கொஞ்சம் காரை பேர்ந்து ஆனா விரோச்னு கெடந்தது. இந்தா அந்த திண்ணையோரம் ஒக்காந்து மயிலாத்தாகூடப் பேசுன பேச்செல்லாம் திருப்பிப் போட்ட ரிக்கார்டு மாதிரி கேக்குது. பெருத்தாவ ஓடி வந்து பாத்தேன். மனுஷன் கொறட்ட பரப்பிணாங்காடிக்கே கேக்கும்போல. எழுப்பவே மனசு வர்ல. வீட்டுக்குப் பின்னாடி நாலு எட்டு வச்சு, குளம் எறங்கி பாத்துட்டாத்தேங் என்ன செம்பருத்தி பூத்த வீடு இருக்குதான்னு துடிச்ச மனசு அடக்கிக்கிட்டேன். பெருத்தா எந்திருச்சா தேடுவாரு. தொப்பிய வேற தலையில கமுத்திக்கிட்டே படுத்துருவாரு. 'அஸர்' நேரம். தொழுகை போனாலும் போவாரு. காலையில பாத்துக்குவோம். இருக்குமோ இருக்காதோ அந்த வீடு. மயிலாத்தாவ ஒரு வாட்டியாவது பாப்பமா? அவளுக்கு என்னிய அடையாளந் தெரியுமா. தெரிஞ்சாலும் பேசுவாளா..

"அல்லாஹ் அக்பர்'னு பாங்கு சத்தம் கேக்கவும் பெருத்தா விருட்டுனு எந்திரிச்சு தொப்பிய சரிபண்ணிக்கிட்டு லுங்கிய இழுத்துக் கட்டி "மைதீனு பாத்துக்கடா... ஜாமான்லாம் பரப்பிக் கெடக்குது. நா தொழுதுட்டு வந்தர்றே'ன்னு கௌம்புனாரு. பெருத்தா இனி தெக்குத் தெரு, கடவீதி, சாவடி சுத்தி சொந்தக்காரவுங்க வந்தவங்க போனவங்கள்ட்டப் பேசி 'அஸர் மஃரிப்' 'இஷா' தொழுது ராத்திரிக்கி சாப்புட எதும் கிளப்புல வாங்கிகிட்டுத்தேம் வருவாரு. ரவ்வு மணி எட்டுக்கு மேல ஆயிரும். பெருத்தா வீட்ட விட்டு எறங்குன பத்தாவது நிமிஷம் நல்லா திண்டுக்கல் பூட்டு போட்டு நடையப் பூட்டிட்டு குளம் பார்த்து நடக்க ஆரம்பிச்சேன். தெக்குத்தெரு கடைசிக்கி வந்ததும் குளம் நல்லா தெரிஞ்சது.

ஊருக்குள்ள சமுத்திரம் இந்தக் குளம். தண்ணி தொறந்து விட்ருப்பாங்கபோல. சும்மா விரிஞ்சு நெறஞ்சு கெடக்குது. குளம் மேக்குத் தெருவ ஒட்டி இட்டேரில முன்ன மாதிரியேதான் கள்ளியும் முள்ளும் மொளச்சுக் கெடக்குது. ஆனா ஏறி நடக்கப் பாதை இருக்குது. இட்டேரியில் நடந்து கொஞ்சம் எறங்குனா வாய்க்கா கெணறு. கொஞ்சம் தள்ளி எறங்குனா மொச்சக் கொட்டக் கிணறு. அப்பபடியே வரப்புல நடந்து போனா ஆறு. சண்முக நதி... ஆறு ஒட்டி அப்பங்கசம் தாண்டி மானூர் அப்புறமா பழநியே போய்ரலாம். எப்பவோ எட்டாம் வகுப்பு படிக்கிறப்பகூட லிங்கம் லச்சுமணன், மகாராசன், முருகேஷ், எல்லாருமா சேந்து இந்தக்

கொளத்து வழியாப் பழநிக்கிப் போயி ஜெயராம் தியேட்டர்ல அன்னக்கிளி படம் பார்த்திருக்கோம்.

மேக்குப் பக்கமே பாத்துட்டுருந்து திடீல்னு தெக்கே குளம் எறக்கத்தப் பாத்தேம். பாருங்க... அம்மாடீ செம்பருத்தி பூத்த வீடு அச்சு மாறாம அப்படியே நின்னுச்சு... மனசெல்லாம் குறுகுறுக்குது. எறங்கி நடக்க ஆரம்பிச்சேன். என்னவோ கையிகாலெல்லாம் ஒதறல் எடுக்க ஆரம்பிச்சிருச்சு. அதே வெளேர்ண்ட செவரு. ஒரு கச்சி சின்னங்கூட வரையாம, செவேர்ன்னு செம்பருத்தி பூவுங்க. ஒரே ஒரு மாத்தம் என்னன்னா வாசலுக்கு கம்பி கேட்டு போட்டு ஊதாக் கலர் அடிச்சிருந்தது.

“ஆத்தா” “ஆத்தா” “ஆத்தாவ்” ரொம்ப நாளாயிப் போச்சி இப்படியெல்லாங் கூப்புட்டு, கொஞ்சம் வெக்கமாக்கூட இருந்துச்சு. திரும்பத் திரும்பக் கூப்ட்டுப் பாத்துக்கிட்டேன்.

கூடலிங்கத்துக்கு என்னெவிட ரெண்டு வயசு ஜாஸ்தி. ஆனாலும் அநியாயத்துக்க முப்பத்திரெண்டுலேயே முடியெல்லாங் கொட்டி கன்னம்லாம் டொக்கு விழுந்து முன்னாடிப் பல்லு வேற ரெண்டைக் காணாம். கொஞ்சம் நஞ்சம் பீடியா ஊதித் தள்ளுவான். அவன் நெஞ்சத் தட்டுனா பொயிதாங் குப் குப்புனு எழும்பும். ஆனா நல்லவன். எம்மேல ரொம்பப் பாசம். முன்னாடி கணேஷ் பீடி குடிப்பான். அப்புறமா பத்தாம் நம்பர் பேமஸ் ஆனவுடனே அது இப்ப என்ன பண்றான்னு தெரியல. கேக்கணும். செம்பருத்தி பூத்த வீட்டப் பாத்து நா நடந்து கிட்டிருந்தப்போ கைலியத் தூக்கிக் கட்டி காலுல செருப்பு போட்டுக்காம குட்டையா கருப்பா நடந்து வந்தது அவனாத்தான் இருக்கும்னு நெனைச்சேன். ரெண்டு பேரும் ஒருத்தர ஒருத்தர் நெருங்க நெருங்க அவபீ எனக்கும் என்னெ அவனுக்கும் தெரிஞ்சு போச்சு. பாத்து எத்தினி வருஷமாச்சு. பய சொல்லாமக் கொள்ளாம கலியாணம்கூடப் பண்ணிக்கிட்டானாம். அவங்க மாமம் பொண்ணு.

கொஞ்ச நேரம் கூடலிங்கத்துகூட பழைய கதை பேசினேன். எங்கடா இவ்வளவு தூரம் “வெளிக்குப்போறியா”ன்னு கேட்டான். “என்னடா சாப்புடக் கூப்புட்ற மாதிரி கேக்குறே”ன்னேன். சிரிச்சுக்கிட்டான். பாவி பீடியக் குடிச்சு குடிச்சு பல்லெல்லாம் கறப்பட்டு கெடக்குது. “இல்ல நான் வெளிக்கிப் போயிட்டுத்தான் வர்ரே”ன்னு சொன்னான். “நீ குளத்துக்கு வந்தா அதுக்குத்தான்னு தெரியும்”னேன். மறுபடியும் சிரிச்சான். பழநிக்கி கூட்டிட்டுப் போயி முன்பல் ரெண்டையும் கட்டி கூட்டிட்டு வரணும். கேரளாவப்

பத்தி பரப்பணங்காடி பத்தி கேட்டான். அவனுக்கு ஞாபகம் இருக்குமான்னு நெனைச்சுக்கிட்டே கண்ணச் சிமிட்டி "செம்பருத்தி பூத்த வீடு"ன்னு பக்கத்துல கையக் காட்டுனேன். புருவத்த சுழிச்சு யோசிச்சு கைநீட்டுன பக்கம் திரும்பிப் பாத்து "டேய் அந்தக் கவுண்ட புள்ளயவா கேக்குறே'ன்னான். ஆமான்னேன். அவனுக்கு ரொம்ப ஆச்சரியம். "ஆமாடா... பின்னே இருக்காதா... மறக்க முடியுமா'ன்னு சொன்னேன். என் கையப் பிடிச்சிக்கிட்டு "மாப்ள அந்தப் புள்ள செத்துப் போயி ஏழெட்டு வருஷமாச்சேடா'ன்னான். எனக்கு கண்ணுல குபுக்கு தண்ணி வந்துருச்சு..." பரப்பணங்காடியில இருந்து அதே நெனப்போடதான்டா வந்திருக்கேன். என்னடா சொல்றே'ன்னு பதச்சுப் போயி கேட்டேன். என்னென்னவோ சொன்னான். எதுவுமே என் காதுல ஏறல. நான் ரொம்பவும் பழைய ஞாபகத்துல ஊறிப் போயிருக்கேன்னு அவனுக்குத் தெரிஞ்சு போச்சு.

பத்தா நம்பர் பீடி இழுக்க சும்மா குப்பு குப்புனு பொகை வந்தது. கூடலிங்கம் இரண்டு மூணு பீடியாவது இழுத்து எறிஞ்சிருப்பான். எனக்குப் பசி, துக்கம், மயக்கம் எல்லாம் சேர்ந்து கண்ணக் கெறக்கிகிட்டு வந்தது பேசிக்கிட்டே என்னெ செம்பருத்தி பூத்த வீட்டுல இருந்து திருப்பி நடக்க வச்சுட்டான்.கூடலிங்கம் பீடிய, வயித்தில ஒண்ணுமில்லாம வரட்டு இழுப்பு இழுத்தது தலைய சுத்த வச்சது. காட்டமான பொகை.

தூரத்துல யாரோ ஒரு பள்ளிக்கூடப்புள்ள யூனிபார்ம் போட்டு பைக்கட்டோட எறக்கம் எறங்கி வர்றது தெரிஞ்சுது. மயிலாத்தா நடக்குற அதே நட... கொஞ்சம்கூட மாத்தமில்ல... அந்தப் புள்ள நெருங்கி வர வர மனசு பழையபடி பரபரன்னு என்ன நடக்குதுன்னே எனக்கு வெளங்கல. எதுத்தாப்பல வந்து கிட்டிருக்குற புள்ள மயிலாத்தாவேதான்னு மனசு சொல்லுச்சு. அதே ரெட்டை ஜடை. மஞ்சள் நெறம். அதே கண்ணு. வெள்ளையும் ஊதாவுங் கலந்த யூனிபார்ம். அச்சு அசலா அதே ஜாடை. அவ எங்களத் தாண்டிப் போனப்போ பின்னால திரும்பிப் பார்த்தேன். ரெண்டு ஜடையிலயும் மயிலாத்தா வச்சிருந்த மாதிரி செக்கச் செவேர்ன்னு ஒத்தச் செம்பருத்திப் பூ நாலஞ்சு. அதே செம்பருத்தி பூத்த வீட்டுக்குள்ள தான் அந்தப் புள்ளயும் நொழஞ்சு கதவு சாத்தினா. எனக்கு மனசுல பயங்கர கலவரம்.

மேடு ஏறிக்கிட்டிருக்கிறப்போகூடலிங்கம் என்னப் பாத்து கேட்டான். "என்ன மாப்ள... இப்ப நம்மளத் தாண்டிப் போன

புள்ளே… அந்தக் கவுண்டப்புள்ள மாதிரியே இருக்குறாளா"ன்னான். நான் "ஆமான்டா"ன்னேன். "பரப்பணங்காடியில தேங்கா நார் எடுக்கப் போறப்போ ஓமனான்னு ஒரு மலையாளப் புள்ளகூடப் பழகி இருக்கேல்ல"ன்னான். நான் "ஆமா"ன்னேன். "தோ எதுத்தாப்பல பாரு"ன்னான். பாத்தேன். கொஞ்சம் தள்ளி வந்துக்கிட்டிருந்த பொண்ணைப் பாக்க அச்சு அசலா ஓமனா மாதிரியே இருந்துச்சு. அவளே தானோன்னு தோணிச்சுகூடலிங்கம் சிரிச்சுக்கிட்டே பத்தாம் நம்பர் பீடி ஒண்ணை எடுத்து பிரிச்சு தூளை வெளியெறிஞ்சு அதுக்குப் பதிலா வேற தூளை நெரப்பிக் கிட்டிருந்தான்

◆ ◆ ◆

படைப்பாளிகளைக் குறித்து...

புதுமைப்பித்தன்: இயற்பெயர் சொ. விருத்தாசலம். தமிழ்ச் சிறுகதைப் பிதாமகர்/ வாழ்ந்த காலத்தில் பொருள் சார்ந்த நெருக்கடிகளால் அலைக்கழிக்கப்பட்டவர். தமிழ்ச் சிறுகதைகளுக்கு உரிய இடம் தேடித் தந்ததில் இவரின் பங்களிப்பு பிரதானமானது. கட்டுரை, கவிதை, பத்திரிகை, சினிமாப் பணிகள் என பன்முக ஆளுமை வாய்ந்தவர்.

கு. அழகிரிசாமி: இடைச்செவல் சொந்த ஊர். இயல்புடன் கூடிய உணர்ச்சி ததும்பும் கதைக்காரர். 9 சிறுகதைத் தொகுதிகள் வெளிவந்துள்ளன. 1970இல் இவர் இறந்த பின் 'அன்பளிப்பு' தொகுதிக்கு சாகித்ய அகாதெமி விருது கிடைத்தது.

மௌனி: பிறந்த ஊர் செம்மங்குடி. இயற்பெயர் ஆர். எஸ். மணி. 25 கதைகளுக்குள் எழுதி பெரும் பிராபல்யம் அடைந்தவர். 'தமிழ்ச் சிறுகதைகளின் திருமூலம்' என்று புதுமைப்பித்தனால் அழைக்கப்பட்டவர். பி. எஸ் ராமைய்யாவின் பெருமைக்குரிய கண்டுபிடிப்பு.

லா. ச. ராமாமிருதம்: லால்குடியில் ஜனனம். 1930களில் ஆங்கிலத்தில் எழுதத் தொடங்கி தமிழ்ச்சிறுகதைகளில் குறிப்பாக மொழிநடையில் தன்னைத் தனித்து அடையாளப்படுத்தியவர். அக நோக்கு, ஆழ்ந்த சஞ்சாரம் இவரது படைப்பு பாணி. 1989இல் சாகித்ய அகாதெமி விருது பெற்றார்.

நகுலன்: இயற்பெயர் டி. கே. துரைசாமி. கும்பகோணத்தில் பிறந்து திருவனந்தபுரத்தில் ஆங்கிலப் பேராசிரியராகப் பணியாற்றியவர். நாவல்களில் சோதனை முயற்சிகள் மேற்கொண்டவர். கவிதைகளும் தனித்துவம் மிக்கவை.

கி. ராஜநாராயணன்: இடைசெவலில் பிறப்பு. கரிசல் எழுத்தின் முன்னோடியாகக் கருதப்படுபவர். நாட்டார் கதைகள், சொல்லகராதிகளைத் தொகுத்தவர். சாகித்ய அகாதெமி உள்ளிட்ட விருதுகள் பெற்று புதுவையில் வசிக்கிறார். வட்டார வழக்கு பாணி எழுத்துகளுக்குப் பெருமை சேர்த்தவர்.

பிரபஞ்சன்: வைத்தியலிங்கம் என்னும் இயற்பெயருள்ள பிரபஞ்சன் முழுநேர எழுத்தாளர். புதுவையில் பிறந்து சென்னையில் வசிப்பவர்.

'பிரபஞ்ச கவி' என்னும் பெயரில் கவிதைகளும் எழுதினார். எளிமையும் கலையழகும் மிக்கவை. இவரது கதைகள் நாவலுக்காக சாகித்ய அகாதெமி விருது பெற்றார்.

ஜெயந்தன்: "ஜெயந்தன் போன்ற ஓரிரு எழுத்தாளர்கள் இலக்கியப் பூர்வமாக ஆராயப்படுவது தவிர்க்கப்படுகிறது" என்பது அசோகமித்ரன் வெளிப்படுத்தும் ஆதங்கம். சமீபத்தில் 'நிராயுதபாணியின் ஆயுதங்கள்' என்னும் முழுத்தொகுப்பு வெளியாகியுள்ளது.

பா. செயப்பிரகாசம்: கவித்துவம் தெறிக்கும் உரைநடையைக் கதைகளில் பிரயோகிக்கும் பா. செ. கரிசல் எழுத்துக்கு வளம் சேர்ந்தவர். 'சூரியதீபன்' என்னும் பெயரில் கவிதைகள் எழுதுவார். மக்கள் தொடர்பு அலுவலகத்தில் அதிகாரியாகப் பணியாற்றி ஓய்வு பெற்று புதுவையில் வசிக்கும் இவர் ஒரு பண்பாட்டுப் போராளி.

வண்ணதாசன்: கல்யாண சுந்தரம் இயற்பெயர். திருநெல்வேலியில் பிறந்து அங்கேயே வசிப்பவர். கல்யாண்ஜி என்னும் பெயரில் கவிதைகள் எழுதிப் புகழ் சேர்த்தவர். வாழ்வின் உன்னதமான தருணங்களை வசீகரிக்கிற மொழியால் படைப்பாக்கித் தரும் வண்ணதாசனின் தகப்பனார் தி. க. சி. கதைகள், கவிதைகள் பல தொகுப்புகளாக வெளியாகியுள்ளன. அபூர்வமாக ஓவியங்களும் வரைவார்.

ச. தமிழ்ச்செல்வன்: நென்மேனி மேட்டுப்பட்டி பிறப்பிடம். அப்பா, அண்ணன், தம்பிமார் என்று குடும்பம் முழுக்க இலக்கியவாதிகள். வெயிலோடு போய், வாளின் தனிமை இவரின் பிரசித்தி பெற்ற கதைத்தொகுப்புகள் நுட்பமும், எளிமையும் கூடிய கூர்மையான மொழி லாவகமுள்ளவர். தீவிர களப்பணியாளர். த. மு. எ. க. ச. வின் மாநிலத் தலைவர்.

கோணங்கி: இயற்பெயர் இளங்கோ. மதினிமார்கள் கதை, கொல்லனின் ஆறுபெண் மக்கள் இவரின் பிரசித்தி பெற்ற தொகுதிகள். இதன் பிறகு இவர் எழுத்தில் எடுத்த 'புதிய அவதாரம்' பிரம்மிக்கத்தக்கது. எவரின் சாயலும் படராத தனித்துவம் மிக்க புதிரும் மாந்த்ரீகமும் கூடிய மொழி கோணங்கியினுடையது. முழுநேர எழுத்தாளர்... கோவில்பட்டி வாசம்.

எஸ். ராமகிருஷ்ணன்: மல்லாங்கிணறு சொந்த ஊர். ஆங்கில இலக்கியத்தில் முதுநிலைப் பட்டதாரி. ஒரே நேரத்தில் தீவிர வாசகர்களையும், வெகுஜன வாசகர்களையும் ஈர்க்கவல்ல மொழி வன்மையுள்ளவர் முழுநேர எழுத்தாளர். திரைப்பட வசனகர்த்தா.

சென்னையில் வசிக்கிறார். 'தாவரங்களின் உரையாடல்' புகழ்பெற்ற கதைத் தொகுதி.

ஜெயமோகன்: 'ரப்பர்' நாவல் மூலமாக கவனம் பெற்றவரின் முதல் சிறுகதைத் தொகுதி திசைகளின் நடுவே. வேறு எதன் மூலமும் தனது இருப்பை நியாயப்படுத்த முடியாதென எழுத வந்து, அதே தீவிரத்துடன் எழுதிக் குவிப்பவர். குமரி மாவட்டத்தின் ஒரு குறிப்பிட்ட பகுதி மொழியைக் கச்சிதமாகப் பயன்படுத்துகிறவர். திரைப்படங்களுக்கும் எழுதுகிறார். நாகர்கோவிலில் வசிப்பு.

கோபி கிருஷ்ணன்: 1980களில் எழுதத் தொடங்கிய கோபி உளவியல் பயின்றவர். சிறுகதை, நாவல் வடிவங்களில் பரீட்சார்த்த முயற்சிகள் செய்தவர். வாழ்க்கையின் அவலங்களை எள்ளலுடன் தரிசித்து அவ்வாறே வெளிப்படுத்தியவர். 'தூயோன்' கதைத் தொகுப்பும் டேபிள் டென்னிஸ்' நாவலும் முக்கியமானவை.

இரா. நடராசன்: பிறந்தது லால்குடியில். 'மதி என்னும் மனிதனின் மரணம் குறித்து' கதைத்தொகுதி கவனம் பெற்றது. 'பாலிதீன் பைகள்' என்னும் வித்தியாசமான நாவலும் எழுதியிருக்கிறார். சமூக அவலங்களைக் கொதிக்கும் மொழியில் சொல்பவை இவர் கதைகள். குழந்தைகள் இலக்கியம், அறிவியல் புனைவு எனத் தீவிரமாக இயங்கி வருகிறார் கடலூரில் வசிப்பு.

லஷ்மி மணிவண்ணன்: கவிஞராகப் பெரிதும் அறியப்பட்டவர் முதல் கதைத் தொகுதி '36—A பள்ளம்' தற்போது 'வெள்ளைப் பல்லி விவகாரம்' வெளியாகியுள்ளது. சுயசரிதைப் பாங்குடன் கதை எழுதத் தொடங்கியவர். நுட்பமும் கவித்துவமும் கூடிய கதை மொழியைத் தற்போது கையாளுகிறார். சிலேட்டு இதழாசிரியர் நாகர்கோவிலில் வசிக்கிறார்.

உதயசங்கர்: 1980களிலிருந்து எழுதி வரும் இந்தக் கோவில்பட்டிக்காரரின் முதல் கதைத் தொகுதி 'யாவர் வீட்டிலும்' 'பிறிதொரு மரணம்' என்னும் முழுத்தொகுப்பு சமீபத்தில் வெளியாகியுள்ளது. எளிய, பாசாங்கற்ற மொழியில் கதை சொல்லும் இவர் வித்தியாச முயற்சிகளிலும் ஆர்வமுள்ளவர். கவிதை, மொழிபெயர்ப்பு, குழந்தை இலக்கியம் என பல தளங்களில் செயல்படும் இவருக்குப் பணி கு. அழகிரிசாமியின் கதைக்களமான குமாரபுரம் ரயில்வே ஸ்டேஷனில்.

அழகிரி பெரியவன்: பேரணாம்பட்டு பிறந்த ஊர். 1990களில் எழுதத் தொடங்கினார். முதல் கதைத் தொகுதி 'தீட்டு'. எளிய அடித்தட்டு மக்களின் வாழ்க்கையைப் பிரசங்கமற்ற பாணியில்

அழுந்தப் பதிவு செய்கிறவர். கவிஞராகவும் நாவலாசிரியராகவும் இயங்கி வரும் இவர் அரசுப்பள்ளி ஒன்றில் அறிவியலாசிரியர்.

அஜயன் பாலா: பாலா 'மயில்ராவணன் மற்றும் கதைகள் அஜயனின் முதல் கதைத்தொகுதி. திரை இயக்குனர். திரைப்படங்கள் குறித்த பல நூல்களுக்கு சொந்தக்காரர். படைப்பில் மொழியின் முக்கியத்துவத்துக்கு மதிப்பளிப்பவர் 'கதா விருது' பெற்றவர். சென்னையில் வசிக்கிறார்.

வா. மு. கோமு: விஜயமங்கலத்தினருகிலுள்ள வாய்ப்பாடியில் பிறந்த கோமுவின் இயற்பெயர் கோமகன். 1990களின் தொடக்கத்திலிருந்து எழுதிவருபவரின் முதல் கதைத் தொகுதி 'அழுகாச்சி வருதுங்கசாமீ'. கொங்கு வட்டார மொழிநடையில் கீழ்மத்தியதர வர்க்கத்தினரின் பாலியல் விஷயங்களைச் சுதந்திரமாகப் பேசும் கதைகள் இவருடையது. நாவல்களும் எழுதியுள்ளார்.

எஸ். செந்தில்குமார்: போடிநாயக்கனூர் பிறப்பிடம். 2000 முதல் கதைகள் எழுதி வருகிறார். மனித மனங்களைக் கூர்ந்து அவதானித்து படைப்பில் அதைப் பிரதிபலிக்கும் செந்தில்குமார் மதுரையில் தனியார் நிறுவனமொன்றில் பணி செய்கிறார். 'முறிமருந்து' என்னும் நாவல் சமீபத்தில் வெளி வந்துள்ளது. இளம் படைப்பாளிக்கான சுந்தர ராமசாமி விருது பெற்றவர்.

சந்திரா: 'பூனைகள் இல்லாத வீடு' 'காட்டின் பெருங்கனவு' என இரண்டு கதைத் தொகுதிகளை வெளியிட்டுள்ள சந்திரா தேனி மாவட்டம் கூடலூரைப் பிறப்பிடமாகக்கொண்டவர். பால்யகாலத்தின் ரம்மியங்களை எழுத்தின் வழியாக மீட்டிப் பார்ப்பதில் சந்திரா சமர்த்தர். கவிதைத் தொகுப்பொன்றும் வெளிவந்துள்ளது. திரைப்பட இயக்குனர். சென்னையில் வசிப்பு.

கீரனூர் ஜாகிர்ராஜா: பழநிக்கருகில் உள்ள கீரனூர் பிறப்பிடம். 1990களின் தொடக்கத்திலிருந்து எழுதி வருபவர். 'செம்பருத்தி பூத்த வீடு' முதல் கதைத் தொகுதி. 'தேய்பிறை இரவுகளின் கதைகள்' என்னும் முழுத் தொகுதி சமீபத்தில் வெளியானது. விளிம்பு நிலை இஸ்லாம் மக்களின் வாழ்க்கையைச் சித்தரிக்கும் ஏழு நாவல்களை எழுதியுள்ளார். சென்னையில் பத்திரிகைப் பணி. தஞ்சையில் வசிப்பு. சிறுகதை மற்றும் நாவல்களுக்காகப் பல விருதுகள் பெற்றுள்ளார்.

◆ ◆ ◆